संतसाहित्य : नवचिंतन

'दिलीपराज प्रकाशन प्रा. लि.'च्या नवीन पुस्तकांची यादी व माहिती हवी असल्यास आपला पत्ता, दूरध्वनी क्रमांक किंवा Email आमच्या *diliprajprakashan@yahoo.in* या Email address वर पाठवावा किंवा आमच्याशी दूरध्वनी क्रमांक फॅक्ससहित : ०२०-२४४८३९९५/२४४९५३१४ / २४४७१७२३ यावर संपर्क साधावा.
आमच्या वेबसाईटला एकदा अवश्य भेट द्या.
Website: *www.diliprajprakashan.com*

संतसाहित्य : नवचिंतन

डॉ. यू. म. पठाण

दिलीपराज प्रकाशन प्रा. लि.
२५१ क, शनिवार पेठ, पुणे - ४११ ०३०.

प्रकाशक
राजीव दत्तात्रय बर्वे,
मॅनेजिंग डायरेक्टर,
दिलीपराज प्रकाशन प्रा. लि.,
२५१ क, शनिवार पेठ,
पुणे - ४११ ०३०

© डॉ. यू. म. पठाण
२, आनंदनगर, टाऊन हॉल,
औरंगाबाद - ४३१ ००१

प्रथमावृत्ती :
१५ जून २०११

प्रकाशन क्रमांक :
१८९४

ISBN :
978-81-7294-887-0

मुद्रक
Repro India Ltd, Mumbai.

टाईपसेटिंग
पितृछाया मुद्रणालय,
९०९, रविवार पेठ,
पुणे - ४११ ००२

मुखपृष्ठ
रविमुकुल

माझे वडील रावसाहेब (खानसाहेब एम. के. पठाण)
माझी आई अंमाजी (फातेमा महंमदखान पठाण)
नि
माझी पत्नी प्रा. डॉ. सौ. नजमा
यांना स्नेहपूर्वक—
मला घडविण्यासाठी त्यांनी केलेल्या परिश्रमांना व त्यागाला सीमा नाही.

- स्वरूपदर्शन -

'संतसाहित्य : नवचिंतन' हा ग्रंथ संतसाहित्यप्रेमींच्या हाती देताना मला अत्यंत आनंद होत आहे. त्याचा उपयोग संतसाहित्याचे अभ्यासक, चिंतक, संशोधक तसेच विविध धर्मांचे व पंथांचे सांप्रदायिक यांना होईल, असा मला विश्वास वाटतो.

गेली पाच-सहा दशकं मी संतसाहित्य-चिंतन/अध्यापन/संशोधनात व्यतीत केली. त्याचा परिपाक किंवा फलश्रुती म्हणजे माझे शोधणी, मध्ययुगीन मराठी - काही आयाम, संतसंग, संतसाहित्य- पुनर्मूल्यांकन, आठव - ज्ञानदेवांचा, ज्ञानदेवीचा, महानुभाव साहित्य-संशोधन (खंड१), नवरसनारायणाचं 'शल्यपर्व', लीळाचरित्र (एकांक) - दृष्टांतपाठ- स्मृतिस्थळ-ऋद्धिपूर - माहात्म्यादी महानुभाव ग्रंथांचं संपादन ही आहे. डॉ. बाबासाहेब आंबेडकर मराठवाडा विद्यापीठात मी माझ्या संशोधन-सहायकांच्या व महानुभाव पंडित कबलेबाबा यांच्या साह्यानं दीड हजार दुर्मिळ महानुभाव हस्तलिखितांचा संग्रह केला. त्याचप्रमाणं अन्य धर्म-पंथीय सुमारे पाच हजार हस्तलिखितांचा. अन्य कोणत्याही भारतीय विद्यापीठाच्या मराठी विभागात नसलेला संग्रह सिद्ध केला. त्यातून माझ्या पीएच्. डी.च्या पंचवीस विद्यार्थ्यांचे प्रकल्प सिद्ध झाले. राष्ट्रीय / आंतरराष्ट्रीय प्राच्यविद्यासंशोधक या संग्रहाच्या संशोधनार्थ येतात.

या लेखसंग्रहात मी तुकोबांविषयीचे व महानुभाव संशोधनविषयक अन्य लेख हेतुत: समाविष्ट केले नाहीत, कारण त्यांचे स्वतंत्र वेगवेगळे ग्रंथ मी प्रकाशित करणार आहे. त्याचप्रमाणं सूफी संतांच्या मराठी साहित्यातील योगदानाविषयीचा माझा ग्रंथ मुद्रणाधीन असून तो म. रा. साहित्य संस्कृती मंडळ लवकरच प्रकाशित करील. काही सूफी संतांच्या काही आयामांचं दर्शन या संग्रहातील काही लेखांत घडविलं आहे.

नागेश संप्रदायाविषयी प्रथम मीच मूलभूत संशोधन केलं व ते वाङ्मयेतिहास-

कारांनी मान्य केलं. या ग्रंथातील नागेश संप्रदायाविषयक लेखामुळे चिंतन-मनन-संशोधनास अधिक गती मिळेल, अशी अपेक्षा आहे.

या लेखसंग्रहाची रचना व नियोजन मी विशिष्ट प्रकारे व विशिष्ट विभागात केलं आहे. यात प्रमुख तीन विभाग आहेत:

१) पहिल्या विभागात दोन उपविभाग आहेत.

पहिल्या उपविभागात सगुण-निर्गुणविषयक चिंतन आहे, त्यातून माझा अध्यात्मविषयक दृष्टिकोन स्पष्ट होईल.

दुसऱ्या उपविभागात मी विशिष्ट धर्मांच्या व पंथांच्या अध्ययन-संशोधनास का व कसा प्रवृत्त झालो, याची पार्श्वभूमी वर्णिली आहे. माझी आध्यात्मिक जडणघडण कशी झाली व माझी आध्यात्मिक भूमिका काय आहे, याचीही कल्पना त्यावरून स्पष्ट होईल.

२) दुसऱ्या विभागात संतसाहित्याच्या विविध आयामांचं दर्शन घडविलं आहे. यातील अनेक लेखांत संतसाहित्यातील तात्त्विक व सामाजिक अंगांचाही विचार केला आहे.

३) या ग्रंथातील तिसरा विभाग हा सर्वांत महत्त्वाचा विभाग आहे. त्याची व्याप्ती आदिकालीन मराठी संतसाहित्यापासून एकविसाव्या शतकातील संतसाहित्यापर्यंत आहे. या लेखातील चिंतन आध्यात्मिक/सांस्कृतिक/सामाजिक/वाङ्मयीन पर्यावरणाचा आलेख रेखाटणारे आहेत. महात्मा बसवेश्वरांचा प्रभाव मध्ययुगीन संतसाहित्याला कसा प्रभावित करतो, कबीरवाणी नि मराठी संतांची अभंगवाणी यात काही साम्यस्थळं कशी आहेत, वारकरी संप्रदायाच्या यशाचं मर्म कशात आहे, त्याचा एक दुर्लक्षित पण महत्त्वाचा आयाम 'वंजारी' आयाम कसा आहे, विविध महाराष्ट्रीय संप्रदाय व दत्त संप्रदाय यांतील अनुबंध कोणता, नागेश संप्रदायाचं सर्वसमावेशकत्व, सूफी संतांनी मराठी साहित्यात आणलेला सामंजस्याचा प्रवाह, राष्ट्रसंत तुकडोजींचं क्रांतिदर्शी साहित्य, साहित्यातील विश्वात्मकता इ. कितीतरी विषयांवरील लेखांमुळं हा विभाग अद्ययावत् नि समृद्ध झाला आहे.

— यू. म. पठाण

- अनुक्रम -

विभाग पहिला

सगुण-निर्गुण (१)

सगुण-निर्गुण (२)

विभाग दुसरा

विभाग तिसरा

विभाग पहिला

सगुण-निर्गुण

(१)

१

प्रयोजन : 'सगुण-निर्गुण' आताच लिहिण्याचं

खरंतर संतसाहित्यविषयक सदरं मी आजवर कितीतरी लिहिली. जवळपास दीड-दोन शतकं मी महाराष्ट्राच्या विविध नियतकालिकांतून साप्ताहिकच नव्हे, तर दैनिक सदरं लिहिली. साप्ताहिक सदरं लिहिण्यापेक्षा दैनिक सदरं लिहिणं ही फार मोठी जबाबदारी असून, या दोन्ही प्रकारच्या स्तंभलेखनासाठी आधी भरपूर 'गृहपाठ' करावा लागतो आणि जसजशी ही सदरं अधिक काळापर्यंत चालतात, तसतशी स्तंभलेखकाची (नैतिक) जबाबदारी अधिक वाढू लागते, असा माझा अनुभव आहे. याचा पडताळा पाहायचा असल्यास जानेवारीपासून सुरू झालेली सदरं (काही सन्मान्य अपवाद वगळता) जूननंतर किती रोड, सडपातळ नि 'डायल्यूट' झालेली दिसू लागतात, याचा एखादा आलेख काढून तो ग्राफ 'क्लायमॅक्स'कडे जातो की 'अँटिक्लायमॅक्स'कडे, हे वेगवेगळ्या वृत्तविद्या विभागांच्या संशोधन-प्रकल्प-कक्षांनी पडताळून पाहायला हवं, असं एके काळी चार-पाच वर्षं मी (माझ्या मराठी विभागप्रमुखपदाच्या जबाबदारीबरोबर) विद्यापीठाच्या वृत्तविद्या विभागाच्या प्रभारी प्राध्यापकाची जबाबदारी सांभाळत होतो, त्या वेळी तीव्रतेनं जाणवत होतं. काही काही साप्ताहिक सदरं मी दोन-दोन, अडीच-अडीच वर्षं लिहिली नि काही दैनिक सदरं सहा-सहा, सात-सात वर्षं लिहिली; पण जेव्हा आपण स्वत:च स्वीकारलेलं हे दायित्व यापुढं स्वीकारणं योग्य नाही, असं मला जाणवू लागलं; त्या वेळी मी स्वत:च ते स्तंभलेखन बंद केलं.

काही वर्षांपूर्वी म. टा. मध्येही मी संतसाहित्यविषयक नसलेलं अर्थविज्ञानाविषयीचं (सेमॅन्टिक्सविषयीचं 'अर्थाअर्थी' हे लोकप्रिय सदर सहा महिन्यांसाठी लिहिलं होतं; पण अन्य संशोधनप्रकल्पांवर— उदा., मराठीतील पहिला 'फार्सी-मराठी व्युत्पत्तिकोश'— लक्ष केंद्रित करायचं असल्यानं मी आपण होऊन ते सदर बंद केलं. आधुनिक भाषाविज्ञानातील 'अर्थविज्ञान' या शाखेतील ते पहिलं नि शेवटचंच

सदर असावं.

'सगुण-निर्गुण' हे म.टा.चं सदर लिहावं, असं संपादकांप्रमाणं माझ्याही मनात होतं; कारण हा माझ्या अत्यंत आवडीचा विषय होता व त्याच्या मागं माझं पाच-सहा दशकांचं चिंतन-संशोधन होतं. त्याच्या माध्यमातून अध्यात्मजिज्ञासू वाचक, सांप्रदायिक विविध धर्मीय, त्याचप्रमाणं संशोधक यांच्याशी हृदय-संवाद साधता येईल, आपल्या अध्यात्मविषयक संकल्पनांचं पुनर्परीक्षण करता येईल व आयुष्याच्या उत्तरायणात, एकूण ऐंशी वर्षांच्या मावळत्या सायंकाळी त्या पारखून घेता येतील, हीही माझ्या मनातील उत्कट जिज्ञासा होती. आज ज्या परिस्थितीत आपण व आपला देश कमालीचे अस्वस्थ आहोत, ती परिस्थिती पालटण्यासाठी आपण इतरांची वाट न पाहता, आपला खारीचा का होईना, सक्रिय वाटा उचलायला हवा; केवळ तटस्थपणे निष्क्रिय राहून ही परिस्थिती काही 'करिश्मा' होऊन आपोआप बदलेल/पालटेल, या मृगजळामागं धावत धावत राहणं अत्यंत निरर्थक, अर्थशून्य व निष्फळ आहे, या वास्तवाची दाहक जाणीव तुम्हा-आम्हाला अधिक उत्कटतेनं व्हायला हवी, असं मला प्रामाणिकपणानं वाटतं. हे सारं केवळ शाब्दिक (शब्दबंबाळ?) नि (भाबड्या?) भावुक-भाविक उत्कटतेतच असू नये तर समाजाच्या सर्व स्तरांचं, पंथीयांचं, धर्मीयांचं सामंजस्याधिष्ठित उज्ज्वल भवितव्य घडविण्यात कसं परिवर्तित होईल, कसं translate होईल नि त्यासाठी मी व्यक्तिश: काय करू शकेन, असा आपण सर्वांनी गांभीर्यानं विचार करून कोणती कृती करता येईल; या संदर्भातील काही विधायक पावलं टाकण्याची प्रेरणा मिळाली, तरच अशा स्तंभाचा सदुपयोग होईल, असा मला विश्वास वाटतो. त्याचप्रमाणं ती सर्वधर्मसमभाव-प्रबोधनासाठी उपयुक्त ठरतील, असाही मला विश्वास वाटतो.

हे सर्व सांगण्याचा मला अधिकार वगैरे काही आहे, असं भाबडेपणानं मी मानीत नाही; पण एक मात्र जरूर सांगेन, की गेली पाच-सहा दशकं या संदर्भात मी जे करायचं योजिलं होतं, ते केवळ मनातल्या मनात न राहता, हे कार्य करीत असताना साऱ्याच मराठी भाषकांनी, विविध धर्मीयांनी, पंथीयांनी मला जे मन:पूर्वक, हार्दिक सहकार्य दिलं; ते दिलं नसतं, तर मी केवळ एखाद्या विद्यापीठाचा मराठी विभागप्रमुख म्हणून केवळ एखाद्या तांत्रिक पीएच्.डी.वर सहज पाचव्या आयोगाचे वित्तीय लाभ ('लाटत' म्हणू का? पण ते तितकंसं 'मॅनर्स'मध्ये बसणार नाही!) घेत निवांतपणे निवृत्त झालो असतो. पण ती 'श्री'ची इच्छा नव्हती. दोन-दोन विषयांत पीएच्.डी., तत्त्वज्ञानातील (सन्माननीय नव्हे तर 'महाराष्ट्रातल्या विविध धर्मसंप्रदायांचा तुलनात्मक अभ्यास' याविषयीचा प्रबंध लिहून) डी.लिट्. मिळविण्याची नि पंचवीस विद्यार्थ्यांना विविध धर्मसंप्रदायांच्या साहित्याविषयी व तत्त्वज्ञानाविषयी तसंच त्यांनी

केलेल्या समाजप्रबोधनाविषयी पीएच्. डी.चं अनेक वर्षं खस्ता खाऊन मार्गदर्शन करण्याची गरज नव्हती. त्याचप्रमाणं माझ्या विभागातील माझ्या सहकाऱ्यांच्या साह्यानं डॉ. आंबेडकर मराठवाडा विद्यापीठाच्या मराठी विभागात चार-पाच हजार हस्तलिखितांचा भारतीय विद्यापीठांच्या मराठी विभागांच्या पातळीवरील एकमेवाद्वितीय संग्रह सिद्ध करण्यासाठी गावोगावी, वस्त्या, आश्रमांत, दर्ग्या-मंदिरांत वणवण करीत, ऊन-वारा-पाऊस यांची तमा न बाळगता जाण्याची नि पोथ्या धांडोळीत बसण्याची काहीही आवश्यकता नव्हती. पण तशा 'नजाकती'त मला जगायचंच नव्हतं. सर्वधर्मीय, पंथीय मराठी माणसांनी मला तसं जगूही दिलं नसतं. महाराष्ट्राच्या गावागावात मी वेगवेगळ्या धर्म-पंथांवर व संतांवर जी व्याख्यानं दिली, त्यांत मला त्या सर्वांतील एकात्मतेचा नि माझ्या जगण्याचा सूर गवसला. 'पठाण आणि ज्ञानेश्वरी?, 'पठाण आणि महानुभाव?', 'पठाण आणि तुकोबा?' आणि 'पठाण आणि रामदास?' असे अर्धशतकापूर्वी विचारले जाणारे आश्चर्यमिश्रित प्रश्न आज कुणीही विचारीत नाही. याचाच अर्थ असा, की मराठी माणूस हा अत्यंत नितळ, निरागस, निर्मळ आहे. एकात्मता त्याच्या रक्तातच आहे. नाही तर प्रा. फ. म. शहाजिंदेसारख्या माझ्या एकमेव मुस्लिम मतदाराच्या एकुलत्या एका मतावर मी पुण्याच्या त्रेसष्टाव्या अ. भा. मराठी साहित्य संमेलनाचा अध्यक्ष वीस वर्षांपूर्वी झालो असतो का?

'सगुण-निर्गुण'सारखं सदर/लेखमाला लिहून मला तुमच्याशी आध्यात्मिक हितगुज करायचं आहे नि माझा आजवरचा आध्यात्मिक प्रवास कसा झाला, याचा मागोवाही घ्यायचा आहे; त्यामुळं माझी आध्यात्मिक बैठक कशी घडली, हे तुम्हाला कळेल.

❑❑

२

रावसाहेब, अम्माजी, मी नि 'मराठी माणसं'

म. टा. च्या 'गेस्ट रूम' या सदरासाठी मी काही वर्षांपूर्वी आत्मकथनपर (सकारात्मक) चार लेख लिहिले होते. त्यात माझे वडील रावसाहेब, अंमाजी नि 'मराठी माणसं' यांच्याविषयी काही सूचक उल्लेख अत्यंत संक्षेपानं (स्थलाभावी) केले होते. त्यांचा उलगडा करण्याची वेळ व संधी आता या स्तंभाच्या रूपानं आली आहे, असं मला वाटतं. त्यापूर्वी 'मराठी माणसं' म्हणजे कोण, याचा सर्वांत आधी खुलासा करायला हवा. मराठी माणसाचं मन जितकं व्यापक, उदार नि सर्वसमावेशक आहे, तितकंच बव्हंशी सश्रद्ध आहे. त्यात माणुसकीचे नितळ-निर्मळ झरे शतकानुशतकांपासून पाझरत-वाहत आहेत. या दृष्टीनं रावसाहेब नि अंमाजी हेदेखील सश्रद्ध होते; पण ते दोघेही सश्रद्ध असले तरी भाबडे नि अंधश्रद्धाळू नव्हते तर चिकित्सक नि बुद्धिप्रामाण्यवादी होते. मराठी माणसाच्या श्रद्धेला बुद्धिप्रामाण्याची बैठक नि अधिष्ठान लाभलं, की त्यांची जीवनदृष्टी अधिक नितळ नि निकोप होईल, असा त्यांना विश्वास वाटे. कोणत्याही मूलतत्त्ववादी धर्माची खरी 'मूल तत्त्वं' नि त्याचे उदात्त जीवनादर्श समजून घेत नाहीत. म्हणून त्यांच्या तथाकथित धर्मश्रद्धेचं रूपांतर प्रकाशाऐवजी अंधारात होतं; धर्माभिनिवेषात, हिंसेत नि अत्याचारात होतं. मानवांच्या नि प्राणिमात्रांच्या कल्याणासाठी जे धर्म पृथ्वीतलावर अवतरले, ते अन्य धर्मांचा/पंथांचा विनाश व संहार करण्याचे आदेश कशासाठी देतील? ईश्वर मानणारे व न मानणारे धर्मदेखील असा विध्वंसक, हिंसक नि रक्तपाताचा आदेश देत नाहीत. अशा मूलतत्त्ववाद्यांना 'तुम्हाला खरा धर्म कळला आहे का? तुमचाही धर्म तुम्हाला कितपत कळला आहे नि आमचाही धर्म कितपत कळला आहे याची आपण शहानिशा करू या', असे कोणत्याही धर्माचे मूलतत्त्ववादी कधी विचारतात का? 'ब्रेन वॉशिंग' नि कोणत्याही धर्माच्या उदात्त जीवनादर्शांचं यथार्थ आकलन व अभ्यास न झाल्यामुळं त्यांना मूळ धर्माचा नीटसा अर्थ कळलेला नसतो. मग

अशाच प्रकारे स्वधर्माचं व अन्य धर्मांचं चुकीचं आकलन करणारे काही मूठभर तथाकथित धर्मगुरू ज्ञानाच्या प्रकाशपर्वातून त्यांना अज्ञानाच्या अंधारयुगात नेऊन साऱ्या जगाची-विश्वाची बसलेली घडी पार विस्कटून टाकतात. कोणताही धर्म विश्वशांतीचं नि विश्वातल्या सर्व प्राणिमात्रांच्या कल्याणाचं 'पसायदान' का मागतो नि 'इस्लाम' या शब्दाचाच मूलार्थ 'शांती' हा का आहे, याचं मर्म जे जाणून घेतात; ते विघातक न होता विधायकच होतात. मग मानवता, विश्वबंधुत्व नि परस्परसामंजस्याची जीवनमूल्यं ते बेभान होऊन पायदळी का बरं नि कशी तुडवतील?

रावसाहेब नि अम्माजी याच विचारांचे होते. त्याचप्रमाणं खरा मराठी माणूस याच विचारसरणीचा आहे. तो स्वधर्माची अस्मिता जागती ठेवून अन्य धर्मांबद्दल कशी आदरभावना बाळगतो, हे तुम्ही महाराष्ट्राच्या कुठल्याही खेड्यात गेलात तर अगदी सहजपणे जाणवेल. तिथं एकात्मता शिकवावी लागत नाही किंवा तिचा 'दिन' किंवा 'सप्ताह' पाळावा लागत नाही; कारण तिथले सारे जण कोणताही सरकारी आदेश न येताही वर्षभर आपल्या मनात एकात्मतेचीच जपणूक करतात. ती रोजच जगत असतात. मग ते वेगळा 'दिन' किंवा 'सप्ताह' पाळणार तरी कसे? दैनंदिन जीवनव्यवहार करताना ग्रामीण भागातच नव्हे तर नगरा-महानगरांतही हा 'आपला', तो 'त्यांचा'— म्हणजे दुसऱ्या जातीचा, पंथाचा वा धर्माचा आहे म्हणून त्याच्याशी होणारे असे 'कंडिशन्ड' किंवा भेदाभेदाधिष्ठित व्यवहार कटाक्षानं करायचेच, असं ठरवूनही ते तसे करता येणार नाहीत. ही रिक्षा कुणाची? लाँड्री कुणाची? या बसचा चालक/वाहक कोणत्या धर्माचा वा हॉटेलचा मालक कोणत्या जातीचा? असे प्रश्न आपण कधी विचारतो का? का बरं विचारीत नाही? खरं सांगायचं म्हणजे, असे प्रश्न विचारायची गरजच वाटत नाही, यातच सारं आलं.

रावसाहेबांच्या मित्रमंडळात वेगवेगळ्या जातींची व धर्मांची माणसं होती. यशवंतराव चव्हाण नि बाळासाहेब देसाई होते. गणपतराव तपासे नि पां. ना. राजभोज होते. मधुकरराव चौधरी यांचे वडील धनाजीनाना होते. कलेक्टर एम. ए. (महमदअली) देशमुख नि सोलापूरचे सर हाजी हजरतखान होते. त्याचप्रमाणं माजी नगराध्यक्ष (वीरशैव धर्माचे) वारद, 'सोलापूर समाचार'चे संपादक बाबूराव जक्कल, तसेच प्रख्यात गायक प्रभुदेव सरदार यांचे वडील बॅ. सरदार होते. पंढरपूरचे (सुधाकरराव परिचारक यांचे वडील) दिवाणबहादूर परिचारक नि पंढरपूरच्याच नवरंगे अनाथ बालिकाश्रमाचे संचालक प्रार्थना समाजाचे बाबासाहेब जव्हेरी होते. डॉ. फडकुले यांचे वडील पं. जिनदासशास्त्री होते. (महानुभाव संप्रदायाचे) शिक्षण उपसंचालक उत्तम सेवलेकर होते.

अम्माजींच्या मैत्रिणीही खेड्यांपासून शहरांपर्यंतच्या नि वेगवेगळ्या जातिधर्मांच्या

होत्या. अंमाजी ग्रामीण बोलीपासून शहरातील प्रमाण मराठी भाषाही तितक्याच सहजपणे बोलत.

–आणि माझंही तसंच नव्हतं का? मी तर १९३० मध्ये करमाळ्यासारख्या (त्या काळच्या) खेडेवजा शहरात जन्मलो. बळीराम (बल्या) सारख्या सुताराच्या नि बन्सीसारख्या कंडक्टरच्या, तसंच धुळ्याला रतन सुपडू चित्ते नि देवचंदमामा यांच्या कड्याखांद्यांवर वाढलो. सोलापूरच्या सेटलमेंटमधील आश्रीनाथ या शिपायाच्या जुन्या सायकलवर बसून पाचव्या इयत्तेत नॉर्थकोट हायस्कूलमध्ये गेलो. या सर्वांच्या (गड्यांच्या नि शिपायांच्या) घरची भाजी-भाकरी खाल्ली, तेव्हा ते कोणत्या जातीचे-जमातीचे होते, याची आजही मला माहिती नाही. माझं मित्रमंडळ राम शेवाळकर, व. दि. कुळकर्णी, द. मा. मिरासदार, शंकर वैद्य, फादर दिब्रिटो, डॉ. निर्मलकुमार फडकुले, पंडित शेटे, विश्वनाथ ढंगे, मनोहर पंधे, शंकर पाटील असं होतं. आम्ही एकमेकांच्या जाती नि धर्म कोणते, ते कधी विचारलं का?

❑❑

३

को ऽ हम्?

आम्ही सारेच मराठी मातीशी एकरूप झालो; म्हणूनच मला संतसाहित्याचं अध्ययन, अध्यापन, संशोधन करता आलं नि जागतिक भक्तिसाहित्य परिषदांत सहभाग घेता आला. चेकोस्लोव्हाकिया, प. जर्मनी, इंग्लंड, झिम्बाब्वे इ. देशांत मऱ्हाटी संस्कृतीच्या वैभवाचं दर्शन घडविता आलं. विद्यापीठात पाच हजारांहून अधिक दुर्मिळ मराठी हस्तलिखितांचा व दीड हजार महानुभावीय हस्तलिखितांचा संग्रह केला. त्यांचं संशोधन करणाऱ्या, परदेशातून आमच्या विद्यापीठात येणाऱ्या संशोधकांना मराठी संतांच्या साहित्याविषयी साह्य करता आलं. पीएच्.डीच्या पंचवीस संशोधकांना मार्गदर्शन करता आलं. विद्यापीठातील माझा मराठी विभाग देशाच्याच नव्हे, तर जागतिक पातळीवरही मान्यता पावला. मला राष्ट्रीय व आंतरराष्ट्रीय पातळीवरचे पुरस्कार मिळाले. 'पद्मश्री'प्रमाणंच राष्ट्रपतींच्या आणखी एका 'राष्ट्रीय भाषा पंडित' या पुरस्कारामुळे दोन राष्ट्रपतिपुरस्कार मिळाले. पाली, संस्कृत, अर्धमागधीचं अध्ययन केल्यामुळं वेद, उपनिषदं, गीता, षट्दर्शनं यांच्याप्रमाणंच 'धम्मपद' व महावीर-वचनांचाही अभ्यास करता आला. कुराणाप्रमाणंच बायबलचा व वरील धर्मग्रंथांचा अभ्यास केल्यामुळं सर्व धर्म विश्वातील मानवाच्या कल्याणासाठीच आहेत, याची प्रचिती आली. मनाचं नि अंतर्मनाचं वर्तुळ स्वधर्मापुरतंच मर्यादित न राहता त्याची व्याप्ती वाढली. व्याख्यानांच्या वेळी मला काही लोक विचारायचे— 'पठाण सर, तुम्हाला मशिदीत गेल्यानंतर काय वाटतं नि मंदिरं, विहार, गुरुद्वारा, चर्च नि सिनेगॉग इथं गेल्यावर काय वाटतं?' त्यावर माझं एकच उत्तर असायचं— 'या साऱ्या ठिकाणी गेल्यावर मला एकच मौलिक गोष्ट मिळते नि ती म्हणजे मनःशांती. उपासनेची स्थानं, पद्धती नि माध्यमं बदलली, तरी त्या सर्वांतून एकच अंतिम उद्दिष्ट साध्य करता येतं, ते म्हणजे सर्व प्राणिमात्रांचं ऐहिक नि पारलौकिक कल्याण, सर्वांचा उद्धार. मनाची व्याप्ती वाढली की आप-परप्रभाव नाहीसा होतो.

मला नेहमी असं वाटतं, की प्रत्येकानं स्वत:ला आयुष्यात कधीतरी हा प्रश्न विचारावा— 'को ऽ हम्?' त्याचं उत्तर 'सोहम्' असं आलं, की आपलं ऐहिक जीवन सफल झालं, असं मानावं. काहीजण मला असं विचारतात की, ''पठाण सर, सर्व विद्याशाखांची 'गाईड्स' झाली आहेत. अध्यात्माचं असं काही 'गाईड' आहे का?'' मी त्यांना असं उत्तर देतो की, अध्यात्माचं असं काही (अद्यापि तरी) 'गाईड' नाही... कारण 'गाईड' म्हणजे 'शॉर्ट कट' आणि मला असं वाटतं, की 'Shortest cut is the longest cut!'

परमार्थाची वाटचाल करायची तर साधना नि उपासना तर करायलाच हवी. साधना म्हटली की अखंड परिश्रम नि प्रयत्नशीलता, त्याचप्रमाणं श्रद्धादेखील हवीच. अध्यात्म्याचं 'सुलभीकरण' करणं 'अवघड' आहे. तरीही त्याचं अगदी थोडक्यात विवरण करायचं असेल, तर त्यात निदान वर सांगितलेली दोन सूत्रं लक्षात घ्यायला हवीत— 'तत्त्वमसि' नि 'अहं ब्रह्मास्मि'. शब्द व भाषा वेगळ्या असल्या तरी बहुतेक सर्व धर्मात याच दोन संकल्पना मांडलेल्या असतात. म्हणून एकाच वाक्यात सांगायचं झालं, तर 'तत्त्वमसि'पासून 'अहं ब्रह्मास्मि'पर्यंतचा प्रवास म्हणजे परमार्थातलं अद्वैतमत. विविध धर्मांत प्रतिपादिलेली उदात्त जीवनमूल्यं सारखीच असतात. प्रत्येक धर्माच्या अनुयायानं स्वत:च्या धर्मातील उदात्त जीवनमूल्यं समजून तर घ्यावीच; पण परधर्मांतील अशी जीवनमूल्यंही लक्षात घेतली नि आपल्या मानसिकतेचं उन्नयन (sublimation) केलं, तर राष्ट्रा-राष्ट्रांतील नि जगातले कितीतरी अनेक प्रश्न सहज सुटतील नि महापुरुषांनी एके काळी पाहिलेली स्वप्नं वास्तवात अवतरतील. 'विश्वात्मक देवाचं पसायदान' ज्ञानदेवांप्रमाणं आपल्यालाही मिळेल.

याच हेतूनं 'ज्ञानेश्वरी'च्या सप्तशताब्दी वर्षात पुण्यात झालेल्या त्रेसष्टाव्या अखिल भारतीय मराठी साहित्य संमेलनात मी अध्यक्षीय भाषणात वर उल्लेखिलेल्या विचाराच्या प्रसारासाठी 'संतपीठा'च्या संकल्पनेचा पाठपुरावा केला होता. विविध धर्मीयांनी त्या संकल्पनेस चांगला प्रतिसादही दिला होता. आता या 'संतपीठा'ची स्थापना झाली आहे. त्यातील सर्वधर्मसमभाव सर्वांच्या मनात निर्माण झाल्यास 'कैवल्यबोध' तर होईलच; पण विश्वाचं रूपांतरही 'आनंदवनभुवना'त होईल, असा मला विश्वास वाटतो.

❑❑

४

मृत्यू : एक अटळ वास्तव

'जन्म' हे जसं एक सत्य आहे, वास्तव आहे; त्याचप्रमाणं 'मृत्यू' हेदेखील एक अटळ सत्य नि वास्तव आहे. 'आयुष्य' हे जन्म आणि मृत्यू या दोहोंमध्ये असणारं एक वास्तवच नाही का? पहिल्या दोन विधानांची तार्किक परिणती तिसऱ्या विधानात आहे. जन्म व मृत्यू या दोन अवस्थांमधला काळ हाच आयुष्याचा काळ होय. मृत्यूची अवस्था ही एक प्रकारे सापेक्ष आहे, असंही म्हणता येईल. ती जन्माधिष्ठित आहे, म्हणून ती 'सापेक्ष' आहे, असं म्हणायला हवं; कारण जन्मच झाला नाही, तर मृत्यूचाही प्रश्न उद्भवत नाही. मृत्यूला आपण 'काळ' म्हणतो, तो शब्द अनेक संदर्भसूचक आहे. ते लक्षात घेऊनही काळ आणि मृत्यू यांचं समीकरण भारतीय दर्शनात मानलं आहे. मृत्यू हा जन्मापासून सुरू झालेल्या अवस्थेचा अपरिहार्य शेवट आहे. ती आयुष्याची अंतिम सीमारेषा आहे. त्यामुळंच आयुष्य या वास्तवालाही एक विशेष मर्यादा व अर्थ आहे. विशेष मोलही आहे नि ते कसं जगावं, याविषयी सर्व धर्मांनी व पंथांनी आपापली विधायक भूमिका मांडली आहे. या सर्व भूमिकांमध्ये एक महत्त्वपूर्ण साम्यस्थळ वा समान आशय आढळतो. तो, हे जीवन कसं जगावं असं म्हणण्यापेक्षा ते कसं उदात्ततेनं जगावं, याविषयीचा असतो. उदात्ततेनं जगणं, हा सकारात्मक पक्ष; आणि कसं जगू नये, हा वरकरणी नकारात्मक वाटला तरी तो वेगळ्या पद्धतीने, सकारात्मक पक्षाचाच पाठपुरावा करीत असतो. सकारात्मक पक्ष ज्या उदात्त जीवनादर्शांचं प्रतिपादन करीत असतो, ते जीवनादर्श ज्यात आढळत नाहीत, त्या अपप्रवृत्ती आपण टाळायला हव्यात, असं प्रतिपादन जेव्हा नकारात्मक पक्ष करतो; त्या वेळी तो उदात्त जीवनादर्शांचं व जीवनमूल्यांचं समर्थनच करीत नसतो का? मला ज्ञानदेवांच्या 'पसायदाना'चं चिंतन-मनन करीत असताना ज्ञानदेवांनीच प्रतिपादिलेल्या आपल्या शब्दांच्या व विचारांच्या अनेकसंदर्भसूचकत्वाचं स्मरण होतं. त्यांतला एक ठळक संदर्भ 'पसायदाना'तील

काही नकारात्मक संदर्भांचा विशेषत्वेकरून जाणवतो. हे नकारात्मक संदर्भ सकारात्मक संदर्भांचंच सूचन करीत असतात. त्यांच्या या अपेक्षित विश्वात काय काय असावं, हे नास्तिपक्षानं अभिव्यक्त झालं आहे. त्यांना जे सूर्य हवेत ते 'तापहीन' असावेत नि जे चंद्रमे हवेत ते 'अलांच्छन' असावेत! 'व्यंकटी' नसलेले खळ हे खळ राहतीलच कसे?

ज्ञानदेवांच्या 'ज्ञानेश्वरी'तलंच आणखी एक ठळक उदाहरण आहे ते सोळाव्या अध्यायातील 'दैवी' आणि 'आसुरी' संपत्तीचं. आसुरी प्रवृत्तींना वा षड्विकारांना जे 'संपत्ती'च मानतात, त्यांचा हा सौम्य स्वरूपातला पण अत्यंत मार्मिक असा उपहासच आहे, असं वाटू लागतं. दैवी संपत्तीचे सव्वीस गुण असूनही त्यांचं प्रतिपादन कमी करून आसुरी 'संपत्ती'च्या सहा दोषांचं जेव्हा ते सविस्तर अन् तपशीलवार वर्णन व विवेचन करतात; तेव्हा ते अधिक ठळकपणे आपल्या लक्षात आणून देतात आणि आयुर्वेदातील कफ, वात व पित्त या त्रयीचा दाखला देत म्हणतात की, दोष केवळ तीनच असले तरी ते शरीराला जर्जर करून टाकतात; मग हे विकार तर त्यांच्या दुप्पट म्हणजे सहा आहेत— म्हणून दैवी संपत्तीच्या २६ गुणांच्या तुलनेनं ते अल्पसंख्य आहेत— म्हणून त्यांची गय करू नका!

या संदर्भात एकनाथांनी 'भागवता'त ज्ञानी व अज्ञानी पुरुषांची, त्याचप्रमाणं रामदासांनी 'दासबोधा'त उत्तम पुरुषांची नि मूर्खांची लक्षणं सांगितली आहेत, ती तुलना करुन पाहण्याजोगी आहेत. इस्लाम, ख्रिस्ती, बौद्ध, जैन, वीरशैव, शीख वा अन्य धर्मांत व वारकरी, महानुभाव, नाथ, नागेश, समर्थ, दत्त, सूफी आदी पंथांतही उदात्त जीवनादर्शांचा अवलंब करून हे आयुष्य सत्कारणी कसं लावावं, हेच सांगितलेलं नाही का? विश्वातील सर्व प्राणिमात्रांचं कल्याण हीच मानवतावादी भूमिका त्यामागं नसते का? दहशतवादी कोणत्याही धर्माचे वा पंथाचे असोत, त्यांना आपण 'मूलतत्त्ववादी' (Fundamentalists) म्हणतो. त्यांना तरी स्वधर्माची मूळ तत्त्व माहीत आहेत नि समजली आहेत का? केवळ 'इस्लाम'चंच उदाहरण द्यायचं असेल तर 'इस्लाम' या शब्दाचाच अर्थ 'शांती' असा आहे, हे तरी या मूठभर मूलतत्त्ववाद्यांना कळलं आहे का? ते न कळल्यामुळं त्यांच्या धर्माच्या लोकांसह सर्व अन्य धर्मांच्या व पंथांच्या निष्पाप लोकांची व त्यांच्या कुटुंबीयांची आयुष्यं उद्ध्वस्त होतात, हे पाहून कुणाचंही मन विषण्ण नि विदीर्ण झाल्याशिवाय कसं राहील?

अल्लाहची उपासना करा व त्याच्यावर निष्ठा ठेवा, असं सांगतानाच 'अल्लाहचं भय बाळगा', असंही इस्लामनं सांगितलं आहे. वर उल्लेखिल्याप्रमाणं मृत्यू हे अटळ वास्तव व सत्य असल्यानं सत्प्रवृत्तींच्या व सत्कर्माच्या साह्यानं या

आयुष्याचा अधिकाधिक सदुपयोग करावा, हीच सर्व धर्मांची व पंथांची भूमिका असते. समर्थांनीही 'मरणाचे स्मरण असावे' असं म्हटलं आहे, ते यासाठीच. 'Death, the Leveler' या 'बायबल' मधील वचनाचाही तोच अर्थ आहे. 'काळज्ञान' या नावाचे अनेक ग्रंथ आपल्या संतांनी लिहिले आहेत. या संदर्भात शेख महंमद हे सूफी संप्रदायाच्या कादरी शाखेचे व वारकरी संप्रदायाशीही एकरूप झालेले संत, त्याचप्रमाणं नागेश संप्रदायाच्या तत्त्वज्ञानाचे भाष्यकार अज्ञानसिद्ध यांचा मी अवश्य उल्लेख करीन. या दोन्ही संत कवींनी 'काळज्ञान' नावाचेच ग्रंथ लिहिले आहेत.

❏❏

५

मृत्यूपूर्वी

'मृत्यूपूर्वी' आणि 'मृत्यूनंतर' या दोन्ही विषयांसंबंधी मला ज्ञात असलेल्या जवळपास सर्वच धर्मांमध्ये नि पंथांमध्ये आपापल्या मतप्रणालीनुसार विवेचन केलं आहे. काही वैज्ञानिकांनीही याविषयी केलेल्या संशोधनाचं लेखरूपानं विवरण केलं आहे. त्याविषयीही नियतकालिकांमध्ये उल्लेख आल्याचं माझ्या वाचनात आहे. मी विज्ञानाबद्दल आस्था बाळगणारा नि धर्माप्रमाणं विज्ञानावरही श्रद्धा ठेवणारा; बुद्धिप्रामाण्यावरही तितकाच विश्वास ठेवणारा एक जिज्ञासू अभ्यासक असलो तरी माझा विज्ञानाचा अभ्यास सर्वसामान्य माणसाचा जितपत असतो तितकाच आहे. तथापि, वैज्ञानिक निकषांनी व प्रमाणांनी जी सत्यं प्रकट होतात, ती आपण मानायला हवीत नि पुढचा वैचारिक प्रवास करायला हवा, असंही मला वाटतं.

मृत्यूपूर्वी त्याचं भान येतं का किंवा त्याची जाणीव होते का? —हा आपल्या जीवनविषयक चिंतनातला फार फार महत्त्वाचा प्रश्न आहे. इस्लाममध्ये मृत्यूचा उल्लेख अनेकदा 'मलेकुल् मौत' असा केला जातो, 'मलेका' या अरबी शब्दाचा अर्थ 'स्वामिनी' किंवा 'सम्राज्ञी' असा आहे. हा अर्थ देताना मी 'मृत्युदेवता' हा अर्थ हेतुतः दिला नाही; कारण देवतांची संकल्पना इस्लामला मान्य नाही. भारतीय संदर्भात यमाचा नि यमदूतांचा संबंध मृत्यूशी आहे. 'मौत के फरिश्ते' यांचा उल्लेखही मी वाचला आहे.

मृत्यूची पूर्वसूचना मिळते का? माझ्या सीमित ज्ञानानुसार, ती अपवादात्मक व्यक्तींच्या वा प्रसंगांच्या बाबतीत मिळते, असं मला ज्ञात असलेल्या उदाहरणांवरून व मला आलेल्या अनुभवांवरून म्हणता येईल. 'काळज्ञान' या ग्रंथांविषयी मी मृत्यूविषयीच्या यापूर्वीच्या लेखात शेवटी उल्लेख केलाच आहे. त्यावरून साधना वा एतद्विषयक अभ्यास करणाऱ्या काही जणांना काळाचं म्हणजे मृत्यूचं ज्ञान वा भान (मृत्यू येण्यापूर्वी) होण्याची शक्यता असावी, असा तर्क करता येतो; पण

'तर्क' म्हणजे 'सिद्धान्त' नव्हे, हे मलाही मान्य आहे. कारण मीही तुमच्यासारखाच या संदर्भातील एक जिज्ञासू आहे व जे- जे या संदर्भात अनुकूल/प्रतिकूल विचार करणारे आहेत, त्या सर्वांचेच विचार 'तम सो मा ज्योतिर्गमय' ही वाट दाखविणारे आहेत.

फार वर्षांपूर्वी मी एकदोनदा बडोद्याला तेथील महाराष्ट्र मंडळाची व्याख्यानमाला गुंफण्यासाठी गेलो होतो. ज्यांच्याकडे माझी निवासादी व्यवस्था केली, ते तेथील नामवंत संस्थानिक घराण्यातील श्री. माने हे होते नि ज्यांच्याविषयी मी हे लिहीत आहे, ते तेथील प्रख्यात समीक्षक व इंग्रजीचे प्राध्यापक होते. या गोष्टीला फार वर्षं झाल्यानं नि अलीकडे बडोदा व अहमदाबादशी व्याख्यानांच्या निमित्तानंही माझा फारसा संपर्क न आल्यानं त्यांचं नेमकं नाव मला आठवत नाही. पण ते 'वसंतराव' असावं नि त्यांच्या सौभाग्यवतींचं नाव कुसुमताई (किंवा कुमुदताई) असावं, असं मला ऐंशी वर्षांच्या उंबरठ्यावर स्मरतं. ते सुप्रसिद्ध लेखक माधव आचवलांचे स्नेही असल्याचंही मला स्मरतं. वसंतरावांची नि माझी गाठभेट झाली नाही. त्यांच्या निधनानंतर मी त्यांच्या घरी कुसुमताईंना भेटायला गेलो होतो. त्या महाराष्ट्र मंडळाच्या कार्यवाह किंवा अध्यक्ष असाव्यात. प्रा. वसंतराव हे बुद्धिप्रामाण्यवादी होते पण त्यांचा Occult Sciences चाही अभ्यास होता, असं मला कळलं होतं. त्यामुळं ही जीवनयात्रा केव्हा संपविणार, याची पूर्वकल्पना वा अंत:प्रेरणा (intution) त्यांना मिळाली असावी, असं कुसुमताई म्हणाल्या. हे दोघेही पतिपत्नी भाबडे तर मुळीच नव्हते तर चिकित्सक विचारवंत होते. ही पूर्वकल्पना आली असावी; म्हणूनच वसंतराव पुढच्या काळासंबंधी बोलताना कुसुमताईंना अगदी सहजपणे सांगून जात, की 'त्या वेळी तू हे कर; कारण त्या वेळी मी नसेन!' हे एकदाच नव्हे तर अनेकदा नि अगदी स्वाभाविकपणे बोलण्याच्या ओघातही होत असे. मानसशास्त्रज्ञ यांचा असाही उलगडा करतील की, त्यांच्या (वसंतरावांच्या) मनात हा विचार आल्यानंतर तो अधिक प्रभावी होत गेला. विशिष्ट काळानंतर आपण असणारच नाही, असं त्यांच्या मनानं घेतलं असावं नि त्यांची इच्छाशक्ती संपली असावी; पण वसंतराव या विचारानं कधीच हादरले किंवा हबकले नव्हते तर शेवटच्या क्षणापर्यंत त्यांची उमदी खिलाडू वृत्ती नेहमीप्रमाणं तशीच टिकून होती. कुसुमताईंच्या घरी असताना गुजरातीचे प्रख्यात लेखक व गुजरात विद्यापीठाचे कुलगुरू श्री. जोशी आल्याचं नि त्यांच्याशी गप्पागोष्टी केल्याचं मला आठवतं. यावरून कुसुमताईंचं नि त्यांच्या कुटुंबियांचं बडोद्याच्या सांस्कृतिक जीवनातलं महत्त्व सहज लक्षात येईल. याविषयी मी प्रथम लिहीत नसून, फार वर्षांपूर्वी एका दिवाळी अंकात 'वडोदरा ते अहमदाबाद' या माझ्या लेखात मी प्रा. जोशी कुटुंबीयांचा हा अनुभव सांगितला

होता.

यासारखाच एक अनुभव मराठवाड्यातला आहे. नाव-गाव सांगण्याचं मी मुद्दाम टाळत आहे. एका गावात एक प्रख्यात संस्कृत पंडित नि ज्योतिषाचार्य होते. त्यांच्याकडे बरीच हस्तलिखितं (अनेक पिढ्यांची) असल्यानं विद्यापीठाच्या माझ्या मराठी विभागाच्या हस्तलिखित संग्रहासाठी त्यांची हस्तलिखितं मिळतात का, यासाठी मी दोन-तीनदा त्यांच्याकडे गेलो. ते अत्यंत विद्वान असले तरी समाजात फारसे न वावरणारे व काहीसे कडव्या वृत्तीचे होते. त्यांनी हस्तलिखितं दिली नाहीत पण माझ्याशी ते फार चांगलं वागले, बोलले, नि त्यांच्याजवळची काही हस्तलिखितंही त्यांनी मला दाखविली. त्यांना मुलगा नसावा. त्यांना तीन-चार मुलीच होत्या. त्या मुलींचे पती जगणार नाहीत, असा निष्कर्ष त्यांनी आपल्या ज्योतिषज्ञानाधारे काढला व या भावी अप्रिय घटना घडू नयेत, यासाठी त्यांनी आपल्या मुलींचे विवाहच केले नाहीत. त्यांच्या (भावी जावयांच्या) मृत्यूसंबंधी त्यांनी विचारच केला नसता तर हे सारं घडू शकलं नसतं, ही या पूर्वसूचनेची दुसरी महत्त्वाची बाजूही आहे. त्यामुळं ही पूर्वसूचना मिळूच नये; म्हणजे आहे ते आयुष्यही सुखासमाधानानं जगता येईल, असं वाटू लागतं.

इथं महानुभाव संप्रदायाचे अवतारस्वरूप श्रीचक्रधरस्वामी यांच्या चरित्रात– 'लीळाचरित्रा'त– वर्णिलेला एक प्रसंगही मला आठवतो. तो या विषयाच्या आणखी एका बाजूवर प्रकाश टाकतो. एका वडाच्या पारावर एक गावकरी आपल्या मित्रांशी गप्पागोष्टी करीत असताना आपण किती सुखी नि सुदैवी आहोत, याविषयी मोठी फुशारकी मारीत होता. तो आपल्या मित्रांना म्हणाला, 'आमची गाय व्याली नि तिला गोऱ्हा झाला पण आमचं नेहमी असं असतं! आमच्या गाईला नेहमी गोऱ्हेच होतात. आमच्या शेतात नेहमी भरघोस पीकच येतं.' यावर स्वामींनी म्हटलं की, 'हे सारं ठीक आहे. पण तो ज्या झाडाखाली बसला आहे, त्या झाडावर काळ बसला आहे, 'हे त्याला कुठं माहीत आहे?' आणि स्वामीचं हे म्हणणं खरंच नव्हतं का? मृत्यू केव्हा, कसा, कुठं नि का येईल, हे तुमच्या-माझ्यासारख्या सामान्य माणसांना कधी सांगता येईल का? 'दैव जाणिले कुणी?' ही उक्ती यासाठीच प्रचलित झाली नसेल ना?

मी प्रत्यक्ष दोनच मृत्यू पाहिले. माझ्या दोन्ही धाकट्या भावांचे. रावसाहेबांचा नि अम्माजींचा मृत्यू मी प्रत्यक्ष पाहिलाच नाही. रावसाहेबांची प्रकृती शेवटपर्यंत चांगली होती पण कधी कधी घाम येत असे. सिव्हिल सर्जनना बळे-बळे प्रकृती दाखवायला नेलं तर ते त्यांना हसत हसत म्हणायचे, 'डॉक्टर, मला काहीच होत नाही. या माझ्या मुलांच्या समाधानासाठी हवं तर तुम्ही माझी प्रकृती तपासा!' नि

रावसाहेब अचानक गेल्याचा एक्स्प्रेस टेलिग्राम औरंगाबादला आला, त्या वेळी आम्ही भावंडांनी औरंगाबाद ते सोलापूर हा प्रवास कशा जीवघेण्या अवस्थेत केला असेल, याची तुम्ही कल्पना करू शकता. अम्माजी थोड्याफार आजारी असायच्या; पण मी झिम्बाब्वेला गेलो, त्या वेळी त्यांना धाकट्या भावाकडे ठेवलं. माझा झिम्बाब्वेचा दौरा संपत असतानाच त्या गेल्याची वार्ता हरारेत कळली; पण हरारे ते मुंबई हा त्या वेळचा जवळपास चौदा तासांचा प्रवास. कारण वाटेत नैरोबीला पुढचं विमान येण्यासाठी बरेच तास ट्रान्झिट रूममध्ये प्रतीक्षा करावी लागे. त्यामुळं अम्माजींचं दफनही मी करू शकलो नाही. धाकटा भाऊ अख्तर हा सात-आठ वर्षांचा असतानाच सोलापूरच्या सिव्हिल लाइन्सच्या बंगल्यात वॉचमनच्या मुलांबरोबर शेकोटीजवळ बसला असताना जळाला. त्याची आर्त किंकाळी ऐकून मी रग घेऊन धावलो व त्याला गुंडाळलं. तो सिव्हिल हॉस्पिटलच्या नर्सनं किंवा डॉक्टरनं दिलेल्या चुकीच्या इंजेक्शनमुळं हिरवा-निळा होऊन अबोल अवस्थेतच गेला नि त्याच्यापेक्षा मोठा अफझल कॅन्सरचं निदान फार उशिरा झाल्यानं बॉम्बे हॉस्पिटलमध्ये गेला. कॅन्सर आहे, हे त्याला सांगायचं शेवटपर्यंत टाळलं तरी त्यानं एक-दोन दिवसांपूर्वीच आपण जाणार, हे सांगितलं. तो मी खऱ्या अर्थानं प्रत्यक्ष पाहिलेला एकच मृत्यू.

'गोदान' या कादंबरीत होरी या दारिद्र्यात खितपत पडलेल्या शेतकऱ्याच्या आयुष्याचा शेवटचा क्षण प्रेमचंदांनी टिपला आहे. त्यात होरी नि त्याची पत्नी धनिया यांची आयुष्यभर झालेली फरपट नि होरपळ प्रेमचंदांनी त्याच्या शेवटच्या आठवणीच्या रूपानं टिपली आहे. कित्येक वर्षं झाली; पण तो प्रसंग नजरेसमोरून हलत नाही.

❑❑

६

मृत्यूनंतर

यापूर्वीच्या लेखात मृत्यूपूर्वीच्या आपल्या लौकिक अवस्थेचा विचार केला. या लेखात विविध धर्मांमध्ये नि पंथांमध्ये मृत्यूनंतरच्या पारलौकिक जीवनासंबंधी जे विचार मांडलेले व मानलेले आहेत, त्यांपैकी काही प्रमुख प्रवाहांचा मागोवा घेण्याचा प्रयत्न करणार आहे. माझ्या या पारलौकिक जीवनविषयक अभ्यासास व चिंतनासही काही 'लौकिक' मर्यादा आहेत व असणारच.

काही धर्मांमध्ये पुनर्जन्माची संकल्पना आहे. 'ग्लोबलायझेशनचा (जागतिकीकरण) झंझावात आपल्या देशात झपाट्याने येऊ पाहणाऱ्या या काळातही दूरचित्रवाणीवरील अनेक वाहिन्यांत पुनर्जन्माच्या या संकल्पनेचा उपयोग काही (सार्थ की निरर्थक?) वाहिन्यांमधील मालिका या लौकिक जगात वर्षानुवर्षं करीत व आपल्याला वाहवत नेत आहे, हे आपण पाहत व अनुभवत आहोच.

अवतारांची संकल्पना जशी अनेक भारतीय धर्म-पंथांमध्ये आहे, त्याचप्रमाणं पुनर्जन्माचीही संकल्पना त्यात आहे. वारकरी संतांनी 'येरझार' हा शब्द याच संदर्भात सातत्यानं योजिला आहे. त्याचा वाच्यार्थ 'येणं आणि जाणं' असला तरी वारकरी संप्रदायाला अभिप्रेत असलेला अर्थ 'जन्म आणि मृत्यू' असा आहे. तथापि, त्याला केवळ या दोन लौकिक अवस्थांचाच संदर्भ नाही; तर त्याहीपेक्षा लौकिकाच्या क्षितिजापल्याडचा संदर्भ आहे. 'पुन:पुन्हा या लौकिक जगात येणं नि जाणं', 'पुन:पुन्हा ८४ लाख योनींच्या जन्म नि मृत्यू या चक्रात सपडणं' हा त्यातील लक्ष्यार्थ आहे. 'वारी करतो तो वारकरी' या व्याख्येत पंढरीची वारी हा 'वारी' या शब्दाचा संदर्भ आहे तर 'वारी टाळतो तो वारकरी' या व्याख्येत मी वर उल्लेखिलेला लक्ष्यार्थ आहे. पण या लक्ष्यार्थातील 'वारी' टाळण्याचं प्रयोजन तरी काय? तर, ती टाळली म्हणजे लौकिक जीवनाचं सार्थक होतं. 'भवबंध' किंवा 'भवबंधन' हे शब्द त्यांच्याशी संबंधित आहेत व त्यांचं फलस्वरूप म्हणजे या

'बंधा'तून किंवा 'बंधना'तून सुटका व पर्यायानं 'मुक्ती' किंवा 'मोक्ष' याच्याशी संबंधित नाही का? एकदा 'भवा'चं बंधन मानलं तर त्यातून सुटका हा त्यावरील अपरिहार्य उपाय आहे किंवा त्याची अपेक्षित फलश्रुती आहे. या दृष्टीनं 'मुक्ती' या शब्दातही अनेकसंदर्भसूचकत्वच दडलेलं नाही का? 'भवपाश' ही त्यासाठी योजिलेली संज्ञा 'भवबंध' या संज्ञेपेक्षा अधिक बोलकी व अंतर्मुख करणारी आहे. जर हेच लौकिक जीवनाचं अंतिम उद्दिष्ट व ध्येय असेल तर ते मुळात जगायचंच कशासाठी, असा प्रश्न कुणाच्या मनात आला तर तो अनुचित आहे, असं कसं बरं म्हणता येईल? आपण जे प्रत्यक्ष जीवन व प्रत्यक्ष वास्तव जगतो; ते अवास्तव, माया, भ्रांती, भ्रम, आभास, अध्यास आहे, असं कसं म्हणता येईल? नि का म्हणावं? असा प्रश्न कुणी चार्वाकाच्या मताधारे उपस्थित करीत असतील तर त्या मतात अगदीच तथ्य नाही, असं म्हणता येणार नाही. 'ब्रह्म सत्य' नि 'जगन्मिथ्या' या शंकराचार्यांच्या मताला इथं छेद जातो का? 'शुक्ति-रजत' किंवा 'सर्प-रज्जू' दृष्टान्तासारखे या विचारप्रणालीत नेहमी दिलेले दृष्टान्त कोणत्या अर्थानं– खरंतर 'परम अर्थानं'– खरे आहेत, हे समजून घ्यायला हवं. लौकिक जीवनच मुळात व्यर्थ, जीवनाचं अंतिम ध्येय साध्य करणारं नसेल; तर चार आश्रमांपैकी दुसऱ्या 'गृहस्थाश्रम' या आश्रमाची संकल्पना मांडण्याची व मानण्याची गरजच उरणार नाही. त्याचबरोबर त्यापूर्वीच्या आश्रमाची म्हणजे ब्रह्मचर्याश्रमाची तरी संकल्पना मानावी काय, असं प्रश्नचिन्ह काही विचारवंत या संज्ञेपुढं देतील. या सर्वच आश्रमांची सार्थकता या आश्रमव्यवस्थेच्या पुरस्कर्त्यांनी तर्कशुद्ध पद्धतीनं प्रतिपादिलेली आहे, हे अमान्य करता येणार नाही.

या अनुषंगानं लौकिक जीवनाचं अस्तित्व नि त्यातील सत्कर्मांचं महत्त्व हा एक मध्यवर्ती व सामाजिक केंद्रबिंदू आहे, हे कर्मसिद्धांतातील विचारसरणीनुसार मानावं लागतं. त्या सिद्धांतातील (स्थानाच्या दृष्टीनंही) मध्यवर्ती संकल्पना 'क्रियमाण' ही आहे. 'क्रियमाणा'च्या आधी 'संचित' नि 'क्रियमाणा'नंतर 'प्रारब्ध' असा क्रम आहे. भूत, वर्तमान व भविष्य या कालाच्या त्रिविध अवस्थांशी या तीन अवस्था जोडल्या आहेत. यांतील पहिली नि तिसरी अवस्था आपण वर्तमानात अनुभवत नाही. इथं भूतकाळ, पूर्वकर्म व 'संचित' हे मानलं की त्याचा तार्किक संबंध आपापत: पुनर्जन्माशी आहे, हे ओघानंच मानावं लागतं. 'संचिता'चंच अपरिहार्य फलित 'क्रियमाण' हे असेल, तर वर्तमान हे त्या पूर्वशृंखलेनं बांधलेलं असून ते प्रवाहपतिताप्रमाणं केवळ असहायपणं भोगण्याव्यतिरिक्त जीवाला मार्ग उरेल का? यातूनच आपल्या दार्शनिकांनी, संतांनी नि महापुरुषांनी– विचारवंतांनी वाट काढली व वर्तमानातील – आपण जे जीवन जगतो त्यातील– सत्कर्मांवर व उदात्त जीवनमूल्यांवर

भर देऊन वर्तमानातील हे संचित आपल्या आयुष्याच्या उध्दाराच्या उद्दिष्टाप्रत व ध्येयाप्रत जातं, त्याप्रमाणंच आपलं ऐहिक कल्याणही करतं, असं आपल्या प्रपंचविज्ञानाच्या सिद्धांतात प्रतिपादिलं. पुनर्जन्म न मानणारा इस्लाम धर्म 'दीन और दुनिया' यांच्या समन्वयाचा संदेश देतो. त्यात वर्तमानाचा सामाजिक संदर्भही आहे, त्याचप्रमाणं 'आखिरत'चा पारलौकिक संदर्भही आहे. त्यामुळं परमेश्वराचं अस्तित्व मानणाऱ्या व न मानणाऱ्या धर्मांच्या वर उल्लेखिलेल्या प्रपंचविज्ञानाच्या बाबतीत ऐहिक व पारलौकिक संदर्भमूल्य आहे. त्यामुळंच त्यांचं तत्त्वज्ञान कालबाह्य न होता कालसापेक्ष झालं आहे. तथागत गौतम बुद्धांची 'धम्मपदा'चं अधिष्ठान असलेली प्रज्ञा, शील व करुणा, महावीरांची 'संजय सुत्तो' सारखी सूत्रं, पवित्र कुराणातील व बायबलमधील एतद्विषयक विवेचन, 'ज्ञानेश्वरी'तील सोळाव्या अध्यायातील दैवी-संपत्ती-विचार, नाथांच्या 'भागवता'तील ज्ञानी पुरुषाची व समर्थांच्या 'दासबोधा'तील उत्तम पुरुषाची लक्षणं, म. बसवेश्वरांचं 'वचन-साहित्य', शिखांच्या 'गुरूग्रंथसाहिबा'तील प्रतिपादन, महानुभावांची 'असती परी' व 'अष्टस्वभावमात्रा' हे सर्व उदात्त लौकिक जीवनसरणीचंच प्रबोधन करीत नाहीत काय? 'एकवीससमासी' (जुना) दासबोध लिहिताना प्रपंच हा 'परमार्थ बुडविणारा' असल्याचं प्रतिपादन करणारे समर्थ देशभ्रमणानंतर समाजस्थिती पाहून आल्यावर वीसदशकी दोनशेसमासी 'नव्या दासबोधा'त 'आधी प्रपंच करावा' आणि तोही कसा तरी नाही तर 'नेटका' करावा, असं का म्हणतात, यातलं मर्म समजून घ्यायला हवं. तुकोबा, विनोबा, राष्ट्रसंत तुकडोजी आणि गाडगेबाबा यांनी ज्या जीवनादर्शांचं प्रतिपादन केलं, ते त्यांचं 'परमार्थप्रवण प्रपंचविज्ञान'च नाही का?

चार्वाकमत सोडलं; तर अन्य धर्ममतं नि पंथमतं या लौकिक जीवनानंतरच्या (मृत्यूनंतरच्या) स्वर्ग-नरक, 'जन्नत-दोजख' Heaven and Hell इ. बाबींसंबंधी का विचार करतात? हे ऐहिक जगावं, उच्च नि उदात्त मूल्यांचे जीवनादर्श आपल्यासमोर ठेवून त्यांचं अनुसरण करीत चांगलं जीवन जगावं, असाच त्यामागील हेतू नाही का? नरक, दोजख, Hell यांसारख्या नकारात्मक बाबींचा (त्यांचं अस्तित्व असो किंवा नसो, पण तरीही) वचक, दरारा किंवा भीतीदेखील भरकटणाऱ्या ऐहिक प्रवृत्तींवर एक प्रकारचं नियंत्रणच ठेवीत नाही का? एवढंच काय, पण चार्वाकमतही ऐहिक जीवन हेच वास्तव नि अंतिम सत्य मानीत असलं, तरी तेही या जीवनातील अपप्रवृत्तींचा पुरस्कार करतं, असं मला वाटत नाही. ऐहिक सुख भोगावं, पण त्या संदर्भातल्या काही मर्यादांची लक्ष्मणरेषा न ओलांडणं, हे आपल्याच हिताचं असतं. जागतिकीकरणातही अध्यात्माचा हा संदेश तमाच्या रात्रीतून प्रकाशाच्या पहाटकिरणांचं दर्शन घडविणाराच आहे. ही पहाट जशी कल्याणकारी लौकिकाची, तशीच पारलौकिकाचीही.

७

पुनर्जन्म, अवतार-संकल्पना इत्यादी, इत्यादी

'मृत्यूनंतर' या शीर्षकाच्या लेखात या संदर्भात काही धर्मांच्या व पंथांच्या विचारांचा मागोवा घेण्याचा प्रयत्न केला आहे. पंढरपूरच्या विठ्ठल मंदिरात 'चौऱ्यांयशीची शिळा' या नावाचा एक शिलालेख आहे. त्याचा अभ्यास व त्याचं संशोधन आल्फ्रेड मास्टर यासारख्या नामवंत पुरातत्त्ववेत्त्यापासून 'श्री विठ्ठल आणि पंढरपूर' यासारख्या ग्रंथाचे लेखक व सुप्रसिद्ध इतिहासकार डॉ. ग. ह. खरे, त्याचप्रमाणं 'प्राचीन मराठी कोरीव लेख' या ग्रंथाचे संपादक डॉ. शं. गो. तुळपुळे यांच्यापर्यंतच्या अनेक संशोधकांनी केला आहे. 'चौऱ्यांयशीची शिळा' असं नाव या यादवकालीन मराठी शिलालेखाला का पडलं? चौऱ्यांऐंशी लाख योनींतून जन्म घेतल्यावर जेव्हा (एकदाच?) मानवजन्म किंवा नरदेह (खरंतर 'नारीदेह'सुद्धा!) लाभतो; त्याचं आपण सत्कृत्य व उपासना/साधना करून सार्थक करावं, ही यामागील गृहीत कल्पना आहे, हे मी सांगितलंच होतं. 'चौऱ्यांयशीच्या शिळे'ला स्पर्श केला तरी आपल्याला मुक्ती मिळते, असा समज पसरल्यावर व तो मुक्तीचा अत्यंत सोपा सोपान असल्यानं अनेकांनी त्याच प्रकारे आपला उद्धार करून घेण्याचा प्रयत्न केला. त्यामुळं ही शिळा इतकी गुळगुळीत झाली आहे, की ती आता जणू अबोल झाली आहे, असं काही पुरातत्त्ववेत्त्यांनी गमतीनं म्हटलं आहे. मुक्ती मिळाली असेल तर पुनर्जन्माचा प्रश्न उद्भवत नाही; पण असं असूनही काही धर्मांमध्ये पुनर्जन्माची संकल्पना रूढ आहे व हिंदू धर्म या धर्मांपैकी एक आहे. अज्ञाताच्या अवकाशातील हिंदू धर्माची ही एक महत्त्वाची वाटचाल आहे, असं म्हणता येईल.

पूर्वजन्मीचा योगभ्रष्ट हा पुनर्जन्म घेतो, असाही एक विचार रूढ आहे. संत बहिणाबाई यांनी तर आपल्या तेरा जन्मांची कथा सांगितली आहे. (यावरूनच 'नरदेह'प्रमाणंच 'नारीदेह'ही लाभतो, हे मान्य करावंच लागतं! आणि तो लाभला नाहीतर जग चालणार तरी कसं, हाही एक आनुषंगिक प्रश्न उद्भवणारच.)

'जन्मोजन्मी हाच पती मिळावा' या अपेक्षेतही पुनर्जन्माचीच संकल्पना गृहीत आहे. पुनर्जन्म हा दार्शनिकांच्या / तत्त्वज्ञांच्या / संशोधकांच्या कुतूहलाचा नि जिज्ञासेचा विषय सातत्यानं राहिला असून, अनेक योगायोगांच्या प्रसंगांद्वारे वा व्यक्तींच्या आश्चर्यकारक अनुभवांद्वारे त्यातलं सत्यान्वेषण करण्याचा प्रयत्न झाला असून आजही त्याचा संपूर्ण उलगडा झाला आहे, असं निश्चयात्मक विधान करता येत नाही. पुनर्जन्माविषयीच्या चित्रपटांची एके काळात जशी चलती होती, तशी आजच्या काळातील वाहिन्यांवरील या विषयासंबंधीच्या अनेक मालिकाही शेकडो एपिसोड्सच्या पुनर्जन्मांना उपकारक ठरल्या आहेत. इस्लामला पुनर्जन्म मान्य नाही. माझाही त्यावर विश्वास नाही; पण विज्ञानानं ते सप्रमाण सिद्ध केलं, तर त्याचा सर्वांनाच विचार करावा लागेल. इथं श्रद्धेपेक्षाही विज्ञानाला व त्याच्या सप्रमाण संशोधनाला अधिक महत्त्व देणं अपरिहार्य ठरतं.

ईश्वराचं अस्तित्व मान्य करणारे सर्व भारतीय धर्म परमात्मतत्त्व निर्गुण, निराकार आहे, असंही मानतात व त्यातील काही धर्म जीवोद्धारासाठी किंवा पृथ्वीतलावर परमात्मा धर्मरक्षणार्थ सगुण अवतार धारण करतो, असं मानतात. महानुभाव संप्रदायानं परमात्मा त्रिविध प्रकारे जीवोद्धरणार्थ अवतार धारण करतो, असं मानलं आहे व 'पंचकृष्ण' म्हणजे श्रीकृष्णाचे पंचावतार मानले आहेत. जीवोद्धरणासाठी इस्लाम व ख्रिश्चन धर्म प्रेषितांच्या संकल्पनेचा स्वीकार करतात. पण यात अवतार-कल्पना अभिप्रेत नाही. मूसा (मोझेस), ईसा (येशू) यांसारख्या ख्रिस्ती धर्माला मान्य असलेल्या प्रेषितांत जसं येशू ख्रिस्तांचं स्थान अनन्यसाधारण आहे; तसंच या प्रेषितांचा आदरपूर्वक उल्लेख करूनही हजरत मुहम्मद पैगंबर हेच अनन्यसाधारण व अल्लाहचा संदेश देणारे एकमेव प्रेषित आहेत, असं इस्लाम मानतो. 'ला इलाह इल्लल्ला, मुहम्मदुर रसूलिल्ला' या पवित्र कुराण वचनात अल्लाहबरोबरच हजरत मुहम्मद पैगंबर या त्याच्या प्रेषिताचा असा उल्लेख– आहे व त्यावर इस्लामधर्मीयांची अनन्य श्रद्धा आहे. ती उचितच आहे. परमात्मा व जीव यांत इस्लाम 'द्वैत' मानतो, त्याचप्रमाणं स्वामी-सेवक व संबंधही मानतो. परमात्मा व जीव हे दोन (तत्त्वज्ञानाच्या परिभाषेतील) 'पदार्थ' आहेत, या दृष्टीनं हे द्वैतमत असलं, तरी तो एकेश्वरवाद मानत असल्यानं त्या संदर्भात 'अद्वैत'मत मानतो. साधनेच्या फलश्रुतीनंतर परमात्म्याशी जीवात्मा एकरूप होतो; एवढंच नव्हे तो परमात्मस्वरूप होऊन जातो, असं काही भारतीय धर्म/पंथ मानतात, तसं इस्लाम मानीत नाही. इस्लामनं प्रतिपादिलेल्या तत्त्वज्ञानात या दार्शनिक भूमिकेचा पुरस्कार केला असून, तो इस्लामच्या तत्त्वज्ञानाशी जुळणारा व तर्कसंगतच आहे.

प्रत्येकाच्या जीवनातील सत्कर्मांचा व दुष्कर्मांचा तपशील व जाब त्याला

मृत्यूनंतर अंतिम न्यायदिनाच्या वेळी (Day of Jadgement च्या वेळी) कबरीतून उठून परमेश्वरासमोर द्यावा लागतो, अशीही इस्लामची श्रद्धा आहे; पण आपल्या जीवनाची कैफियत सादर करून न्यायनिवाडा करून घेणं म्हणजेदेखील पुनर्जन्म नाही. हिंदू धर्मात चित्रगुप्त आपल्या सत्कर्मांची व कुकर्मांची नोंद ठेवतो आणि त्यानुसार जीवाला स्वर्गात वा नरकात प्रवेश दिला जातो, अशीही धारणा आहे; पण त्यात मात्र पुनर्जन्माची कल्पना अनुस्यूत नाही.

ऐहिक जगातील मृत्यूनंतर जन्म असो वा नसो; पण त्यानंतर आजच्या जीवनातील बऱ्या-वाईट गोष्टींचा, सत्कर्मांचा/कुकर्मांचा झाडा, हिशेब, 'जमाखर्च' आपल्याला द्यावा लागण्याची शक्यता आहे, ही कल्पनाही वर्तमानातील आपल्या आचार-विचारांवर नियंत्रण ठेवण्यास पुरेशी आहे, असं मला वाटतं. हे नियंत्रण 'सात्त्विक' असून त्यात वर्तन-परिवर्तनाची, मानसिकता-परिवर्तनाची व जीवनशैलीतील परिवर्तनाची सुप्त शक्ती दडली आहे. ऊर्जा नि प्रेरणा दडली आहे. भरकटणारी विकृती रोखण्याचं सामर्थ्य आहे. पौर्वात्य संस्कृतीनं पाश्चिमात्य संस्कृतीला एवढा जरी संदेश- हितोपदेश दिला, तरी त्यांच्या संस्कृतीतलं विस्कटलेपण कमी होईल. पण आपण इतरांना हा उपदेश करण्यापूर्वी स्वत:च याचं भान आधी ठेवायला नको का?

आपल्या संतांनीही हाच उपदेश केला आहे. तो ऐकण्यासाठी प्रवचनकारांबरोबरच अखंड हरिनाम सप्ताहात आमच्यासारख्या संतसाहित्याभ्यासकांची वैचारिक स्वरूपाची व्याख्यानं ऐकण्यासाठी शेकडोंनीच नव्हे तर हजारोंनी श्रोते येतात. शासनाच्या mahanews. Gov.in. या वेब पोर्टलवर मी गेल्या सप्टेंबरपासून आजपावेतो 'संत परंपरे'विषयीचं सदर लिहून जगातल्या मराठी भाषकांपर्यंत हा संदेश पोचवत आहे. त्याच्या Visits चाळीस हजारांवरून आज पन्नास लाखांवर जातात, हे आत्मभान येण्याचंच लक्षण नाही का? आज ऐंशी वर्षांच्या उंबरठ्यावर मला तरी 'सगुण-निर्गुण'सारखी सदरं किंवा वर उल्लेखिलेली वेबसाइट लिहिण्याची ऊर्जा यातूनच नाही का मिळत?

❑❑

८

शून्याचं प्रश्नोपनिषद

ईश्वराचं अस्तित्व मानणाऱ्या व ते न मानणाऱ्या सर्वच धर्मांमध्ये नि पंथांमध्ये जन्म आणि मृत्यू ही दोन सत्यं मात्र मान्य केलीच आहेत. विज्ञानानंही त्यांचा विचार केला आहे. अध्यात्म आणि विज्ञान यांच्या विचारविश्वामध्ये या दोन्ही सत्यांना व संकल्पनांना फार महत्त्वाचं स्थान आहे. ज्ञान आणि विज्ञान यांचा एकसमयावच्छेदेकरून विचार केला तर विज्ञानाचा समावेशही ज्ञानातच करावा लागेल; कारण विज्ञानाला ज्यासंबंधी जिज्ञासा व कुतूहल वाटतं नि ज्या प्रश्नांची उकल करावीशी वाटते, संशोधन करावंसं वाटतं नि त्याविषयी प्रयोग करावेसे वाटतात; त्याचप्रमाणं त्यातून ज्या निर्णयांप्रत वा सिद्धांताप्रत विज्ञान येतं, तो ज्ञानाचाच परीघ असतो. एका अर्थानं विज्ञान हे ज्ञानातच मौलिक भर घालीत असतं. जे 'ज्ञेय' आहे, त्याच्यापर्यंत जाण्याचा प्रयत्न विज्ञान निश्चितपणे करीत असतं. त्यामुळं विज्ञानाचं 'ज्ञाना'च्या आकलनप्रक्रियेत किती मोलाचं, मूलभूत नि महत्त्वपूर्ण स्थान असतं, याविषयी संदेह वा दुमत असण्याचं काहीच कारण नाही; त्याचप्रमाणं ते अमान्य करण्याचंही कारण नाही. तेही सत्य असून त्यामुळं आपलं ज्ञानविषयक आकलनक्षेत्र उत्तरोत्तर वा अधिकाधिक व्यापक होत जातं, संपन्न होत जातं. प्रयोग व संशोधन करून सप्रमाण व साधार विचार करून वैज्ञानिक काही निष्कर्षांप्रत येतात. त्यामुळं काही अनुमानांचं म्हणजे Hypothesis चं रूपांतर पुढं सिद्धांतात किंवा Theory किंवा Thesis मध्ये होतं. यांतील काही अनुमानंदेखील अन्य महत्त्वपूर्ण प्रमाणं मिळाल्यामुळं त्यांच्या आधारे जे सिद्धांत अप्रमाण वा चूक वाटतात, त्या अनुमानांचा व त्यांच्या आधारे मांडलेल्या व मान्य झालेल्या सिद्धांतांचा पुनर्विचार करावा लागतो आणि त्यानंतर केलेल्या अनुमानांचं तसंच नव्यानं उपलब्ध झालेल्या प्रमाणांच्या आधारे सिद्ध झालेल्या निष्कर्षांचा— म्हणजेच सिद्धांतांचा— स्वीकार करावा लागतो, ते मान्य करावे लागतात. यात अमुक अनुमानांच्या आधारे

तसंच प्रमाणांच्या आधारे त्या निष्कर्षाचा 'विजय' झाला किंवा 'पराजय' झाला असं, जे खरे 'ज्ञानार्थी' आहेत, त्यांना कधीच वाटणार नाही. कारण 'ज्ञेया'प्रत जाण्याचे ते विविध टप्पे आहेत. हे टप्पे आपली आकलनकक्षा अधिकाधिक नि उत्तरोत्तर रुंदावतच असतात. त्याला अनेक पिढ्यांचा हातभार नि योगदान लाभलेलं असतं. हे आदिमानवापासून आजपर्यंतच्या मानवजीवनाचा युगायुगांच्या वाटचालीचा विचार केल्यास सहज लक्षात येतं. ही वाटचाल लक्षात घेता, वेरूळच्या कैलास लेण्याचं अपूर्व शिल्प घडविणाऱ्या शिल्पकारांच्या अनेक पिढ्यांचा विचार माझ्या मनात येतो. हा विचार खरंतर 'सगुणा'चा व 'साकारा'चा विचार आहे; पण तो 'निर्गुणा'चा व 'निराकारा'चा विचार करायला साह्यभूत ठरेल, असं माझ्या अल्प मतीला नि अत्यल्प ज्ञानाला वाटतं. अध्यात्मविचार करणारं संतसाहित्य हेदेखील एक कैलासलेणंच नाही का? संतांच्या एका पिढीनं ते दुसऱ्या पिढीला दिलं आहे नि दुसऱ्या पिढीनं तिसऱ्या पिढीला. अशा अनेक संतांच्या पिढ्यांनी हे संतवाङ्मयाचं मंदिर कसं उभारलं, याचं वर्णन संत बहिणाबाई यांनी आपल्या 'संतकृपा झाली । इमारत फळा आली' या आपल्या लोकप्रिय अभंगात केलंच आहे. योगायोगानं या तुलनेतही 'कैलास'च गाठण्याचं अंतिम उद्दिष्ट आहे! इथंदेखील संतांची एक पिढी आपलं आत्मज्ञानाचं 'संचित' पुढच्या पिढीला देऊन जात नाही का? वैज्ञानिकही आपल्या संशोधनाचं 'संचित' वैज्ञानिकांच्या पुढच्या पिढीला देऊन जातात. त्यांचाही अंतिम सत्याच्या शोधाचाच हा संतांप्रमाणं नि महापुरुषांप्रमाणं एक महनीय प्रयत्न आहे, असं मी मानतो. देशोदेशीच्या वैज्ञानिकांना 'देशोदेशीचे ज्ञानेश्वर' असं म्हटलं जातं, ते यामुळंच असावं, असं मी मानतो. वैज्ञानिकांचे शोध नि संतांचे आत्मशोध यांत काही अनुबंध असावा काय, याचा विचार मी गेलं अर्धशतकभर तरी करीत आहे. असं मी का करतो, याला एक पार्श्वभूमी आहे. विज्ञान आणि आत्मज्ञान यांत काही अनुबंध आहे काय, याचा उलगडा झाल्यास या प्रश्नाचं उत्तर निश्चित सापडेल, अशी माझी धारणा आहे.

वर सांगितलेली पार्श्वभूमी कोणती, यासंबंधी काही लक्षात घेण्याजोगी, विचार करण्याजोगी व्यक्तिगत उदाहरणं इथं सांगितल्यास विज्ञानाच्या प्रभावकक्षा नि तत्त्वज्ञानाच्या प्रभावकक्षा, त्याचप्रमाणं साहित्य आणि अन्य ज्ञानशाखा यांच्या प्रभावकक्षा यांत काही साम्यस्थळं वा अनुबंध आहेत काय, यांचाही शोध घेणं, या वैचारिक प्रवासातील 'पाथेय' म्हणून साह्यभूत ठरण्याची शक्यता आहे.

कन्नडचे महाकवी प्रा. द. रा. बेंद्रे हे सोलापूरच्या दयानंद महाविद्यालयात कन्नड विभागप्रमुख होते. मी याच महाविद्यालयाचा विद्यार्थी व प्राध्यापक. खुद्द प्रा. बेंद्रे यांची कविता मूलत: चिंतनगर्भ होती व हे चिंतन बरंचसं Mysticism शी

जुळणारं होतं. अनेकदा मी प्रा. बेंद्रे यांना विज्ञानाच्या व गणिताच्या प्राध्यापकांशी चर्चा करताना पाहिलंही आहे नि त्यांची व्याख्यानं ऐकली आहेत. त्यांच्याशी चर्चाही केली आहे. त्यातून त्यांच्या अध्यात्मसंपन्न विचारविश्वाची व्याप्ती सहज लक्षात येई. अनेकदा मी त्यांना त्यांच्या केबिनमध्ये गणित व पदार्थविज्ञानाच्या प्राध्यापकांशी 'शून्याची संकल्पना व उत्पत्ती कशी झाली असावी?' यावर तासन्तास, काळाचं भान विसरून चर्चा करताना पाहिलं आहे. त्यानंतर त्याविषयी विचारविनिमय केला, तेव्हा ते म्हणाले, 'अहो, शून्यच नसतं तर त्यापुढचं गणित तरी कसं निर्माण झालं असतं?' अध्यात्मातही 'शून्य' विचार झाला नाही, असं नाही. तुकोबांनी अत्यंत साध्या, सुगम भाषेत मांडताना म्हटलं आहे—

'एके दाखविले दहा!
पाहा फाटा पुसून!'

'एक' या आकड्यापुढं जसजशी तुम्ही शून्यं देत जाल, त्या प्रमाणात त्याची संख्या वाढत जाईल; पण कितीही शून्यं एकाच्या आधी दिलीत तर त्यांनी त्या संख्येत कुठलाही फरक होणार नाही. इथं तुकोबांनी विश्वनिर्मात्याचा संकेत दिला आहे किंवा त्या संकल्पनेचं सूचन केलं आहे. त्यातून वारकरी संप्रदायास अभिप्रेत असलेला विश्व-निर्माता, त्याचं एकत्व (म्हणजेच एकेश्वरवाद), त्याच्यामुळं निर्माण झालेलं विश्व (एको ऽ हं बहुस्याम' हे सूत्र, ज्ञानेश्वरांनी ज्ञानेश्वरीत प्रतिपादिलेला 'चिद्विलास'वादाचा किंवा 'स्फूर्तिवादा'चा सिद्धांत) अशा कितीतरी बाबींचं सूचन होतं. तुकोबा म्हणतात त्याप्रमाणं शून्याला एक फाटा- भी रेघ- लागल्यामुळं त्याला एक या आकड्याचं रूप प्राप्त झालं व त्याला संख्येचं परिमाण किंवा 'वजन'ही लाभलं. तो फाटा नसता तर शून्यालादेखील परिमाण नि 'वजन' लाभलं नसतं नि तेच त्यापुढच्या शून्यांनादेखील लाभलं नसतं. एक या आकड्याच्या पूर्वी अनेक शून्यं असली तरी ती सर्वार्थांनी 'निरर्थक'च नाहीत का? पण शून्याला लावलेल्या फाट्यामुळं पुढच्या शून्यांनाही संख्येच्या संदर्भातील परिमाण नि 'वजन' लाभत गेलं. त्यांची महत्ता वाढत-वाढत गेली. ही शून्यं अधिकाधिक अर्थसघन झाली. इथंही आधी 'शून्य' व नंतर 'एक', हा वाद किंवा हा प्रश्न निर्माण होणं स्वाभाविक आहे. त्याचा विचार दोन्ही पक्षांच्या अध्यात्माच्या व विज्ञानाच्या विचारवंतांनी एकत्र बसून करायला हवा.

त्याविषयीचं माझं वाचन नि ज्ञान अत्यंत सीमित असल्यानं त्यांनी या संदर्भात केलेल्या चिंतनाचा वा चिकित्सेचा लाभ सर्वांनाच होईल. त्या संदर्भात वैज्ञानिकांचा नि त्यांच्या एतद्विषयक संशोधनाचा लाभही निश्चितपणे होईल. काही

वैज्ञानिकांना आपल्या सप्रमाण संशोधनानंतर अध्यात्मानं याविषयी काय चिंतन केलं आहे, ते जाणून घ्यावंसं वाटतं; तेही आपण लक्षात घ्यायला हवं, समजून घ्यायला हवं. कन्नडचे महाकवी प्रा. डॉ. द. रा. बेंद्रे हे अध्यात्मवादी असूनही त्यांना या संदर्भातील वैज्ञानिकांच्या चिंतनाविषयी जाणून घ्यावंसं वाटतं होतं. ही वैज्ञानिक देवाणघेवाणही 'अथा तो ब्रह्मजिज्ञासा'- विषयक आकलनास उपयुक्त ठरते. केवळ एक व्यक्ती/विचारवंत वा वैज्ञानिक या गूढ समस्येची उकल करू शकेलच, असं नाही किंवा विशिष्ट (आध्यात्मिक वा वैज्ञानिक) विचारप्रणाली तिची उकल करू शकेलच, असं नाही; तर तद्‌विषयक विविध विचारप्रणाली या प्रश्नाच्या / समस्येच्या आकलनास व उकल करण्यास साह्यभूत ठरू शकतील, अशी माझी विनम्र व प्रामाणिक धारणा आहे. त्या संदर्भात मी स्वत:देखील केवळ जिज्ञासूच आहे.

आंतरराष्ट्रीय कीर्तीचे, महासंगणकाची निर्मिती करणारे डॉ. विजय भटकर हे माझे ज्येष्ठ स्नेही आहेत. त्यांचं विज्ञानविषयक सखोल संशोधन कुणाला माहीत नाही? अनेक दशकांपासून ते या संशोधनातच रमले असून त्यांनी वैज्ञानिक प्रगतीत मूलगामी स्वरूपाची भर घातली आहे. बऱ्याच वर्षांपूर्वी त्यांची नि माझी पुणे विद्यापीठात भेट झाली होती. त्या वेळेपासून त्यांचा स्नेह केवळ कायमच राहिला नाही तर उत्तरोत्तर वाढत आहे. पहिल्याच भेटीत आमच्या विद्यापीठाच्या मराठी विभागात मी माझ्या सहकाऱ्यांच्या साह्यानं संग्रहित केलेल्या चार-पाच हजार हस्तलिखितांविषयी बोललो. या हस्तलिखितांच्या वेगवेगळ्या शतकांत उपलब्ध होणाऱ्या प्रतींविषयी, त्यांच्या संपादनाविषयी, महानुभावीय सांकेतिक लिप्यांतील हस्तलिखितांविषयी, 'मॅन्युस्क्रिप्टॉलॉजी' (हस्तलिखित-जतनशास्त्राच्या)- विषयी व त्यात जाणवणाऱ्या समस्यांविषयी चर्चा केली. विविध काळांतील ज्ञानेश्वरीच्या हस्तलिखितांचं जतन, विविध अध्ययनक्षेत्रातील तिचं संशोधन, विविध भाषांतील तिचे अनुवाद इ. साठी संगणकाचा उपयोग यांसारख्या माझ्या समस्यांविषयी त्यांनी अत्यंत आस्थेनं माहिती दिली, त्या वेळी त्यांना अध्यात्मात विशेष रस असल्याचं जाणवल्याशिवाय राहिलं नाही. अध्यात्माच्या कूटस्थळांचा उलगडा करण्यासाठी विज्ञान कसं उपयुक्त ठरतं, तेही त्यांनी सांगितलं. डॉ. विजय भटकर हे मूळचे विदर्भातल्या अकोल्याजवळच्या एका छोट्याशा गावातले; पण त्यांच्या गुरू— अम्मा यांनी दक्षिण भारतात महत्त्वपूर्ण आध्यात्मिक, शैक्षणिक व सांस्कृतिक कार्य केलं आहे. पुण्यातही त्यांचा बराच मोठा शिष्यपरिवार. त्या काही वर्षांपूर्वी पुण्यात येणार होत्या व त्याप्रीत्यर्थ एक मोठा कार्यक्रम कँपातल्या जवाहरलाल नेहरू मेमोरियल हॉलमध्ये आयोजित केला होता. त्यासाठी डॉ. भटकर यांनी मला बोलाविलं होतं. त्या वेळी मी व डॉ. भटकर बोललो होतो. त्यानंतर आमच्या ज्या-

ज्या वेळी भेटी होत, त्या-त्या वेळी डॉ. भटकर यांच्यासारख्या श्रेष्ठ चिकित्सक, विवेकानिष्ठ वैज्ञानिकांनी अध्यात्माचा किती सूक्ष्म व सखोल अभ्यास केला आहे, याची मला जाणीव होई.

डॉ. जयंत नारळीकर यांच्यासारख्या जागतिक कीर्तीच्या वैज्ञानिकांचा 'कृष्ण-विवरां'चा सिद्धांत अध्यात्मातील विश्वोत्पत्तीच्या सिद्धांतासही उपयुक्त ठरत असावा, असं मला वाटतं. मी विज्ञानाचा साधा विद्यार्थीही नाही, यासाठी या संबंधातील अधिकारी व तज्ज्ञ विद्वानांकडूनच अधिक मार्गदर्शनाची अपेक्षा करायला हवी.

शून्यात काहीही नसतानादेखील त्याविषयीच्या प्रश्नोपनिषदानं संत, तत्त्वज्ञ आणि वैज्ञानिक यांना किती विचार करायला लावला नि अजूनही लावीत आहे!

❑❑

९

रब्बिल् आलमीन्

इस्लाम धर्माच्या पार्श्वभूमीबरोबरच माझ्या अध्यात्माच्या आकलनासाठी विविध धर्म, धर्मसंप्रदाय, षड्दर्शनांसारखी दर्शनं, सूफी संप्रदायाचं 'तसव्वुफ' दर्शन, तत्त्व- ज्ञानाच्या शाखोपशाखा, अनेक आधुनिक महापुरुष, मौलाना व संतमहंत, त्यांचे 'वाज' (इस्लाम धर्मविषयक प्रवचनं), व्याख्यानं, अन्य धर्मविषयक कीर्तनं-प्रवचनं, चर्चा इ. कितीतरी गोष्टी साह्यभूत ठरल्या असाव्यात, असं मला आज या जीवनप्रवासाच्या ऐंशीव्या वर्षाच्या उंबरठ्यावर उभा असताना, मागं वळून पाहत असताना वाटतं. तरीही हे आकलन परिपक्व वा परिपूर्ण झालं आहे, असं कसं म्हणता येईल? या आकलनात अनेक त्रुटी असू शकतील, अनेक बाबतींत अपूर्णता व Lacunas असू शकेल, अनेक बाबतींतल्या 'कृष्णविवरां'मध्ये आत्मज्ञानाच्या 'नूर'चे – प्रकाशाचे – कवडसे अजूनही पडायचे राहिले असतील. कारण मी एक सामान्य माणूस आहे आणि सामान्य माणसाच्या ज्ञानाला नि आत्मज्ञानाला अनेक सीमा, अनेक मर्यादा, अनेक लक्ष्मणरेषा असू शकतात, तशा माझ्याही अध्यात्माकलनाला असणारच. उलट, या लक्ष्मणरेषाच आपल्याला त्या प्रकाशाच्या– 'नूर'च्या– काही कवडशांपर्यंत, मजल-दरमजल करीत 'मंजिल'पर्यंत, 'ज्ञेया'पर्यंत जाण्यासाठी वाटाड्यासारखं साह्य करतात, अशी माझी श्रद्धा आहे. ज्ञानप्राप्तीप्रमाणंच आत्मज्ञान-प्राप्तीची प्रक्रिया अखंड सुरूच असते. ही प्रक्रियाच आपल्याला ज्ञेयाच्या अंतिम टप्प्यापर्यंत जायला साह्यभूत ठरत असते.

आत्मज्ञानाच्या नि अध्यात्मज्ञानाच्या वाटेवर जे अनेक टप्पे आहेत, त्यांत 'कोऽ हम्'चा टप्पा हा पहिला टप्पा आहे, हे कुणीही मान्य करील, असं मला वाटतं. कारण पारलौकिकाचा प्रवास लौकिकापासूनच सुरू होतो, अशी माझी धारणा आहे.

आपण कसे निर्माण झालो, आपला देह कसा निर्माण झाला, त्यातलं

चैतन्य आणि या चैतन्याचा मूलस्त्रोत कुठे आहे नि तो कोणता आहे, हे विश्व कसं निर्माण झालं असावं, त्यातील 'चर' नि 'अचर' कसे निर्माण झाले असावेत, ते कुणी निर्माण केले असावेत; आपला या विश्वाशी, त्यातल्या प्राणिमात्रांशी, त्यातल्या चराचराशी काय संबंध आहे, हे प्रश्न आदिमानवापासून सर्वच ('आस्तिक' वा 'नास्तिक' - ईश्वरतत्त्व मानणाऱ्या व ते न मानणाऱ्या) तत्त्वचिंतकांना, महापुरुषांना पडले आहेत, याबद्दल कुणाचं दुमत असेल, असं मला वाटत नाही. प्रागैतिहासिक काळापासून या प्रश्नोपनिषदाची निर्मिती झाली असावी, असा तर्क किंवा असं अनुमान (hypothesis) करणं, युक्तिविसंगत वा तर्कविसंगत ठरणार नाही; कारण याची प्रमाणं ईश्वराचं अस्तित्व मानणाऱ्या व न मानणाऱ्या सर्वच धर्मग्रंथांत आढळतात. ईश्वरतत्त्व म्हणजे चैतन्यतत्त्व, असं समीकरण अनेक तत्त्वचिंतकांनी मांडलं आहे. सर्व धर्मग्रंथांचा प्रारंभ या 'आदिकारणा'पासून का होतो, हा 'आत्मप्रवास' करताना विविध धर्मग्रंथांचे प्रारंभ ही वाटचाल करताना आपणास किती उपयुक्त व साह्यभूत ठरतात, हे वेगळं सांगायला हवं का? ऋग्वेदामधील विविध सूक्तांचा विचार केला तर आदिमानव पृथ्वीतलावर 'अवतरल्या'वर त्याला सर्वप्रथम जो प्रश्न पडला असेल, तो 'अथा तो ब्रह्मजिज्ञासा'शी निश्चितपणे निगडित नि संबद्ध असावा. या अनुमानाचं रूपांतर सिद्धांतात होतं, ते यामुळंच. 'ऋग्वेद' हा जगातील प्राचीनतम ग्रंथ आहे, हे सर्वमान्य आहे. त्यात कोणकोणती 'सूक्तं' आहेत? त्यात दैनंदिन जीवन व्यतीत करण्यासाठी ज्या अत्यावश्यक नैसर्गिक बाबी आहेत, अशी 'पर्जन्यसूक्त'सारखी सूक्तं असून त्यात देवत्व शोधण्याचा प्रयत्न केला आहे. मुळात विश्व एक आहे की अनेक विश्वं आहेत, इथपर्यंत या शोधाची व्याप्ती वाढली आहे आणि ती अध्यात्मापुरतीच नाही; तर ती आधुनिक विज्ञानाच्या आजच्या प्रगतीपर्यंत (अंतराळविज्ञानापर्यंत) समांतर वाटचाल करीत आहे की काय, असं वाटू लागतं.

पवित्र कुराणात 'रब्ब' हा शब्द 'स्वामी' या अर्थानं पहिल्याच 'सूऱ्या'त (अध्यायात) वापरला आहे. अरबी 'आलम्' या शब्दाचा अर्थ 'विश्व' असा आहे. 'आलमीन्' हा अरबी शब्द 'आलम'चं अनेकवचनी रूप असून त्याचा अर्थ 'अनेक विश्वं' असा आहे. 'अिल्' हा अरबी भाषेतील 'चा' या अर्थाचा (आपल्या विभक्तिप्रत्ययासारखा) प्रत्यय आहे. वर उल्लेखिलेल्या पवित्र कुराणाच्या 'सूऱ्या'त परमेश्वराचं वर्णन 'रब्बिल् आलमीन्' या शब्दांत केलेलं असून त्याचा अर्थ '(अनेक) विश्वांचा स्वामी' असा आहे. (आजकालच्या चित्रपटांतील गीतांत 'रब्ब' हा शब्द अनेकदा वापरला जातो. त्याचा अर्थ 'परमात्मा' असा रूढ झाला आहे.) आपल्या भाषेतही अनेक विश्वांच्या कल्पना नाहीत का? ('आहेत' असं म्हणावं लागेल; पण त्यासाठी दारिद्र्यरेषेपर्यंत जावं लागेल नि 'अठरा विश्वं दारिद्र्य' या शब्दप्रयोगाचा

अर्थ अधिक खोलात जाऊन शोधावा लागेल!) त्याचप्रमाणं कुराणात अल्लाहची– परमात्म्याची- ही विश्वनिर्मिती असल्याचं विवरण असून, सर्व प्राणिमात्रांच्या जीवनासाठी उपयुक्त व आवश्यक अशा बाबीही अल्लाहनंच निर्माण केल्याचंही विवेचन आहे. ख्रिस्ती धर्मीयांच्या पवित्र 'बायबल'चे 'जुना करार' (ओल्ड टेस्टामेंट) व 'नवा करार' (न्यू टेस्टामेंट) हे दोन भाग असून, जुन्या करारात 'जेनिसिस' हे उत्पत्तिप्रकरण आहे. त्याचा संबंध विश्वनिर्मितीशीच आहे. या संदर्भातील 'दि क्रिएटर' ही संज्ञा फार बोलकी आहे. त्याचप्रमाणं महात्मा जोतिबा फुले यांनी सार्वजनिक सत्यधर्मातील 'निर्मिक' ही संज्ञा त्यांच्या अखंड अध्यात्म-चिंतनातून कशी हेतुत: व नेमकेपणानं योजिली आहे, याचीही प्रचिती आल्यावाचून राहत नाही.

हिंदू धर्माप्रमाणंच अन्य अनेक धर्मांच्या धर्मग्रंथांत प्रारंभीच पंचीकरणसदृश विवेचन का आढळतं, याचाही उलगडा त्यामुळं होतो.

❑❑

१०

एक अधिक एक = एक!

'रब्बिल् आलमीन्' या लेखात विविध धर्मांतील / पंथांतील विश्वोत्पत्तीविषयक विचारांचा सूचक उल्लेख केला होता, त्याचा विचार काहीसा विस्तारानं या लेखात करणार आहे. या विविध विचारप्रणालींत एक समान अंत:सूत्र आढळतं. ते एका वेगळ्या अर्थानं 'सर्वधर्मसमभावा'चं, समविचाराचं आहे. हा समविचार बहुसंख्य 'आस्तिक'– ईश्वराचं अस्तित्व मान्य करणाऱ्या– धर्मांत आढळत असला, तरी ते अमान्य करणाऱ्या एक-दोन धर्मांनी वेगळ्या पद्धतीनं विश्वनिर्मितीचा विचार केला आहे. विश्वोत्पत्ती नि विश्वविलय या विषयाचे म्हणजे भारतीय दर्शनाच्या संदर्भातील 'पंचीकरणा'चे विविध पैलू आहेत. त्यांतील प्रत्येक पैलूनं या विषयाच्या आकलनात महत्त्वाची भर टाकली आहे. त्यातून पूर्ण सत्याकडे जाण्याची धूसर वाट अधिक प्रकाशमय होत जाईल, असं मला वाटतं.

आद्य मराठी संत कवी मुकुंदराजांनी जो पहिला मराठी ग्रंथ लिहिला, तो 'विवेकसिंधू' हा ग्रंथच पंचीकरणविषयक आहे. हा एक योगायोग असला, तरी तो फार महत्त्वाचा योगायोग आहे. अकरा-बाराव्या शतकांतही मराठी मन कसं चिंतनगर्भ आहे, याचंच हे द्योतक आहे. या संदर्भात 'मुकुंदराजे रचिला पाया' असंही म्हणायला हरकत नाही. निवृत्तिनाथ हे ज्ञानदेवांचे ज्येष्ठ बंधू नि गुरू आहेत व ते नाथ सांप्रदायिक आहेत. नाथ संप्रदायाच्या तत्त्वज्ञानातील 'पिंड-ब्रह्मांड' सिद्धांत व ज्ञानेश्वरीतील 'चिद्‌विलासवाद' आपल्या एतद्‌विषयक ज्ञानाच्या आकलनास साह्यभूत ठरतो. दासोपंतांची 'पासोडी' हे मराठी पंचीकरणच आहे. वीरशैवांच्या 'षट्‌स्थल सिद्धांता'त, मन्मथस्वामी यांच्या 'परमरहस्य' ग्रंथात, त्याचप्रमाणं नागेश संप्रदायाचे भाष्यकार अज्ञानसिद्ध यांच्या 'वरदनागेश' ग्रंथातही पंचीकरणविषयक विवरण आढळतं. समर्थ रामदासांच्या 'दासबोधा'त विश्वनिर्मिती व विश्वविलय यांविषयी म्हणजेच पंचीकरणाविषयी विवेचन केलं आहे. महानुभाव तत्त्वज्ञानाचं विवरण करणाऱ्या

श्रीचक्रधरोक्त 'सूत्रपाठा'त जीव, देवता, प्रपंच नि परमेश्वर या चतु:सूत्रीचा विचार करताना जीव, प्रपंच नि परमेश्वर यांचा अन्योन्य संबंध स्पष्ट केला आहे व देवतांना गौणत्व दिलं आहे.

महाराष्ट्रातील सूफी संतांपैकी दोन महत्त्वाच्या संतकवींनी सूफींच्या पंचीकरणाची भारतीय दर्शनातील पंचीकरणाशी तुलना केली आहे व भारतीय दर्शनातील 'पंचीकरण' सिद्धांतात जी पृथ्वी, आप, तेज, वायू, आकाश अशी पंचमहाभूतं सांगितली आहेत; तशीच अनुक्रमे खाक (पृथ्वी),आब (पाणी), आतश (तेज), बाद (वायू) नि हवा (आकाश) अशी पाच तत्त्वं मानली आहेत व त्यांचं विवरण केलं आहे. मुंतोजी हा यांतील पहिला सूफी संतकवी अहे. त्याचप्रमाणं शेख महंमद हे त्यांतील दुसरे सूफी संत कवी आहेत. त्यांनी 'पंचीकरणा'च्या संदर्भातील फार्सी-मराठी परिभाषाकोश लिहिले आहेत. अशा प्रकारचे ज्ञानेश्वरीविषयक 'परिभाषाकोश' मध्ययुगीन मराठीत आढळतात. असा एक परिभाषाकोश एकनाथांनीही लिहिला होता व तो पैठणचे संशोधक बाळासाहेब पाटील यांना उपलब्ध झाला होता. मुंतोजी बामणी (बहमनी) ऊर्फ कवी मृत्युंजय यांनी या कोशाच्या संदर्भात पुढील महत्त्वपूर्ण विधान केलं होतं–

'शहा मुंतबजी ब्रह्मणी ।
जिनमें नहीं मनमानी ।
पंचीकरण का खोज किए ।
हिंदू-मुसलमान एक कर दिए ॥'

मुंतोजींच्या या ग्रंथाचं नाव 'हिंदू-इस्लामदर्शन' असं आहे. त्यातील दुसरा स्तंभ फार्सी/दक्खिनी हिंदीचा असून, पहिला स्तंभ भारतीय दर्शनाचा आहे. पहिल्या स्तंभाला मुंतोजींनी 'देह-चतुष्ट्यविवरण' म्हटलं असून, दुसऱ्या स्तंभाला 'चारो वजूदोंका खुलासा' असं म्हटलं आहे. ('वजूद' या फार्सी शब्दाचा अर्थ अस्तित्व असा आहे.) भारतीय पंचीकरणात जी पाच तत्त्वं सांगितली आहेत, तीच सूफींनीही मानली आहेत. हा योगायोग नसून ते वैज्ञानिक सत्य आहे. धर्म बदलला तरी जे सत्य आहे, ते कसं बदलणार?

शेख महमदांनीही 'दुचेष्मा' नावाचा परिभाषाकोश लिहिला आहे. तो श्री. वा. सी. बेंद्रे यांनी प्रसिद्ध केला आहे. शेख महंमदांनी आपल्या या परिभाषाकोशाचं नावही अत्यंत विचारपूर्वक ठेवलं आहे. 'दु' म्हणजे दोन, 'चष्म' म्हणजे डोळा. 'दुचेष्मा' (दूचष्मा) या फार्सी शब्दाचा अर्थ 'दोन डोळे'. एका डोळ्याला दुसऱ्या डोळ्याची साथ मिळाली म्हणजे परिपूर्ण दृश्य दिसतं. इथं हिंदू (भारतीय) तत्त्वज्ञान

हा एक डोळा आहे, तर इस्लामचं तत्त्वज्ञान हा दुसरा डोळा आहे. डोळे दोन असले तरी दृश्य मात्र एकच दिसतं. त्याचं गणित मांडून पाहिल्यास 'एक अधिक एक बरोबर दोन' असं न होता 'एक अधिक एक बरोबर एक' असंच होतं! धर्म कितीही असले तरी ते आपल्याला ज्या अंतिम सत्याकडे– परमात्म्याकडे– नेतात. तो केवळ एकच आहे, असंही शेख महंमदांना सुचवायचं असावं!

□□

११

मैं कौन हूँ ?

'सगुण-निर्गुण'विषयक सुरुवातीच्या लेखांमध्ये मी भारतीय दर्शनानं सर्वप्रथम लक्ष वेधलेल्या 'को ऽ हम्?' या प्रश्नाचा उल्लेख केला होता. या प्रश्नाचा विचार मी किमान पाच-सहा दशकं तरी वेगवेगळ्या संदर्भांत, वेगवेगळ्या पर्यावरणांत, वेगवेगळ्या परिस्थितींत, वेगवेगळ्या धर्मांच्या नि पंथांच्या बाबतीत, वेगवेगळ्या भूमिकांतून करीत आलो आहे. खरंतर यांपैकी बऱ्याच भूमिका व संदर्भ केवळ माझेच नाहीत तर तुमचेही निश्चितपणे असतील; कारण काही समान भूमिका आपणा सर्वांच्याच आहेत. पिता, माता, भाऊ, बहीण, पुत्र, कन्या, काका, काकी, मामा, मामी, आजोबा, आजी, नातू नि नात या नातेसंबंधांतल्या प्रत्येक बाबतीत आपल्याला वेगवेगळी भूमिका, बहुधा एकाच वेळी वठवावी लागत नाही का? मी एकाच वेळी पुत्र असतो, पिता असतो, पती असतो, काका-मामा असतो नि आजोबादेखील असतोच ना? मग मी यांतला केवळ एकच आहे, असं कुणाला नि कसं बरं म्हणता येईल? ही भूमिका साकारताना त्या भूमिकेचं दायित्व नकळत आपल्याकडे येत असतं नि एकाच नव्हे तर अनेक भूमिकांचं उत्तरदायित्व आपल्याला आपल्या कुटुंबव्यवस्थेत स्वीकारावं लागतं. जसजशी आपली क्षेत्रं व आपले कर्मपरिसर बदलतात, त्याप्रमाणं आपल्याला अन्य भूमिकांचं उत्तरदायित्व अपरिहार्यपणे स्वीकारावंच लागत नाही का? एके काळी विद्यार्थी असलेला मी उत्तरकाळात गुरू होतो, परीक्षक होतो, प्राश्निक होतो. एकाच वेळी नागरिक असलेला मी नेताही होतो नि समाजाचा घटक म्हणून मी विविध सामाजिक वा अन्य संस्थांमध्ये कार्य करतो, त्या वेळी मी त्या-त्या संस्थेच्या घटकाची वा पदाधिकाऱ्याचीही भूमिका पार पाडीत असतोच ना? त्या वेळी मी पुत्र, पिता किंवा पती नसतो का? या बदलणाऱ्या भूमिकांचं व त्यांच्या उत्तरदायित्वाचं भान आपण नेहमीच जपतो की नाही? किंबहुना, बहुधा आपल्याला जपावं लागतंच की नाही? हे आत्मभान आपल्याला कुठून मिळतं? ते आपल्यामध्येच

दडलेलं नसतं का? फक्त त्याची जाणीव मात्र आपल्याला नसते. त्याचा शोध आपल्याला घ्यावा लागतो. जितका दक्षतापूर्वक नि जितक्या लवकर आपण हा आत्मशोध घेऊ, तितक्या प्रभावीपणे आपल्या व्यक्तिमत्त्वविकासाला वाव मिळत असतो. बऱ्याच वेळा विविध धर्म-पंथांच्या तत्त्वज्ञानाचा अभ्यास व संशोधन करीत असताना मला असं जाणवलं आहे, की हे आपल्यामध्येच दडलेलं चैतन्य असतं, आपल्यामध्येच दडलेली ऊर्जा असते, आपल्यामध्येच दडलेलं शिल्प असतं; ते आपल्या संतसाहित्यात वर्णिलेल्या 'भोरप्या'प्रमाणं (बहुरूप्याप्रमाणं) असतं. या बहुरूप्यांची रूपं नावाप्रमाणं अनेक असली, तरी त्याचा म्हणून एक स्थायिभाव असतो. तो नेमका कसा असतो, असं तुम्ही मला विचारलंत तर मी म्हणेन, की तो मूलत: निरागस बालकाप्रमाणं असतो. अगदी नितळ, निर्मळ असतो. जीव म्हटला की त्याच्यामध्ये या शाश्वत स्थायिभावाप्रमाणं उपजत प्रवृत्तीही असणारच. या उपजत प्रवृत्तींपैकी ज्या पर्यावरणात तो जीव वाढतो, त्याचे त्याच्यावर परिणाम होणं, हेही स्वाभाविकच आहे.

यातूनच धर्मांमध्ये व पंथांमध्ये संस्कारांची संकल्पना रूढ झाली. 'संस्कार' या शब्दाला दोन उपसर्ग लागतात; ते 'सु' नि 'कु' हे होत. त्यांचा प्रभाव व्यक्तीच्या जीवनाच्या जडणघडणीवर होतो. यातला 'सु' हा उपसर्ग जितका 'विधायक' नि 'सकारात्मक'; तितकाच 'कु' हा उपसर्ग 'विध्वंसक', 'विघातक' नि 'नकारात्मक'. सत्कर्म आणि कुकर्म ही अनुक्रमे त्यांची फलश्रुती होय. जीवाच्या स्थायिभावाभोवतालची ही वलयं आहेत. त्यांचं वर्णन भगवान महावीरांनी एक चांगला दृष्टान्त देऊन केलं आहे. ते म्हणतात, की भोपळा हा पाण्यावर तरंगत असतो. पाण्यावर तरंगणं हा त्याचा मूळ स्वभाव; पण त्यावर जसजसे दोराचे वेढे आपण बांधू लागू, तसतसं त्याचं मूळ रूप आपल्याला दिसेनासं होईल व त्याचं वजन वाढत जाऊन ते पाण्यात बुडू लागेल. हे वेढे जसजसे आपण काढू, त्या प्रमाणात तो भोपळा पुन्हा वर येऊ लागेल नि पुन्हा पाण्यावर पूर्ववत् तरंगू लागेल, त्याचं मूळ रूप आपल्याला दिसू लागेल. हे विकारांचे वेढे आपल्याला बाजूला सारता यायला हवेत. मग खऱ्या अर्थानं आपलं 'स्व'रूप आपल्याला दिसेल व जाणवेल. इथं 'आपलं स्वरूप' या शब्दांतही द्विरुक्तीच आहे. कारण 'स्वरूप' हा मूळ शब्दच त्यातून अभिप्रेत असलेला अर्थ प्रकट करण्यास समर्थ आहे. आपल्याला 'स्वरूप' हा चांगला शब्द व संज्ञा मिळाली असतानाही आपण तिचा मूलार्थ समजून का बरं घेतला नाही, असं कधी कधी विचारांती वाटतं. तशा अर्थानंच ती आपल्या संतसाहित्यात अनेक ठिकाणी योजिलीही आहे.

तात्पर्य हे, की सर्वच धर्म-पंथांच्या साहित्यात आपल्या मूळ रूपाकडे-

'स्व'रूपाकडे– जाण्याचा वा त्याचा शोध घेण्याचा विचार प्रतिपादिला आहे. हा स्थायिभाव उदात्त जीवनमूल्याधिष्ठित आहे. तरीही जे याचा खरा अर्थ व संदर्भ लक्षात घेत नाहीत, ते मूलतत्त्ववादी (Fundamentalists) धर्माचं वा पंथांचं चुकीचं प्रतिपादन करून जे अभिनिवेश बाळगतात व खरा धर्म समजून घेत नाहीत, ते अतिरेकी व दहशतवादी होतात. ते जगात स्वतःच्या धर्माची अप्रतिष्ठा व अपकीर्ती तर करतातच; पण तेच जगाचा विध्वंस करायला कारणीभूत ठरतात. दंगा कोणत्याही गावी वा देशात होतो, त्या वेळी त्यांच्याही धर्माची माणसं मरतात की नाही? त्यांचीही आयुष्यं उद्ध्वस्त होतात की नाही? तेही परागंदा होतात की नाही? एवढा विवेक या अतिरेक्यांना व धर्मांधांना कुठून असणार आहे? ते स्वधर्माचंही पालन खऱ्या अर्थानं करीत नाहीत. समाजातील सर्वच घटकांनी अशा प्रवृत्तींचा बीमोड करायला हवा; कारण परमेश्वरानं निर्माण केलेलं हे सुंदर जग ते अकारण नाहीसं करू पाहत आहेत; ही सुंदर सृष्टी अकारण नाहीशी करू पाहत आहेत.

या वेळी 'को ऽ हम्?' या प्रश्नाच्या संदर्भातलं आणखी एक उदाहरण आठवतं. मला अभिनयाचं अंग नाही पण तरीही महाविद्यालयाच्या स्नेहसंमेलनात आम्ही एक 'टॅब्लो' बसविला होता, त्यात छोटीशी भूमिका मीही केली होती. के. ए. अब्बास यांची एक एकांकिका आम्ही प्रयोगासाठी निवडली होती. तिचं नाव होतं— 'मैं कौन हूँ?'

तिचं कथानक असं– शहरात जातीय/धार्मिक दंगल उसळलेली असते. एक फळविक्या आपली गाडी घेऊन जात असतो. प्रक्षुब्ध जमाव ती उधळून देतो. जिकडे- तिकडे हलकल्लोळ माजतो. सुऱ्या-तलवारी घेऊन एक जमाव येतो. 'तुम कौन हो?' असा सवाल विचारून 'हिंदू की मुसलमान?' हे उत्तर येण्याआधीच एक गुंड त्याच्या पोटात सुरा खुपसतो. तो खाली कोसळत असताना असाच दुसरा जमावही येतो नि त्यांतला एक गुंड 'तू कोण आहेस?' असा प्रश्न विचारून उत्तर येण्याच्या आधीच त्याच्यावर तलवारीचा एक घाव घालतो. गंभार जखमी झालेला तो निष्पाप माणूस स्वतःलाच 'मैं कौन हूँ?' असा प्रश्न विचारीत असतानाच अखेरचा श्वास सोडतो.

❑❑

१२

समन्वय आणि सामंजस्य

विविध धर्मांनी व धर्म-पंथांनी आजवर एकमेकांच्या धर्मांच्या / पंथांच्या आकलनाचे व त्यातील दार्शनिक भूमिका समजून घेण्याचे, समन्वयाचे व सामंजस्याचे अनेक प्रयत्न केले आहेत, ते आपण नीट समजून घ्यायला हवेत.

जैन दर्शनात 'स्याद्‌वाद' किंवा 'अनेकान्तवाद' नावाचा महत्त्वपूर्ण सिद्धान्त आहे. त्यात इतरांच्या मतातही सत्याचा अंश असू शकतो, आपल्या मताप्रमाणंच इतरांच्या मताचादेखील यासाठीच आपण विचार करायला हवा, अशी सामंजस्याची भूमिका घेतली असून ती तर्कसंगतच वाटते. अशी भूमिका स्वीकारल्यामुळं अकारण स्वमताभिनिवेश, धर्माभिनिवेश किंवा पंथाभिनिवेश नि अन्य धर्मांच्या वा पंथांच्या द्वेषाची असहिष्णू प्रवृत्ती निर्माण होत नाही. बऱ्याच वेळा हा विचार स्पष्ट करण्यासाठी एक उदाहरण दिलं जातं, ते असं – पाण्याचा एक प्याला अर्धा भरलेला आहे, हे सकारात्मक विधान आहे; तर तो प्याला अर्धा भरलेला नाही, हे नकारात्मक विधान आहे. ही दोन्ही विधानं सत्य आहेत, कारण प्याल्यात पाणी आहे तेवढंच आहे, ते कमी-जास्त होत नाही. त्याचं सकारात्मक किंवा नकारात्मक विवरण केल्यामुळं त्यात फरक पडत नाही.

शिवाचे उपासक हे 'शैव' आहेत, तर 'वैष्णव' हे विष्णूचे उपासक आहेत. यादवकाळात या दोन्ही संप्रदायांत फार मोठा संघर्ष होत होता. ज्ञानदेव हे गुरुपरंपरेनं शैव होते आणि घराण्याच्या परंपरेनं वैष्णव होते. वस्तुत: शिव आणि विष्णू ही एकाच परमेश्वराची दोन नावं आहेत, दोन रूपं आहेत, दोन अवतार आहेत. त्यामुळं त्यांच्यामध्ये मुळातच अभेद आहे. यासाठी ज्ञानदेवांनी 'ज्ञानेश्वरी'त 'हरी' (विष्णू) आणि 'हर' (शंकर) हे एकच आहेत, अशी हरिहरैक्याची, समन्वयाची भूमिका मांडली व वारकरी संप्रदायानंही ती स्वीकारली. त्यामुळं अकारण निर्माण होणारा स्वपंथाभिनिवेश आपोआपच मावळला व विवेकनिष्ठ, सामंजस्यपूर्ण उपासनेचा

मार्ग मोकळा झाला. यामुळं दोन्ही पंथानुयायांना आपापल्या मतानुसार नि निष्ठेनुसार उपासना करता आली व एकमेकांमध्ये अकारण वितुष्ट निर्माण होण्याचं संकट टाळता आलं. वारकरी संतांच्या सहिष्णुतेची, दूरदृष्टीची यात प्रचिती येत नाही का?

यादवकाळानंतर बहमनीकाळातही अशा प्रकारचे स्वमताभिनिवेशाचे नि संघर्षाचे प्रसंग अधिकच उद्‌भवले असते. या काळात स्वपंथ नव्हे तर स्वधर्म व (अन्य स्वधर्मीय पंथ नव्हे तर) अन्य धर्म यांत संघर्षाची ठिणगी पडणं सहज शक्य होतं. पण तशी ती पडली नाही याचं प्रमुख कारण आपल्या वारकरी, नाथ, नागेश, महानुभाव, समर्थ आदी हिंदूधर्मीय संप्रदाय नि इस्लामधर्मीय सूफी संत यांनी स्वीकारलेली परधर्मसहिष्णुतेची नि सामंजस्याची भूमिका. ही भूमिका कुठल्याही धर्माच्या विजय-पराजयाची नव्हती; ती प्रत्येकाच्या धर्माची अस्मिता जपण्याची होती, तशीच परधर्मसमभावाची नि सामंजस्याची होती. याची कित्येक उदाहरणं देता येतील. पुन्हा वारकरी संप्रदायाचंच उदाहरण घ्यायचं असल्यास मी एकनाथांच्या 'हिंदू-तुर्क-संवादा'चं देईन. त्यातील कट्टर सनातनी हिंदू नि कट्टर इस्लामधर्मीय स्वधर्माभिनिवेशानं एकमेकांशी अगदी एकेरीवर येऊन भांडतात. हे भांडण फार विकोपाला जातं. त्या वेळी, एकमेकांच्या धर्माची व त्यातील मूल तत्त्वांची आपल्याला कल्पना नसतानाच आपण भांडत आहोत व परधर्माला दूषणं देत आहोत, अशी समंजस जाणीव त्यांच्या मनात निर्माण होते. ते आपल्या धर्माची मूल तत्त्वं अन्य धर्मीयांना समजावून सांगतात. त्या वेळी त्यांना जाणवतं, की आपण दुसऱ्याचा धर्म समजावून न घेताच त्याच्याशी भांडत आहोत. आपणा दोहोंच्या धर्मांत बरीच समान उदात्त तत्त्वं आहेत. दोन्ही धर्मांत परमात्म्याचं अस्तित्व मान्य केलेलं आहे. तोच विश्वाचा निर्माता आहे, हेही मान्य केलं आहे. तो निर्गुण-निराकार आहे, हे मान्य केलेलं आहे. म्हणजे निर्गुणोपासना मान्य केली आहे. (हिंदू धर्मात सगुणोपासना असली तरी तिचं अंतिम उद्दिष्ट निर्गुणोपासनाच आहे. वारकरी संतांनी ईश्वराला 'तुज सगुण म्हणो की निर्गुण रे' असं विचारलं आहे; तर समर्थांनी 'राम म्हणजेच आत्माराम' हे समीकरण स्वीकारलं आहे.) त्याची उपासना करायला हवी, हेही हिंदू-मुसलमानांना मान्य आहे. ती करताना शरीर आणि मन दोन्ही निर्मळ, पवित्र असावेत, असा शुचितेचा विचार दोन्ही धर्मांनी मांडला आहे. प्रत्येकाच्या धर्मात काही वेगळंपण असणं स्वाभाविक आहे. अशी सामंजस्याची व परमतसहिष्णुतेची भूमिका घेतल्यामुळं 'आपण दोघंही भाऊ-भाऊच आहोत' असं त्यांना जाणवतं नि त्यांच्यामधील संघर्ष नाहीसा होतो. हे नाथांच्या 'हिंदू-तुर्क-संवादा'चं (समंजस) फलित आहे. त्याची परिणती हिंदू-तुर्क-संघर्षाऐवजी हिंदू-तुर्क-हृदयसंवादात झाली आहे. ही आजच्या एकविसाव्या शतकाचीही फार मोठी गरज आहे, याची जाणीव

आपल्याला आज सातत्यानं होत नाही का?

एकनाथांच्या भारुडांतील व्यक्तींकडे मी आपलं लक्ष वेधतो. त्यात भटीण आहे, त्याप्रमाणं कोल्हाटीण आहे. जंगम (वीरशैव) आहे. नानकशहा (शीख) आहे. दरवेश, फकीर, बाजीगर हे मुसलमानही आहेत. इथं या वेगवेगळ्या जातींच्या व अन्य धर्मांच्या व्यक्तींचीच निवड नाथांना का करावीशी वाटली? नाथांची जीवनदृष्टी सहिष्णू, समंजस, तत्कालीन संस्कृतिसंक्रमण काळात दक्षतापूर्वक पावलं उचलणारी व तत्कालीन सामाजिक नि धार्मिक आव्हानं पेलणारी होती, या विचारसरणीचीच ती द्योतक नव्हती का? नाथांचे गुरू जनार्दनस्वामी यांचे गुरू चांद बोधले (सूफीच्या कादरी शाखेचे चांद कादरी) होते, ही बाब डॉ. रा. चिं ढेरे आणि वा. सी. बेंद्रे यांनीही मान्य करून आपापल्या ग्रंथांत निवेदिली आहे. सूफी संतांची ही अन्यधर्मीय संतांशी असलेली जवळीक नि परस्परांविषयी असलेली आपुलकी काय दर्शविते? यांपैकी कोणत्याही संतानं अन्य धर्मीयांना स्वत:चा धर्म स्वीकारावा, असंही म्हटलं नाही. हे दोन्ही धर्मीय संतांच्या उदार मानसिकतेचं नि अन्य धर्मांविषयीच्या आदरभावाचं निदर्शक आहे, असं मला वाटतं. शेख महंमद यांची गुरुपरंपरा सूफींच्या कादरी शाखेची असतानाही ते वारकरी संप्रदायाचेदेखील मानले जातात व ते विठ्ठलभक्तीपर शेकडो अभंग लिहितात; एवढंच नव्हे, तर ज्ञानेश्वरीच्या सहाव्या अध्यायातील योगदुर्गाच्या रूपकाधारे संपूर्ण अध्यायांचा 'योगसंग्राम' हा ग्रंथ लिहितात, यामागील मानसिकता आपण समजून घ्यायला हवी. अंबर हुसेन हे मुसलमान संत कवी 'अंबर हुसेनी' ही गीता टीका लिहितात; यातून आपल्याला कोणता संदेश मिळतोय? समर्थ रामदास 'मुसलमानी अष्टकं' (संपादक - डॉ. इंदूताई लिमये) लिहितात व शेखतुराब हे परभणीचे मुसलमान (सूफी) संत कवी त्यांच्या 'मनाच्या श्लोकां'चा दक्खिनी उर्दूमध्ये 'मनसमझावन' या ग्रंथाद्वारे अनुवाद का करतात? मुरारीमल्ल बास या महानुभावी संत कवीच्या 'दर्शनप्रकाश' ग्रंथात जैन, वीरशैव, बौद्ध या अन्य धर्मांबरोबरच 'पेगाम्बरी मत' या इस्लाम धर्माचं विवरण करतात. या सर्व बाबींतील इंगित वेगळं सांगण्याची आवश्यकताच यानंतर उरत नाही.

❑❑

१३

सर्वे सुखिनः सन्तु

संपूर्ण जगात तर मी काही हिंडलो नाही, पण जगातल्या बऱ्याच देशांत मी गेलो नि तिथं राहिलोदेखील. अमेरिकेतल्या 'कम्युनिटी सेंटर'ला 'विश्व' म्हणता येत असेल तर या साऱ्या देशांना काय म्हणता येईल, असा एक भौगोलिक यक्षप्रश्न मला अलीकडे पडू लागला आहे. आपण सामान्य 'मऱ्हाटी' माणसं. तेव्हा एकविसाव्या शतकातल्या 'विश्व' या संज्ञेच्या परिवर्तनवादी अतिव्यापक नव्या 'ग्लोबल' व्याख्या आपल्याला का ज्ञात असू नयेत, याबद्दल खंत वाटणं स्वाभाविकच नाही का? मी ज्या थोड्या फार देशांत— म्हणजे विदेशात गेलो; त्यांत मुख्यत्वेकरून (तत्कालीन) चेकोस्लोव्हाकिया, पश्चिम जर्मनी, फ्रान्स, हॉलंड, ब्रिटन, झिम्बाब्वे नि सौदी अरेबिया हे देश होते. यातल्या काही देशांत मी बरेच महिने राहिलो, तर काही देशांना 'कम्युनिटी सेंटर'च्या भेटीसारख्या 'तीन रात्री, चार दिवस' किंवा 'चार रात्री, पाच दिवस' अशा भेटी दिल्या. ज्या वेळी मी दोन देशांच्या आदान-प्रदान या सांस्कृतिक योजनेनुसार वा करारानुसार, 'अतिथी प्राध्यापक' म्हणून किंवा विदेशानं दिलेल्या गौरववृत्ती (फेलोशिप) प्रीत्यर्थ गेलो किंवा आंतरराष्ट्रीय भक्तिसाहित्य परिषदांत आपल्या देशाचा प्रतिनिधी म्हणून गेलो, त्यापैकी बऱ्याच वेळा आपल्या देशाच्या सांस्कृतिक विभागाच्या (डिपार्टमेंट ऑफ कल्चरल अफेअर्स) वतीनं आयोजित केलेल्या त्या त्या देशाच्या सांस्कृतिक इतिहासाच्या व समाजजीवनाच्या पार्श्वभूमीची कल्पना देणाऱ्या शिबिरांना नि कार्यशाळांना मी आवर्जून उपस्थित राहिल्यामुळं त्या-त्या देशातील समाजजीवनाची मला बऱ्यापैकी पूर्वकल्पना आली. ही कल्पना सीमित असली तरी तीन-चार दिवसांच्या वास्तव्यापेक्षा ती बरीच व्यापक असावी. याशिवाय विविध देशांविषयी आपल्या मनात जिज्ञासा असली तरी ती आपल्याला त्या-त्या देशांविषयीचे ग्रंथ वाचायला, प्रेरणा देतेच. जगातल्या बऱ्याच देशांत ख्रिस्ती, इस्लाम, बौद्ध, इ. धर्मांपैकी दोन-तीनच धर्म आहेत. भारत हाच एक असा

जवळपास एकमेव देश आहे की जिथं हिंदू, बौद्ध, जैन, इस्लाम, वीरशैव, शीख, झोरास्ट्रियन (पारशी) इ. कितीतरी धर्म व या धर्मांचे कितीतरी पंथ आहेत. अनुयायीही आहेत. हे भारताचं अनन्यसाधारण वैशिष्ट्य आहे व त्यामुळं भारतानं जगापुढं अनेक धर्म-पंथसमावेशनाचा एक आदर्शच निर्माण केला आहे. विविध प्रकारची दर्शनं व तत्त्वज्ञानाच्या विविध शाखा भारतात केवळ निर्माणच झाल्या नाहीत; तर विकसितही झाल्या. त्यांत कधी संघर्ष झालेच नाहीत का? याचं उत्तर आपल्याला कदाचित होकारार्थी देता येणार नाही. तथापि, 'Crusades' झाली नाहीत, असं मात्र देता येईल. असं असूनही आपण विविध धर्ममतांविषयी श्रद्धा नि आस्था बाळगणारे लोक (अगदी गुण्यागोविंदानंच नसलो तरी) बऱ्यापैकी सामंजस्यानंच वागलो, याची साक्ष आपल्याला भारताचा इतिहास देतो.

इथं शैव नि वैष्णव यांच्यामध्ये संघर्ष झाला तरीही ज्ञानदेवांसारखे हरिहरैक्याचा पुरस्कार करणारे संतही झाले. ईश्वराचं अस्तित्व मानणारे बहुसंख्य धर्म-पंथ निर्माण झाले, त्याचप्रमाणं ते न मानणारे जैन-बौद्धादी धर्मच नव्हे तर चार्वाकही निर्माण झाले. जैनांचं तीर्थंकरत्व' हे 'महामानवत्व' आहे व जैनधर्मीय चोवीस तीर्थंकर मानतात. 'भारतीय दर्शन-संग्रह'सारख्या ग्रंथात आस्तिक धर्मांच्या संदर्भात विस्तृत निवेदन केलं असलं, तरी बौद्ध-जैन या धर्मांचा (त्यापेक्षा वेगळी मतं व श्रद्धा असलेल्या धर्मांचा) वेगळा विभाग 'भारतीय' या व्यापक विशेषणाखालीच प्रतिपादिला आहे की नाही? आणि असं असूनही जैन धर्मानं परमतसहिष्णुतेच्या 'स्याद्‌वाद' या जगविख्यात सिद्धांताचा पुरस्कार केलाच आहे की नाही? महानुभाव संप्रदायाचं तत्त्वज्ञान द्वैतमताधिष्ठित असूनही मुरारीमल्ल बास या महानुभाव पंडिताच्या 'दर्शनप्रकाश' या ग्रंथात अन्य अद्वैतमताधिष्ठित धर्मपंथांचं पूर्वग्रहविरहित विवरण का बरं येतं? त्यात बौद्ध-जैन या भारतीय धर्मांबरोबरच इस्लामसारख्या भारताबाहेरून आलेल्या धर्माचं विवरण 'पेगांबरी मत' या प्रकरणात का बरं आढळतं? ज्ञानेश्वरीतील गणेशाच्या विख्यात रूपकात पारंपरिक हिंदू धर्माप्रमाणंच बौद्ध व जैन या मतांचा निर्देश का बरं यावा? एवढंच नव्हे, तर बसवेश्वरांच्या तत्त्वज्ञानातील 'सामरसीकरण'ची संकल्पना ज्ञानदेवांच्या 'अमृतानुभवा'त का येते, हे आपण नीट समजून घ्यायला हवं. एवढंच नव्हे, तर वारकरी संप्रदायाच्या व नाथ संप्रदायाच्या जीव-शिवैक्याच्या संकल्पनेमागील बसवेश्वरांच्या 'लिंगांग-ऐक्याची' व शिवैक्याचीही पार्श्वभूमी, त्याचप्रमाणं महाराष्ट्राच्या शेजारच्या कर्नाटकातील ज्ञानदेवपूर्वकालीन बसव-मताचा प्रसार व प्रभाव आणि यादवकालीन ज्ञानदेवांचं तत्त्वज्ञान यांतील साम्यस्थळं आपण शोधली; तर आपण दोन्ही महापुरुषांच्या विचारविश्वातील बिंब-प्रतिबिंब-भावामुळं जसे अवाक् होतो, तसेच ज्ञानदेवांच्या आधीच्या कितीतरी शतकांपूर्वी होऊन गेलेल्या जैनधर्मीयांचे

चोवीसावे तीर्थंकर महावीर यांच्यामधील विचारसाम्यामुळंदेखील अवाक् होतो.

महावीरांनी फक्त जैनांचं किंवा गौतम बुद्धांनी प्रज्ञा-शील-करुणा या जीवनादर्शांच्या माध्यमातून केवळ बौद्ध धर्मीयांचं, बसवेश्वरांनी फक्त वीरशैवांचं, ख्रिश्चन धर्मानं फक्त ख्रिस्ती लोकांचं, इस्लामनं फक्त मुसलमानांचं वा गुरू नानकदेव यांनी फक्त शीख धर्मीयांचंच कल्याण चिंतिलं किंवा त्यांनाच आत्मोन्नतीचा मार्ग कसा शोधावा व त्यानुसार जीवन कसं व्यतीत करावं, असं सांगितलं का? अल्लाह केवळ 'रब्बिल् अरबस्तान' (अरबस्तानचा स्वामी) किंवा 'रब्बिल् ईरान (इराणचा स्वामी) का नाही? तो 'रब्बिल् आलमीन् ' (विश्वाचा स्वामी) का नाही? त्यानं ही सृष्टी, त्यातली धनधान्यं, त्यातली फळं, त्यातली खनिजं, त्यातली पिकं या अनेक विश्वांतील सर्व प्राणिमात्रांच्या निर्वाहासाठीच व त्यांच्या सुखासाठीच निर्माण केली आहेत, असं पवित्र कुराणात पहिल्याच अध्यायात - 'सूरे फातेहा'त— का म्हटलं आहे? हिंदू धर्मातील 'ओम् शांती' ही प्रार्थना केवळ हिंदू धर्मीयांपुरतीच सीमित आहे का? विश्वशांतीचा घोष नि विश्वशांतीसाठी यज्ञ वा अखंड हरिनामसप्ताह वा गाथापारायणं केवळ विशिष्ट धर्मीयांच्या कल्याणासाठीच असतात का? पावसाला थोडाही विलंब झाला किंवा दुष्काळाची चिन्हं दिसू लागली की हिंदू-जैन मंदिरांत, बौद्ध विहारांत, मशिदी-दर्ग्यात, चर्च-सिनेगॉग-गुरुद्वारात प्रार्थना होतात; त्या केवळ स्वधर्मीयांसाठीच असतात का? पाऊस कशामुळं पडतो, हा विज्ञानाचा विषय असला तरी तो विशिष्ट धर्मीयांच्या शेतांवरच पडत नसतो. दुष्काळात जी माणसं अन्न-अन्न करता-करता शेवटचा श्वास घेतात, त्यांत आपण धर्मागणिक गणती करीत नाही, हे आपल्या मनातील आपल्या धर्मानं वा पंथानं शिकविलेल्या मानवतावादी उदात्त जीवनमूल्यांची साक्ष देत असतं. माझं मन इतकं व्यापक व्हावं नि त्याची क्षितिजं इतकी विस्तारावीत, की मला 'सारं व्योम कवळिता' यावं, असं ज्ञानदेवांसारखे सर्वच महापुरुष नाही का म्हणत? हाच आपला सर्वांचा–सर्व धर्मीयांचा व सर्व पंथीयांचा वारसा होय. तो टिकवायला हवा आणि विश्वातले हे सर्व प्राणिमात्र इथं सुखानं नांदावेत, हाच एकविसाव्या शतकानं भावी शतकांना दिलेला संदेश आहे. हा संदेश ज्याच्या-त्याच्या मनापर्यंत पोचला नि त्यानं त्यानुसार वर्तन केलं, की 'तुज सगुण म्हणू की निर्गुण रे' हा प्रश्नही उद्‌भवणार नाही. परमेश्वराशी अद्वैत साधण्यापूर्वी विश्वातील प्राणिमात्रांशी आधी अद्वैत साधायला हवं. मग परमेश्वराशी अद्वैत साधण्याचा पुढचा टप्पा सहज गाठता येईल. त्याच्या कृपेस पात्र होता येईल.

❑❑

विभाग पहिला

सगुण-निर्गुण
(२)

१४

जैन धर्म आणि मी

जैन धर्म महाराष्ट्रातलाच नव्हे, तर भारतातलाही एक प्रमुख धर्म आहे. विदेशातही या धर्माचा प्रसार झाला आहे. महाराष्ट्रातील जैन संतांनी मध्ययुगीन संतसाहित्यात विपुल योगदान केलं आहे. महाराष्ट्रात सोलापूर, कोल्हापूर, सांगली, लातूर, इचलकरंजी, शिरडशहापूर, लाडाचं कारंजं, जिंतूर इत्यादी ठिकाणी जैन संतांची हस्तलिखितं विपुल प्रमाणात आढळतात.

डॉ. मा. प. मंगुडकर आणि डॉ. निर्मलकुमार फडकुले हे माझे जिवलग स्नेही. त्यांच्याबरोबर मी महाविद्यालयातही होतो. निर्मलकुमारांचे वडील पं. जिनदासशास्त्री फडकुले हे जैन तत्त्वज्ञानाचे विख्यात भाष्यकार. त्यांनी 'पद्मपुराणा' (जैनरामायणा)-सारख्या महत्त्वाच्या ग्रंथांचा मराठी अनुवाद केला. त्यांचं लेखन इतकं प्रचंड होतं की, त्यांना 'आधुनिक जैन मोरोपंत' म्हणायला प्रत्यवाय नसावा. ते 'जैनबोधक' मासिकाचे संपादकही होते आणि सोलापूरच्या जैन गुरुकुलात शिकवीत असत.

माझे वडील रावसाहेब त्यांचे स्नेही होते. ते पंडितजींशी जैन दर्शनाविषयी चर्चा करीत. विद्यार्थिदशेत ती माझ्या कानावर पडत असे. त्यामुळं जैन दर्शनाविषयी मला कुतूहल व जिज्ञासा वाटू लागली. पुढं निर्मलकुमारांमुळं मी पंडितजींच्या सहवासात अधिकच आलो. त्यामुळं माझ्या अध्यात्मचिंतनाला जैन दर्शनाचाही एक आयाम लाभला.

'इस्लाम' हा निर्गुण-निराकार ईश्वरतत्त्व मानणारा धर्म आहे. 'ला इलाह् अिल्लल्ला, मुहम्मदुर रसूलिल्ला'— म्हणजे 'अल्लाह (ईश्वर) हा एकमेव असून हजरत मुहम्मद हे त्याचे 'प्रेषित' (पैगंबर) आहेत', अशी या धर्माची अनन्य श्रद्धा आहे. मात्र जैन धर्म ईश्वरतत्त्व मानीत नाही. जैन धर्मात 'तीर्थंकरांची' संकल्पना आहे. 'तीर्थंकरत्व' म्हणजे महामानवत्व. असे चोवीस तीर्थंकर जैनधर्मीय मानतात आणि महावीर हे चोवीसावे तीर्थंकर आहेत. मानव आपल्या उपासनेनं व साधनेनं

'तीर्थंकरत्व' प्राप्त करू शकतो, ही जैन दर्शनातली संकल्पना मानवाच्या कर्तृत्वाला प्रेरणा, प्रोत्साहन व प्रतिष्ठा देणारी आहे— हा विचार मला विशेष भावला. त्यामुळं मी जैन दर्शनाचाही सूक्ष्म अभ्यास केला. अध्यात्म-चिंतनाच्या वेगवेगळ्या दिशा व पैलू असू शकतात, हे मला उत्कटतेनं जाणवलं.

जैन दर्शनाच्या तत्त्वज्ञानाचं विवरण महावीरांच्या अर्धमागधी या प्राकृत भाषेतील 'सुत्तां'त म्हणजे 'सूत्रां'त किंवा वचनांत केलं आहे. महावीरांच्या या 'सुत्तांची' फार मोठी जवळीक मला ज्ञानदेवांच्या 'ज्ञानेश्वरी'च्या सोळाव्या अध्यायातील 'दैवी संपत्ती'च्या २६ गुणांत आढळली. त्याविषयी मी माझ्या 'शोधणी' या ग्रंथामधील 'भगवान महावीर आणि संत ज्ञानेश्वर' या लेखात विवरण केलं आहे. विशेषत: अहिंसा, अक्रोध, अपरिग्रह आणि संयम, तसंच क्षमा याविषयीचं विवरण महत्त्वाचं आहे. त्यांतील साम्य मला लक्षणीय वाटलं. ज्ञानदेवांनी हिंदू धर्माच्या तत्त्वज्ञानाबरोबरच जैन, बौद्ध आणि वीरशैव या दर्शनांचाही अभ्यास केला होता, याच्या कित्येक खुणा 'ज्ञानेश्वरी'त आढळतात.

जैन दर्शनातील 'स्याद्वाद' मला अत्यंत लक्षात घेण्याजोगा वाटला. त्यालाच 'अनेकान्तवाद'ही म्हणतात. त्याचा आशय असा की, आपल्या मतात जसा सत्याचा अंश असतो, त्याचप्रमाणं इतरांच्या मतांतही तो असू शकतो. या सर्वांनी मिळूनच पूर्ण सत्याची जडणघडण होत असते. 'स्याद्वादा'त परमतसहिष्णुता आणि पर्यायानं परधर्मसहिष्णुताही अभिप्रेत आहे.

आजच्या दहशतवादाच्या काळात तिची किती आवश्यकता आहे, याची आपल्याला कल्पना आहेच. जैन दर्शनातील हे तत्त्वदेखील माझ्या अध्यात्म-चिंतनात बहुमोल आणि पूरक ठरलं.

'संजमसुत्तो' (संयमसूत्र) हे जैन दर्शनातील तत्त्वही अत्यंत लक्षणीय आहे. क्षमा आणि क्षमायचना या दोहोंना जैन दर्शनात महत्त्वाचं स्थान आहे.

इंद्रियांचे विकार हेच आपल्या विनाशाला कारणीभूत ठरतात. त्यांचं वर्णन ज्ञानदेवांनीही 'आसुरी आणि संपत्ती'त केलं आहे. या षड्विकारांवर जो विजय मिळवतो, तोच 'जितेंद्रिय' किंवा 'जीन' 'जैन' असतो.

अशा प्रकारे जैन दर्शनात प्रतिपादिलेल्या उदात्त जीवनादर्शांनी माझ्या अध्यात्मचिंतनाला काही नव्या प्रकाशवाटा दाखविल्या.

❑❑

१५

वीरशैव धर्म आणि मी

वीरशैव धर्मीयांशी माझा बालपणापासूनच संबंध आला. सोलापूरचे माजी नगराध्यक्ष व वीरशैव साहित्य प्रकाशित करणाऱ्या वारद ग्रंथमालेचे वारद हे माझे वडील रावसाहेब यांचे निकटचे स्नेही. त्याचप्रमाणं प्रख्यात गायक प्रभुदेव सरदार यांचे वडील बॅरिस्टर सरदार हेही त्यांचे स्नेही— ज्यांच्या 'बसवनिवास'मध्ये मी महाविद्यालयीन अभ्यास केला. ज्या ढंगे कुटुंबाचा मी जणू एक घटकच होतो व आजही आहे, ते विश्वनाथ ढंगे हे शाळासोबतीही होते. त्यांच्याबरोबर मी कधी कधी कुमारस्वामी (वीरशैव संत) यांच्या प्रवचनालाही जात असे. पण त्या काळात वीरशैव तत्त्वज्ञान, म. बसवेश्वर यांच्याविषयी मला फारशी माहिती नव्हती. पण मी जसजसा अन्य धर्मांचा व पंथांचा अभ्यास करू लागलो, तसतशा प्रमाणात मला वीरशैव धर्माचं महत्त्व कळू लागलं. म. बसवेश्वरांचं क्रांतिकारकत्व जाणवू लागलं. त्याला हैदराबादचे प्रा. र. मु. भुसारी व डॉ. भांडारकर यांचे ग्रंथ विशेषकरून कारणीभूत झाले. 'प्राचीन महाराष्ट्राचा धार्मिक इतिहास' व 'शैविझम अँड वैष्णविझम' अशी या दोन ग्रंथांची अनुक्रमे नावं. वारकरी संप्रदायाचं पुनरुज्जीवन व महानुभाव संप्रदायाचा उदय या दोन्ही महत्त्वपूर्ण ऐतिहासिक घटनांना यादवकालीन महाराष्ट्राच्या सांस्कृतिक इतिहासात फार महत्त्वाचं स्थान होतं. वीरशैवांच्या समतावादी व चातुर्वर्ण्यविरोधी भूमिकेचा फार मोठा प्रभाव या दोन्ही संप्रदायांवरदेखील पडला, याची जाणीव मला एम. ए. चा अभ्यास करताना ज्ञानदेवांच्या ज्ञानदेवी, अमृतानुभवादी ग्रंथांचा व महानुभावीय लीळाचरित्र, श्रीगोविंदप्रभुचरित्रादी ग्रंथ तसंच श्रीचक्रधरोक्त 'सिद्धांतसूत्रपाठ' इ. साहित्य वाचताना येत होता. महात्मा बसवेश्वरांचं हे क्रांतिकारक आध्यात्मिक व सामाजिक परिवर्तन महाराष्ट्राशेजारच्या कर्नाटकातच यादवपूर्वकाळात वा यादवकाळात घडत होतं; हेही महाराष्ट्रातील सांस्कृतिक उन्नयन व उत्थापन यांच्या दृष्टीनं अत्यंत महत्त्वाचं होतं.

याशिवाय पंढरपूरची श्रीविठ्ठलाची मूर्ती कर्नाटकातूनच आणल्याविषयीही डॉ. द. रा. बेंद्रे , प्रा. ग. ह. खरे, फादर लेदर्ले यांच्यासारख्या संशोधकांच्या लेखनातून जाणवत होतं. यादवकाळातील शैव व वैष्णव या दोन्ही संप्रदायांत प्रचंड वितुष्ट व वैमनस्य होतं, याच्यासारखे तपशील व संदर्भ डॉ. मु. ग. पानसे यांच्या 'यादवकालीन महाराष्ट्र' यासारख्या ग्रंथातून उपलब्ध होत होते. यातून महाराष्ट्रातील धर्मसंप्रदायांच्या उदयकाळाचं, त्याचप्रमाणं त्यांच्या तत्त्वज्ञानाचं-आचारधर्माचं चित्र माझ्या मन:चक्षूंसमोर अधिक स्पष्ट व साकार होत होतं. त्यामुळं या दोन्ही संप्रदायांचा उगम वा पुनरुज्जीवन यादवकाळात होणं कसं अपरिहार्य होतं, याचा उलगडा मला होऊ लागला होता; त्याचप्रमाणं त्याची अपरिहार्यताही जाणवू लागली होती. असं काही घडलं नसतं तरच नवल! —असाही विचार मनात येऊ लागला होता. कुठंतरी मध्ययुगीन महाराष्ट्राच्या सांस्कृतिक व आध्यात्मिक जडणघडणीचे ताणे-बाणे मनात गुंफले जाऊ लागले होते. वीरशैव धर्म व वारकरी-महानुभाव संप्रदाय यांतील अनुबंध नि सांधेजोड अशी मनोमन होत होती व मी अध्यात्मप्रवणही होऊ लागलो होतो. जणू आता माझ्या धर्माबरोबर या धर्मांची व पंथांची साथसंगत व सहप्रवास मला भावी पन्नाशीत लाभणार, याचा हा एक संकेतच असावा. पूर्वसंकेतच असावा. पूर्वसूचनाच असावी.

वीरशैव धर्मानं आध्यात्मिक व सामाजिक संदर्भातील विषमता निर्भीडपणे नाकारली, त्यामुळं पुरुषांप्रमाणं स्त्रियांनाही समान स्थान व अधिकार देऊन मोठंच क्रांतिकारक कार्य केलं. त्यामुळं शिष्य व शिष्या ('शिवशरण' व 'शिवशरणी') यांचे वर्ग निर्माण झाले खरे; पण त्यात मुळीच विषमता नव्हती. शिवाय शूद्रातिशूद्रांना दीक्षा दिल्यानं या धर्मानं समाजक्रांतीचं वर्णवर्चस्वविरोधातलं महत्त्वाचं पाऊलही उचललं होतं. तसंच वीरशैव तत्त्वज्ञानातील षट्स्थल-सिद्धांतातील बऱ्याच अवस्था योगातील अनेक प्रक्रिया/अवस्थांशी जुळत होत्या. (योगायोगानं या 'सूफी'च्या 'तसव्वफ'मधील सहा अवस्थांशीही बऱ्याच अंशी जुळतात.) म. बसवेश्वरांचं वचनसाहित्य व महानुभावांची 'वचनरूप परमेश्वर' असलेली सूत्रं यांतील अंत:सूत्रं यांची जुळणीही माझ्या मनात निर्माण होऊ लागली. त्याचप्रमाणं ती कुराणातील एकेश्वरवाद, जिक्र (ईशचिंतन/ध्यान), कर्मकांडापेक्षा श्रद्धा (एहतेकाद) व नितळ, नि:स्वार्थ भक्ती यावर दिलेला भर, अनेकदैवतवादाचा विरोध, स्वकर्मनिष्ठा व प्रयत्नवाद यांचा पुरस्कार यामुळं माझ्या मनातल्या अध्यात्माला अनेक धुमारे फुटू लागले. आयाम प्राप्त होऊ लागले. पारलौकिकाची सांगड लौकिकाशी घातली जाऊ लागली. त्यामुळं माझ्या मनातलं अध्यात्म अधिक वास्तव होऊ लागलं. ते आकाशात न राहता धरतीवर येऊ लागलं. 'इवलासा वेलू गगनावरी' न जाता 'गगनावरून

धरतीवर' येऊ लागला. मात्र, 'बीज अंकुरले - रोप वाढले'ची प्रचिती तीच होती. मग ज्ञानदेवांच्या अश्वत्थवृक्षाची प्रतिमा मनात साकारू लागली, खरीही वाटू लागली. ज्ञानदेवांनी 'अमृतानुभवा'त बसवेश्वरांची 'सामरसीकरणा'चीच परिभाषा का स्वीकारली व जागोजाग 'ज्ञानेश्वरी'त वीरशैव धर्माच्या परिभाषा योजण्याचं प्रयोजनही स्पष्ट होतं, त्याचप्रमाणं हरिहरैक्याच्या भूमिकेच्या एका अर्थाचा उलगडा होतो.

वीरशैव धर्माच्या वर्णविषमताविरोधी / समतावादी, पिंड-ब्रह्मांडातील एकत्व विशद करणाऱ्या, त्याचप्रमाणं कोणतंही कर्म हे कैलासाप्रमाणंच वंद्य असतं ('कायक कैलास') आणि कोणतंही कर्म श्रेष्ठ वा कनिष्ठ नसतं– हा प्राणिमात्रांप्रमाणंच त्यांच्या कर्मातील समानता प्रतिपादणारा दृष्टिकोन हा माझ्या अध्यात्माला वास्तवाकडे अधिक सामोरं घेऊन जाऊ लागला.

❑❑

१६

वारकरी संप्रदाय आणि मी

महाराष्ट्रातल्या विविध धर्मांचा आणि संप्रदायांचा माझ्या आध्यात्मिक चिंतनावर फार मोठा प्रभाव पडला. मी स्वत:च इस्लाम धर्माचा अनुयायी असल्यानं या धर्माचं तत्त्वज्ञान आणि आचारधर्म यांचा माझ्या घराण्यातला वारसाच मला मिळाला होता. माझे वडील रावसाहेब यांचा तर या सर्वांचा विशेष अभ्यासच होता. माझं सुदैव असं की, मी विविध धर्मीयांमध्ये राहिलो, जगलो, वाढलो.

वारकरी संप्रदाय हा महाराष्ट्रातला एक प्रमुख संप्रदाय. या संप्रदायाचं प्रमुख उपास्यदैवत 'श्रीविठ्ठल'. ज्या सोलापूर जिल्ह्यातल्या करमाळ्याला माझा जन्म झाला, ज्या सांगोल्यात मी सहाव्या इयत्तेत होतो आणि ज्या सोलापुरात माझं बरंचसं शालेय व महाविद्यालयीन शिक्षण झालं; त्या परिसरातच वारकरी संप्रदायाची पंढरी आहे. पंढरीला नेमानं जाणारे भाविक व तितकेच शिस्तबद्ध वारकरी आणि त्यांचं निर्मळ जीवन मी अगदी जवळून पाहिलेलं होतं.

वारकरी संप्रदायाचं तत्त्वज्ञान हे अद्वैताधिष्ठित आहे. परमात्म्याचाच अंश सर्व जीवात्म्यांमध्ये असतो, हे वारकरी संप्रदायाच्या विचारसरणीचं मूलभूत अधिष्ठान आहे. त्यामुळंच या संप्रदायानं 'सर्वां भूती भगवद्भाव' या विचाराचा प्रसार केला आणि याचा फार मोठा प्रभाव जनसामान्यांवर पडला. ज्ञानदेवांच्या 'ज्ञानेश्वरी'मधील 'चिद्विलासवाद' हा या विचारसरणीच्या मुळाशी आहे. ज्ञानदेव-नामदेवांनी तेराव्या शतकात या तत्त्वाच्या आधारे वारकरी संप्रदायात नवचैतन्य निर्माण केलं आणि पुढच्या शतकांमधल्या महाराष्ट्राच्या सांस्कृतिक इतिहासाला परिवर्तनाचं एक नवपरिमाण लाभलं. त्यामुळं पारंपरिक चातुर्वर्ण्यव्यवस्थेला फार मोठा हादरा बसला. असा हादरा देण्याचं श्रेय महानुभाव संप्रदायालाही द्यायला हवं. परिवर्तनाची प्रक्रिया महाराष्ट्रात अठराव्या-एकोणिसाव्या शतकात सुरू झाली नाही तर ती बाराव्या-तेराव्या शतकातच सुरू झाली. त्यामुळं महाराष्ट्राच्या सांस्कृतिक आणि सामाजिक

जीवनाचा कायापालट होऊ लागला. महाराष्ट्रात विविध वर्णांचे व जातींचे लोक वारकरी संप्रदायाच्या छत्राखाली आले आणि उपासना करू लागले. आध्यात्मिक लोकशाहीचं बीज त्यांच्या मनात पेरलं जाऊ लागलं. चोखामोळा, जनाबाई, गोरोबा, सावतोबा, एकनाथ, तुकोबा, बहिणाबाई, निळोबा ही नावं आपल्याला काय सांगतात? हे सारे संत महाराष्ट्रातल्या वेगवेगळ्या जातींचे प्रतिनिधीच नव्हते का? सामाजिक एकात्मतेची बीजं वारकरी संप्रदायानं स्वीकारलेल्या अद्वैत विचारसरणीतच नव्हती का? तिचाही माझ्या मनावर मोठा प्रभाव पडला.

जनसामान्यांची मानसिकता, त्यांचं अनुभवविश्व, त्यांची आकलनक्षमता, त्यांची जीवनशैली, त्यांची सुख-दुःखं आणि त्यांचं पर्यावरण हे सर्व लक्षात घेऊनच ज्ञानदेव-नामदेवांनी या संप्रदायाची नव्यानं जडणघडण केली असावी, हे मला सातत्यानं जाणवू लागलं. तत्त्वज्ञान, आचारधर्म, धर्मप्रबोधनाचं माध्यम यांचं सुलभीकरण करणं किती आवश्यक आहे, हे या संतद्वयानं नेमकेपणानं हेरलं होतं. 'गीर्वाणवाणी'ऐवजी लोकभाषेचा स्वीकार, तत्त्वज्ञान आणि आचारधर्म यांचं सुलभीकरण, प्रपंच आणि परमार्थ यांचा समन्वय, नामस्मरण आणि संकीर्तन यांवर भर, पवित्र आचार आणि विचार यांचा पुरस्कार, अभंगासारख्या काव्यप्रकाराचा स्वीकार, ग्रामीण शब्दकळा आणि प्रतिमा यांची जनमानसाशी असलेली जवळीक लक्षात घेऊन आपल्या लेखनात केलेली त्यांची योजना—यातूनच वारकरी संप्रदायाला शतकानुशतकं लाभलेल्या लोकाभिमुखतेचं मर्म मला सातत्यानं जाणवू लागलं. वारकरी संप्रदायाच्या जीवनादर्शांचा प्रभाव मी ज्या हरिनामसप्ताहात व्याख्यानांसाठी गेलो, त्यात्या वेळी मला जाणवू लागला. केवळ 'खरा मराठी माणूस'च नव्हे, तर 'खरा माणूस' घडविण्याचंही कार्य हा संप्रदाय करीत असल्याची प्रचिती मला येऊ लागली आणि महाराष्ट्राच्या सांस्कृतिक इतिहासातलं वारकरी संप्रदायाचं महत्त्वही मला उत्तरोत्तर अधिकाधिक जाणवू लागलं. वारकरी संतांनी जे पाखांडखंडनात्मक अभंग लिहिले, त्यांतही अंधश्रद्धानिर्मूलनाची बीजं दडली होती.

गेल्या अर्धशतकात वारकरी संप्रदायाच्या साहित्यसंशोधनात, या संप्रदायाची शेकडो हस्तलिखितं मिळविण्यात, माझ्या पीएच्.डी.च्या विद्यार्थ्यांना त्याविषयी संशोधनप्रकल्प देण्यात, राष्ट्रीय आणि आंतरराष्ट्रीय परिषदांमध्ये त्याविषयी चर्चा करण्यात आणि वेगवेगळ्या हरिनामसप्ताहांत मी कसा रमून नि गढून गेलो, ते मलादेखील उमजलंच नाही!

वारकरी संप्रदाय हा ज्ञानदेवांपूर्वीही होता. पुंडलिकापासून त्याची परंपरा सांगितली जाते; पण वर सांगितल्याप्रमाणं त्यात नवचैतन्य ओतून ज्ञानदेवांनी त्याचं अंतर्बाह्य रूप पालटलं. म्हणून त्याविषयी 'ज्ञानदेवे रचिला पाया' असं संत बहिणाबाई

म्हणतात. ज्याचं पुनरुज्जीवन 'शके बाराशे बारोत्तरे' झालं, म्हणजे तेराव्या शतकात झालं; तो संप्रदाय आजही कालबाह्य का झाला नाही, याविषयी गेलं अर्धशतक लेखन-संशोधन केलं ते यासाठीच.

❑❑

१७

सूफी संप्रदाय आणि मी

महाराष्ट्रातील मुसलमान (सूफी) संत हे इस्लाम धर्माचे अनुयायी असूनही ते महाराष्ट्रात आल्यावर मराठी मातीशी एकरूप झाले, महाराष्ट्रातील विविध संप्रदायांशीही एकरूप झाले. त्यांच्या मराठी साहित्याचा सूक्ष्म अभ्यास आजवर फारसा झालाच नाही. मध्ययुगीन मराठी वाङ्मयेतिहासात त्यांचा, काहीसा वरवरचा का होईना, विचार झालाच नाही, असं नाही. सूफी तत्त्वज्ञान व परंपरा यांविषयी सेतुमाधवराव पगडी व डॉ. आलम वकील यांनी विवेचन केलं असलं, तरी त्यात अनेक त्रुटी आहेत. या संप्रदायाच्या तत्त्वज्ञानाचा/परंपरेचा, तसंच मराठी साहित्यपरंपरेचा अभ्यास करायचा; तर त्यासाठी फार्सी व मराठी या दोन्ही भाषांचं ज्ञान, त्याचप्रमाणं या दोन्ही भाषांतील सूफी साहित्याची जाण असणं आवश्यक आहे. ही जाण या दोन्ही अभ्यासकांना–निदान सेतुमाधवरावांना तरी–निश्चित होती. माझे स्नेही डॉ. ढेरे यांनी याविषयी म्हणजे महाराष्ट्रातील सूफी परंपरेचं चांगलं विवेचन केलं असलं तरी फार्सीच्या ज्ञानाभावी त्यांच्या लेखनात व त्यांच्या एतद्विषयक अभ्यासपूर्ण विवेचनातही काहीसा एकांगीपणा येणं स्वाभाविक होतं. 'मुसलमान मराठी संतकवी' या पुस्तकात त्यांनी फार वर्षांपूर्वी हे विवेचन केलं (ते त्यांनी मलाच अर्पण केलं होतं.), त्याचीच पुढील आवृत्ती त्यांनी 'एकात्मतेचे शिल्पकार' या नावानं अलीकडे प्रसिद्ध केली. तथापि, ग्रंथनाम बदलण्यापलीकडे व अर्पणपत्रिका गाळण्याव्यतिरिक्त त्यांनी काही बदल केला नाही. श्री. वा. सी. बेंद्रे यांनी मात्र निदान शेख महंमदांना तरी आपल्या दोन्ही ग्रंथांत बराच न्याय दिला आहे. तिथंही अरबी-फार्सी भाषेची अडचण आलीच असावी.

आपल्या धर्माच्या सूफी संतांनी मध्ययुगीन मराठी साहित्यात काय योगदान दिलं, याविषयी मी तीन-चार दशकांपासून चिंतन करीत होतो. त्यासाठी आकाशवाणीची लाड व्याख्यानमाला गुंफण्याचा फार वर्षांपूर्वी इ. स. १९८५ मध्ये योग आला.

त्यामुळं माझ्या अध्यात्मचिंतनाला एक महत्त्वाचं वेगळं वळण लागलं. तथापि, त्याविषयीचं संशोधन हा प्रदीर्घ काळपर्यंत चालणारा 'उद्योग' होता. तो मी सवडीअंती निवृत्तीपर्यंत करीत राहिलो व त्याला गती मिळाली ती वयाच्या सत्तरीनंतर – साहित्य अकादमीच्या सीनिअर फेलोशिपमुळं. या प्रकल्पाचा ग्रंथ म. रा. साहित्य संस्कृती मंडळ प्रकाशित करीत आहे.

महाराष्ट्रातील सूफी संतांचं कार्य व लेखन साधारणत: बहमनीकाळापासून सुरू झालं. प्रमुख सूफी मराठी संतांमध्ये वजीरूल्मुल्क मुंतोजी (खिलजी), मुंतोजी बामणी / मृत्युंजय (मुर्तजा कादरी), अंबर हुसेन, चांद बोधले (चांदसाहेब कादरी), शेख महंमद, आलमखान, शहामुनी, लतीफशहा, शेख सुलतान यांचा समावेश करायला हवा. वजीरूल्मुल्क मुंतोजी (खिलजी) यांनी 'विजयभैरव' हा ज्योतिषशास्त्रविषयक, तर 'संगीत मकरंद' हा संगीतशास्त्रविषयक ग्रंथ लिहिला. शहा मुंतोजी बामणी यांची रचना विविध प्रकारची आहे. त्यांचा संबंध वारकरी, नागेश, नाथ या संप्रदायांशी व वीरशैव धर्माशीही आला असावा. भारतीय दर्शनांविषयीचे 'प्रकाशदीप', 'सिद्धसंकेत' अशा प्रकारचे ग्रंथ त्यांनी लिहिले. (हे ग्रंथ ज्ञानदेव-अनुकरणात्मक नव्हते.) ते सूफी संप्रदायाचे नसून त्यांना फार्सी भाषाही येत नव्हती, हे त्यांच्याविषयी प्रबंध लिहिणाऱ्या व त्यांच्याविषयीचा मृत्युंजय हा ग्रंथ प्रकाशित करणाऱ्या डॉ. जुल्फी शेख यांचं विधान अज्ञानमूलक आहे. (मी त्यांच्या प्रबंधाचा एक परीक्षक होतो व अशा मजकुराच्या दुरुस्त्या कराव्यात, हे मी प्रबंधाविषयीच्या अहवालात लिहिलं होतं.) मुंतोजींचं यापेक्षाही महत्त्वाचं भाषिक कार्य म्हणजे 'हिंदू-इस्लाम-दर्शन' नावाचा मराठीतील पहिला 'द्विधर्मपरिभाषाकोश' संस्कृत व फार्सी भाषांचं ज्ञान असल्याशिवाय ते अशा कोशाची रचना करू शकले असतं काय? धार्मिक एकात्मता आणि सामंजस्य यांच्या दृष्टीनं या ग्रंथाचं मोल बहमनीकाळात किती होतं, हे सहज लक्षात येईल. एकनाथांनी पहिला 'ज्ञानेश्वरी-परिभाषाकोश' लिहिला व तसेच असे 'ज्ञानेश्वरी-परिभाषाकोश' पुढील काळात, मध्ययुगात अनेक निर्माण झाले; पण ते एकभाषिक कोश होते. शिवकालात मात्र एक द्विभाषिक कोश निर्माण झाला. तो म्हणजे, 'राज्यव्यवहारकोश'. (त्यातही काही फार्सी शब्दांना फार्सीच प्रतिशब्द दिले आहेत!) मुंतोजींनी 'जीवोद्धरण', 'स्वरूपसमाधान', 'अद्वैतप्रकाश' इत्यादी तत्त्वविवेचनात्मक ग्रंथ लिहिले. (हेदेखील ज्ञानदेवांचं अनुकरण नाही, बरं का!)

अंबर हुसेन यांनी 'अंबरहुसेनी' ही गीता-टीका लिहिली. ही सूफी संतानं लिहिलेली पहिली मराठी गीता-टीका आहे. ज्ञानेश्वरी ९००० ओव्यांची; तर ही गीता-टीका सुमारे ८०० ओव्यांची.

शेख महंमद हे मराठीतील सर्वांत महत्त्वाचे सूफी संत कवी. वारकरी संप्रदायाशी ते कमालीचे एकरूप झाले होते. 'ज्ञानाचा एका। नामयाचा तुका।' आणि 'कबीरांचा शेका।' ही उक्ती वारकरी संप्रदायात प्रचलित आहे. यातील 'शेका' म्हणजे संत कवी 'शेख महंमद'. त्यांच्या 'योगसंग्रामा'चं आणि 'कविता-संग्रहां'चं संपादन करून श्री. वा. सी. बेंद्रे यांनी फार महत्त्वाचं कार्य केलं आहे. 'ज्ञानेश्वरी'च्या सहाव्या अध्यायातील योगदुर्गाच्या कल्पनेच्या आधारे 'योगसंग्रामा'तलं योगदुर्गाचं रूपक केवळ त्यातील शेवटच्या दोन अध्यायांतच आहे. बाकीच्या अन्य अध्यायांमध्ये अन्य तत्त्वविवेचन आहे. मग हा संपूर्ण ग्रंथ म्हणजेच ज्ञानेश्वरांचं अनुकरण कसं? अठराव्या अध्यायात आलेलं कुराणाचं विवेचनही 'ज्ञानेश्वरीचं' अनुकरण कसं? पहिल्या विश्व मराठी साहित्य संमेलनाच्या अध्यक्षांनीही एका ज्येष्ठ संशोधकाप्रमाणं हाच उल्लेख करावा, याचं नवल वाटतं. त्यात एकमात्र लाभ झाला; तो म्हणजे, ज्ञानदेवांना अरबी भाषाही येत होती, हेही अनायासे सिद्ध झालं! त्यांनी 'दुचेष्मा' नावाचा द्विधर्मभाषाकोशही लिहिला. त्यात सूफी तत्त्वज्ञानातील पारिभाषिक संज्ञांचे अर्थही विशद केलेले आहेत. मूलतत्त्ववाद आणि अंधश्रद्धा यांच्यावर त्यांनी प्रखर टीका केलेली आहे. याशिवाय त्यांनी मराठी आणि 'दक्खिनी'मध्ये विपुल लेखन केलं आहे. आलमखान हे नागेश संप्रदायाशी संबंधित असून तेही सूफीच होते. त्यांची एकात्मतावादी आणि भक्तिपर रचना विपुल आहे. ती मराठी आणि 'दक्खिनी' या दोन्ही भाषांत आहे. नागेश संप्रदायाचे भाष्यकार अज्ञानसिद्ध यांनी आलमखानांना विचारूनच सूफी आणि भारतीय पंचीकरणाचा अर्थ विशद करून घेतल्याचा उल्लेख सापडतो.

शहामुनी हे सूफी संतकवी महानुभाव संप्रदायाशी संबंधित होते. 'सिद्धांतबोध' हा शहामुनींचा ऐंशी अध्यायांचा ग्रंथ. मात्र, हा दुसऱ्या शहामुनींनी लिहिला असावा, असं माझं मत आहे. ते दोन्हीही ग्रंथ मूळ सूफी संप्रदायाचे असावेत. अद्वैतपर विवेचन करणारे शहामुनी हे वारकरी संप्रदायाशी तर द्वैतपर विवेचन करणारे शहामुनी हे महानुभाव संप्रदायाशी संबंधित असावेत.

याशिवाय अन्य सूफी मराठी संतकवींची संख्याही लक्षणीय आहे.

या सर्वच सूफी मराठी संतकवींनीही माझ्या अध्यात्मचिंतनाची जडणघडण केली.

❑❑

१८

नागेश संप्रदाय आणि मी

'नागेश संप्रदाय' हा चौदाव्या शतकापासून अस्तित्वात होता. ज्या सोलापूर जिल्ह्यात मी जन्मलो, जगलो, वाढलो; त्याच जिल्ह्यात त्याचा उद्‌गम झाला होता. तोही सोलापूरच्या अगदी कवेत, पंचवीस-तीस किलोमीटरच्या परिघात, वडवळ नि मोहोळ यांच्या परिसरात. माझ्या विद्यार्थिदशेत नि प्राध्यापकीच्या काळातही वडवळच्या नागनाथाची 'येळ अमावास्ये'ची यात्रा भरते, हे मी अनेकदा ऐकलं-पाहिलं होतं. पण नागेश / नागनाथ हे एवढं मोठं सांस्कृतिक / आध्यात्मिक / धार्मिक एकात्मतेचा पुरस्कारच करणारं नव्हे तर ती प्रत्यक्ष आचणात आणणारं दैवत असावं नि त्या नागनाथांचा एखादा महत्त्वाचा संप्रदाय असावा, याची मला तर कल्पनाच नव्हती. पण तसं कुणीही मध्ययुगीन मराठीच्या संशोधकांनीही लिहिलं नव्हतं. डॉ. शं. गो. तुळपुळे हे माझे पहिल्या पीएच्.डी.चे मार्गदर्शक नि संतसाहित्याचे व्यासंगी अभ्यासक / संशोधक; नि तेही आमच्या सोलापूरच्या दयानंद महाविद्यालयात मराठी विभागप्रमुख होते. पण वडवळ-मोहोळ सोलापूरपासून इतकं जवळ असूनही त्यांना या स्वतंत्र संप्रदायाची कल्पना कशी आली नाही, ते मला अजून कळलं नाही. ते मला १९५७-५८ मध्ये सोलापूरचं दयानंद महाविद्यालय सोडताना नि मराठवाडा विद्यापीठाच्या मराठी विभागात नियुक्त झालो, त्या वेळी पुसटसं जाणवलं; पण त्याचा सतत ध्यास घेऊन मी या संप्रदायाचा, त्याच्या समन्वयवादी तत्त्वज्ञानाचा, आचारधर्माचा व विविध धर्मांतील शिष्यशाखांचा तसंच शिष्यपरंपरेचा शोध लावलाच. अव्याहत परिश्रम करूनही मी त्याविषयी १९६३ मध्ये काहीशा साहसानं पण सप्रमाण व साधार विवेचन करणारी आणि मध्ययुगीन संशोधनक्षेत्रात एका जुन्याच पण अभ्यासकांना माहीत नसलेल्या, म्हणावं तर 'नव्या'— म्हणावं तर अपरिचित, अशा संप्रदायाविषयीची 'नागेश संप्रदाय' ही छोटी पुस्तिका विद्यापीठाच्या बहि:शाल शिक्षण मंडळाच्या वतीनं प्रकाशित केली. सुदैवानं माझे नवपरिचित डॉ. रा. चिं. ढेरे

यांनी तिच्याविषयी 'इंद्रायणी' या त्यांच्या संपादकत्वाखाली प्रसिद्ध होणाऱ्या नियतकालिकात त्याविषयी सविस्तर परीक्षण लिहून या संशोधनाला पूर्ण न्याय दिला; त्याचप्रमाणं डॉ. तुळपुळे यांनी 'महाराष्ट्र सारस्वता'च्या पुरवणीत व डॉ. अ. ना. देशपांडे यांनी मजकडूनच मागवून घेतलेल्या या 'नव'संप्रदायाविषयीच्या संशोधनसामग्रीचा आपल्या प्राचीन मराठी वाङ्मयाच्या इतिहासात समावेश केला व हा संप्रदाय विद्वद्मान्य झाला. या संप्रदायाचा 'वरदनागेश' हा सांप्रदायिक तत्त्वज्ञानविषयक भाष्यकार अज्ञानसिद्ध यांचा ग्रंथ संपादून त्याला विवेचक प्रस्तावना लिहिल्यानं हा संप्रदाय मध्ययुगीन मराठी वाङ्मयेतिहासात दृढमूल झाला. (अभ्यास करणारे) मराठीचे प्राध्यापक पं. रा. मोकाशी व प्रा. गोसावी यांच्या ग्रंथांधारे महाराष्ट्रात पाच प्रमुख संप्रदाय (त्यांच्या एतद्‌विषयक ग्रंथनामामुळं) मानायचे व शिकवायचे; त्यात त्यांचं काम वाढून, या नव्या संप्रदायाची भर पडली.

माझ्या आध्यात्मिक विचारसरणीच्या जडणघडणीत नागेश संप्रदायाचा एवढा प्रभाव का पडला? पारंपरिक हिंदू धर्म– विशेषत: चैतन्य संप्रदाय, वीरशैव धर्माची शिवोपासना, इस्लाम धर्माची एकात्मतावादी तसंच आध्यात्मिक लोकशाहीची समतावादी व समन्वयवादी भूमिका यांचा समावेश या संप्रदायाच्या विचारसरणीत व शिष्यपरंपरेत होता, म्हणून. या संप्रदायाच्या शिष्यपरंपरेत हेगरस-अज्ञानसिद्ध यांच्यासारखे ब्राह्मण, आलमखानांसारखे मुसलमान व मन्मथस्वामींसारखे वीरशैवधर्मीय संत होऊन गेले. त्यांच्या अकरा शिष्यशाखांत एकलिंगांसारखे तेली व बदकव्वांसारख्या सर्वसामान्यांचं जीवन जगणाऱ्या ग्रामीण स्त्रिया होत्या. शिवाय या शिष्यशाखांना केवळ महाराष्ट्राचीच सीमा नव्हती तर ती ओलांडून त्या कर्नाटकातही केव्हाच प्रविष्ट झाल्या होत्या. नागेशांना वीरशैव व हिंदूधर्मीय शिवावतार मानतात तर इस्लाम धर्मीय सूफी संत नसीरुद्दीन चिराग देहलवी मानतात. नागेशांची समाधीही आहे व नसिरुद्दीन चिराग देहलवींची कबर तिथंच आहे. इथं छबिनाही निघतो नि संदलची मिरवणूकही. हिंदूधर्मीय मोहोळकर व वीरशैव खर्गे ही दोन्ही घराणी नागेशांचे पुजारी. आधुनिक मुस्लिम संत बियाबानी यांनी नागेश हे मुस्लिम सूफी संत नसिरुद्दीन चिराग देहलवी असं प्रतिपादन केलं आहे. खर्गे यांनी मला दिलेल्या (व त्यांनीच प्रसिद्ध केलेल्या) नागेशविषयक पदसंग्रहात उर्दू-फार्सी इस्लाम धर्मविषयक पदांचा व कुराणातील काही 'आयतीं'चा समावेश केल्याचं मी वाचलं होतं. मोहोळकरसंपादित 'नागेशदर्पणा'त अज्ञानसिद्धांच्या दक्खिनीतील रचनेत सूफीच्या 'तसव्वुफ'चा प्रभाव व परिभाषा आढळते. यात नागेश नेमके कोण होते, हे सांगण्यापेक्षाही त्यांची धार्मिक एकात्मतावादी व सर्वसमावेशक समन्वयवादी भूमिका मला फार भावली व तिचाही माझ्या अध्यात्मविषयक विचारसरणीवर फार मोठा प्रभाव पडला.

गेल्या अर्धशतकात मी ज्या सर्वधर्मसमभावाचा, त्यातील समान उदात्त जीवनमूल्यांचा नि आचार-विचारशुचितेचा, परधर्मसहिष्णुतेचा व परस्परसामंजस्याचा विचार उभ्या महाराष्ट्रात सर्व धर्मांच्या व पंथांच्या व्यासपीठावर केला त्यांपैकी अनेकांनी यास मान्यता देऊन मला जीवनगौरव पुरस्कार / जगद्गुरू पुरस्कारादी पुरस्कार दिले. ते यासाठीच की, मी त्या सर्वांतली साम्यस्थळं शोधून त्यातील समान तत्त्व या सर्व व्यासपीठांवर मांडून माझ्या जीवनाचं ईप्सितकार्य देशात नि विदेशांतही केलं. लंडनच्या महाराष्ट्र मंडळाच्या अमृतमहोत्सवानिमित्त संतसाहित्यविषयक 'अतुलनीय' (हा लंडनच्या महाराष्ट्र मंडळाच्या समन्वयकांचाच मला आलेल्या एतद्विषयक पत्रातील शब्द) कार्य केल्याबद्दल 'जीवनगौरव' पुरस्कार मिळण्याइतकं माझं कार्य मोठं आहे, हे मी कधीच म्हणणार नाही. कारण अहंकाराचा वाण लागू नये नि 'अलौकिक नोहावे लोकांप्रति' ही ज्ञानदेवांची शिकवण मी अजून विसरलो नाही; परमेश्वरानं –परवरदिगारनं – ती विसरण्याची बुद्धी मला देऊही नये, एवढंच 'पसायदान' मला मागायचं आहे.

❏❏

विभाग दुसरा

१९

धर्मचिंता आणि धर्मचिंतन

मूलत: 'धर्म' म्हणजे काय, त्याची निर्मिती कशासाठी झाली, धर्माचं उद्दिष्ट काय, धर्मानं त्यासाठी कोणकोणत्या तत्त्वांचं प्रतिपालन नि पुरस्कार केला— यासाठी ही संज्ञा योजता येईल, असं मला वाटतं. स्वधर्माबरोबर जगात अन्य धर्मही निर्माण झाले आहेत आणि त्यांनीही असा विचार केला आहे, हेही याबरोबरच समजून घ्यायला हवं.

जीवनविषयक गहन चिंतन ही धर्मनिर्मितीची मूलभूत प्रेरणा आहे. त्याचबरोबर विश्वनिर्मिती, तिचं स्वरूप, तिच्या प्राणिमात्रांचं अस्तित्व, त्यांचा परस्परांशी असलेला संबंध, विश्वनिर्मितीमागील आदिकारण, या आदिकारणाचा विश्वातील प्राणिमात्रांशी व चराचरांशी असलेला संबंध असे अनेक प्रश्न धर्मचिंतनाशी संबंधित आहेत. जगातील विविध धर्मांचे आदरणीय प्रमाणग्रंथ अभ्यासिले तर यांतील अनेक प्रश्नांचा मूलगामी विचार करण्याचा प्रयत्न त्यात केल्याचं आढळतं. विश्वाची उत्पत्ती कशी झाली असावी, याचा विचार ऋग्वेदापासून भारतीय दर्शनानं केला आहे. विश्वामागील चैतन्याविषयीचं कुतूहल, त्याच्याविषयीची जिज्ञासा, 'अथा तो ब्रह्मजिज्ञासा', याविषयी अशा ग्रंथांमध्ये केलेलं चिंतन हा धर्मचिंतनाचाच एक महत्त्वाचा भाग— प्रारंभीचा मौलिक टप्पा होय. या दृष्टीनं भारतीय दर्शनानं केलेला पंचीकरणाचा विचार फार महत्त्वाचा आहे. पृथ्वी, आप, तेज, वायू, आकाश यांचं संघटन वा एकत्रीकरण म्हणजे या विश्वाची व या देहाची जडणघडण आहे; तर त्यांचं विघटन म्हणजे या विश्वाचा व या देहाचा विलय होय, हे 'पंचीकरण' विचारातील मूलभूत सूत्र आहे.

भारतीय दर्शनानं जसा विश्वोत्पत्तीचा व जीवोत्पत्तीचा विचार केला, तसा अन्य धर्मांनी केला नाही काय? तर, तसा विचार केल्याचं इस्लामच्या पवित्र कुराणात आढळतं. त्यातला पहिलाच अध्याय 'सूरे फातेहा'- याविषयी प्रतिपादन करतो; त्याचप्रमाणं ख्रिस्ती धर्माचा पवित्र बायबल हा ग्रंथही याविषयी विवरण

करतो. बायबलचे दोन भाग आहेत: 'जुना करार' (ओल्ड टेस्टामेंट) आणि नवा करार (न्यू टेस्टामेंट). जुन्या करारात 'जेनिसिस' हे विश्वोत्पत्तिविषयक प्रकरण आहे. हिंदू, वीरशैव, शीख, इस्लाम, ख्रिस्ती हे सारेच धर्म ईश्वराचं-विश्वामागील चैतन्याचं— अस्तित्व मान्य करणारे म्हणजे 'आस्तिक' धर्म आहेत. तीर्थंकरत्व म्हणजे महामानवत्व ही भूमिका जैनदर्शन स्वीकारतं व सृष्टिनिर्मितीविषयीचा त्याचा वेगळा दृष्टिकोन आहे. बौद्धदर्शन ईश्वराचं अस्तित्व मान्य करीत नाही. म्हणून भारतीय दर्शनांचा विचार करताना बौद्ध आणि जैन या दर्शनांचा वेगळा विभाग मानला जातो. विविध धर्मांनी केलेल्या चिंतनात विश्वनिर्मितीविषयी वेगवेगळी मतं प्रतिपादिली असली तरी त्या सर्वांमध्ये विश्वोत्पत्ती व जीवोत्पत्तीविषयीची जिज्ञासा ही बाब समानच असल्याचं आढळतं व तशी ती आढळणं अत्यंत स्वाभाविक आहे. त्याचप्रमाणं सर्व धर्मांचं अंतिम उद्दिष्ट विश्वाचं, विश्वातील प्राणिमात्रांचं कल्याण हेच आहे.

असं असतानाही आजच्या समाजात जे चित्र आपल्याला दिसतं, ते इतकं विपरीत का? विविध धर्मांमध्ये अनेकदा संघर्ष होताना दिसतात. जातीय / धार्मिक दंग्यांतही या संघर्षाची परिणती होत असल्याचं आपल्याला दिसतं. या संघर्षाला फार मोठी कारणं लागतात, असंही नाही. अगदी छोट्या-मोठ्या, किरकोळ कारणांवरून दंगे भडकतात. निर्दोष, निष्पाप जीवांना त्याचे परिणाम अकारण भोगावे लागतात. त्यांची घरंदारं, कष्टानं उभारलेले संसार नाहीसे होतात. उद्ध्वस्त होतात. यात जे मृत्युमुखी पडतात, त्यांच्या मुलाबाळांनी काय करावं? त्यांना परागंदा होण्याशिवाय गत्यंतर असतं का? हे लोक कुठल्याही जातीचे वा धर्माचे असोत; ज्यांनी हे अत्याचार केलेले असतात, त्यांना तरी स्वधर्माची प्रमुख मूलतत्त्वं माहीत आहेत का? स्वधर्माचा वा स्वपंथाचा अभिमान असायला हरकत नाही; पण तो स्वधर्म वा स्वपंथ, त्याचं तत्त्वज्ञान, त्याचा आचारधर्म समजून घेऊन बाळगायला हरकत नाही. त्याचं अनावश्यक अहंकारात, अभिनिवेशात वा परपंथ/धर्मद्वेषात रूपांतर होऊ नये. असं झालं, की समाजाची सारी नीटनेटकी बसविलेली घडी किती विस्कटून जाते. कुठंही घडलेल्या जातीय/धार्मिक दंग्यानंतरचं समाजाचं चित्र पाहून कुणाचं हृदय विदीर्ण होणार नाही? अशा घटना घडाव्यात म्हणून जे चिथावणी देतात, ते समाजद्रोहीच नाहीत का? धर्म वा पंथ याचं निमित्त घेऊन असे लोक वेळोवेळी नवनवे प्रश्न उपस्थित करतात. समाजात, धर्माच्या निमित्तानं कलह पेटावा, हीच त्यांची धडपड अहर्निश सुरू असते. खरंतर त्यांनाही स्वधर्म वा स्वपंथ खऱ्या अर्थानं ठाऊक नसतो. अशी माणसं स्वधर्माचं हित तरी कसं साधणार? जर सर्वच धर्म विश्वशांतीचं नि विश्वकल्याणाचं अंतिम उद्दिष्ट मानतात तर यात अभिनिवेश नि अहंकाराला, द्वेषाला स्थानच कुठं असतं? अशा लोकांच्या कारवायांमुळं समाजाच्या

व राष्ट्राच्या विकासाला खीळ बसते. त्याची गती मंदावते नि खुंटतेदेखील. अनेकदा याची परिणती मूलतत्त्ववादातही होते व त्याचं रूपांतर दहशतवादात होतं. अतिरेक्यांची निर्मिती व्हावी व त्यांनी विश्वात हिंसेचं, क्रौर्याचं, द्वेषाचं थैमान माजवावं, असं कोणता धर्म म्हणेल?

या दृष्टीनं 'धर्मचिंता' हा शब्द चिंतनीय आहे. धर्माविषयी काळजी वाटणं, त्यानुसार आचार-विचार करण्याविषयी आस्था वाटणं, त्याच्या मूलतत्त्वांचं आकलन व्हावं यासाठी कळकळ वाटणं; एवढंच नव्हे तर स्वधर्माचं रक्षण व्हावं, इतक्या सीमेपर्यंतही या संज्ञेची कक्षा रुंदावता येईल. पण ही सीमा ओलांडून परधर्म परमनि सहिष्णुतेऐवजी त्याचा विनाश, विध्वंस व त्याबरोबरच त्याच्या अनुयायांचादेखील विनाश करण्याची प्रवृत्ती जेव्हा बळावू लागते नि तिचं समर्थन राजकारणातही वेगवेगळ्या स्वार्थांसाठी केलं जातं, त्या वेळी धर्मचिंता या संज्ञेविषयी खरोखरीच चिंता वाटू लागते. असे लोक स्वधर्मचिंतन तरी खऱ्या अर्थानं किती व कितपत करतात, हे समाजानं पडताळून घ्यायला हवं. याचं कारण असं– कोणत्याही धर्माची मूल तत्त्वं त्याच्या धर्मग्रंथात प्रतिपादिलेली असतात. त्यावरून त्या धर्माची दार्शनिक विचारप्रणाली सहज लक्षात येऊ शकते. ती सूर्यप्रकाशाइतकी स्वच्छ नि पवित्र असते. कुणीही तिचं अध्ययन करू शकतो व तिचं आकलन करू शकतो पण ज्यांना विध्वंसासाठी, विनाशासाठी, द्वेष पसरविण्यासाठी धर्म हा केवळ निमित्त म्हणून हवा असतो; त्यांना खऱ्या अर्थानं धर्मचिंतनही करायचं नसतं, धर्मचर्चाही करायची नसते नि धर्मचिंताही करायची नसते. सुदैवानं अशांची संख्या कमी आहे. समाजातल्या जनसाधारणांना हा विद्वेष, हा अहंकार, हा अभिनिवेश, हे क्रौर्य, ही हिंसा, अस्मितेऐवजी जोपासला जाणारा अनावश्यक अहंकार-गर्व, अहंगंड नको असतो. या अपप्रवृत्ती नाकारण्याची प्रवृत्ती व त्याविषयीचा सुसंस्कार समाजातल्या सर्व स्तरांतील सर्व घटकांवर कसा होईल, याची चिंता खरं तर आपण सर्वांनी वाहायला हवी व हे सारे घटक कसे गुण्यागोविंदानं नांदतील, यासाठी आपापल्या परीनं जे शक्य असतील ते सर्व प्रयत्न करायला हवेत. विविध धर्मीयांतील व पंथीयांतील सहिष्णू प्रवृत्ती कशा वाढीला लागतील, 'जगा आणि जगू द्या' ही विचारसरणी कशी रुजेल-अंकुरेल-वाढेल, जगात सुख-शांती कशी नांदेल, सर्व धर्म समभाव व 'सर्वांभूती भगवद्‌भाव' हा महापुरुषांचा व संतांचा दृष्टिकोन कसा प्रसृत होईल, यासाठी प्रत्येकानं मनापासून प्रयत्न केला तर खऱ्या अर्थानं धर्मचिंता कशी आहे, याची प्रचिती येईल व तेराव्या शतकात ज्ञानदेवांनी मागितलेलं पसायदान एकविसाव्या शतकातदेखील सगुण-साकार होईल.

❑❑

२०

धर्म नि धर्मग्रंथ कुणाचाही असो— एक अनुभूती

संशोधनासाठी मी गेली पाच दशकं केवढी भ्रमंती केली! मराठवाडा, विदर्भ, पश्चिम महाराष्ट्र, खानदेश यांतल्या कितीतरी गावांच्या मठा-मंदिरांत नि दर्ग्यांत मी गेलो. कितीतरी जातिधर्मांची भिन्न भिन्न स्वभावांची माणसं मला भेटली. त्यांतले किती तरी प्रसंग माझ्या मनात रेंगाळताहेत. ते सारं लिहायचं म्हटलं, तर ती एक भली मोठी भ्रमणगाथाच होईल.

- पण आजचा प्रसंग हा मी संशोधनात पहिलीवहिली पावलं टाकीत होतो, त्या वेळचा. या एका प्रसंगात दोन व्यक्ती आहेत. एक काहीशी ओळखीची तर दुसरी अनोळखी. पूर्णतया अज्ञात. त्या काळात मी सोलापूरच्या दयानंद महाविद्यालयात मराठीचं अध्यापन करीत होतो. हा काळ म्हणजे गेल्या शतकाच्या पन्नाशीनंतरचा काळ. मी बखरींवरील फार्सीच्या प्रभावाविषयी पीएच्. डी.साठी संशोधन केलं होतं आणि हा प्रकल्प नुकताच संपला होता. पण तेवढ्यानं माझं समाधान झालं नव्हतं. पुढचं सारं आयुष्य मी संशोधनाला वाहायचं ठरविलं होतं. चांगल्या भरभक्कम पगाराच्या सरकारी नोकऱ्यांची आमिषं १९५३-५४ मध्ये काय कमी होती? पण मला त्याविषयी कधीच आकर्षण वाटलं नाही.

डॉ. भाऊसाहेब कोलते यांनी केलेलं महानुभाव साहित्याचं संशोधन माझ्यापुढं होतं. त्यांचे 'महानुभाव- तत्त्वज्ञान' नि 'महानुभावांचा आचारधर्म' हे ग्रंथ मी अभ्यासिले होते. शिकविलेही होते. महानुभाव साहित्याविषयी एक अपूर्व असं कुतूहल माझ्या मनात कुठंतरी खोल-खोल दडलं होतं. ते 'श्रीचक्रधरस्वामी', ते 'श्रीगोविंदप्रभू', ते नागदेवाचार्य (भटोबास), ती महदाइसा— या सर्वांविषयी मला फार फार जिज्ञासा वाटे. आपणही महानुभाव साहित्याचं संशोधन करावं, अशी एक उत्कट इच्छा मनात होती. या संप्रदायाच्या पोथ्यांचा शोध घ्यायला मी प्रारंभ केला. सोलापूर जिल्ह्यातल्या बार्शीला घळकेगुरुजी नावाचे एक प्राथमिक शिक्षक होते.

त्यांचा मुलगा भगवान माझा एम.ए.चा विद्यार्थी. गुरुजी प्राथमिक शाळेत शिक्षक असले तरी त्यांना बार्शी तालुक्यातल्या हस्तलिखितांची— विशेषत: महानुभाव पंथाच्या हस्तलिखितांची— बरीच माहिती होती. ते स्वत: महानुभाव नसतानाही!

इथूनच मला संशोधनक्षेत्रातल्या एकात्मतेचा प्रत्यय यायला सुरुवात झाली. घळकेगुरुजींबरोबर मी बार्शीजवळच्या श्रीपतपिंपरी या महानुभावांच्या गावी गेलो. तिथं कव्हे नावाच्या गावी एक चर्मकार गृहस्थ होते. आपला व्यवसाय सांभाळून कशीबशी हातातोंडाची गाठ घालीत होते. त्यांच्याकडे घळकेगुरुजी मला घेऊन गेले. स्वच्छ सारवलेलं अंगण. त्याच्यामागं एक गवताची झोपडी. अंगणातच पथारी पसरून आम्ही बसलो. कुठलेही आढेवेढे न घेता, त्यांनी मला आपल्याजवळची महानुभाव महाकवी नवरसनारायणाची 'शल्यपर्वा'ची पोथी दाखविली. ते महानुभावीय महाभारत होतं. जैनांचं रामायण 'पद्मपुराण' जसं वेगळं, तसं महानुभावांचं महाभारतही पारंपरिक महाभारतापेक्षा काहीसं वेगळं; पण याची मला कल्पना नव्हती— ती या चर्मकार गृहस्थांमुळं आली.

ते म्हणाले, ''यात काही अशा गोष्टी आहेत की, मी ज्या कधी वाचल्या नाहीत. तुम्ही त्या जरा पडताळून घ्या.'' त्यांनी उदारपणे ती पोथी मला देऊनही टाकली— माझी फारशी ओळखदेख नसतानाही! मी त्यांच्या पंथाचा नसतानाही. त्यांच्याकडच्या चकचकीत घासलेल्या पितळी परातीतला चहा घेऊन आम्ही परतलो. पुढं मी मराठवाड्यात आल्यावर १९६०-६१ मध्ये या व अन्य महानुभाव पोथ्यांच्या आधारे नवरसनारायणविरचित 'शल्यपर्वा'चं संपादन करून ते प्रसिद्ध केलं.

परतताना बरंचसं पायीही चालावं लागलं; कारण बार्शीसाठी जिथून एस.टी. गाठायची, ते गाव बरंच दूरवर होतं. वाटेत एक ओढा लागला. तिथं हातपाय धुऊन तोंडावर पाण्याचे शिपकारे मारले. खूप बरं वाटलं. प्रवासाचा, चालण्याचा शीण वाटेनासा झाला. मग शबनम बॅगेतला 'पार्ले'चा बिस्किटांचा पुडा नि पाण्याची बाटली काढली. चार-दोन बिस्किटं गुरुजींना दिली नि चार-दोन बिस्किटं तिथल्याच खडकावर बसून खाऊ लागलो. समोर एक प्रशस्त डेरेदार आंब्याचं झाड होतं. त्याची पानं वाऱ्यानं सळसळत होतीच. ती सळसळ, तो आवाज फार फार भावत होता. मी बारकाईनं त्या झाडाच्या एका फांदीकडे पाहिलं. त्यावर काहीतरी दिसत होतं. आम्ही दोघं त्या झाडाजवळ गेलो. एका फांदीवर स्वच्छ कापडात बांधून काहीतरी ठेवलं होतं. फांदी फारशी उंचावर नव्हती. बुंध्याच्या आधारे तिच्यापर्यंत सहज जाता येत होतं. गुरुजी सरसर झाडावर चढले नि त्यांनी ते कापड सोडवून मजकडे आणलं. मी कुतूहलानं त्याची गाठ सोडवून पाहिलं. त्या अलवाणात अरबी भाषेतलं कुराण होतं! चोरांनी आसपास कुठंतरी चोरी केली होती. सोनं-नाणं,

दागदागिने नेले होते. त्या तिथल्या सामानात त्यांना पवित्र कुराणाचीही प्रत गवसली होती. पण ती कुठंतरी टाकून न देता, तो आपला धर्मग्रंथ नसला तरी कुणाचा तरी पवित्र ग्रंथ आहे, त्याची अवहेलना होऊ नये, म्हणून चांगल्या अलवाणाच्या कापडात नीट बांधून तो फांदीला टांगून ठेवला होता! त्या अज्ञात व्यक्तींच्या मनातल्या उदात्ततेचा स्पर्श माझ्या मनालाही झाला व त्या झुळझुळत्या ओढ्यावर त्या एकांतातदेखील एकात्मतेची प्रचिती आली.

त्या अनाम, अदृश्य, अनोळखी माणसांमधली माणुसकी मनाच्या एका दालनात त्या वेळेपासून घर करून बसली आहे, ती आजतागायत!

'धर्म नि धर्मग्रंथ कुणाचाही असो, मी त्याचाही आदर करणारच', हा विचार प्रत्येकानं आपल्या मनात बाळगला तर आपल्या राष्ट्राचेच नव्हे तर विश्वातले कितीतरी कूट प्रश्न सहज सुटतील की नाही?

◻◻

२१

धार्मिक पुनरुज्जीवनवाद : काही विचार

अलीकडे काही वर्षांत धार्मिक पुनरुज्जीवनाचा विचार बळावत चालल्याचं जाणवल्यावाचून राहत नाही. विविध धर्मांच्या वा धर्म-पंथांच्या लोकांत होणाऱ्या संघर्षातून हे तीव्रतेनं जाणवतं. भारतात धार्मिक पुनरुज्जीवन ही कल्पना स्वातंत्र्योत्तरकाळातच रुजली, असं दिसत नाही तर ब्रिटिश काळातच ती हेतुत: 'डिव्हाइड अँड रूल' या तत्त्वाला अनुसरून ब्रिटिशांनी आणली. यासंबंधी मी दै. 'केसरी'च्या शताब्दिग्रंथात एका विस्तृत लेखात विवरण केलं आहे.

भारतात अनेक धर्म आहेत. बौद्ध, जैन आणि वीरशैव हे धर्म भारतातच जन्मले, रुजले, वाढले, विकसित झाले. सनातन हिंदू धर्माशी त्यांचा एका अर्थानं संघर्षही झाला. पण हे धर्म या भूमीतलेच असल्यानं व ते भारतीय दर्शनाचीच अंगं असल्याने सनातन हिंदू धर्माशी झालेल्या त्यांच्या संघर्षाचं स्वरूप वेगळं होतं. काहीसं सौम्यदेखील होतं. इस्लाम व ख्रिस्ती धर्म हे भारताबाहेरून भारतात आलेले धर्म. त्यांचं तत्त्वज्ञान व त्यांचे आचारधर्म हे भारतीय संस्कृती व परंपरेपेक्षा निश्चितच भिन्न होते. भारतावर परकीय आक्रमणं झाली. त्यामुळं इस्लाम धर्मांचा प्रसारही झाला. पण याचबरोबर हीही गोष्ट लक्षात घ्यायला हवी, की हे सारेच राज्यकर्ते भारताबाहेरून आलेले नव्हते. अगदी सुरवातीच्या काळात— म्हणजे यादवकाळानंतर आलेले बहमनी राज्यकर्ते हे तर भारतीयच होते. 'बहमनी' हा शब्दच 'ब्राह्मण' या संस्कृत शब्दाचं फार्सी रूपांतर होय, हेही या संदर्भात लक्षात घ्यायला हवं.

मुस्लिम राज्यकर्त्यांनी राजसत्ता प्रस्थापित केली. त्यांच्यामुळं व इस्लामी धर्मप्रसारकांमुळं इस्लाम धर्माचा प्रसार भारतात झाला, हेही वेगळं सांगण्याची आवश्यकता नाही. पण यांपैकी काही राज्यकर्ते या भूमीशी एकरूप झाले होते. या संस्कृतीशी एकरूप झाले होते. यामुळे इस्लामी संस्कृतीचा एक प्रवाह भारतीय संस्कृतीत सामावला गेला होता. धर्म ही जनसामान्यांच्या जीवनातील महत्त्वपूर्ण

श्रद्धा होय. मुसलमान राज्यकर्त्यांच्या काळातील सूफी संतांचं कार्य या दृष्टीनं लक्षात घेण्याजोगं आहे. इस्लाम व हिंदू धर्म यांतील समान तत्त्वांचा आधार घेऊन त्यांनी भारतीय समाजात एकात्मता स्थापित करण्याचा जो प्रयत्न केला, त्याकडे आजवर विचारवंतांचं फार दुर्लक्ष झालं आहे. परधर्मसहिष्णुतेचे बीजही या काळात पेरलं गेलं आहे आणि त्यासाठी हिंदू व सूफी संतांनी केलेले प्रयत्न फार मोलाचे आहेत.

महाराष्ट्रातील एकनाथांचा काळ हा या दृष्टीनं मोठा लक्षणीय काळ होता. हा काळ बहमनीकाळच होता. नाथांच्या भारूडांत 'बाजीगर', 'फकीर', 'सिद्दी', 'हिंदू-तुर्क-संवाद' अशी जी महत्त्वपूर्ण भारूडं आढळतात, त्यांचे निर्मिति-प्रयोजन कोणतं? चौदाव्या शतकातील नागेश संप्रदायाचे प्रवर्तक नागनाथ हे नसिरुद्दीन चिराग देहलवीनामक विख्यात मुस्लिम सूफी संत असावेत, असं काही अभ्यासकांना वाटतं व त्या संदर्भातले उल्लेखही पंथाच्या 'नागेशलीलामृत'सारख्या ग्रंथात आढळतात. मी सर्वप्रथम या पंथाचा परिचय १९६१ मध्ये 'नागेश संप्रदाय' या मराठवाडा विद्यापीठानं प्रसिद्ध केलेल्या पुस्तिकेत करून दिला, तिच्यात या गोष्टीचा निर्देश केला आहे. या संप्रदायानं धनगर, तेली, ब्राह्मण, लिंगायत, मुसलमान या सर्वांना एका सर्वसमावेशक पंथाच्या छत्राखाली आणले व आजही या संप्रदायाचे अनुयायी महाराष्ट्राच्या व कर्नाटकाच्या सीमाप्रदेशात आढळतात. सूफी आणि समर्थ संप्रदाय यांचे अन्योन्य संबंध कोणते व कसे असावेत, याविषयी मी कॉंटिनेंटल प्रकाशनाच्या 'समर्थदर्शन' ग्रंथातील 'समर्थ रामदासांची हिंदी कविता' या लेखात विवेचन केलं आहे. नाथ सांप्रदायिक व सूफी यांच्यामध्ये तर फार घनिष्ठ व जवळिकीचं नातं असावं, असं वाटतं. कारण काही नाथ सांप्रदायिक संतांना सूफी संत व काही सूफी संतांना नाथ सांप्रदायिक संत मानलं जातं. दत्त सांप्रदायिक संत आणि सूफी संत यांच्यातील संबंधही सौहार्दाचे असावेत, असं म्हणण्यास बराच वाव आहे व हे संशोधनक्षेत्रही हिंदू-मुस्लिम-ऐक्यभावनेवर प्रकाश टाकण्यास समर्थ आहे. वारकरी संप्रदायात शेख महंमदांसारखे सूफींच्या कादरी परंपरेतले संत होते. एकनाथांच्या गुरुपरंपरेत ज्या चांद बोधले या संतांचा निर्देश केला जातो, ते सूफींच्या कादरी परंपरेतले होते, हे आता (जवळजवळ) सर्वमान्य आहे. 'सिद्धांतबोध'कर्ते शहामुनी या मुसलमान संतांनाही महानुभाव संतमालिकेत महत्त्वाचं स्थान आहे. हे सारे महाराष्ट्राच्या इतिहासातले दाखले मी दिले आहेत पण भारतीय इतिहासातही असे अनेक दाखले मिळतात. संत कबीर हे त्याचे एक देदीप्यमान उदाहरण होय. याशिवाय अमीर खुसरो, रहीम, रसखान आदी कितीतरी नावं या संदर्भात घेता येतील. ख्वाजा मोईनुद्दीन चिश्ती यांच्यासारख्या संतांनीही एकात्मतेचं महत्त्वपूर्ण

कार्य केलं. याविषयी अधिक तपशील पाहायचा झाला तर तो दक्खिनी हिंदी वाङ्मयाच्या इतिहासात व हस्तलिखितांत मिळतो. तेव्हा भारतानं मुसलमानांना सामावून घेतले, तेही या भारतीय संस्कृतीचे एक अंग झाले, असं इतिहास आपल्याला सांगतो.

ख्रिस्ती धर्माबद्दलही असंच विधान करता येईल. इंग्रजांच्या आक्रमणामुळं विशेषकरून ख्रिस्ती धर्माचा प्रसार भारतात झाला, हे मान्य केलं तरी ख्रिस्ती मिशनऱ्यांनी केलेल्या मानवतावादी कार्याची उपेक्षा करून चालणार नाही. धर्मप्रसाराची प्रेरणा त्यामागं असली, तरी इंग्रज गेल्यानंतरही हा समाज भारतीय संस्कृतीचं एक अविभाज्य अंगच झाला आहे. फादर स्टीफन्स आदी संतांचं कार्य एकात्मतेच्या दृष्टीनं निश्चितपणे महत्त्वाचं होतं. धर्माची अस्मिता ही प्रत्येकाच्या मनात तेवत असते; पण तिचं रूपांतर अतिरेकी अहंकारात झालं की परधर्माविषयीची द्वेषभावना जागृत होते. भारतातील धार्मिक पुनरुज्जीवनवादी लोकांची विचारसरणी काहीशी अशाच प्रकारची आहे. केवळ आपलाच धर्म श्रेष्ठ, अशा प्रकारचा विचार हा खरा धर्म न कळल्याचे लक्षण आहे, असंही वाटू लागतं. दुसऱ्याच्या धर्माची मूलतत्त्वं जोवर आपण अभ्यासत नाही, तोवर ही द्वेषभावना वाढत-वाढतच जाते. वस्तुत: हिंदू, इस्लाम आणि ख्रिश्चन या तिन्ही धर्मांत परमेश्वराचं अस्तित्व, एकेश्वरवाद, परमेश्वराचं निर्गुणत्व, त्या शक्तीची करुणा, प्राणिमात्रांच्या उद्धाराविषयी त्या शक्तीची धारणा, प्राणिमात्रांच्या कल्याणासाठी या शक्तीनं केलेली विश्वनिर्मिती, पाप आणि पुण्य यांच्याविषयीच्या संकल्पना, सद्गुणसंवर्धन व दुर्गुणत्याग यांविषयीच्या कल्पना— यांत कितीतरी साम्य आढळतं. एक परमेश्वराच्या अस्तित्वाचं तत्त्व वगळलं तर या बाकीच्या तत्त्वांत व बौद्ध, जैन आदी धर्मांच्या तत्त्वांत कितीतरी साम्य आढळतं. मनोनिग्रहाचा विचार तर साऱ्याच धर्मांत प्रतिपादिला आहे. विकारांबद्दल व षड्रिपूंवरील नियंत्रणाचा व त्यांच्या नियमनाचा वा दमनाचा विचारही सर्व धर्मांत आढळतो. आपण या अनेक धर्मांच्या मूलतत्त्वांचा अभ्यास करू लागलो, की सर्वधर्मसमभाव हे बेगडी, गुळगुळीत तत्त्व नसून ते खऱ्या अर्थाने सर्व धर्मांच्या प्रमाणग्रंथांत आढळत असल्याचा प्रत्यय आपल्याला येतो. पण आपल्या धर्माव्यतिरिक्त अन्य धर्मांचा विचारच करायचा नाही, असे ठरविल्यावर 'धार्मिक पुनरुज्जीवना'सारख्या समस्यांचा उद्भव व उद्रेक होऊ लागतो आणि त्यांचा उपद्रवही होऊ लागतो.

प्रत्येक धर्मातील काही विशिष्ट स्वार्थपरायण व्यक्ती या वादाला खतपाणी घालतात व आपल्या समाजाबरोबरच इतर धर्मीय समाजांचंही अतोनात अहित करतात. त्यातूनच जातीय/धार्मिक दंगे उद्भवतात. ज्यांना या विचारप्रणालीशी काही देणं-घेणं नाही, ते गरीब बिचारे सर्वसामान्य लोक— मग ते कोणत्याही

जाती-धर्मांचे असोत– या दंग्यात भरडले– जाळले जातात. त्यांचे संसार उद्ध्वस्त होतात. धार्मिक संघर्ष भडकविण्यासाठी नवनवीन कुरापती-कलागती शोधल्या जातात व जनजीवन ढवळून निघतं. प्रत्येकाचा धर्म ही त्याची व्यक्तिगत बाब असल्यानं तिचा समाजावर अशा प्रकारचा परिणाम होणं इष्ट नाही. यासाठी अशा प्रकारच्या कलागतींना व तथाकथित 'अभियानां'ना सुजाण नागरिकानं पाठिंबा द्यायला नको.

परस्परसामंजस्य आणि परधर्मसहिष्णुता ही तत्त्वं जनमानसावर कशी बिंबतील व या समाजकंटकांपासून समाज दूर कसा राहील, यासाठी विचारवंतांनी, सामाजिक कार्यकर्त्यांनी अहर्निश प्रयत्न करायला हवेत. त्यामुळं धार्मिक असहिष्णुतेमुळं दुभंगणारा समाज व देश पुन्हा एकसंध होऊ शकेल. पाठ्यपुस्तकांतून, प्रसारमाध्यमांतूनही हा एकात्मतेचा विचार सतत मांडला गेला पाहिजे. विविध व्याख्यानमालांतील वक्त्यांच्या भाषणांतूनही या विचाराचा पाठपुरावा व्हायला हवा. शिक्षकांनी व प्राध्यापकांनीही या राष्ट्रीय कार्याला हातभार लावावा, अशी मला त्यांना कळकळीची विनंती करावीशी वाटते. काही जातीय संघटना विद्यार्थ्यांना हाताशी धरून त्यांच्याकरवी धार्मिक पुनरुज्जीवनाची आपली उद्दिष्टे साध्य करतात व धर्मद्वेषाच्या भावनेचा प्रसार करतात; त्यांच्यावर शासनानं व समाजानंही अंकुश ठेवायला हवा.

विज्ञानाचा प्रसार हा धर्मभावना नितळ ठेवायला व परधर्मसहिष्णुतेचा विचार वृद्धिंगत करायला साह्यभूत ठरेल, असं मला वाटतं. तथापि, त्याआधी साक्षरतेचा प्रसार होणं अधिक आवश्यक आहे. आपल्या देशातील निरक्षरतेचं प्रमाण अत्यंत चिंतनीय आहे. प्रौढ शिक्षणाच्या मोहिमांची नि ग्रामगौरव समारंभांची फलश्रुती काय झाली, ते आपणा सर्वांना ठाऊक आहे. सर्वसामान्य नागरिकाच्या ज्ञानाच्या कक्षा रुंदावण्यासाठी व त्याच्यावर चांगले संस्कार करण्यासाठी सुदैवानं दूरदर्शन, आकाशवाणी, वृत्तपत्रं ही प्रसारमाध्यमं उपलब्ध आहेत. कीर्तन-प्रवचन- 'वाज' (इस्लाम-धर्मीयांना केलेला उपदेश), विविध धर्मप्रवर्तकांच्या जयंत्या, विविध धार्मिक उत्सव या माध्यमांतूनही एकात्मता, परधर्मसहिष्णुता, सामंजस्य यांचे संस्कार समाजमनावर करायला हवेत. धार्मिक कट्टरवादाविरुद्ध प्रखर टीका करणारे लेखनही अधिक प्रमाणात प्रसिद्ध व्हायला हवं. जातीयवादास प्रोत्साहन देणाऱ्या समाजातील अपप्रवृत्तींना शासनानं कडक शासन करायला हवं. मुद्दाम कुरापती उकरून काढून समाजातील सामंजस्याची भावना नष्ट करणाऱ्या कुप्रवृत्तींना समाजातील जाणकारांनी विरोध करायला हवा व शासनानंही त्यांच्यावर कायद्यानं पायबंद घालून जरब बसवायला हवी. प्रत्येकाला आपल्या धर्मानुसार वागण्याचं स्वातंत्र्य जरूर आहे; पण त्यामुळं अन्य धर्मीयांवर कोणत्याही प्रकारचं आक्रमण होणार नाही, याचीही

काळजी सर्वांनीच घ्यायला हवी आणि ही आजच्या काळाची नि आपल्या देशाची फार मोठी नि निकडीची गरज आहे, असं मला वाटतं. आपण सर्वांनी मिळूनच या देशाचं उज्ज्वल भवितव्य पुन्हा घडवायचं आहे आणि त्या मार्गात येणारे अडसर, काटेकुटे आजच जागरूकपणे काढून टाकायला हवेत.

□□

२२

प्रार्थना : रूपं अनेक, कामना एक

आदिमानव जेव्हा पृथ्वीवर 'अवतरला', त्या वेळी त्याच्या अवतीभवती काय होतं? तो एकटाच या पृथ्वीवर जन्माला आला की त्याच्याबरोबर म्हणजे त्या पुरुषाबरोबर आणखी कुणी स्त्रीही जन्मली?— हाही या पुढचा एक यक्षप्रश्न. त्यांच्यापैकी आधी कोण जन्मलं?— हा यापुढचा आणखी एक प्रश्न. आणखी एक-एक प्रश्न विचारून मी तुम्हाला अडचणीत टाकणार नाही. अडचणीत तुम्हाला यासाठी टाकणार नाही, की त्यामुळं मीही अडचणीत पडणार आहे! तुम्ही आणि मी, आपण दोघेही त्या वेळी नसल्यानं आपल्या तर्काच्या आणि उपलब्ध प्रमाणांच्या आधारेच एकामागून एक जाणाऱ्या या युगांचा नि तत्कालीन स्थितिगतीचा, परिस्थितीचा विचार करता येईल. त्या वेळी केवळ मानवच जन्मला की अन्य जीवसृष्टीही निर्माण झाली? 'चर' आणि 'अचर' हेही त्याच आदितम काळातले की त्यानंतरचे? यांतल्या प्रश्नोपप्रश्नांच्या जिज्ञासेपोटीच पुढं विविध धर्म, विविध दर्शनं, विविध तत्त्वज्ञानं, विविध ज्ञान-विज्ञानशाखा नि त्यांच्या अनेक उपशाखा निर्माण झाल्या. शिवाय हे विश्वच कसं निर्माण झालं, हाही यांतला एक अत्यंत मूलभूत प्रश्न. हे विश्व एकच की अनेक, हा या प्रश्नोपनिषदाचा पुढचा टप्पा आणि शेवटी हे सारंच कुणी निर्माण केलं की ते आपाततः निर्माण झालं, हा त्यापुढचा सर्वांत महत्त्वाचा प्रश्न. त्यातूनच सारे धर्म, सारे पंथोपपंथ, सारी दर्शनं नि त्यांच्या विविध शाखोपशाख, सिद्धांत निर्माण झाले.

हे सारं जाणून घेण्यासाठी मानवाजवळ एक फार महत्त्वाचं साधन वा माध्यम होतं नि हे माध्यम वा साधन म्हणजे त्याची बुद्धी. या बुद्धीच्या साह्यानं त्यानं अंतिम शोध-वेध घेतला. कोणत्याही विज्ञानाचं वा शास्त्राचं व्यवस्थापन (Systemaization) करताना तत्संबंधी तपशील (data) हा लागणारच. त्याच आधारे 'वर्गीकरण' (Classification) करता येतं. त्यातील सुसंगती / विसंगती पाहता येते नि त्यातून

काही अनुमानं काढता येतात. या अनुमानांच्या (Hypothesis) आधारे काही सिद्धांत मांडता येतात. हे सिद्धांत सप्रमाणच मांडावे लागतात. असं असूनही या सिद्धांतांना काही अपवाद असतील तर त्या अपवादांचाही विचार करून त्यांची चर्चा-चिकित्सा करावी लागते आणि अशा अनेक निकषांच्या आधारे जे मत सिद्ध होतं, त्यालाच आपण 'सिद्धांत' असं म्हणतो. यावरून 'अथा तो ब्रह्मजिज्ञासा' हे आदिसूत्र कसं आहे, ते लक्षात येईल. या जिज्ञासेपोटी 'आदि-कुतूहला'पोटी साऱ्या दर्शनशाखा, सारे धर्म निर्माण झाले. त्यांतही दोन प्रमुख होत— १) 'आस्तिक' म्हणजे ईश्वराचं अस्तित्व मान्य करणारे व २) ते अमान्य करणारे. या दुसऱ्या पक्षाला 'नास्तिक' असं म्हणतात. हे दोन्ही प्रश्न/पक्ष अत्यंत जटिल, संश्लिष्ट आहेत आणि त्यांचा उलगडा विविध धर्मप्रवर्तकांच्या/ महापुरुषांच्या तत्त्वचिंतनाच्या आधारे करता येतो. त्यांचं हे चिंतन जेव्हा शब्दबद्ध होतं, तेव्हा ते त्या-त्या मतप्रणालीच्या, तत्त्वप्रणालीच्या मूल धर्मग्रंथाचं रूप घेतं. वेद, उपनिषदं, धम्मपद, महावीर-वाणी, बसव-वाणी, कुराण, बायबल (विशेषत: 'ओल्ड टेस्टामेंट') हे या निर्गुण चिंतनाचं सगुण स्वरूप. जीवनाच्या मूलस्रोताप्रत जाण्याचं मौलिक माध्यम.

या 'आदि-कुतूहला'चं समाधान ज्यामुळं होतं, ते 'ब्रह्मज्ञान' व त्या ज्ञानाचं विवरण ज्या विद्येत केलं जातं ती 'ब्रह्मविद्या'. हे 'ब्रह्मज्ञान' आपल्याला कळतं ते 'आत्मज्ञान' किंवा त्याची आपल्याला प्रचिती येण्याची अनुभूती, तोच 'आत्मसाक्षात्कार' किंवा 'साक्षात्कार', असं माझं या संदर्भातील मर्यादित / सीमित स्वरूपाचं आकलन व निरीक्षण आहे. 'आत्मज्ञान' म्हणजे आत्म्याविषयीचं ज्ञान हा या संज्ञेचा अर्थदेखील पूर्वी सांगितलेल्या अर्थाइतकाच, किंबहुना त्याहूनही अधिक महत्त्वाचा आहे. या संदर्भात 'स्वरूप' ही संज्ञा अत्यंत चिंत्य आहे. 'स्वरूप' म्हणजे केवळ रूप नसून 'स्वत:चं रूप' होय. केवळ स्वत:चं रूपच नाही तर 'स्वत:चं मूळ रूप होय. भारतीय दर्शनग्रंथात 'स्व-रूप'विवरणचिकित्सा केली जाते, ती हे मूळ शोधण्यासाठीच.

त्याचप्रमाणं भारतीय दर्शनांतील 'जीवात्मा' व 'परमात्मा' या पारिभाषिक संज्ञांचाही बारकाईनं विचार करायला हवा. जीवातील आत्म्याचं नातं परमात्म्याशी असतं, हे विसरून चालणार नाही. त्याशिवाय हा 'आत्मप्रवास' वा 'आत्मचिंतन' यापुढं करता येणार नाही. आत्म्यासाठी इस्लाम दर्शनात 'रूह' ही पारिभाषिक संज्ञा आहे.

कोणत्याही धर्माच्या आदिकालात- उत्पत्तिकाळात विश्वनिर्मितीचा व या निर्मितीच्या आदिकारणाचा शोध घेतला जातो व हे आदिकारण कळलं की, त्याविषयीची कृतज्ञता व्यक्त केली जाते. मनातील ही कृतज्ञता– 'निर्गुण' कृतज्ञता– प्रकट करण्याचा एक वैश्विक मार्ग– सगुण मार्ग– म्हणजेच 'प्रार्थना' होय.

या पृथ्वीवर जन्मल्याबरोबर / अवतरल्याबरोबर मानवाच्या मनात जे पहिलं कुतूहल निर्माण झालं असेल, ते त्याच्या अवतीभवतीच्या सृष्टीविषयी. ही सृष्टी त्याच्या आधी निर्माण झाली की त्याच्यानंतर (त्याच्या जन्मानंतर), याविषयी विविध धर्मांच्या धर्मग्रंथांच्या प्रारंभीच उल्लेख आढळणं स्वाभाविकच आहे. विश्वनिर्मितीत प्राणिसृष्टी नि निसर्ग हे दोन्ही येत असल्यानं बहुतेक (म्हणजे 'आस्तिक'— ईश्वराचं अस्तित्व मान्य करणाऱ्या) धर्मांनी या दोहोंचं कर्तृत्व परमेश्वराचंच असल्याचं प्रतिपादन केलं आहे. ईश्वरतत्त्वाचा शोध-वेध पूर्ववैदिक काळातही मानवानं घेण्याचा प्रयत्न केला. आफ्रिकेतील टोळ्यांनी अतिप्राचीन काळी 'देवत्व कशात आहे' व ते निसर्गात शोधण्याचा प्रयत्न कसा केला, याविषयीचं संशोधन जर्मनीच्या बॉन विद्यापीठाचे डॉ. हॉर्स्टमन यांनी आपल्या 'Concept of God' या महत्त्वपूर्ण प्रकल्पात अनेक वर्षं केलं. त्याची कल्पना त्यांनी उभारलेल्या तारांगणातून नि वस्तुसंग्रहालयावरून येते. 'ऋग्वेद' हा जगातील प्राचीनतम ग्रंथ. त्यात जी 'सूक्तं' आहेत, त्यावरून आदिमानवानं विश्वातील विविध गोष्टींत ईशतत्त्व आहे काय, याविषयीचा शोध घेण्याचा जो प्रयत्न केला, त्याचंच प्रतिबिंब उषेच्या, अग्नीच्या, पर्जन्याच्या इ. सूक्तांत आढळत नाही का? ही सूक्तं म्हणजे विश्वामागील चैतन्याचा शोध असला तरी त्या एक प्रकारच्या प्रार्थनाच आहेत. 'पंचीकरण' हे त्यापुढचं पाऊल आहे. पुढं विज्ञानानं ज्या वाटा शोधल्या, त्यांच्या मुळाशी अध्यात्मरूपी विज्ञानानं या वाटा व त्यांचा उद्‌गम म्हणजे परमात्मा वा मूळ चैतन्य यांचा शोध घेण्याचा प्रयत्नच केला नाही, तर त्याविषयीची कृतज्ञताही प्रार्थनेच्या माध्यमातून व्यक्त केली. या माध्यमांनी पुढं स्तोत्रं, आरत्या, धावे अशी उपासनेची कितीतरी रूपं धारण केली. ती संस्कृत भाषेत ('धावे' वगळता) आहेत आणि पुढं प्राकृत व मराठी भाषेतही अवतरली आहेत.

'बायबल'च्या दोन भागांपैकी पहिल्या भागात –'ओल्ड टेस्टामेंट'मध्ये– ख्रिस्ती धर्माला अभिप्रेत ईशकल्पना व विश्वोत्पत्तीविषयीचं विवरण 'Genesis' या प्रकरणात आहे. त्यात आणि पवित्र कुराणातील एतद्विषयक कल्पनांमध्ये बरंचसं साम्य आहे. मानवाला निर्माण केल्यानंतर त्याच्या जीवनास उपयोगी पडणाऱ्या गोष्टी परमेश्वरानं निर्माण केल्या. त्याला या जगात प्रकाश हवा होता, त्यासाठी ईश्वरानं Let there be light, असं म्हटलं and there was light. आणि संवादासाठी, अभिव्यक्तीसाठी भाषेचं माध्यम / साधन हवं होतं, तेही ईश्वरानं अशी इच्छा व्यक्त करताच निर्माण झालं, याचा निर्देश या 'बायबल'मध्ये केला आहे. त्याबद्दलची कृतज्ञता व्यक्त करण्यासाठी व सर्वांच्या कल्याणासाठी ख्रिस्ती लोक प्रार्थना करतात. त्यातही आकाशातल्या पित्याविषयी— ईश्वराविषयीची कृतज्ञता व सर्वांविषयीचं

शुभचिंतन असतं. परमेश्वराचा आशीर्वादच त्यातूनही मागितलेला असतो.

इस्लाम धर्माच्या पवित्र कुराणातही मानवाची व 'अनेक विश्वांची' निर्मिती ईश्वरानं केली असल्याचा निर्देश आढळतो. 'बायबल'च्या ओल्ड टेस्टामेंटमध्ये तो निर्मिक Creator आहे; तर पवित्र कुराणाच्या पहिल्या अध्यायाच्या पहिल्या 'सूऱ्या'तच 'रब्बिल् आलमीन्' असा जो उल्लेख आला आहे, त्यातील 'आलम' म्हणजे विश्व व आलमीन् हे त्यात अनेकवचनाचं रूप असून त्याचा अर्थ 'अनेक विश्वं' असा आहे. 'रब्बिल् आलमीन्' किंवा रब्बुल आलमीन् म्हणजे 'विश्वांचा स्वामी'. इस्लामच्या प्रार्थनेचा प्रारंभच 'बिस्मिल्ला हिर्रहमान निर्रहीम' या पवित्र शब्दांनी होतो. 'परम दयाळू आणि परम कृपाळू अल्लाइदूच्या नावानं' असा या तीन अरबी शब्दांचा अर्थ आहे. पवित्र कुराणातील पहिला सूरा (अध्याय) 'सूरतुल् फातेहा' हा आहे व इस्लामधर्मीयांच्या प्रार्थनेत वर उल्लेखिलेल्या आरंभापूर्वीही 'अल्लाहो अक्बर' म्हणजे 'परमेश्वर महान आहे' असं म्हणतात.

पहिल्या सूऱ्यात सात 'आयात' 'वाक्यं' आहेत. कुराणाचा हा मराठी अनुवाद डॉ. मौलवी हकीम सूफी मीर मोहंमद याकूब खान यांनी केला असून, तो माझे मामा डॉ. ए. यू. शेख, माजी शिक्षणसचिव, महाराष्ट्र राज्य यांनी इ. स. १९७३ मध्ये म. रा. साहित्य संस्कृती मंडळाच्या अनुदानानं शाद आदम शेख ट्रस्टतर्फे प्रकाशित केला आहे. इस्लाम धर्माची ही एक प्रार्थनाच होय. हा मूळ मराठी अनुवाद शब्दश: असा—

'परम दयाळू आणि परम कृपाळू परमेश्वराच्या नावाने (मी प्रारंभ करतो.)—

१. सर्व स्तुती, सकल जगांचा पालनकर्ता असा जो परमेश्वर— त्यालाच (योग्य) होय.

२. (तो) परम दयाळू (आणि) कृपाळू (आहे.)

३. (तो शेवटच्या) निर्णयाच्या दिवसाचा धनी (आहे.)

४. (हे परमेश्वरा,) तुझीच आम्ही भक्ती करीत आहोत व तुझीच आम्ही मदत मागत आहोत.

५. तू आम्हास सगळे मार्ग (दाखव).

६. (म्हणजे) ज्या (लोकां)वर तू कृपा केली आहेस, त्यांचा मार्ग (दाखव). पण ज्यांच्यावर (तुझा) कोप झालेला आहे, त्यांचा (मार्ग) आणि आडमार्गी भटकणाऱ्यांचाही नको.

७. तथास्तु.

बौद्ध धर्मीयांची—

बुद्धं सरणं गच्छामि ।
धम्मं सरणं गच्छामि ।
संघं सरणं गच्छामि ॥

ही प्रार्थना सर्वपरिचित आहे, तर भगवान महावीरांच्या जैन धर्माचा 'णमोकार मंत्र' ही प्रार्थनाही सर्वज्ञात आहे.

सर्व धर्मांच्या प्रार्थनांत विश्वकल्याणाची भावनाच प्रकट झाली आहे.

वर उल्लेखिलेल्या इस्लाम धर्माच्या प्रार्थनेच्या संदर्भातील मूळ 'सूरा' असा आहे—

(बिस्मिल्ला हिर्रहमान निर्रहीम
अलीफ लाम् मीम्)
अल् हमदो लिल्लाहे रब्बिल् आलमीन्
अर्रहिमान निर्रहीम्
मालिके यौमिद्दीन
इय्याका नअबुदो व इय्याका नस्तअीन्
इहदेनस् सिरातल् मुस्तकीमा व सिरातुल् लजीना
अन् अम्ता अलैहिम् गौरिल मग्दूबे अलैहिम् वलज्ज्वालीन्
आमीन्.

ज्ञानदेवांचं 'पसायदान' ही प्रार्थनाच होय. म. बसवेश्वरांचं 'कूडल संगम देवा' ही प्रार्थनाच होय. आधुनिक संत विनोबा आणि राष्ट्रसंत तुकडोजीमहाराज यांच्या सर्व-धर्मसमभावाविषयीच्या व विश्वकल्याणाची कामना व्यक्त करणाऱ्या प्रार्थना— या सर्वांतील सूत्र नि मध्यवर्ती केंद्रबिंदू एकच नाही का? रूपं व अभिव्यक्ती अनेक असल्या तरी विविध धर्म-पंथांच्या प्रार्थनांचा स्थायिभाव एकच असतो नि तो म्हणजे, विश्वातील प्राणिमात्रांच्या कल्याणाची कामना.

इथं कोणत्याही धर्माच्या वा पंथांच्या प्रार्थनांची तुलना करावयाची नसून, त्यामागील भाव समजून घ्यायचा आहे.

इ. स. २००८-०९ हे वर्ष राष्ट्रसंत तुकडोजीमहाराज यांच्या जन्मशताब्दीचं वर्ष होतं. त्यांच्या या प्रार्थनेचं स्मरणही या संदर्भात लक्षणीय ठरावं—

'हर देश में तू, हर भेश में तू ।
तेरे नाम अनेक, तू एक ही है ।

तेरी रंगभूमि यह विश्व भरा ।
सब खेल में, मेल में तूही तो है ॥
सागर से उठा बादल बन के ।
बादल से फटा जल हो करके ।
फिर नहर बना... नदिया गहरी ।
तेरे भिन्न प्रकार, तू एक ही है ॥
चींटी से भी अणु-परमाणु बना ।
सब जीव जगत का रूप लिया ।
कहिं पर्वत वृक्ष विशाल बना ।
सौंदर्य तेरा, तू एकही है ॥
यह दिव्य दिखाया है जिसने ।
वह है गुरुदेव की पूर्ण दया ।
तुकड्या कहे कोइ न और दिखा ।
बस, मैं और तू सब एक ही है ॥

◻◻

२३

धर्म : मागच्या नि पुढच्या पंचविशीतील

खरं तर धर्माचा विचार आजवर मी शतकांमध्ये केला आहे. ही कालमर्यादादेखील धर्माला टाकता येईल. काही धर्मांची कालमर्यादा तर सहस्रंही ओलांडून जाते आणि तशी 'धर्म' ही संकल्पना मुळात 'सनातन' (चांगल्या अर्थानं) आहे. माणूस या पृथ्वीवर आला, त्या वेळीच त्याच्या मनात या संकल्पनेचं बीज पडलं, ते अंकुरलं नि वाढत- वाढत गेलं. मग त्याला दिवस-रात्रीची, वर्षांची, शतकांची नि सहस्रकांचीही मर्यादा उरली नाही; मग पंचविशीची मर्यादा कशी बरं उरेल?

पण आजचं युग फार फार बदललं आहे. विज्ञानाची प्रचंड प्रगती झाली आहे. नवनवे वैज्ञानिक शोध लागत आहेत व त्यांचा आपल्या जीवनावर, आचारविचारांवर, जीवनशैलीवर, जीवनाकडे पाहण्याच्या दृष्टिकोनावर फार मोठा परिणाम होत आहे. गेल्या दोन दशकांत आपल्या जीवनात जे प्रचंड परिवर्तन झालं, त्याची कल्पना तरी आपण विसाव्या शतकाच्या पूर्वार्धात केली होती का? हा पूर्वार्ध पाहिलेल्या माणसांपैकी मी एक आहे, म्हणून त्याचा साक्षीदार म्हणून मला याविषयी निश्चितपणे सांगता येईल. गेल्या पंचविशीत आपलं जीवन किती प्रचंड वेगानं पालटत गेलं, हे खरं तर आपण अवाक् होऊन पाहतच राहिलो. पण या अवाक् होण्यात स्थितिप्रियता नव्हती; तर गतिमानता नि गतिप्रियताही होती. त्या बदलत्या उसळणाऱ्या नि फेसाळणाऱ्या प्रवाहात आपल्याला सहभागी व्हावंच लागलं किंवा सकारात्मक शब्द वापरायचे तर, आपणही सहभागी झालो.

उपग्रह, दूरदर्शन, संगणक, मोबाईल हे आता आपल्या जीवनातले फार लांबचे वा दूरवरचे शब्द राहिले नाहीत; ते आपल्या जीवनात आज 'परवली'चेच शब्द झाले आहेत. लहान-लहान मुलांपासून अगदी ज्येष्ठ नागरिकांपर्यंत. पण एक संकल्पना मात्र वर्षानुवर्षं, शतकानुशतकं; एवढंच नव्हे, तर विविध सहस्रकांमध्येही तशीच टिकून राहिली आहे. तिला जनमानसात जे स्थान आहे, ते कधी ढळलं

नाही. ते स्थान एका अर्थानं 'अ-क्षर' आहे, शाश्वत आहे आणि या शाश्वततेतच तिच्या भविष्यकालीन अस्तित्वाचं सूचन आहे. कारण ही संकल्पना जीवनाच्या गहन-मूलभूत तत्त्वांचा, त्यातील उदात्ततेचा, त्यातील मांगल्याचा, शोध-वेध घेते. जीवनात जे 'हीण' निर्माण होतं, त्याचाही ती विचार करते. चांगलं आणि वाईट यांतील, म्हणजे 'सत् आणि असत्', 'शिव आणि 'अ-शिव' यांतील भेद शोधते. यालाच आपण नि आपलं संतसाहित्य 'विवेक' म्हणतो. या विवेकबुद्धीमुळं– इस्लाममध्ये याला 'जमीर' म्हणतात– आपण जीवनाची योग्य व उदात्त वाट शोधतो. ती वाट गवसली की आपल्याला मन:शांती मिळते. ही मन:शांती मिळविणं, हे धर्माचं एक महत्त्वाचं उद्दिष्ट नि प्रयोजन आहे. धर्माचे द्विविध प्रकार आहेत. काही धर्म ईश्वराचं अस्तित्व मानतात, तर काही मानत नाहीत. या दोन्ही प्रकारच्या धर्मांमध्ये मी यापूर्वी सांगितलेलं धर्माचं उद्दिष्ट नि प्रयोजन समान असल्याचं आढळेल.

गेल्या अनेक शतकांत आपण जे घडलेलं पाहिलं नाही, ते गेल्या पंचवीस वर्षांत पाहिलं. दिवसेंदिवस होणारं जीवनमूल्यांचं अध:पतन हे आपल्याला उघड्या डोळ्यांनी पाहावं लागलं. भ्रष्टाचार, प्रचंड आर्थिक घोटाळे, बलात्कार, विध्वंस यांनी या पंचविशीत किती धुमाकूळ मांडला, त्याचा विचार करू लागलो; तर आजही आपलं मन थरारून जातं, अंग शहारून जातं. माणसं इतक्या भयानक पातळीपर्यंत जाऊ तरी कशी शकतात, या विचारानं आपण अवाक् होतो, दिङ्मूढ होतो. पण हे जे घडत आहे, ते चांगलं नाही असं मानणाऱ्यांचा – बहुसंख्यांचा– एक वर्ग याही पंचविशीत होता. तो सत्प्रवृत्त होता; सत्प्रवृत्तींवर, उदात्त जीवनमूल्यांवर, जीवनातल्या शुचित्वावर नि मांगल्यावर श्रद्धा ठेवणारा होता आणि या श्रद्धेचं अधिष्ठान— तो ज्या कोणत्या धर्माचा वा अन्य उदात्त विचारसरणीचा होता, तिच्यावर होतं, हे अमान्य करण्याचं कारण नाही. गेल्या पंचविशीत काही धर्मविचार कधी कधी मूलतत्त्ववादाकडे गेले, हेही मान्य करायला हवं. त्यातून दहशतवाद निर्माण झाला व तो एका प्रदेशापुरता वा राष्ट्रापुरता मर्यादित न राहता जगभर पसरला, हीही वस्तुस्थिती आहे. त्यानं त्याच्याशी संबंध असलेल्या व नसलेल्या जगाला कसे हादरे दिले नि त्यामुळं मानवतेची मूल्यं कशी पायदळी तुडविली गेली, हे आपण सर्वांनी पाहिलं आहे; नव्हे, आपल्याला ते पाहावं लागलं आहे. पण जगातील बहुसंख्यांनी याचा निषेध नि विरोधच केला की नाही? सार्क वा युनोसारख्या आंतरराष्ट्रीय संस्थादेखील याचा निषेधच करतात व या अपप्रवृत्ती कशा नाहीशा करता येतील, याविषयी सक्रिय प्रयत्न करतात, यातही मला आशेचा किरण दिसतो. या प्रवृत्तीचं उन्मूलन करण्यासाठी विविध धर्मांतील उदात्त जीवनमूल्यांनीच

प्रेरणा दिली आहे. प्रत्येकानं आपल्या धर्माचं पालन करावं, त्याबद्दल आदर व श्रद्धाभाव जरूर बाळगावा; पण अन्य धर्मांविषयीही आदरभाव बाळगावा, त्याचा द्वेष / मत्सर करू नये, अशी सर्वधर्मसमभावाची नि परस्परसामंजस्याची प्रवृत्ती यातूनच निर्माण झाली व हे गेल्या वीस-पंचवीस वर्षांचं एक सकारात्मक फलितच आहे, असं मानायला हरकत नाही.

गेल्या पंचविशीत काही महाराजांचा नि त्यांच्या प्रचंड गर्दीच्या प्रवचनांचा बोलबालाही बराच झाला व त्याच्या क्रिया-प्रतिक्रियाही उमटल्या. पण त्यांतले जे महाराज खऱ्या अर्थानं 'सद्‌गुरू' होते, तेच समंजस व विवेकनिष्ठ समाजाला भावले; भाबड्या श्रद्धेच्या पुरस्कर्त्या महाराजांवर समाजानं कडाडून टीकाही केली, हे समाजाची विवेकबुद्धी जागृत असल्याचं लक्षण नाही का? धर्माचं अधिष्ठानच विवेक किंवा सदसद्‌विवेकबुद्धी आहे, हे कुणालाही अमान्य करता येणार नाही. धर्म वेगवेगळे असले तरी त्या सर्वांत हे तत्त्व समान आहे, हे सर्व धर्मग्रंथांच्या अनुशीलनाने आपल्या लक्षात सहज येतं. यामुळंच आजचा विज्ञाननिष्ठ तरुणही अध्यात्माचं नि धर्माचं महत्त्व जाणतो व त्याच्या जीवनमूल्यांत यांनाही एक आदराचं नि श्रद्धेचं स्थान आहे.

पुढच्या पंचवीस वर्षांत काय घडेल, याचं अंतर्ज्ञान आपल्याला थोडंच आहे? कदाचित् तेव्हा आपल्यापैकी काही जण नसतीलही. तथापि, धर्माचा नि अध्यात्माचा शतकानुशतकांचा नि सहस्रकांचा— त्याचप्रमाणं विशेषत: गेल्या पंचवीस वर्षांचा— प्रदीर्घ प्रवास पाहिला तर काही अनुमानं निश्चित करता येतात. विज्ञानातच नव्हे, तर कोणत्याही संशोधनात प्रथम तर्क नि अनुमानंच (Hypothesis) करावी लागतात. त्यांतील काही अनुमानं प्रमाणित वा सिद्ध झाली की, त्यांचं सिद्धांतात रूपांतर होतं.

पुढच्या पंचवीस वर्षांत वैज्ञानिक प्रगतीचा वेग विलक्षण गतीनं वाढेल, हे सांगायला कुठल्याही ज्योतिषाची गरज नाही. विज्ञानाच्या लाभांबरोबरच त्याच्या दुरुपयोगानं जीवन नि जीवनमूल्यं उद्‌ध्वस्त होऊ पाहत आहेत, याची जाणीव सर्व देशांतच होऊ लागेल, याची सूचना आजच आपल्याला मिळू लागली आहे. यासाठी वैज्ञानिक अस्त्रांच्या साह्यानं होणारं जागतिक युद्ध टाळण्याचा प्रयत्न सर्व जण करीत आहेत. कुटुंबव्यवस्थेची मूल्यं कशी अस्ताव्यस्त झाली आहेत व हे कौटुंबिक नि व्यक्तिगत जीवनही कसं ध्वस्त-उद्‌ध्वस्त होऊ पाहत आहे, याची भेदक जाणीव विशेषत: पाश्चिमात्य जगाला होत आहे. जागतिकीकरणामुळं या जाणिवेचा प्रवास येत्या काही वर्षांतच तुमच्या आमच्यापर्यंत पोचणंही अत्यंत स्वाभाविक आहे. धर्म नि अध्यात्म हा या प्रचंड उलथापालथीतून सावरणारा एक

महत्त्वाचा मार्ग आहे, याची प्रचिती पाश्चात्त्यांना होत असल्यानंच ते या जीवनमूल्यांची अध्यात्माधिष्ठित मूल्यं जपण्याचा प्रयत्न करू लागले आहेत. ही मूल्यं पौर्वात्य संस्कृतीच्या अध्यात्मात नि धर्मात शोधण्याचा प्रयत्नही पाश्चिमात्य जग करीत आहे. याची प्रचिती मला जागतिक भक्तिसाहित्य परिषदांत अनेकदा आली आहे. पाश्चिमात्य विद्यापीठांत प्राच्यविद्या विभाग या दृष्टीनं महत्त्वाची कामगिरी बजावीत आहेत.

पाश्चिमात्य संशोधक महानुभाव, वारकरी, नाथ, सूफी यांसारख्या संप्रदायांचा, त्यांच्या संतांचा व साहित्याचा अभ्यास व संशोधन का करतात आणि या दर्शनविचाराला पाश्चिमात्य जगात महत्त्व का मिळतं, त्यावर तिथं चर्चासत्र, विचारमंथन का होतं, हे आपण समजावून घेतलं पाहिजे. गेल्या पंचवीस वर्षांत पाश्चिमात्य अभ्यासक मोठ्या संख्येनं भारतात आले आणि येथील धर्मविचार व दर्शनविचार त्यांनी पाश्चिमात्य जगात नेले. त्यांची नामावली देऊ का? डॉ. कॅल्वर्ट—बेल्जियम (नामदेवांचे अभ्यासक), डॉ. ॲन फेल्डहाऊस— अमेरिका (महानुभाव संप्रदायाच्या अभ्यासक, महानुभावीय 'सिद्धांतसूत्रपाठा'च्या संपादक), डॉ. रेसाईड - लंडन (महानुभाव वाङ्मयसूचिकार), डॉ. एलेनार झेलियट - अमेरिका (एकनाथांच्या 'हिंदू-तुर्क-संवादा'च्या संपादक), मादाम वॉदविल - पॅरिस (ज्ञानदेवांच्या हरिपाठाच्या अभंगां'च्या फ्रेंच भाषांतरकार), डॉ. कीन्स्ले - पॅरिस ('वारी'च्या संशोधक), डॉ. कुझनेत्सोव्ह - रशिया (महानुभाव वाङ्मयाचे अभ्यासक) आदी. योगशास्त्राचा पाश्चिमात्य जगावरील प्रभाव आपल्याला ज्ञात आहेच. अशा प्रकारे बदलत्या जीवनशैलीवर व जीवनचिंतनावर धर्माचा, दर्शनाचा, अध्यात्माचा—प्रभाव वाढतच राहील, असं सप्रमाण अनुमान करता येतं; कारण ढासळणाऱ्या जीवनमूल्यांना सावरण्याचा हाच महत्त्वाचा उपाय आहे, याची जाणीव उत्तरोत्तर तीव्रतेनं होत जाईल, यात शंका नाही.

धर्म, दर्शन नि अध्यात्म हा तर भारतीय पारंपरिक वारसा आहे. आजही भारताच्या नागर व ग्रामीण जीवनावर धर्मश्रद्धेचा फार मोठा प्रभाव आहे. ध्वस्त - उद्ध्वस्त होऊ पाहणारी जीवनमूल्यं सावरण्याचा प्रयत्न आजही आपण कसोशीनं करीत आहोत. तो येत्या पंचविशीत उत्तरोत्तर वाढत राहील, अशी अपेक्षा वा कल्पना केली तर ती अवास्तव वा अवाजवी ठरणार नाही. कारण ही धर्माची उदात्त जीवनमूल्यंच आपल्या मनाला स्थिरता नि शांती देतील, असं आश्वासन धर्मविचारात असतं नि 'तरणोपाय' म्हणून समाजाला त्याचाच आधार घ्यावा लागेल. सुदैवानं धर्मविचाराचीही चिकित्सा होऊ लागली असून, अंधश्रद्धांच्या निर्मूलनाचे प्रयत्नही आता समाजमानसात रुजू लागले आहेत. त्यामुळं आंधळ्या भक्तीला वाव मिळणार नाही. बुवाबाजीला छेद देण्याचे प्रयत्न आजच होऊ लागले आहेत. त्यामुळं धर्मविचार निकोप करण्याचे प्रयत्न यापुढंही होत राहतील, अशी आशा करायला

निश्चित जागा आहे. विधायक वैज्ञानिक प्रगती नि धर्माधर्मातील उदात्त जीवनमूल्यांचा समन्वय ही पुढच्या पंचविशीतील एक अपरिहार्य बाब आहे. तिची कास धरली नाही तर मानवतेचा व विश्वाचाच विध्वंस होण्याची शक्यता असल्यानं सुज्ञ जगाला विधायकतेची, विश्वकल्याणाची वाट शोधावी लागणार, यात संशय नाही. आणि ही ऊर्जा देण्याचं फार मोठं सामर्थ्य अध्यात्मात आहे, याची प्रचिती भावी काळात येण्याची शक्यता कशी बरं नाकारता येईल?

❑❑

२४

डोळस भक्ती

प्रत्येक धर्माचं वा संप्रदायाचं विशिष्ट तत्त्वज्ञान असतं, आचारधर्म असतो आणि उपासनापद्धतीही असते. त्याच्या तत्त्वज्ञानात त्या-त्या धर्माचं, पंथाचं विचारविश्व सामावलेलं असतं. हे तत्त्वज्ञान आपल्या जीवनव्यवहारात कसं साकार करावं, हे सांगण्यासाठी त्या-त्या धर्मानं वा पंथानं आचारधर्मही सांगितलेला असतो. उपासनापद्धती हे या आचारधर्माचं एक महत्त्वाचं अंग असतं. उपासनापद्धतीचा संबंध काही प्रमाणात विशिष्ट प्रकारच्या कर्मात व आचरणातही असतो.

विशिष्ट धर्माच्या व पंथाच्या उपासनापद्धतीचा उगम केव्हा झालेला असतो? त्यात्या धर्माच्या वा पंथाच्या उद्‍गमकाळात तो झालेला असतो व तो विशिष्ट परिस्थितीत झालेला असतो, हेही आपण लक्षात घ्यायला हवं. कोणत्याही धर्माच्या, पंथाच्या विचारविश्वातील काही तत्त्वं कालसापेक्ष असतात तर काही कालातीत असतात. त्यांचा परिणाम त्याच्या आचारसरणीवर व उपासनापद्धतीवरही होत असतो. विशिष्ट तत्त्वविवरणार्थ एखाद्या धर्माच्या वा पंथाच्या ग्रंथात जे दृष्टांत दिले जातात, त्यांचा या संदर्भात अवश्य विचार करायला हवा. या दृष्टीनं महानुभाव पंथातील 'दृष्टांतपाठ' या ग्रंथाचा दाखला द्यावा, असं मला वाटतं. त्यातील काही दृष्टांत कालसापेक्ष असले तरी त्या दृष्टांतांत प्रतिपादिलेला सिद्धांत मात्र बहुधा सार्वकालिक असतो. धर्माच्या-पंथाच्या तत्त्वज्ञानाचा, आचारधर्माचा, उपासनापद्धतीचा विचार करताना ही बाब अवश्य लक्षात घ्यायला हवी, असं मला आवर्जून सांगावंसं वाटतं. त्यात समाजामानसाचं आकलन असतं, त्याचप्रमाणं गहन जीवनचिंतनही असतं. धर्माच्या, पंथांच्या उपासनापद्धतींची निर्मितीही यातूनच होत असते. त्यांचं बीज किंवा आधिकारण मात्र त्यांच्या तत्त्वज्ञानात नि विचारविश्वात असतं. धर्म-पंथविषयक तत्त्वज्ञानात गहन चिंतन असतं तर उपासनापद्धतीत बहुधा व बव्हंशी बाह्य आचरण असतं. पण यातला एक बारकावा असा, की तत्त्वचिंतनशीलता नि

त्यातील भावाचं अधिष्ठान यांचं अंत:सूत्रही उपासनापद्धतीशी जोडलेलं असतं. ते समजून घेतलं, तर मग उपासनापद्धतीचं कर्मकांडात वा यांत्रिकतेत परिवर्तन वा रूपांतर होत नाही. यासाठी उपासकाजवळ कुतूहल व जिज्ञासा असणंही आवश्यक आहे. उपासनेतील अमुक विभागच का? असा प्रश्न त्याच्या मनात यायला हवा. त्यानं तो स्वत:ला किंवा मार्गदर्शकांना, गुरूला विचारायला हवा. त्यातलं मर्म समजून-उमजून घ्यायला हवं. मग त्याला उपासनेचा खरा अर्थ व मर्म उलगडेल तो ज्ञानयुक्त उपासना करू लागेल. यांत्रिक पद्धतीच्या कर्मकांडात त्याचा भाबडेपणा वा अज्ञान वाढण्याची शक्यता असते. ज्ञानयुक्त उपासनेमुळं त्याला खरंखुरं समाधान मिळू शकतं. त्यात यांत्रिकता येत नाही. मग उपासनापद्धतीत गरज पडल्यास तो कालमानानुसार, बदलत्या जीवनशैलीनुसार आपल्या ऐहिक जबाबदाऱ्या सांभाळून आवश्यक ते बदल करून तिचं सुलभीकरण करून उपासना करू शकतो.

बदलत्या कालमान, परिस्थितीनुसार आवश्यक तेवढं सुलभीकरण होऊ लागलं, तर ज्यांना रोज उपासना करणं शक्य होतं नाही, तेही रोज उपासना करू शकतील. यासाठी एक छोटंसं उदाहरण घेऊ या.

जवळपास सर्वच आस्तिक धर्मांत ईश्वराचं नामस्मरण करणं, ही एक उपासना आहे. नामस्मरणासाठी इस्लामधर्मीय 'तस्बीह' वापरतात. तर अन्य धर्मीय 'जपमाळ' वापरतात. नामस्मरण म्हणजे ईश-तत्त्वाचं चिंतन, मनन, त्याच्याशी एकरूप होणं. ही प्रक्रिया यांत्रिक नसून मानसिक आहे. एक लाख वेळा देवाचं नाव घ्यावं, असं कुणी म्हटलं असेल तर त्यामागचा हेतू सातत्यानं ईशचिंतन करावं, असा आहे. तो लक्षात न घेता, सर्व जीवनव्यवहार सोडून देऊन तेवढंच करणं सामान्य माणसाला कसं शक्य आहे? मग तो थोडा काळ नामस्मरण करतो नि कामाला लागतो. हे या उपासना-पद्धतीचं सुलभीकरण आहे नि काहीसं संक्षिप्तीकरण आहे. त्यामागचा हेतू तसाच कायम आहे, हे लक्षात घेऊन परिस्थितीनुसार हा बदल घडत गेला नि समाजानं तो स्वीकारलादेखील.

एक काळ असा होता की, ज्या काळात बराच काळ चालणाऱ्या, बऱ्याच खर्चाच्या अनेक बाह्य उपचार असणाऱ्या काही उपासनापद्धती रूढ झाल्या. मानव संस्कृतीच्या इतिहासाचा आलेख पाहत असताना आपल्याला हे चित्र कसकसं बदलत गेलं, ते सहज लक्षात येईल. काही उपासनापद्धती या राजेरजवाडे, सम्राट व धनिकवर्गाच्याच आटोक्यातल्या होत्या. त्या वेळेलाही त्या सर्वसामान्य माणसाच्या आटोक्यातल्या नव्हत्या. त्यामुळं सर्वसामान्य माणूस त्यांत श्रद्धेने सहभागी होत असला, तरी तो त्या प्रत्यक्ष करू शकत नव्हता व आजही करू शकत नाही. हा बदल जनमानसानं त्या काळातही नकळत टिपला/स्वीकारला व आजही स्वीकारला

आहे. मला तर विचारांती असं वाटतं की, बदलत्या जीवनशैलीनुसार, जीवनव्यवहारानुसार, प्रपंचाच्या काही अपरिहार्य मर्यादांमुळं सर्वसामान्य माणूस या उपासनापद्धतीचं सुलभीकरण करून आपल्या आटोक्यात जी पद्धती आहे ती स्वीकारतो वा आवश्यक तर तिच्यात समयानुकूल परिवर्तनही करीत जातो. तसं करणं गरजेचंही आहे; कारण प्रापंचिक जीवनाच्या जबाबदाऱ्या पार पाडणं, हेही त्या, त्या दृष्टीनं तितकंच महत्त्वाचं आहे.

तथापि, समाजातील एक लहानसा घटक असा असतो, की ज्याला असं सुलभीकरण योग्य वाटत नाही. हे तो हट्टापोटी करतो, असं नाही; तर त्याच्या परंपरेमुळं, श्रद्धेपोटी करतो. काही वेळा या श्रद्धेचं रूपांतर अंधश्रद्धेतही होतं. माझ्या माहितीचे एक विख्यात वकील होते. कुठलाही अपराध केला नि त्यांनी वकीलपत्र घेतलं की, तो आरोपी खुनी असला तरी सुटणारच, असा त्यांचा लौकिक होता. त्यांनी गडगंज संपत्ती मिळविली. ते भाविक होते, त्यामुळं दानपुण्यही फार केलं. पण उत्तरायुष्यात वयाच्या आठ दशकांनंतर ते केवळ देवाचं नाव लिहून वह्याच्या वह्या पूर्ण करीत. हीच त्यांची उपासनापद्धती होती. त्यातच त्यांना समाधान मिळे. त्यांनी त्या उत्तरायणाच्या काळात बाकीच्या सर्व प्रापंचिक गोष्टींचा जणू त्यागच केला होता. त्यांच्या या उपासनापद्धतीतही एक प्रकारचा कर्मठपणा, यांत्रिकता, एकेरीपणा आला होता पण त्यांना आता त्यातूनच बाहेर काढणं शक्य नव्हतं. एवढ्या मोठ्या सुप्रसिद्ध वकिलाला तर्कशास्त्र, विवेक इत्यादी गोष्टी कळत नसतील का? पण त्याला आता इलाज नव्हता. ज्ञानदेवांनी 'भक्ती करावी' असं म्हणतानाच आपली भक्ती डोळस असावी, असंही म्हटलं आहे. आपल्या उपासनापद्धतींचा पुनर्विचार करताना हेच तत्त्व लागू करायला हवं.

काही उपासनापद्धतींचं कर्मठपणात नि कर्मकांडात रूपांतर व्हायला कोण जबाबदार आहे, हे आपणच सदसद्विवेकबुद्धीनं पाहायला हवं, पारखायला हवं, शोधायला हवं. या संबंधात आपलं अज्ञान म्हणा किंवा काहीसं दुर्लक्ष म्हणा; अशा गोष्टींना प्रोत्साहन देतं, त्यामुळं समाजात अंधश्रद्धा वाढते. समाजातील सुजाण, सुशिक्षित, सुसंस्कृत नागरिकांनीच निकोप, कालसुलभ, सर्वांच्या आटोक्यात असलेल्या उपासनापद्धतीचा पुरस्कार केला; तिच्यात सुलभता, सुगमता, कालसापेक्षता पाहिली नि त्यानुसार आपणच वागायला सुरुवात केली, की आपल्या भोवतालची मंडळीही त्याचं अनुकरण करतात. समाजधुरिणांनी, समाजप्रबोधनकारांनी, कीर्तन-प्रवचनकारांनी, विविध धर्मांच्या-पंथांच्या उपदेशकांनी, आधुनिक संत-सज्जनांनीही असा मूलगामी विचार केला तर समाजाचा कायापालट होईल. समाज 'इह' आणि 'पर' यांचा समन्वय साधू शकेल. महात्मा जोतिबा फुले यांच्यासारख्या महान समाजसुधारकांनी

किती सोपी, जनसामान्यांच्या आवाक्यातली उपासनापद्धती सुचविली होती व ती प्रत्यक्षात अनुसरली होती. सत्यशोधक समाजाच्या अनुयायांनी तिचं अनुसरणही केलं होतं. वारकरी संप्रदायानंदेखील सुलभ उपासनापद्धतीचाच स्वीकार केला व ती समाजाच्या सर्व स्तरांच्या घटकांत लोकप्रिय झाली. ही उदाहरणं आपल्यासमोर आहेत.

'परिवर्तन' किंवा 'बदल' हे शब्द तरी यासाठी वापरावेत काय, याचा मी विचार करीत आहे. कारण त्यामुळं काही जणांना आपण मूळ परंपरेपासून दूर तर जात नाही ना, असं वाटण्याची शक्यता आहे. कोणत्याही धर्माच्या, पंथाच्या कुठल्याही श्रद्धेला धक्का न लागता होण्याजोगी ही गोष्ट आहे. उलट, सुलभ उपासनापद्धती आली, तर लोक अधिक धर्मप्रवण होतील. कालसापेक्षता, उपासनापद्धतीमागील हेतू वा मर्म जाणून घेण्याची जिज्ञासा, बदललेली जीवनशैली, वाढत्या प्रापंचिक जबाबदाऱ्या आणि मूलगामी स्वरूपाची धर्मविषयक श्रद्धा, एवढ्या गोष्टींचं भान असलं; तर विशिष्ट उपासनापद्धतीचं महत्त्व अधिक नेमकेपणानं लक्षात यायला हातभारच लागेल, असा मला विश्वास वाटतो. ज्या धर्माच्या, पंथांच्या उपासनापद्धती सुलभच आहेत, त्यांचा मात्र पुनर्विचार करण्याची आवश्यकता नाही.

◻◻

२५

आत्मसंवादापासून लोकसंवादापर्यंत

आपलं संतसाहित्य ही कितीतरी अमोल रत्नांची खाण आहे. जसजसे आपण या खाणीच्या गाभाऱ्यात जातो, तसतसं आपल्याला या खाणीतल्या वेगवेगळ्या रत्नांचं दर्शन घडू लागतं. ही खाण कधी सरता सरत नाही, संपता संपत नाही. ती आपल्याला भरभरून देऊ लागली, की 'घेशील किती दो करांनी' अशी जणू आपली अवस्था होते.

संतांचे संवाद हेही संतसाहित्याच्या खाणीतील असंच एक अमोल रत्न आहे. हे रत्न 'अनघड' नाही, ते 'सुघड' आहे. संतांनी त्याला कितीतरी पैलू पाडले आहेत. त्यांपैकी काही पैलूंचं दर्शन या लेखात घडविणार आहे.

संतांच्या या संवादाचा प्रारंभ आत्मसंवादापासून होतो, आत्मचिंतनापासून होतो. 'कोऽहम्' म्हणजे 'मी कोण आहे?' हा प्रश्न ते प्रथम स्वत:लाच विचारतात. खर ंतर हा प्रश्न ते स्वत:ला एकांतात विचारताहेत; मग त्याचं उत्तर कोण बरं देणार? दुसरं कोण देणार? त्यांना स्वत:लाच नाही का हे उत्तर द्यावं लागणार? इथं एक बरीक ठीक आहे; ते इथं एकटेच असले तरी त्यांच्याबरोबर त्यांचं मन आहे ना! मग संत आपल्या या मनाशीच संवाद करतात. आपली सुख-दु:खं ते या मनालाच सांगतात. आपल्या भावभावनांचे आरोहावरोह स्वमनासमोरच प्रकट करतात. कधी ते त्यालाच सल्ला विचारतात तर कधी त्याला सल्ला देतातदेखील. समर्थांच्या 'मनाच्या श्लोकां'त किंवा बहिणाबाईंच्या 'स्वगता'त याचा प्रत्यय नाही का येत? तुकोबा जेव्हा 'आपुलाचि आपणासी वाद' करतात, त्याही वेळी याचा प्रत्यय आल्याविना राहत नाही.

या आत्मसंवादात आपणच आपल्याला प्रश्न विचारायचे असतात नि आपणच त्यांची उत्तरंही द्यायची असतात! केवढी अजब परीक्षा आहे ही! उत्तरं आपल्याजवळच असतात; पण ती शोधून मात्र आपणच काढायची असतात!

हा आत्मसंवाद तरी संतांना का बरं करावा लागतो? ज्या लौकिक जगात, विश्वात ते राहतात, त्याविषयी व त्यातील चराचरांविषयी, त्यांच्या उत्पत्तीविषयी व त्यांच्या जीवनहेतूविषयी; तसंच आपल्या उत्पत्तीविषयी व आपल्या जीवनाच्या प्रयोजनाविषयी व उद्दिष्टाविषयी त्यांना जिज्ञासा व कुतूहल वाटणं स्वाभाविकच नाही का? त्याचा उलगडा करून घेणं त्यांना अपरिहार्य वाटतं. या आत्मपरीक्षणातून, तसंच विश्वपरीक्षणातूनच संतांच्या आत्मसंवादाची प्रेरणा जन्म घेते. या आत्मसंवादाला आत्मचिंतनाचंही अधिष्ठान असतं. त्यातून आपल्या देहात असलेल्या आत्मतत्त्वाचा शोध त्यांना लागतो नि विश्वातील परमात्मतत्त्वाचाही शोध लागतो. एवढंच नव्हे तर या परमात्मतत्त्वाचा अंश म्हणजेच आपल्या देहातील आत्मतत्त्व आहे, हे नातंही त्यांना उलगडतं. त्यामुळं आपण आणि विश्वातील चराचर यांच्यामध्येदेखील एक समान नातं आहे, याची त्यांना प्रचिती येते. स्वत:शी, स्वमनाशी केलेला हा संवाद कुठपासून कुठपर्यंतचा पल्ला गाठतो? तर, व्यक्तिमत्त्वापासून विभूतिमत्वापर्यंतचा. हे ज्ञान म्हणजेच आत्मज्ञान होय नि आत्मज्ञान म्हणजेच आत्मभान होय.

मग जे तत्त्व आपल्या देहातच आहे, ते आपल्याच लक्षात का बरं येत नाही? याला कारण आपल्या मनातले विकार. 'षड्रिपू'! त्यांच्यावर नियंत्रण ठेवायला हवं, त्यांना जिंकायला हवं, हा विचार सर्व धर्मांत व पंथांत मांडला जातो आणि त्याची प्रचिती त्या-त्या धर्माच्या/ पंथाच्या पवित्र/ पूज्य ग्रंथात येते. विकार हे मनाशी संबद्ध असल्यानं संत मनालाच उपदेश करतात नि मनात ज्या दोन प्रकारच्या प्रवृत्ती (सत्प्रवृत्ती नि असत्प्रवृत्ती) असतात, त्यांपैकी दुसऱ्या म्हणजे असतप्रवृत्तींपासून (विकारांपासून) दूर राहायला सांगतात. समर्थांचे मनाचे श्लोक बहिणाबाईंचं 'स्वगत' नि तुकोबांचा 'आत्मसंवाद' यांत आपल्याला हेच समान सूत्र जाणवतं.

संत जसा स्वत:शी संवाद करतात, त्याचप्रमाणं त्यांना जे आत्मतत्त्व गवसतं, ते ज्यापासून प्राप्त झालेलं असतं; त्या परमात्मतत्त्वाशी – देवाशीही – संवाद करतात. अशा वेळी संत भक्ताची भूमिका घेतात व हा संवाद भक्त-देव-संवादाचं रूप घेतो. जिवा-शिवाची भेट, जिवा-शिवाचं सान्निध्य (महानुभाव पंथाच्या परिभाषेत 'सन्निधान') किंवा ईशदर्शन हे अनेक आस्तिक धर्मांचं वा पंथांचं उद्दिष्ट आहे. त्यामुळं साधक किंवा भक्त त्यासाठी देवाशी संवाद करतो. मराठी संतसाहित्यात तर या संवादासाठी माता-पिता-सखी यांसारखी अनेक नाती कल्पिलेली आहेत. नामदेवांच्या वा जनाबाईंच्या कितीतरी अभंगांचे या संदर्भात दाखले देता येतील. हे दाखले लोकपरिचितही आहेत.

भक्त आणि देव यांच्या या संवादाला आणखी एक वेगळंच महत्त्वपूर्ण

परिमाण लाभलं आहे. हे परिमाण आहे संतांच्या त्रिविध आध्यात्मिक अवस्थांचं. या अवस्थांचं चित्र वा प्रतिबिंब आपल्या अनेक संतांच्या लेखनातून उमटलं आहे. डॉ. रा. द. रानडे यांनी 'Mysticism in Maharashtra या ग्रंथात त्यांचं सविस्तर व उदाहरणांसह विवरण नि विवेचन केलं आहे. डॉ. रानडे यांचं हे आध्यात्मिक-अवस्था-विवेचन बव्हंशी सर्वमान्य आहे. ईश-भेटीची तळमळ व ती भेट न झाल्यामुळं तीव्रतेनं जाणवणारा वियोग, त्यासाठी स्वीकारलेली विरक्ती–संसाराविषयी वाटणारी उदासीनता– व प्रपंचाचा केलेला त्याग, ही पहिली अवस्था. एवढं केल्यानंतरही परमेश्वराची भेट न झाल्यामुळं होणारी मनाची उलाघाल व तगमग (हिला डॉ. रानडे 'आत्म्याची काळोखी रात्र' Dark night of the soul असं म्हणतात.) आणि मनात निर्माण होणारी तीव्र वैफल्याची जाणीव ही दुसरी अवस्था; तर ईश-भेटीची वा जिवा-शिवाच्या भेटीची तिसरी व अंतिम अवस्था.

ईश्वराशी संवाद करताना आपल्या संतांनी यांतील प्रत्येक अवस्थेचं जे चित्रण केलं आहे, ते अत्यंत भावोत्कट नि रसाळ आहे.

याशिवाय आपल्या संतांनी या देव-भक्त-संवादाला एक मधुर परिमाण दिलं आहे. ते आहे मधुराभक्तीचं. यातील नातं माता, पिता, सखी यांचं नसून प्रियकर आणि प्रेयसी यांचं आहे. यातील प्रियकर देव असून प्रेयसी भक्त आहे. त्यातील भाव प्रीतीचा असून या प्रीतीचा परमार्थ (परम अर्थ व लक्ष्यार्थ) भक्तीचा आहे. प्रियकराचा वियोग म्हणजे ईश्वराचा वियोग नि प्रियकराचं मीलन म्हणजे ईश्वराची भेट, असं हे समीकरण आहे. यातून मराठी संतसाहित्यात मधुराभक्तीचा प्रवाह खळखळू लागला नि त्यानं 'विराण्या' व 'सौऱ्या' ही द्विविध रूपं धारण केली. 'विराणी' म्हणजे 'विरहिणी' आणि 'सौरी' म्हणजे 'स्वैरिणी'. प्रीतीचं अधिष्ठान असलेला नि भक्तीची जरतारी किनार लाभलेला हा संवाद किती हृद्य झाला आहे, हे मराठी माणसाला वेगळं सांगायला हवं काय? महाराष्ट्राच्या खेडोपाड्यांत अजूनही 'विराण्या' नि 'सौऱ्या' रुंजी घालताहेत, त्या यासाठीच.

आपण जे अनुभवलं नि ज्या अंतिम उद्दिष्टाप्रत पोचलो, त्याप्रमाणं जनलोकांनाही जाता यायला हवं, असं संतमानसाला कसं बरं वाटणार नाही? हे मानस उन्नत आहे, उदात्त आहे, परहिताची कळकळ बाळगणारं आहे. इतरांच्या– संपूर्ण विश्वाच्याच– कल्याणाची कामना बाळगणारं आहे. यासाठी जनलोकांशीही संत संवाद साधतात. या संवादाचंही तुमच्या-आमच्या दृष्टीनं विशेष महत्त्व आहे.

या संवादाचीही दोन रूपं आहेत. त्यांतलं पहिलं आहे वक्ता-श्रोता संवाद नि दुसरं आहे सर्वसामान्य समाजाशी केलेला संवाद. यांतील पहिला प्रकार कधी कधी गुरु-शिष्य-संवादाचंही रूप घेतो. यातील श्रोता किंवा शिष्य हा अत्यंत जिज्ञासू

आहे व वक्ता किंवा श्रोता त्याला मार्गदर्शन करीत आहे. हा श्रोता किंवा शिष्य मुमुक्षूसारखा आहे. त्याच्याशी संवाद करता-करता, वक्ता किंवा गुरू त्याचं समाधान करतो.

ही पार्श्वभूमी संतांनी सर्वसामान्य समाजाशी केलेल्या संवादाची नाही. इथं संतांसमोर विशिष्ट व्यक्ती वा वर्ग नसून अफाट विखुरलेला समाजातील सर्व स्तरांतील जनसमुदायाचा सागर आहे. त्यात वेगवेगळे व्यवसाय करणारे, वेगवेगळ्या जातीपातींचे स्त्री-पुरुष आहेत. या सर्वांचा आत्मोद्धार करण्याची नैतिक जबाबदारी वा उत्तरदायित्व आपल्यावरच आहे, हे गृहीत धरून जनलोकांशी संत हा संवाद करतात. त्यालाच आपण 'उपदेश' हे सुटसुटीत नाव दिलं आहे. संतांनी जनलोकांशी असा संवाद करून, म्हणजे 'लोकसंवाद' करून, त्यांनाही पुन्हा लौकिकापासून पारलौकिकापर्यंत नेण्याचा आपल्याप्रमाणंच प्रयत्न केला आहे, तो जनहिताच्या कळवळ्यापोटीच.

संतांनी केलेल्या या विविध कार्याचं स्वरूप असं काहीसं लोकविलक्षण आहे. त्याचा प्रारंभ 'कोऽहम्?'पासून होतो व परिणती 'सोऽहम्'मध्ये होते. 'स्व'रूपाचं ज्ञान खऱ्याखुऱ्या अर्थानं त्यामुळं होतं. आत्मसंवादापासून लोकसंवादापर्यंतच्या या प्रवासाचा आलेख रेखाटावा, असं कधी कधी मनात येतं. (स्वतःच्या) लौकिकापासून पारलौकिकापर्यंत, पुन्हा पारलौकिकापासून (जनलोकांच्या) लौकिकापर्यंत आणि पुन्हा (जनलोकांच्या) लौकिकापासून पारलौकिकापर्यंत... अशा काही चढ-उतारांच्या रेषा हा आलेख रेखाटतो. पण शेवटची रेषा पारलौकिकाचा शेवटचा सर्वोच्च बिंदू गाठून तिथंच स्थिरावते... आणि त्यामुळंच ज्ञानदेव, निळोबा, महदाइसा, मुक्ताबाई, जनाबाई, बहिणाबाई 'सुखिया' होतात...

❑❑

२६

'भोरपी' काळ

संतसाहित्याचं अध्ययन/ संशोधन करताना मी काळाविषयीही विपुल चिंतन केलं आहे. काळानं माझ्या मनात अनेक गूढ वलयं निर्माण केली आहेत. ती अंतरिक्षातील कृष्णविवरांप्रमाणं आहेत. एक कृष्णविवर संपलं की त्यातून दुसऱ्या वलयात जावंच लागतं नि एकामागून एक असलेली ही वलयं मग सरता सरत नाहीत. तरीही काळाचं रूप गवसत नाही. त्याचं आकलन होत नाही. ते आपल्याला काहीसं दिसलं असं वाटलं, तरी ते काही खरं नसतं, वास्तव नसतं; तर तो असतो एक आभास— मृगजळासारखा! त्याच्या मागं-मागं धावत-धावत जाऊन त्याच्या रूपाला गवसणी घालावी म्हटलं, तर तो हातातून पाऱ्यासारखा निसटून जातो. त्याचं हे रूप आकलनाच्या, गोचरतेच्या क्षितिजापलीकडे दूरवर शोधत-शोधत गेलो तरी फारसं ठोस (concrete) असं हाती लागत नाही; कारण काळाची संकल्पनाच मुळात अमूर्त (abstract) आहे. धुक्यासारखी धूसर आहे. आपल्या मनाचा जसा ठाव लागत नाही, त्याचप्रमाणं काळाचा ठाव कधी कुणाला लागला आहे का? 'दैव जाणिले कुणी?' ही उक्ती आपल्याला चांगली परिचित आहे; पण 'काळ जाणिला कुणी?' ही उक्ती अजून परिचित व्हायची आहे. गहनता, गूढरम्यता, अगोचरता, अनाकलनीयता ही जणू काळाची व्यवच्छेदक लक्षणंच आहेत. त्यामुळं त्याची ही गूढरम्य अनाकलनीयताही फार फार मोहक वाटते आणि म्हणूनच तिला आपल्या आकलनकक्षेत आणण्याचा प्रयत्न धर्मप्रवर्तकांनी, महापुरुषांनी नि संतांनी केला. हा प्रयत्न एका अर्थानं 'कालनिर्णय' करण्याचाच होता. पण 'काळ' इतक्या सहजतेनं आपल्या हाती थोडाच लागणार? तो तर पाऱ्याप्रमाणं आपल्या हातून कधी निसटून जातो, याचा पत्तादेखील लागत नाही.

कधी कधी मला असं वाटतं, की काळ हा परमात्म्याप्रमाणं निर्गुण आहे, निराकार आहे; तरीही तो परमात्म्याप्रमाणं 'स्वसंवेद्य'ही आहे. त्याला जाणून घेण्याचा

प्रयत्न केला तर काही सुवर्णकण हाती लागतात. त्याच्या प्रचंड व्याप्तीनं डोळे दिपून जातात. परमेश्वर हा सर्वव्यापी आहे, असं म्हणतात खरं— आणि हे तत्त्व इस्लाम, हिंदू, ख्रिश्चन इ. कितीतरी धर्मांनी स्वीकारलं आहे. पवित्र बायबलमध्ये परमात्म्याचं वर्णन तो 'Omni-existant' असं केलं आहे; तर पवित्र कुराणात तो 'रब्बुल् आलमीन्' (सर्व विश्वांचा स्वामी) आहे, असं म्हटलं आहे. परमेश्वरांचं माहात्म्य नि मोठेपण कोण अमान्य करील? पण काळाविषयी आपण सखोल चिंतन करू लागलो, की तोदेखील सर्वव्यापी असल्याचं जाणवू लागतं. त्याला कोणत्या देशाचं नि प्रदेशाचं बंधन असतं? तो कुठं नाही, असं म्हणता येईल? परमात्मतत्त्व जसं यत्र-तत्र-सर्वत्र भरून उरलं आहे, काळ तसाच काहीसा भरून उरला नाही का?

काळाला आपण आपल्या बुद्धीच्या आकलनकक्षेत आणण्याचे किती प्रयत्न केले; पण आपल्या बुद्धीची झेप फार फार तर युगांपर्यंत गेली. नामदेवांनी पुंडलिकाच्या समोर विटेवर उभ्या असलेल्या पांडुरंगाच्या मुखातून 'युगें झाली अठ्ठावीस! अजुनी न म्हणशी बैस!' असे उद्गार निघाल्याचं वर्णन आपल्या अभंगात केलं आहे. ते आपण सर्वांनी वाचलंच आहे. पण 'युग' हा आपण काळाचा आपल्या सोयीसाठी केलेला एक छोटासा विभाग आहे. काळ तेवढा लहान आहे का हो? तुकोबांना साक्षात्कार झाल्यावर त्यांनी स्वतःचं वर्णन असं केलं होतं–

'अणुरेणुया थोकडा ।
तुका आकाशाएवढा !'

म्हणाल, तर तुकोबा अणुरेणूंपेक्षाही सूक्ष्म आहेत नि म्हणाल, तर आकाशापेक्षाही व्यापक आहेत. काळाचंही तसंच नाही का? म्हणाल, तर तो पळापेक्षाही लहान व सूक्ष्म आहे आणि म्हणाल, तर तो युगांपेक्षाही मोठा आहे, व्यापक आहे. काळाचा महिमा अगाध आहे, असं आपण म्हणतो ते यासाठीच नाही का?

मानवाची बुद्धीही मोठी अजबच आहे. तो काळाला आपल्या कवेत आणण्याचा असफल प्रयत्न वेगवेगळ्या प्रकारे करतो. म्हणूनच तो युगांची विभागणी शतकांत करतो, शतकांची वर्षांत, वर्षांची महिन्यांत, महिन्यांची सप्ताहांत, सप्ताहांची दिवस नि रात्र यांच्यामध्ये; मग त्याची विभागणी प्रहरात, प्रहराची तासांत, तासांची मिनिटांत नि मिनिटांची सेकंदांत करून एका डबीत भरून ठेवतो नि तिला तो घड्याळ म्हणतो! पण एवढं प्रचंड, व्यापक कालचक्र या इटुकल्या घड्याळाच्या त्याहून इटुकल्या चक्रांत थोडंच अडकणार असतं? अहो, घड्याळ हे तुमच्या-आमच्या सोयीसाठी, दैनंदिन व्यवहार नीट चालण्यासाठी गरजेचं असतं. संध्याकाळची

पाच-पस्तीसची लोकल चुकली की किती हाल होतात, हे मुंबईकरांना चांगलं ठाऊक आहे. त्यामुळं मुंबईच्या घड्याळाचे पाच-पस्तीस हे जसं एक वास्तव आहे, त्याचप्रमाणं ते लंडनच्या घड्याळातले सायंकाळचे पाच-पस्तीस नाहीत, हेही तितकंच खरं नाही का? म्हणून काळ हा बहुरूपी आहे, असं मी म्हणेन. एका देशात त्याचं एक रूप दिसतं तर दुसऱ्या देशात दुसरं. आणखी दूरवरच्या दुसऱ्या देशात तिसरंच. त्यामुळंच प्रत्येक देशाला स्थानिक वेळ जशी ठरवावी लागते, त्याचप्रमाणं ग्रिनीच टाइमचं भानही ठेवावं लागतं. परदेशात गेल्यावर मी काही घड्याळं अशी पाहिली आहेत, की त्यांच्या डायलवर अनेक देशांच्या त्या वेळच्या वेळा दाखविलेल्या असतात. काळाच्या या हुलकावणीमुळंच हवाई सुंदरी आपल्याला काळाची वेगवेगळ्या देशांत बदललेली ही रूपंदेखील सांगत असते. त्यामुळं आपल्याला त्यानुसार आपल्या घड्याळाचे काटेही फिरवावे लागतात. काळ मात्र आकाशातून ढगांबरोबर, नक्षत्रांबरोबर, सूर्य-चंद्राबरोबर लपंडाव खेळत-खेळत आपल्याकडे मिस्कीलपणे पाहत हसत असतो. यावरून खट्याळपणा हेदेखील काळाचं एक लक्षण मानायला हवं का? तुमच्या-आमच्या जीवनाचा आलेख जन्म आणि मृत्यू या दोन सीमाबिंदूंत असतो. पण काळ असीम असतो. त्याला सीमारेषांची कुठली आली आहे ददात? त्याला आदि नसतो नि अंतही नसतो. त्याचा प्रवाह नि प्रवास अखंड, अनवरत असतो. तो फार गतिमान असतो.

'कायदा पाळा गतीचा—
थांबला तो संपला!'

हे त्याचंही ब्रीद असतं. त्यामुळंच आपल्याला काळाबरोबर धावावं लागतं. कालमानानुसार परिवर्तनशील व्हावं लागतं. जीनची पँट घालण्याच्या काळात सुरवार किंवा तुमान वापरता येत नाही. वापरलीच, तर आपण 'कालबाह्य' ठरतो. याचाच अर्थ असा, की काळ तुमच्या-आमच्या जीवनावरही अनभिषिक्त सम्राटासारखी सत्ता गाजवीत असतो. तुम्ही 'कालसापेक्ष' व 'कालानुरूप' झाला नाहीत, तर 'कालबाह्य' व निरुपयोगी ठरू लागता.

काळाशी आपण वेगवेगळ्या प्रकारचा खेळ नि क्रीडा करून पाहिल्या, ते त्याचं वास्तव स्वरूप जाणून घेण्यासाठी. आपण त्याचं त्रिकाळात रूपांतर केलं. भूत, वर्तमान नि भविष्य अशी नावंही त्याला आपण दिली. पण त्यांतला पहिला भाग आपण पाहू शकलो नाही नि शेवटचा तिसरा भाग पाहू शकत नाही. राहता राहिला वर्तमानकाळ. तो आपण प्रत्यक्ष जगतच असतो. पण तेच काळाचं खरं स्वरूप आहे, असं आपल्याला छातीठोकपणे म्हणता येत नाही; कारण पहिल्याचं

ज्ञान आपल्याला परंपरेनं मान्य करावं वा स्वीकारावं लागतं, तर तिसऱ्या शेवटच्या अवस्थेचं ज्ञान आपल्याला होतच नसतं. ते ज्योतिषांना होतं, असं ज्योतिषी म्हणतात खरं; पण त्यांचे आडाखेही अनेकदा कसे चुकतात, याची अनेक मनोरंजक उदाहरणं आपल्याला पाहायला मिळतात. दोन वृत्तपत्रांतील भविष्यं ताडून पाहिली, तरी याचा पडताळा सहज येतो. काळ मात्र पुन्हा दुरूनच मिस्कीलपणे हसत-हसत अशा वेळी आपल्याकडे पाहत असतो. हवामानाचे नि ज्योतिषांचे अंदाज यांच्यामधील साम्य यासाठीच उत्कटतेनं जाणवू लागतं.

काळ हा सदयही आहे नि निर्दयही आहे. भूकंपामुळे झालेल्या ढिगाऱ्याखाली दबलेल्या तीन-चार वर्षांच्या बालिकेला तो तीन-चार दिवसही जिवंत ठेवतो व जेव्हा ती चिमुरडी हसत-हसत कुणाच्या तरी कुशीत विसावते, तेव्हा काळाच्या औदार्याला सीमा नसल्याचं जाणवतं. तर,त्सुनामीच्या डोंगराएवढ्या लाटांनी देशच्या देश सागरतळाला जाऊन भिडतात नि जीवसृष्टीची, भूगोलाची पांगापांग होते, कधीही न सावरण्यासाठी सुंदर जीवनाची घडी पार विस्कटून जाते; तेव्हा काळाच्या क्रौर्यानं परिसीमा गाठल्याचंच जाणवत नाही का? असं बरंचसं काही असलं तरी काळ हा आपल्याला हवाहवासाच वाटतो. त्याच्यामुळं आपली पहाट उजाडते, सकाळ होते, आपला दिनक्रम सुरू होतो; आपली दुपार होते नि पोटात चार घास जातात तेव्हा किती समाधान वाटतं! मग सुंदर सायंकाळच्या किरणांमुळं घराकडे / घरट्याकडे / आपल्या आशियान्याकडे जायची ओढ लागते. रात्रीची सुखद विश्रांती 'फिर सुबह होगी'चा मृदुमुलायम संदेश देते नि पुन्हा जीवनचक्र फिरू लागतं. हे सारं काळामुळंच ना?

❑❑

२७

'भोरपी' जल

संतसाहित्यातला 'भोरपी' हा शब्द माझ्या मनाभोवती नेहमी रुंजी घालतो. मी एकान्तात बसून चिंतन करीत असतो, त्या वेळी त्याचा गुंजारव कितीतरी वेळ ऐकत बसतो. त्या गुंजारवाची ध्वनिवलयं नि त्यांच्या अनेकविध छटा मला जाणवू लागतात. त्या छटांत मी किती तरी काळ हरवून जातो, हरखून जातो. 'भोरपी' म्हणजे 'बहुरूपी'. या शब्दाच्या अनेकविध छटाही बहुरूपी आहेत, त्याचप्रमाणं त्या नादवलयांसारख्या देखील तितक्याच मोहक आहेत. त्या तुम्हाला स्वत:कडे आकर्षित करतात नि त्यांचा वेध लावतात. मग 'भोरपी' शब्दाच्या अर्थच्छटांची व्याप्ती कसकशी वाढत-रुंदावत जाते नि त्याच्या प्रभावकक्षा कशा विस्तारत जातात, त्याचा प्रत्यय येतो.

खरंतर 'भोरपी' या नावाचा एक ललित लेख मी फार फार वर्षांपूर्वी, काही दशकांपूर्वी लिहिला होता व तो एका लोकप्रिय साप्ताहिकात प्रसिद्ध झाला होता. रसिक वाचकांनी त्याला दादही दिली होती. पण मला आज, इतक्या वर्षांनंतर, 'भोरपी' या शब्दाची आणखी एक तरल, मृदु-मुलायम, रेशमी अर्थच्छटा जाणवली. अक्षरश: पहाटे तीन-साडेतीन वाजता— रात्री झोपतानाही, का कुणास ठाऊक— 'भोरपी' हा शब्दच मला एकसारखा आठवत होता. त्यात झोप लागली की नाही, तेदेखील कळलं नाही. या चार-पाच तासांत हा शब्द माझ्यासोबत होता नि मी त्याच्यासोबत होतो. तो मला काही सांगत होता नि मी ते मन लावून ऐकत होतो. संतसाहित्याचा अभ्यास करताना मी पंचीकरणाचाही अभ्यास केला होता. त्यातील– म्हणजे या पाच तत्त्वांतील– प्रत्येक तत्त्व कसकशी वेगवेगळी रूपं धारण करतं, हे हा 'भोरपी' मला समजावून सांगत होता. या सर्व तत्त्वांत मीच आहे व ही सारी तत्त्वं 'भोरपी' म्हणजे बहुरूपीच आहेत, असंही तो मोठ्या अभिमानानं सांगत होता. पृथ्वीचं 'भोरपीपण' वर्णन करीत असताना त्यानं तिची कितीतरी रूपं सांगितली,

तेव्हा मी काहीसा दिङ्मूढ झालो. खरं तर ही सारी रूपं आपल्याला कितीतरी परिचित होती व आहेतही; पण आज भोरप्यानं आपले 'डोळे उघडले', तेव्हा ती अधिक नेमकेपणानं आपल्याला जाणवली. खरंच, पृथ्वी कधी डोंगर होते, कधी दरी होते, कधी वनांचं नि घनदाट जंगलांचं रूप घेते, कधी गुहांचं रूप घेते. कधी माळरानांचं तर कधी चित्रविचित्र आकारांच्या खडकांचं. कधी काळयाभोर शेतजमिनीचं, तर कधी उदासवाण्या बरड जमिनीचं. कधी लांबच लांब पसरलेल्या अजगरासारख्या घाटाच्या वळणावळणांचं, तर कधी उंचच उंच आकाशाशी मैत्री करणाऱ्या गिरिशिखरांचं. पण इथंच पृथ्वीची ही रूपं संपतात का? मुळीच नाही. ती अगाध आहेत, अगम्य आहेत. तुमची पृथ्वीशी जसजशी जवळीक वाढेल, तसतशा प्रमाणात तुम्हाला पृथ्वीची अनेक नवनवीन अज्ञात रूपं जाणवू लागतील नि तुम्ही विस्मित व्हाल, चकित व्हाल. भोरप्याच्या अलीबाबाच्या गुहेत आणखी कोणकोणती रूपं नि रत्नं दडली आहेत, ते पाहण्याची अनिवार जिज्ञासा नि उत्कंठा तुमच्या मनात निर्माण होईल.

असाच विचार मी जलतत्त्वाविषयी करू लागलो, तेव्हा मला त्याची सूक्ष्मातली सूक्ष्म नि व्यापकातली व्यापक रूपं जाणवू लागली— अगदी लहानशा थेंबापासून अथांग सागरापर्यंत. थेंब हा असतो इवलासाच; पण त्यालाही रंग, रूप, आकार नि नाद असतो. मंगेश पाडगावकरांसारख्या श्रेष्ठ कवीला त्यात किती विलोभनीय सौंदर्य जाणवलं, ते त्यांनी थेंबाविषयीच्या कवितेत किती सुरेख रीतीनं वर्णिलं आहे. 'टप् टप्' या नादाचं स्वामित्व (कॉपी राइट?) फक्त थेंबाचंच! तो नाद थेंबाशिवाय इतर कोण काढू शकेल? पाऊस थांबल्यावरही त्याची आल्हाददायक आठवण थेंब या 'टप् टप्' आवाजानंच जपून नाही का ठेवत? हा आवाज इतक्या हळुवारपणे नि सावकाश सावकाश आसमंतात विरत-विरत जातो, की त्याची गंधवार्ताही आपल्याला लागत नाही. मग आपण त्या नादाला नि थेंबाला शोधू लागतो, तेव्हा तो कुठल्या कुठं अदृश्य झालेला असतो. तो पुन्हा कधी येईल, याची आपण आसुसलेपणानं वाटच पाहत राहतो, वाटच पाहत राहतो... पुन्हा जेव्हा सरीवर सरी येतात, तेव्हा त्यांत दडलेले थेंब आपल्याकडे मिस्कीलपणे पाहून गालातल्या गालात हसत असतात.

सरींचं रूप वेगळं नि धो-धो पडणाऱ्या पावसाचं रूप वेगळं. एक काहीसं संथ, तर दुसरं अत्यंत गतिमान नि वेगवान. एक अत्यंत आल्हाददायक, तर दुसरं काहीसं भेदरवणारं. काही सरी तुमच्याशी लपंडाव खेळतात. त्या तुम्हाला फक्त श्रावणातच भेटतात. त्यांचा हा ऊन-पावसाचा खेळ मला फक्त भारतातच पाहायला मिळाला. चेकोस्लोव्हाकियात, ब्रिटनमध्ये, जर्मनीत, झिम्बाब्वेत पाहायला मिळाला

नाही. आपण परदेशात असतो, त्या वेळी श्रावणसरींचा हा अनोखा खेळ पाहायला मन किती आसुसलेलं असतं त्या वेळी 'होमसिकनेस'ची आणखी एक वेगळी संवेदना आपल्याला उत्कटतेनं जाणवू लागते. ती केवळ आपल्या घरच्या लोकांबद्दल, स्नेह्यांबद्दल, आपल्या गावाबद्दल नि देशाबद्दलच नसते तर श्रावणसरींबद्दलही असते.

'संततधार' नि 'मुसळधार' ही जलतत्त्वाची नि पावसाची दोन वेगवेगळी रूपं आहेत. दोन्ही रूपं तुम्हाला दिवसेंदिवस घरी खिळवून ठेवतात. मुसळधार पावसाचा आक्रस्ताळेपणा संततधारेत नसतो. संततधार ही धीरगंभीर असते, शांत असते. ती तुम्हाला तासन् तास खिडकीच्या काचेच्या तावदानातून पाहत राहावीशी वाटते. ती तुम्हाला अंतर्मुखदेखील करते. अशा वेळी गत जीवनातील अनेक आठवणींच्या रेशीमगाठी आपण उकलू लागतो. अनेक व्यक्ती, प्रसंग नि स्मृतिस्थळं यांच्या पुसटशा रेषा आपल्या मनासमोर साकार होऊ लागतात. या व्यक्ती, हे प्रसंग नि ही स्मृतिस्थळं आपल्या जीवनात आली म्हणून जगण्याला वेगळा अर्थ लाभला; ते अधिक संपन्न, समृद्ध नि मनोहर झालं, याची जाणीव होऊ लागते. तो काळ, त्या व्यक्ती नि ती स्मृतिस्थळं यांच्याविषयीच्या असोशीनं मन कधी प्रसन्न-तृप्त होतं, तर कधी अस्वस्थ होतं.

संततधारेत जी ऋजुता असते, जी नजाकत असते; ती मुसळधार पावसात कुठून असणार? तो काहीसा धसमुसळा नसतो का? त्यामुळंच तो नकोसाही वाटतो. संततधार ही तुम्हाला घरी राहायला भाग पाडते, त्यामुळं रोजच्या धबडग्याच्या यांत्रिक जीवनापासून तुम्हाला काहीशी उसंत मिळते. घरी सर्वांशी निवांतपणे गप्पागोष्टी होतात. आत्मीयांच्या सहवासामुळं एक आगळं समाधान लाभतं, तृप्ती लाभते. कौटुंबिक जीवनातील सौख्य लाभतं.

मला बालपणापासून जलाच्या वेगवेगळ्या रूपांचं फार आकर्षण वाटलं आहे. ओहोळ फक्त पावसाळ्यातच का येतात? पावसाळा हाच त्यांचा सखा असतो का? पावसाळा जाऊ लागला, की ते त्याचं बोट धरून कुठं निघून जातात? ओहोळ लहान- लहान असतात, पण किती सुंदर दिसतात! ओढे म्हणजे जणू ओहोळांचे मोठे भाऊच. माझे वडील रावसाहेब हे सांगोला, रावेर नि निफाडला मामलेदार होते, त्या वेळी मी लहान होतो. बहुधा प्राथमिक शाळेत असेन. पावसाळा सुरू झाला की आम्ही मुलं आमच्या 'डम्नी'त बसून गावापासून दूर जाऊन ओढे पाहत असू. 'डम्नी' म्हणजे दोन घोड्यांची छोटी गाडी. ही बहुधा मामलेदाराकडे असे. आता 'डम्नी' हा शब्ददेखील अदृश्य झाला आहे.

झऱ्यांचं स्वत:चं असं एक अंगभूत सौंदर्य आहे, ते तुम्हीही न्याहाळलंच

असेल. माझ्या मनात जे झरे दडले आहेत, ते आहेत साताऱ्याच्या यवतेश्वरावरचे, वेरूळच्या कैलासलेण्यावरचे आणि औरंगाबादच्या आमच्या विद्यापीठाजवळच्या डोंगरांवरचे. साताऱ्याला आम्ही माचीवर राहत असू. तिथून यवतेश्वरावरचे नि अजिंक्याताऱ्यावरचे झरे दिसायचे. औरंगाबादला आल्यावर दर पावसाळ्यात एकदोनदा कैलासलेण्यावरचे झरे पाहायचे, हा नेहमीचा 'शिरस्ता.' विद्यापीठात होतो त्या वेळी तास संपले की, विद्यार्थ्यांबरोबर 'दुरूनच दिसणाऱ्या डोंगरा'वरचे झरे पाहण्यात एक वेगळीच मौज होती.

जलतत्त्वाचं एक विलक्षण मनोहर रूप म्हणजे नदी. नदीचा उगम, तिचा प्रवाह, तिचा काठ नि किनारा, तिचं पात्र – हे सारंच पाहताना मन कसं उल्हसित होतं. या नद्यांतून काही संस्कृतींचा उगम नि विकास झाला. सिंधू संस्कृती ही तर जगातील एक महत्त्वाची प्राचीन संस्कृती मानली जाते. मऱ्हाटी संस्कृतीत कृष्णाकाठची संस्कृती नि गोदाकाठची संस्कृती यांचा सुंदर समन्वय झाला आहे. सुदैवानं मराठवाड्यात आल्यामुळं गेली पाच दशकं संशोधन करताना मला गोदाकाठच्या संस्कृतीचे कितीतरी पैलू न्याहाळता आले. शिल्पं, शिलालेख, ताम्रपट, हस्तलिखितं, लोककथा, लोकगीतं, लोककला इ. मध्ये ते दडले आहेत.

'प्रपात' किंवा धबधबे म्हणजे जलतत्त्वानं असंख्य तुषारांच्या इंद्रधनूंचे विणलेले गोफच होत. ते पाहून आपण अवाक् होत नाही का? भव्यता नि दिव्यता यांचा साक्षात्कार ते पाहत असताना होतो. मी डी.लिट्.च्या संशोधनासाठी बिहारमधील रांची विद्यापीठात जात असे. रांचीजवळच 'सेव्हन फॉल्स' नावाचं एक प्रेक्षणीय स्थळ आहे. एक नव्हे, दोन नव्हे, तर सात-सात धबधबे एकाच ठिकाणी पाहत असताना मन कसं फुलून येत असेल, याची तुम्ही कल्पना करा.

जलबिंदू हे सूक्ष्मांतील सूक्ष्म असूनही ते व्यापकातील व्यापक रूप कसं धारण करू शकतात, ते आपल्याला सागराकडे पाहिल्यावर कळतं. वर मी प्रपातांच्या संदर्भात भव्यता नि दिव्यता हे शब्द योजिले होते, पण सागरात भव्यतेचा नि दिव्यतेचा प्रकर्ष जाणवतो. 'अथांग' या शब्दाच्या साऱ्या कडांतून तो ओसंडून जात असतो. भरतीतून त्याची अस्मिता नि सामर्थ्य प्रकट होतं, तर ओहोटीतून त्याची नम्रता नि संयम प्रकट होतो. सागराची 'गाज' ही एका अर्थानं नादब्रह्मच नाही का?

आपल्याला ज्ञात असलेली 'भोरपी' जलतत्त्वाची ही काही रूपं. आपल्याला अज्ञात असलेली या भोरप्याची आणखी कितीतरी रूपं असतील; नाही का?

❑❑

२८

संतसंस्कृतीचा उदय

'ऋषिसंस्कृती' हा शब्द आपल्याला परिचित आहे. त्यातून एका भव्यदिव्य, काहीशा पौराणिक काळाचं चित्र आपल्या डोळ्यांसमोर उभं राहतं. प्रज्ञावंत ऋषींची ती धीरगंभीर ध्यानमुद्रा, त्यांचे ते आश्रम, ती गुरुकुलं, ते आज्ञाधारक शिष्य यांच्या पुसटशा रेषा नजरेसमोर तरळतात आणि त्या काळात डोकावून पाहावंसं वाटतं... पण ते शक्य नसतं; कारण तो आपल्या काळापासून फार फार दूरवरचा काळ असतो नि त्याच्याभोवती पौराणिकतेचं काहीसं अद्‌भुत वलय असतं.

हा काळ बराच उलटून गेल्यावर एका वेगळ्याच संस्कृतीचा उदय होतो. ही असते संतसंस्कृती. तिचा उदय भारतातल्या वेगवेगळ्या प्रदेशांतच होतो असं नाही; तर युरोप, अरबस्तान, इराण यांसारख्या जगातल्या वेगवेगळ्या देशांतही होतो. धर्म वेगवेगळे असले तरी त्या-त्या देशात त्या त्या धर्मांच्या वा पंथांच्या संतसंस्कृतींचा उदय व विकास होतच असतो. महाराष्ट्रातील संतसंस्कृतीचा उगम बाराव्या-तेराव्या शतकात म्हणजे यादवकाळात झाला. पुढच्या शतकांमध्ये तिचा उत्तरोत्तर विकासही होत गेला.

ऋषिसंस्कृती आणि संतसंस्कृती यांच्यामधील प्रमुख भेद असा की, ऋषिसंस्कृतीभोवती जे पौराणिकतेचं वलय होतं, ते संतसंस्कृतीभोवती नव्हतं. ऋषी स्वत: ध्यान-मनन- चिंतन-तप करीत, आपल्या शिष्यांना ज्ञानदान करीत व त्यांच्यावर सुसंस्कार करून त्यांची जडणघडण करीत. त्यांचे आश्रम जनसमुदायात नसून त्यापासून दूरवर निसर्गाच्या सान्निध्यात, एकांतात असत. संत हे जनसामान्यांतलेच असून, ते जनसमुदायातच राहत. आपण त्यांच्यापैकीच एक आहोत, ही त्यांची धारणा व मानसिकता होती. त्यामुळं ज्यांच्यामध्ये आपण राहतो, त्यांचंच प्रबोधन नि त्यांचाच उद्धार करण्याचं व्रत संतांनी घेतलं होतं. संतसंस्कृतीच्या उदयाचे मूलस्रोत संतांच्या या सामाजिक मानसिकतेत आढळतात. स्वोद्धाराप्रमाणंच लोकोद्धार

हे संतसंस्कृतीचं प्रमुख उद्दिष्ट होतं. त्यामुळं संत लोकांतच राहिले. त्यांच्या सुखदु:खांशी समरस झाले. त्यांच्या ऐहिक समस्या संतांना माहीत होत्या. त्यासाठी संतांनी त्यांना मार्गदर्शन केलं. जनहिताचा कळवळा हाही संतसंस्कृतीच्या उद्‌गमाचा एक महत्त्वाचा मूलस्रोत होता. संतसंस्कृतीचं उद्दिष्ट स्वत:चं नि जनसामान्यांचं पारमार्थिक कल्याणच नव्हतं का? ऋषिसंस्कृती नि संतसंस्कृती यांत खरं तर उद्दिष्ट समान होतं. संतसंस्कृतीच्या या कार्याची कक्षा अधिक रुंदावलेली होती, अधिक व्यापक होती. त्यामुळं जनसामान्यांपासून दूरवर जाऊन आश्रमात न राहता वस्त्यावस्त्यांत, घराघरांत, गावागावांत संत राहिले. संतसंस्कृतीचा जनसंपर्क आणि जनसंवाद अधिक व्यापक होता, तो यामुळंच. संतसंस्कृतीनं पारमार्थिक कल्याण व ऐहिक कल्याण यांचा सुंदर समन्वय साधला.

संतसंस्कृतीचा हा असा प्रभाव जनमानसावर पडला. हा ठसा असा 'अ-भंग' होता, की त्यानं संन्यस्त आणि संसारी या दोहोंची मनं जोडली. ऋषिसंस्कृतीबद्दल संतसंस्कृतीलाही आदर होता; तथापि आपण समाजापासून दूर जाऊन निसर्गसान्निध्यात आपली साधना व कार्य करण्यापेक्षा ज्या जनसामान्यांतून आपण आलो, त्यांच्यातच मिळून-मिसळून आपली साधना व आपलं वरील दुहेरी प्रबोधनकार्य संतसंस्कृतीनं करणं अधिक पसंत केलं. त्यामुळं ऋषी आणि जनसामान्य यांत जी सीमारेषा राहिली, ती संत आणि जनसामान्य यांत राहिली नाही. शिवाय या दुसऱ्या संस्कृतीचे अनेक घटक आपापल्या गृहस्थ्यधर्माचं पालन करीत राहिले व आपापला व्यवसायही करीत राहिले. यामुळं प्रापंचिकांना केवढा दिलासा मिळाला असेल! संतसंस्कृती ही लोकांतून उगम पावलेली, लोकांतच वावरणारी, लोकांच्या कल्याणासाठी झटणारी व कष्टणारी, तळमळणारी संस्कृती होती. तिच्याविषयी जनलोकांच्या मनात शतकानुशतकं आदरभाव नि श्रद्धा निर्माण झाली व ती कायम का राहिली, या प्रश्नाचं उत्तर इथंच कुठंतरी गवसतं. लोकशाहीच्या व्याख्येशी संतसंस्कृतीच्या व्याख्येचं कमालीचं साम्य आहे, म्हणूनच काही संतसाहित्यसमीक्षकांनी संतसंस्कृतीला अगदी नेमकेपणानं 'आध्यात्मिक लोकशाही' हे अभिधान दिलं आहे.

हाती कुठलीही सत्ता नसताना संतसंस्कृतीनं लोकमानसावर इतकं अधिराज्य इतकी शतकं का गाजविलं आणि आजही का गाजवीत आहे, या प्रश्नाचा खोलवर जाऊन विचार करायला हवा. मुळात संतसंस्कृतीलाच एक नैतिक अधिष्ठान आहे आणि तिच्यात विविध समाजघटकांच्या मनात नैतिक अधिष्ठान निर्माण करण्याची क्षमता नि ऊर्जा आहे, हे संतसंस्कृतीचं सर्वांत प्रभावी बलस्थान आहे.

या बलस्थानाकडे एक महत्त्वाचं अस्त्र आहे नि हे अस्त्र आहे जनसंवादाचं. संतसंस्कृतीचा हा जनसंवाद बहुमुखी नि बहुआयामी असून त्याचे स्रोत लोकसंस्कृतीतून

निर्माण झाले आहेत. संतसंस्कृतीचं घनिष्ठ नातं लोकसंस्कृतीशी असल्यानं नि तिची नाळ लोकसंस्कृतीशी घट्ट जोडली गेली असल्यानं संतांना जनलोकांशी अगदी सहजपणे हृदयसंवाद करता आला. त्यांच्या ऐहिक जीवनाची घडी नीट बसविता आली. जाती-जातींमध्ये नि वर्णा-वर्णांमध्ये असलेलं दुभंगलेपण नाहीसं करून आपल्या अभंगादी रचनांद्वारा ते 'अ-भंग' करता आलं. एकसंधता नि एकात्मता निर्मिता आली नि संतसंस्कृतीनं ह्या एकात्मतेचं परमोच्च शिखर गाठलं, ते जिवा-शिवाच्या एकात्मतेमध्ये. संतसंस्कृतीनं हा केवढा मोठा ठेवा जनसमान्यांना उपलब्ध करून दिला! मग भोळ्याभाळ्याच नव्हे, तर सर्वच समाजघटकांना त्या संस्कृतीविषयी आदर नि श्रद्धा का बरं वाटू नये? संतसंस्कृतीनं सामान्य माणसाच्या जीवनातली कितीतरी कोडी उलगडली, कितीतरी समस्या सोडविल्या.

ऐहिक जीवन जगणं गरजेचं असून त्या जीवनातील प्रापंचिक कर्तव्यं पार पाडणं ही आपली कौटुंबिक, सामाजिक नि नैतिक जबाबदारी आहे, हे संतसंस्कृतीनं समाजाला शिकवलं. प्रपंचापासून दूर पळून न जाता, तो कसा चांगल्या प्रकारे करावा, याचे वस्तुपाठ काही संतांनी स्वत:च प्रपंच करून दिले. गोरोबा, चोखोबा, सावतोबा, एकनाथ, सेनामहाराज, नरहरीमहाराज, जनाबाई, सोयराबाई, तुकोबा, निळोबा यांचा केवळ नामोल्लेखही इथं पुरेसा आहे.

संतसंस्कृतीनं केवळ कर्तव्यपरायणतेचं भानच समाजाला दिलं नाही तर हे जीवन कसं जगावं, किती चांगल्या प्रकारे जगावं, त्या उदात्त जीवनशैलीचंही भान दिलं. प्रत्येकात सत्प्रवृत्ती असतात नि दुष्प्रवृत्ती असतात. दुष्प्रवृत्तींना नकार नि सत्प्रवृत्तींना होकार देण्याची मानसिकता संतसंस्कृतीनं समाजात निर्माण केली, हे तिचे थोर उपकार होत. संतसंस्कृतीनं पवित्र विचारसंहिता नि आचारसंहिता निर्माण केली व समाजाच्या आचारविचारांना योग्य दिशा देऊन त्यातील भरकटलेपण नाहीसं केलं. त्यामुळं समाजातील स्खलनप्रवृत्तीला, काही प्रमाणात का होईना, आळा बसला.

आपल्या लेखणीनं नि वाणीनं संतसंस्कृतीनं समाजाला अनेक उदात्त जीवनादर्श दिले. विवेकनिष्ठा जागवली. अपप्रवृत्तींचा त्याग करण्याची व सत्प्रवृत्तींचा स्वीकार करण्याची शिकवण दिली. भक्तिसाहित्याचा केवढा मोठा वारसा आपल्याला या संतसंस्कृतीमुळेच लाभला. हे संत आज आपल्यामध्ये नसले, तरी त्यांचे ग्रंथ आजही आपल्याला मार्गदर्शन करतात, हितोपदेश करतात. जेव्हा जेव्हा आपल्याला जीवन जगताना 'भिंगुळवाणं' वाटतं, तेव्हा तेव्हा संतांचे हे ग्रंथ नि त्यांची वाणीच आपल्याला आधार नाही का देत? त्यामुळं जीवनाची वाटचाल करताना जिथं जिथं आपण अडखळतो, तिथं तिथं आपल्या पाठीशी कुणीतरी आहे, आपण एकटे-

एकाकी नाही, हे सारे अडथळे ओलांडून जीवनसंघर्षात तर यशस्वी व्हायलाच हवं; पण त्याचबरोबर उपासना/साधना/चिंतन/ मनन करून आपल्या जीवनाचं सार्थकही करायला जिवा-शिवाची गाठभेटही व्हायला हवी, याची प्रेरणाही संतसंस्कृतीनंच आपल्याला दिली.

अशा या संतसंस्कृतीचा उदयच झाला नसता, तर आपलं जीवन किती नीरस, उदासवाणं, उद्देशहीन, स्खलित झालं असतं! त्यात केवढी भयाण पोकळी निर्माण झाली असती! संतसंस्कृतीनं तुमच्या-आमच्या मनातच एक 'देवघर' निर्माण केलं, हाच तिनं आपल्याला दिलेला केवढा मोठा ठेवा आहे!

❑❑

२९

लोकसंस्कृती आणि संतसाहित्य

संतसाहित्याचा उदय जनजीवनातूनच झालेला असल्यानं त्याचा लोकसंस्कृतीशी घनिष्ठ संबंध असणं अपरिहार्यच आहे. जनजीवनाच्या अनेक अंगांच्या साह्यानं, मीलनानं, लोकसंस्कृतीची जडणघडण होत असते. संत हे समाजाचाच घटक असल्यानं त्यांचा या लोकसंस्कृतीच्या विविध घटकांशी संपर्क नि संबंध येणं स्वाभाविक होतं. या अनेक घटकांचं उत्कट प्रतिबिंब संतसाहित्यात उमटलं आहे.

विश्वाविषयी व विश्वाच्या निर्मात्याविषयीचं कुतूहल जसं लोकसंस्कृतीला वाटलं, तसंच संतसाहित्यालाही वाटलं. हे आदिबंध नि आदिकारण शोधण्याचा प्रयत्न लोकसंस्कृतीप्रमाणंच संतसाहित्यही करतं. या दोहोंचीही ती आद्य व समान जिज्ञासा आहे. या जिज्ञासेची तृप्ती या दोहोंनी विविध प्रकारे केली आहे.

मी १९८२ मध्ये प. जर्मनीतील सेंट ऑगस्टीन इथं भरलेल्या जागतिक भक्तिसाहित्य परिषदेसाठी गेलो होतो, त्या वेळी बॉन विद्यापीठात डॉ. हॉर्स्टमन यांचीही भेट झाली. या परिषदेच्या प्रमुख संयोजक व बॉन विद्यापीठाच्या प्राच्यविद्या विभागाच्या प्रमुख सौ. हॉर्स्टमन यांचे ते पती. त्यांनी दक्षिण आफ्रिकेतील आदिवासी टोळ्यांच्या संस्कृतीचं, देवदेवताविषयक संकल्पनेचं प्रदीर्घ काळ संशोधन केलं होतं नि बॉन इथं 'Concept of God' नावाचं एक भव्य प्रेक्षागृह थाटलं होतं. त्यात द. आफ्रिकेतील आदिवासी टोळ्यांच्या संस्कृतीविषयी व त्यांच्या देवतांविषयक विविध कल्पनांविषयीचं उद्बोधक दर्शन घडविलं होतं; त्याचं मला इथं स्मरण होतं. या प्रेक्षागृहात त्यांनी द. आफ्रिकेच्या या टोळ्यांतील अनेकदैवतवादावर प्रामुख्यानं लक्ष केंद्रित केलं होतं. त्यातून त्यांच्या उपासनापद्धतीत अनेकविधता कशी निर्माण झाली होती, याचं चित्र सुस्पष्टपणे उमटत गेलं होतं.

कुठल्याही देशाच्या/ प्रदेशाच्या आदिमकाळातील लोकसंस्कृतीचा अभ्यास केल्यास या लोकदेवतांचं विविधत्व आपल्याला सहज जाणवतं. त्याचं प्रतिबिंब

त्या-त्या देशाच्या/ प्रदेशाच्या लोकसाहित्यात व संतसाहित्यात उमटतं. ते का उमटतं, याचं कारण स्पष्ट आहे. विश्वाविषयीची व विश्वनिर्मात्याविषयीची लोकजिज्ञासा व तिच्या समाधानासाठी लोकमानसानं यत्र-तत्र-सर्वत्र केलेला शोध नि धांडोळा हेच ते कारण होय. मराठी संतसाहित्यातही या अनेकविध लोकदेवतांचा अनेकदा विचार केल्याचं आढळतं. त्याचप्रमाणं त्या लोकदेवतांना प्रसन्न करून घेण्यासाठी योजिलेल्या विविध मार्गांचं, उपासनापद्धतींचंही चित्र संतसाहित्यात अनेकदा उमटलं आहे. बाराव्या-तेराव्या शतकापासून अठराव्या शतकापर्यंत विविध धर्मांच्या व पंथांच्या संतांना अनेकदैवतवादाला विरोध का करावा लागला याचं कारणही आपल्याला इथंच गवसतं. या देवदेवतांना प्रसन्न करण्यासाठी काही रूढी निर्माण झाल्या. त्यांचा लोकसंस्कृतीशी घनिष्ठ संबंध आहे. यातील काही रूढी अंधश्रद्धेवर आधारलेल्या होत्या. श्रद्धा हा जसा लोकसंस्कृतीचा एक घटक आहे, तसाच अंधश्रद्धा हाही घटक आहे. पहिला घटक सकारात्मक आहे, तर दुसरा नकारात्मक आहे, अज्ञानमूलक आहे. लोकसंस्कृतीच्या नि संतसाहित्याच्या अभ्यासकांना जसा लोकांच्या श्रद्धांचा अभ्यास करावा लागतो, त्याचप्रमाणं अंधश्रद्धांचाही करावा लागतो. लोकसंस्कृती जगलेल्या संतांनी विवेकनिष्ठ श्रद्धांचा पुरस्कार केला नि भाबड्या अज्ञानाधिष्ठित अंधश्रद्धांचा निषेध केला. यातून संतांच्या विवेकनिष्ठ जीवनदृष्टीचाच प्रत्यय येत नाही का? जे लोकसमज समाजहिताचे नाहीत, ते नाकारायला हवेत— हे संतसाहित्य शिकवितं. लोकसंस्कृती वास्तवाची मांडणी करते - संतसाहित्य त्यांचं केवळ निरीक्षणच करून थांबत नाही तर परीक्षणही करतं. लोकसंस्कृतीनं उपलब्ध करून दिलेल्या सामग्रीचं विवरण, वर्गीकरण, विश्लेषण करून त्यात नीर-क्षीर-विवेकाच्या साह्यानं स्वीकारार्ह व समाजहितकारक कोणतं, याविषयीचं मार्गदर्शन संतसाहित्य करतं. मुकुंदराजांच्या 'विवेकसिंधू'पासून तुकोबांच्या गाथेपर्यंतच्या संतसाहित्यात आपल्याला या विवेकनिष्ठेचा प्रत्यय येतो, तो यामुळंच.

समाजातील विविध स्तरांतील विविध जाती-पातींच्या/ धर्मांच्या लोकांनी मिळून लोकसंस्कृती सिद्ध होते. यामुळंच संतसाहित्यातही त्या सर्वांचं चित्र उमटलेलं दिसतं. त्यात विविधता असली तरी या विविधतेतही एकता असते. मऱ्हाटी संस्कृती या संज्ञेचा विचार केला तरी तिच्यात कितीतरी धर्मांच्या नि पंथांच्या लोकांचा, त्यांच्या जीवनपद्धतीचा, त्यांच्या चालीरीतींचा, विविध श्रद्धांचा समावेश नाही का होत? केवळ 'संत-नामावळ्यां'सारखं साहित्य अभ्यासिलं तरी त्यात किती जातिपातींच्या नि धर्मांच्या संतांचे निर्देश आढळतात. संत ही समाजातली मोठी माणसं होती; पण केवळ एकनाथांचं भारूड-वाङ्मय पाहिलं तरी त्यात आदिवासी, कोल्हाटी, डोंबारी यांच्यापासून कितीतरी व्यावसायिक व सर्वसामान्य

माणसांचा उल्लेख आढळतो. हे सारेच लोकसंस्कृतीचे घटक असून त्या सर्वांच्याच अभ्युदयाचा विचार आपण केला पाहिजे, ही संतसाहित्यातील तळमळ किती व्यापक आहे! लोकसंस्कृती नि संतसाहित्य यांच्यामधील हे नातं किती ऋजू नि अतूट आहे!

लोकसंस्कृतीत अनेक नाती असतात. या नात्यांशी तिचं भावविश्वही जोडलं गेलेलं असतं. संतसाहित्यानं ही सारी नाती लीलया टिपली आहेत. माता, पिता, भाऊ, बहीण, पुत्र, मुलगी, सखा, प्रियकर, सखी, प्रेयसी... आणि किती तरी! विराण्या, सौऱ्या, गवळणी यांतील नाती जशी आपल्याला माहीत आहेत; त्याचप्रमाणं पांडुरंगच आपला पिता आहे किंवा विठाईचं आपली माता आहे, अशा आशयाचे शेकडो अभंग आपण वाचलेले नाहीत काय? पंढरी हेच आपलं 'माहेर' आहे, असं संतकवी का म्हणतात? ही सारी नाती लोकसंस्कृतीतील आहेत नि त्यांनीच आपलं नातं संतसाहित्याशी जोडलं आहे. हा केवळ योगायोग नसून, ती एक अपरिहार्यता आहे; कारण या नात्यांनीच लोकजीवनाचा ताणाबाणा विणला आहे .

लोकगीत नि लोकसंगीत हा तर लोकसंस्कृतीचा प्राण आहे. त्यांचे श्वासोच्छ्वास नि त्यातील लय संतसाहित्यात उमटली नसती तरच नवल! त्यातून संतसाहित्याचे वर उल्लेखिलेले गवळणी, विराण्या, सौऱ्या त्याचप्रमाणं धवळे, पदं, डफगाणी, गोंधळ, भारुडं इ. कितीतरी आकृतिबंध आविष्कृत झाले. ही प्रक्रिया एकतर्फी नव्हती; तर ती आदानप्रदानात्मक होती. लोकसंस्कृतीनं संतसाहित्याला बरंच काही दिलं नि संतसाहित्यानंही लोकसंस्कृतीला बरंच काही दिलं. ही देवाणघेवाण दशकानुदशकंच नव्हे, तर शतकानुशतकं होत राहिली आणि तिच्यातून लोकसंस्कृती नि संतसाहित्य रूप घेत गेलं. जणू निर्गुणाला सगुणत्व प्राप्त होत-होत गेलं

लोकनृत्याची वाटचाल लोकसंगीताच्या साथीनंच होत गेली. लोकनृत्य हेही लोकसंस्कृतीचं एक महत्त्वाचं अंग आहे. संतसाहित्यात लोकनृत्याचे पदन्यासही उमटले आहेत. यासाठी केवळ संतांच्या वासुदेवाचं उदाहरणदेखील पुरेसं आहे. 'भराडी', 'गोंधळी' (जागर करणारे), गवळणी, कोल्हाटीण, फुगडी आदी संतसाहित्यातील कितीतरी उदाहरणं या संदर्भात देता येतील.

कथाप्रियता हे मानवी मनाचं एक लक्षणीय वैशिष्ट्य आहे. नैसर्गिक प्रवृत्ती आहे. त्यामुळं लोकसंस्कृतीच्या उदयकाळापासून विविध देशांमध्ये लोककथांची निर्मिती झालेली दिसते. महाराष्ट्रातही हेच घडलं. या लोककथांचेही दंतकथा, स्थानमाहात्म्यपर कथा, अद्भुताचं वलय घेऊन अवतरणाऱ्या कथा, पुराणकथा, दैवतकथा इ. कितीतरी प्रकार-उपप्रकार निर्माण झाले. त्यांमधून लोकप्रतिभेची कितीतरी स्फुरणं प्रकटली. मराठी संतसाहित्यातही या स्फुरणांची अनेकविध रूपं

उमटली. मराठी संतसाहित्याच्या उगमकाळातच महानुभावांच्या 'लीळाचरित्रा'त ज्या दृष्टान्तकथा अवतरल्या, त्यांचे मूलस्त्रोत लोककथांतच नव्हते का? मी संपादिलेल्या महानुभाव संतकवी डिंभविरचित 'ऋद्धिपुरमाहात्म्या'त अशा स्थानमाहात्म्यपर आख्यायिका आढळतात. त्यांचं उगमस्थान लोककथांतच आहे. विविध धर्मसंप्रदायांच्या संतचरित्रात्मक लेखनातही अशा लोककथांचा आढळ होतो. काही वेळा त्या दंतकथांचं रूपही धारण करतात व स्वत:भोवती अद्‌भुताचं वलय निर्माण करतात. मग संतचरित्रातील ऐतिहासिक वास्तव आपल्याला त्यात शोधावं लागतं.

समाजात विविध व्यावसायिक असतात. त्यांच्या जीवनव्यवहारात व्यवच्छेदकत्व असूनही ते त्या प्रदेशातील लोकसंस्कृतीचे एकसंध घटक असतात. लोकसंस्कृतीत या विविध व्यावसायिकांच्या जीवनव्यवहारांचं प्रतिबिंब जसं उमटतं, तसंच ते संतसाहित्यातही उमटतं. चोखोबा, गोरोबा, सावतोबा, नरहरीमहाराज, सेनामहाराज यांच्या अभंगवाणीत त्यांच्या जीवनव्यवहाराचं वेगळंपण जसं आपल्याला जाणवतं त्याचप्रमाणं मऱ्हाटी संस्कृतीची एकसंधताही प्रकटल्यावाचून राहत नाही.

संतसाहित्य आणि लोकसंस्कृती यांचे परस्परसंबंध अत्यंत निकटचे नि जिव्हाळ्याचे आहेत. त्यांतल्या काही पैलूंचं दर्शन घडविण्याचा प्रयत्न या लेखात केला आहे. खरं तर हा एका बृहद्‌संशोधन-प्रकल्पाचा विषय आहे. त्याविषयी अधिक मूलगामी व सविस्तर विचार व्हायला हवा.

❑❑

३०

प्रश्नचिन्हं : संतांसमोरची

'संतांसमोरची प्रश्नचिन्हं' या विषयाची व्याप्ती फार मोठी आहे. व्यक्तिजीवनापासून समाजजीवनापर्यंत त्यांच्या कक्षा नि क्षितिजं विस्तारत विस्तारत जातात. संतांच्या जीवनजाणिवांचं प्रगल्भ दर्शन त्यातून सातत्यानं घडतं. त्यांचा क्रांतदर्शी दृष्टिकोनही यातून अपरिहार्यपणे प्रकटतो. संतमानसासमोर कोणकोणती प्रश्नचिन्हं उमटली नि ती संतांनी कशी नाहीशी करण्याचा प्रयत्न केला नि आदर्श समाजाची जडणघडण करण्याचा अविरत प्रयत्न त्यांनी शतकानुशतकं कसा केला, याचा आलेख रेखाटताना संतसाहित्याचे किती तरी आयाम उजळून निघतात. किती तरी पैलूंवर प्रकाश पडतो. हे चिंतन आपली संतसाहित्याकडे पाहण्याची दृष्टी बदलण्यास साह्यभूत ठरते.

संत तुमच्या-आमच्यासारख्या सामान्य माणसाचं जीवन जगले. तुमच्या-आमच्या जीवनातले चढ-उतार नि सुख-दुःखं त्यांनीदेखील अनुभवली आहेत. हे चढ-उतार नि ही सुख-दुःखं जशी व्यक्तिजीवनातील आहेत, तशीच समाजजीवनातील आहेत. त्यामुळं त्यांचं स्वरूप दुपदरी नि दुपेडी आहे. 'व्यक्तिगत' नि 'सामूहिक' अशा दोन शब्दांमध्ये त्यांचं वर्णन करता येईल. व्यक्ती ही समाजाचाही घटक असते. त्यामुळं व्यक्तीच्या समस्या या व्यापक अर्थानं समाजाच्याही समस्या बनतात. त्यामुळं त्या दोहोंमधील भेदरेषा ही 'वॉटरटाइट कम्पार्टमेंट'सारखी असू शकत नाही. ती अत्यंत तरलही असते नि सूक्ष्मही असते.

संतांचं अंतिम ध्येय कोणतं होतं? या प्रश्नाचं उत्तर खरं तर देण्याचीच आवश्यकता नाही; इतकं ते सुस्पष्ट आहे, स्वच्छ आहे, पारदर्शक आहे. हे ध्येय व्यक्तीच्या नि समाजाच्या पारमार्थिक कल्याणाचं आहे, याबद्दल दुमत नि वाद असण्याचं कारण नाही. संतांचं हे अंतिम ध्येय इहलोक नि परलोक यांच्यामध्ये स्नेहबंध निर्माण करते. त्यामुळं संत हे केवळ आकाशाकडेच पाहत नव्हते, तर ते

आपल्या पायाखालच्या भूमीकडे जाणीवपूर्वक नि सहृदयतेनं पाहत होते, असं कुणी म्हटलं तर ते वावगं ठरू नये. त्यांचं हे पाहणं अत्यंत सूक्ष्म नि चिकित्सक होतं. सर्व प्राणिमात्रांच्या कल्याणाचा व्यापक विचार त्यांच्यामध्ये असल्यानं त्यांच्या जीवनजाणिवांत संकुचिततेला, आकसाला, विषमतेला, अन्यायाला थारा नव्हता. त्यांच्या या जीवनजाणिवा दूरवरचा विचार करणाऱ्या नि क्रांतदर्शी होत्या. त्यांत परिवर्तनाची बीजं दडली होती. स्फुल्लिंगही दडले होते. त्यामुळं जी प्रश्नचिन्हं त्यांच्या मनासमोर, स्वकालीन समाजस्थिती पाहून नि तिचं चिंतन-मनन करून निर्माण झाली; ती व्यक्तिमनात नि समाजमनात दडलेली प्रश्नचिन्हं होती. जी प्रश्नचिन्हं अबोल होती, अस्फुट होती, प्रकट व्हायला धडपडत होती पण प्रकट होऊ शकत नव्हती; त्यांना संतांनी मनोबल दिलं, सामर्थ्य नि शक्ती दिली. प्रकटण्याचं नि शब्दरूप होण्याचं भान दिलं. त्यामुळं ही प्रश्नचिन्हं उत्तरोत्तर अस्पष्ट होऊ लागली. त्याची उत्तरं 'तमसो मा ज्योतिर्गमय' म्हणत-म्हणत प्रकट होऊ लागली. अशा प्रकारे संतचिंतनानं अनेक सामाजिक नि पारमार्थिक प्रश्नांना रूप दिलं. 'बोलीं अरूपाचें रूप दाखवीन' या ज्ञानदेवांच्या वचनाचा हाही एक आगळा अर्थ आहे.

एकदा जीवनाचं व्यापक उद्दिष्ट नि अंतिम ध्येय निश्चित केलं, की ओघानंच साऱ्या समस्यांची उकल होते, ही संतविचारातील युक्तिसंगतता आहे. विवेकाचं अधिष्ठान त्याला जसं लाभलं आहे, त्याचप्रमाणं सामाजिक नि पारमार्थिक न्यायाची भक्कम बैठकही लाभली आहे. त्यामुळंच आपल्या नि व्यक्ती वा समाजासमोर उभ्या राहिलेल्या अनेक प्रश्नचिन्हांना ते मिटवू शकले.

परमार्थाचा नि स्वत:चं कल्याण साधण्याचा अधिकार कुणाला आहे? हा प्रश्न खरं तर निर्माण व्हायला नको होता; पण काही स्वार्थपरायणांनी तो निर्माण करून समाजाला उभा छेद देण्याचा प्रयत्न केला. जन्माशी उच्चत्व नि नीचत्व या कल्पना कशा जोडता येतील? पण स्वत:चं तथाकथित श्रेष्ठत्व टिकविण्यासाठी ही कृत्रिम भेदरेषा समाजातील काही घटकांनी निर्माण केली नि तिचा पुरस्कार करून समाजात दरी निर्माण केली. आपण शिखरावर बसण्याचं सुख अनुभवावं नि इतरांनी खोल- खोल दऱ्यांच्या गर्तेत गरगरत रहावं नि त्याच अवस्थेत आपलं आयुष्यदेखील पुसून टाकावं, ही कल्पनाच किती क्रूर होती! संतांनी या प्रश्नचिन्हावरच घणाघात करून 'सर्वांभूतीं भगवद्भावा'चा जो उद्घोष केला, तो महाराष्ट्राच्या दऱ्याकपाऱ्यांतही दुमदुमल्याशिवाय राहिला नाही. या प्रश्नाला छेद देऊन संतांनी समाजातल्या सर्व स्तरांतील घटकांची 'उराउरी भेट' घडविली. मानवतेच्या नि समतेच्या मूल्यांचा त्यांनी अत्यंत हिरिरीनं पुरस्कार केला. त्यामुळं स्वयंघोषित

प्रस्थापितांची गिरिशिखरं डळमळली नि त्यांनाही डोंगरपायथ्याशी राहणाऱ्या सर्वसामान्य माणसांपर्यंत पायउतार होऊन यावं लागलं. सामाजिक न्याय नि पारमार्थिक न्याय या दोहोंचा केवढा सुंदर समन्वय संतांच्या या उदार, व्यापक मानसिकतेतून निर्माण झाला! संतांच्या या विचारसरणीतून जनसाधारणांना आत्मभान आलं. भिंगुळवाणं भविष्य नाहीसं होऊन त्यांच्याही आयुष्यात सुखासमाधानाची, आत्मकल्याणाची नि अस्मितेची पहाट उगवली.

वर्णभेद हे संतांसमोरील सर्वांत मोठं प्रश्नचिन्ह होतं. त्याला उच्चत्वाची-नीचत्वाची जोड— काल्पनिक व स्वार्थपरायण जोड— देऊन समाजातील काही जणांनी या प्रश्नचिन्हाची क्लिष्टता आणखी वाढविली; म्हणून या प्रश्नाची तड लावण्यास संतांनी अग्रक्रम दिला. अद्वैतमताचा स्वीकार किंवा चिद्विलासवादाचा पुरस्कार यातूनही संतांनी उत्तरं शोधण्याचा प्रयत्न केला. महाराष्ट्रात अद्वैतवादी व द्वैतवादी अशा दोन्ही मतांचे संप्रदाय आहेत. ही दोन्ही मतं परमेश्वराविषयीची वा अंतिम सत्याविषयीची जी संकल्पना मांडतात; त्यात परमेश्वर हा विश्वनिर्माता आहे व तो सर्व प्राणिमात्रांचा उद्धारकर्ता आहे, हा समान विचार मांडला आहे. वीरशैव धर्मानंही तो प्रतिपादिला आहे. इस्लाम धर्मातही हे तत्त्व असून महाराष्ट्रातील सूफी संतांनी आपल्या लेखनातून हा विचार मांडला आहे. बौद्ध आणि जैन धर्मांनी ही संकल्पना स्वीकारली नसली, तरी सर्व प्राणिमात्रांतील समता नि त्यांच्याविषयीची आत्मीयता व करुणा आपल्या तत्त्वज्ञानातील अनेकविध जीवनमूल्यांतून प्रतिपादिली आहे. त्यातून या सर्व धर्मांच्या/पंथांच्या व संतांच्या जीवनजाणिवा प्रकर्षानं प्रकटतात.

जातिभेदाचं प्रश्नचिन्हही संतांसमोर होतं. समताधिष्ठित विचारसरणी संतांनी व विविध धर्म/पंथांनी स्वीकारल्यामुळे त्या प्रश्नाचं उत्तरही त्यांना सहज सापडलं. पण हे सारं अगदी सहजासहजी घडलं का? नव्हे, त्यासाठी संतांना नि महापुरुषांना किती प्रखर विरोधाशी सामना करावा लागला. वीरशैव धर्मानं, म. बसवेश्वरांनी, बाराव्या शतकात नि महानुभाव-वारकरी संप्रदायांनी तेराव्या शतकात स्वीकारलेली भूमिका या दृष्टीनं केवळ लक्षात घेण्याजोगीच नाही तर अत्यंत मौलिकही आहे. वारकरी संतांची नाममालिका लक्षात घेतली तरी तिच्यात हिंदू धर्मातील अनेकविध जातींच्या, एवढंच नव्हे तर इस्लाम धर्मातील शेख महंमद, सजन कसाई यांच्यासारख्या संतांचाही निर्देश आढळतो. एवढा एकच निर्देश पुरेसा नाही का? एकात्मतेच्या विचाराचा पुरस्कार हाच अनेक सामाजिक समस्यांवरील उपाय आहे, ही संतांची जीवनजाणीव किती दूरदृष्टीची होती, याचा प्रत्यय इथं आल्याविना राहत नाही.

पुरुषसंस्कृतीचं वर्चस्व व स्त्रीवर्गावर होणारा अन्याय, त्यातून होणारं सामाजिक संतुलन या संदर्भातील प्रश्नचिन्हही महापुरुषांसमोर नि संतांसमोर नव्हतं का?

ह्यांच्यासमोर खरं तर हे फार मोठं आव्हान होतं. हे आव्हानही त्यांच्या अंत:करणातील करुणेनं नि सम-वेदनेनं स्वीकारलं. स्त्रीला नाकारला गेलेला भक्तीचा नि मुक्तीचा अधिकार दिला, की आध्यात्मिक व ओघानंच सामाजिक संदर्भ नि समीकरणंही बदलतील, हा संतविचार केवढा क्रांतदर्शी होता! अक्कमहादेवीपासून महदंबा-जनाबाई- बहिणाबाई-वेणाबाई यांच्या संतत्वाचं प्रकटीकरण याच विचारातून झालं.

अंधश्रद्धा नि बुवाबाजी हे सामाजिक नि आध्यात्मिक उन्नतीतील अडसर आहेत, या संतांच्या जीवनजाणिवेत संतविचारातील विवेक नि बुद्धिनिष्ठा दिसून येते. या दोन्ही समस्यांवर संतांनी पाखंड-खंडन हा उपाय शोधला. मध्ययुगीन संतसाहित्यात पाखंडखंडनपर रचना विपुल प्रमाणात आढळते, याचं कारण हेच आहे.

खरंतर संतांच्या जीवनजाणिवा अनेकविध होत्या, त्याचप्रमाणं त्यांना जाणवलेले प्रश्नही अनेकविध होते. त्या सर्वांचाच एका लेखात साकल्यानं विचार करता येणार नाही; तथापि त्यांतील अत्यंत महत्त्वाच्या बाबींचा इथं विचार करण्याचा प्रयत्न केला आहे. त्यातून संतांच्या जीवनजाणिवांची काही अंशी तरी कल्पना येईल, असा विश्वास वाटतो. उदात्त जीवनमूल्याधिष्ठित समाजधारणेस आणि समाजाच्या ऐहिक व पारलौकिक उन्नतीसाठी या जाणिवा किती पोषक होत्या, याचाही यामुळं प्रत्यय येईल.

❑❑

३१

संतांच्या नीतिमीमांसेची द्विसूत्री

नीतिशास्त्र हे तसं गहन आहे. ते जीवनाच्या विविधांगांना स्पर्श करतं. लौकिक जीवनाची घडी नीट बसावी नि आदर्श समाजाची, मूल्याधिष्ठित समाजाची निर्मिती व्हावी व अशा प्रकारे त्याचा अभ्युदय व्हावा, ही नीतिशास्त्राच्या निर्मितीमागील प्रमुख प्रेरणा असते. नीतिशास्त्र ज्या तत्त्वांचं प्रतिपादन करतं, ती 'नीतिमूल्यं' होत. या मूल्यांना दशकाच्या सीमारेषा बांधून ठेवू शकत नाहीत किंवा त्यामध्ये अडसर निर्माण करीत नाहीत; कारण कुठल्याही देशाच्या उदात्त जीवनसरणीसाठी नि कल्याणासाठी ती उपयुक्त असतात. इथं एक गोष्टही लक्षात घ्यायला हवी, ती ही की, काही नीतिमूल्यांना विशिष्ट देशकाल व परिस्थितीचा परीघही असतो; पण बहुतेक सर्वसामान्य स्वरूपाची नीतिमूल्यं देश-काल-परिस्थितिसापेक्ष नसतात, ती त्यांच्या अतीत असतात.

संतांच्या नि महापुरुषांच्या विचारविश्वात नीतिमूल्यांचं विशेष महत्त्व असतं. याचं कारण असं, की ते आपापल्या समाजाला योग्य, सुंदर, उदात्त, भव्य-दिव्य असा आकार देऊ पाहत असतात. हे संत नि महापुरुष काही दिव्य स्वप्नं पाहत असतात नि ती स्वप्नं साकार करण्यासाठी आपलं उभं आयुष्य वेचतात. त्याचा प्रभाव देशाच्या व समाजाच्या वाटचालीवरच पडतो असं नाही, तर प्रगतीवरही पडतो.

संतांच्या नि महापुरुषांच्या नीतिविवेचनाचं महत्त्व तर असं जाणवतं की, नीतिशास्त्र खूप गहन नि काहीसं क्लिष्ट असलं तरी संतांनी त्याचं खूप-खूप सुलभीकरण केलेलं असतं; कारण क्लिष्टता नि जटिलता जनलोकांशी संवाद करताना मोठाच व्यत्यय निर्माण करते. म्हणूनच आपल्या विवेचनातील व सिद्धांतातील अवघडपणा, जटिलता काढून टाकून ते विवेचन व ते सिद्धांत जनसामान्यांच्या आकलनकक्षेच्या आटोक्यात आणण्याचा प्रयत्न संत नि महापुरुष करतात. यामागं त्यांच्या हृदयात दडलेली करुणा असते, सह-अनुभूती असते, सम-वेदना असते

नि जनहिताचा कळवळाही असतो.

जरी संतांनी नि महापुरुषांनी नीतिशास्त्राचं गहन अध्ययन केलं असलं, तरी ते सर्वसामान्य समाजासाठी किती सोपं करतात, याची उदाहरणं महाराष्ट्रातील विविध संप्रदायांच्या तत्त्वचिंतनात आढळतात. अनेक धर्मांचा व संप्रदायांचा अभ्यास करताना मला असं तीव्रतेनं जाणवलं, की संतांचं नीतिविवेचन किंवा संतप्रणीत नीतिमीमांसा द्विसूत्रीवर आधारलेली आहे. सद्‌गुणांचं संवर्धन नि दुर्गुणांचा त्याग यांचं अधिष्ठान तिला आहे. ही द्विसूत्री एका अंगानं सकारात्मक आहे, तर दुसऱ्या अंगानं नकारात्मक आहे... पण दोहींचं उद्दिष्ट मात्र प्राणिमात्रांचं कल्याण हेच आहे. ही द्विसूत्री मानवी मनाशी निगडित आहे व त्यानंतर ती तनाशीही निगडित आहे. मनाशी निगडित असलेला भाग सुसंस्कारांचा आहे तर तनाशी निगडित असलेला भाग आचरणाचा व आचारधर्माचा आहे. हे दोन्ही भाग परस्परपूरक आहेत व त्यांचा एकसंध प्रभाव समाजमनावर अपरिहार्यपणे पडतो. शिवत्वाचा स्वीकार व अ-शिवत्वाला नकार, असं त्यांचं स्वरूप आहे. जीवन जगताना माणसाला कितीतरी गोष्टींना (आव्हानांना) सामोरं जावं लागतं. त्या बऱ्या-वाईट असतात. ज्या गोष्टी समाजाला अहितकारक असतात, त्यांविषयी सावध करणं नि त्यांपासून परावृत्त करणं, हेही संतांच्या नि महापुरुषांच्या नीतिमीमांसेचं एक प्रमुख उद्दिष्ट असतं. स्खलनशीलता ही माणसाच्या स्वभावातच असते. ही स्खलनशीलताच त्याला शुचित्व नि मांगल्य यांच्यापासून दूर-दूर नेते नि मग त्याच्या अध:पतनाला प्रारंभ होतो. स्खलनशीलतेला वेळीच पायबंद घातला, की जीवनाला एक आगळंवेगळं वळण मिळतं. हे वळण त्याला अपप्रवृत्तींपासून वाचवितं व सत्प्रवृत्तींकडे वळवितं. त्याला विवेकाचंही अधिष्ठान असतं.

पवित्र कुराण, धम्मपद, भगवान महावीरांची नि बसवेश्वरांची वचनं, नामदेव-ज्ञानदेव-एकनाथ-तुकाराम-मन्मथस्वामी, रामदासादी संतांची वाणी यांत आपल्याला दुसरं काय आढळतं? महानुभाव संप्रदायाचे प्रवर्तक व अवतारस्वरूप श्रीचक्रधरस्वामी यांच्या 'लीळां'तून नि त्यांच्या 'सिद्धांत-सूत्रपाठा'तून, समर्थांच्या 'दासबोधा'तून नि तुकोबांच्या अभंगवाणी'तून आपल्याला दुसरं काय मिळतं? परमार्थचिंतन हे तर त्यांचं प्रमुख वैशिष्ट्य आहेच; पण त्याचबरोबर नीतिमीमांसा हेही दुसरं अंगभूत वैशिष्ट्य आहे. ती विद्वज्जड झाली की जनमानसात सहज प्रवेश करू शकणार नाही, ही अहर्निश चिंता संतमानसात असते. म्हणून नीतिशास्त्राच्या मोठमोठ्या सिद्धांतांचं गूढरम्य भाषेत विवेचन संत करीत नाहीत, असं आपल्या प्रत्ययाला येतं. दैनंदिन जीवनाचं सूक्ष्म अवलोकन केल्यास त्यात अध:पतनाची वा स्खलनाची काही बीजं आढळतात. ती नाहीशी करण्याचा प्रयत्न संत आपल्या लेखणीतून नि

वाणीतून सातत्यानं करतात. ती जितकी सोपी तितकी समाजमानसात प्रविष्ट व्हायला उत्तम, हे संतमानसानंही नेमकेपणानं हेरलं होतं. म्हणूनच उपासनेच्या संदर्भात संत जसं क्लिष्टत्व टाळतात, त्याचप्रमाणं नीतिमीमांसा करतानाही जटिलतेचा त्याग करतात. वारकरी संप्रदायाची आचारसंहिता पाहता याचा प्रत्यय सहज येईल. नाथांची भारूडं वाचतानाही याचा प्रत्यय निश्चित येईल. अभंगरचनेत (कूट अभंगांव्यतिरिक्त) जटिलता का आली नसावी, याचं उत्तर संतच देतील.

संतांनी ही जी द्विसूत्री नीतिमीमांसा केली, तिचं फलित काय? जनमानसावर संतवाणीचा एवढा प्रभाव होता, की त्यामुळं सर्वसामान्य माणसाच्या जीवनात उदात्त परिवर्तन घडू शकलं असतं नि ते तसं घडलं, हे महाराष्ट्राचा तेराव्या शतकापासूनचा इतिहास व मराठी साहित्य यांचं अध्ययन केल्यास सहज लक्षात येतं. यातून शुचित्व, अक्रोध, अहिंसा, दया, क्षमा, शांती, परधर्मसहिष्णुता या मौलिक जीवनमूल्यांचा ठसा मराठी माणसावर उमटला. त्याची जीवनसरणी बदलली नि तो सन्मार्गावर चालू लागला. जे 'हीण' आहे ते काढून टाकलं, तर आपल्या हाती बावनकशी सोनं येतं; त्याचप्रमाणं क्रौर्य, द्वेष, अभिमान, स्वार्थ, हिंसा, व्यभिचार, दमन यांचा त्याग केला, की जीवन किती पालटून जातं! संत एकनाथांना 'भक्त' आणि 'विभक्त' यांच्यामधील भेद उलगडून दाखवावा लागला, तो यासाठीच. ज्ञानदेवांना दैवी व आसुरी संपत्तीसाठी जो ज्ञानेश्वरीचा सोळावा अध्याय लिहावा लागला, तोही यासाठीच. भगवान महावीरांनी व भगवान गौतम बुद्धांनी आपल्या वचनांत उदात्त जीवनमूल्यांना स्थान दिलं, ते यासाठीच. पवित्र कुराण आणि बायबल या धर्मग्रंथांतही असाच हितोपदेश केल्याचं आढळतं. सर्व धर्मांच्या नि पंथांच्या तत्त्वज्ञानात या संदर्भात खूप साम्य आढळतं, कारण ते मानवाच्या कल्याणासाठी असतं.

केवळ वस्तुपाठ म्हणून उदाहरणच द्यायचं झालं, तर ते पसायदानाचं देता येईल. त्यातही संतांना अभिप्रेत असलेल्या नीतिमीमांसेची द्विसूत्री आढळते. सत्तत्त्व आणि असत्तत्त्व, शिवत्व व अशिवत्व, मांगल्य नि अमांगल्य, पुण्य आणि पाप, सत्कर्म आणि कुकर्म, सज्जन आणि 'खळ' यांच्या संदर्भात विचार करताना जे हीन, त्याज्य आहे ते नाहीसं व्हावं व जे मंगल, कल्याणकारक आहे, त्याची प्रचिती यावी, म्हणजे विश्वाचा उद्धार होईल, अशी व्यापक भूमिका संत नि महापुरुष घेतात, तिचं अधिष्ठान बहुधा या नीतिमीमांसेची द्विसूत्रीच असतं, असं आपल्याला नेहमी जाणवतं, ते यासाठीच.

ही नीतिमीमांसा वेगवेगळ्या काळांत व वेगवेगळ्या देशांत कालबाह्य न ठरता कालसापेक्ष ठरली, कारण ती मानवमात्राच्या हितासाठी व कल्याणासाठी आहे. आजच्या काळात तर संतांच्या या नीतिमीमांसेची फार फार गरज आहे.

समाज ज्या गतीनं अपप्रवृत्तींच्या गर्तेत जात आहे, तिचा विचार करून सर्वांनी वेळीच जागरूक होणं, सावध होणं आवश्यक आहे... तरच आपल्या कुटुंबव्यवस्थेला, समाजव्यवस्थेला सावरता येईल. फार विलंब झाला तर तेही शक्य होणार नाही; म्हणून संतांच्या नि महापुरुषांच्या नीतिमीमांसेच्या द्विसूत्रीचं महत्त्व जाणलं पाहिजे नि त्यानुसार ती आचरणातही आणायला हवी. आजचं मूल्याधिष्ठित शिक्षण हा या दृष्टीनं खरंच एक चांगला प्रयोग आहे.

□□

३२

ग्रामजीवन आणि संतसाहित्य

मराठी संतसाहित्याचा व ग्रामजीवनाचा फार निकटचा संबंध आहे. मराठी ग्रामीण साहित्याचा उगम मराठी संतांच्या लेखनातूनच झाला, असं विधान केल्यास ते सयुक्तिकच ठरेल, असं वाटतं. संतांचं स्फुट लेखन असो वा त्यांचं अन्य लेखन असो; त्यातील ग्रामीणत्वाचा ठसा आपल्या लक्षात आल्याशिवाय राहत नाही. असं का व्हावं, असा प्रश्न विचारल्यास— अनेक संत ज्या भूमीत जन्मले नि वाढले, त्या भूमीतच आपल्याला त्याचं उत्तर सापडतं. ज्ञानदेव नि आपेगाव-नेवासा-आळंदी, दामाजी नि मंगळवेढा, नामदेव नि नरसी-बामणी, सावतोबा नि अरणगाव, गोरोबा नि तेर, बहिणाबाई नि देवगाव रंगारी-शिरूर, जनाबाई नि गंगाखेड, शेख महंमद नि धारूर, समर्थ रामदास नि जांब, शहामुनी नि शहागड, महानुभाव संप्रदायाचे भटोबास (नागदेवाचार्य) नि निंब, वीरशैव धर्माचे मन्मथस्वामी नि नेकनूर-कपिलधार, नागेश संप्रदायाचे अज्ञानसिद्ध नि वडवळ... अशी कितीतरी उदाहरणं आठवली की महाराष्ट्रातील लहान-लहान गावांचा नि आपल्या संतांचा किती निकटचा संबंध आहे, याचं मनोरम चित्र आपल्या डोळ्यांपुढं उभं राहतं नि या गावांच्या 'काळ्या आई'बद्दल कृतज्ञता वाटते. मराठी संतसाहित्य संपन्न नि समृद्ध करायला तिनं केवढा हातभार लावला!

जे ग्रामजीवन आपले संत जगले, ते त्यांच्या साहित्यात उमटणं, प्रतिबिंबित होणं स्वाभाविकच होतं. आपलं ग्रामजीवन कृषिप्रधान असल्यानं संतसाहित्यात शेती नि शेतीशी संबंधित ग्रामव्यवसायांचं अधिक ठळक प्रतिबिंब उमटणं, हेही अत्यंत स्वाभाविक होतं. या ग्रामजीवनाचा नागर जीवनाशी काही प्रमाणात संबंध येणंही अपरिहार्य होतं. संत एकनाथ हे पैठणनगरीचे असले तरी त्यांच्या बहुविध स्वरूपाच्या लेखनात पैठणनगरीच्या परिसरातील ग्रामजीवनाचं रेखीव चित्र उमटलं आहे. त्यांची अभंगवाणी नि भारुडं याची साक्ष देत नाहीत, तर भागवतासारखा

ग्रंथही याची साक्ष देतो. भागवताच्या प्रारंभीचं रूपकच एका मोठ्या शेताचं— 'महाक्षेत्रा'चं आहे. त्यातील 'बीजधर' हा ब्रह्मा आहे. शेतीच्या अनेक प्रक्रियांचे पेरणीपासून मळणी-हंगामापर्यंतचे कितीतरी समर्पक उल्लेख या महाक्षेत्राच्या रूपकात येतात. ज्ञानदेवांच्या 'ज्ञानदेवी'त व 'अभंगवाणी'तही असे ग्रामजीवनाचे कितीतरी दाखले मिळतात. शेख महंमद व शहामुनी यांच्या लेखनातही कुळवाडी व सावकारांचे उल्लेख येतात. तुकोबांच्या लेखनात तर कृषिविषयक उल्लेख अनेकविध आहेत. दुष्काळाचे व त्याच्या परिणामांचे संदर्भही त्यात येतात. त्यामुळं कधी कधी हे कृषिप्रधान जीवन कसं ढवळून निघतं, याचं चित्रही त्यात उमटलं आहे.

बारा बलुतेदार नि गावगाडा यांचे परस्परांशी निगडित असलेले संबंध सर्वज्ञात आहेत. विविध ग्रामीण व्यावसायिकांचे असंख्य उल्लेख आपल्या संतसाहित्यात येतात. त्यामुळं मराठमोळं ग्रामजीवन व संतसाहित्य यांचे प्रवाह समांतर नसून संलग्नच असल्याची प्रचिती येते. माळी, कुंभार, सोनार, नापिक, वाणी, मुलाणी, शिकलगार आदी कितीतरी ग्रामीण व्यवसायिक यात आहेत. त्याचप्रमाणं त्या वेळच्या 'गावकुसा'तले नि 'गावकुसा'बाहेरचेही आहेत. संतांना हे सारे आपल्या 'मांदियाळी'तले वाटतात नि त्यांनाही हे संत आपल्या 'मांदियाळी'तले वाटतात. महानुभाव संप्रदायाचे प्रवर्तक व अवतारस्वरूप श्रीचक्रधरस्वामी तर महाराष्ट्रातल्या खेडोपाड्यांत गेल्यावर तेथील सर्वच जाती-जमातींच्या लोकांना भेटत. त्यांच्याबरोबर राहत. 'एथ खुंट-दावे नाही' म्हणत, सर्वांना जातिभेद / व्यवसायभिन्नता विसरून एकात्मभावानं समाजात राहण्याची शिकवण देत. गावगाडा सुरळीतपणे चालण्यास अशा उदात्त मानसिकतेचे किती साह्य होई!

देशमुख-देशपांडे-पाटील यांसारखे ग्रामाधिकारी नि गावकीतले वेसकर, जागले, धावे, भालदार-चोपदार आदी कितीतरी घटक आपल्याला संतसाहित्यात आढळतात.

ग्रामीण स्त्री आणि तिचं कष्टप्रद जीवन यांचं चित्र जनाबाई, सोयराबाई, निर्मळा, बहिणाबाई यांच्या कितीतरी अभंगांत अत्यंत समर्थपणे रेखाटल्याचं आढळतं. दळण, कांडण, रांधण, गोवऱ्या, रानशेण्या वेचणं, पाणवठ्यावरून घड्यांनी पाणी आणून रांजण भरणं, शेतीची विविध कामं करणं, धुणीपाणी करणं यांत ग्रामीण स्त्रीचा दिवस कसा उगवत असेल नि कसा मावळत असेल, याची कल्पना येते. अशा व्यग्रतेतही तिनं आपल्या श्रद्धा नि आपला भक्तिभाव किती निष्ठेनं नि आत्मीयतेनं जपला आहे, याची प्रचिती सर्वच संप्रदायांच्या मराठी संतकवयित्रींच्या लेखनातून येते. ज्यांच्या घराण्यात वारकरी संप्रदायाची परंपरा आहे, अशा ग्रामीण स्त्रिया आपली प्रापंचिक कर्तव्यं पार पाडून वारीला जातात नि पांडुरंगाचं दर्शन

घेऊन धन्य होतात. वारीविषयीचे व पंढरीच्या आनंद-सोहळ्याविषयीचे कितीतरी अभंग आपल्या संत-कवयित्रींनी लिहिले आहेत. वारीसाठी जाणारे 'फड' गावोगावी असतात व शतकानुशतकं वारीचं सातत्य टिकविण्याचं महत्त्वपूर्ण सांस्कृतिक कार्य महाराष्ट्रातल्या गावोगावच्या या फडांनीच टिकविलं आहे, याचा इथं आवर्जून उल्लेख करायला हवा.

महात्मा बसवेश्वरांनी ज्या स्त्रियांना उपदेश केला व दीक्षा दिली, त्या अनेक 'शिवशरणी' ग्रामीण भागातील व वेगवेगळ्या जाती-जमातींतील आहेत. महानुभाव संप्रदायाचे प्रवर्तक व अवतारस्वरूप श्रीचक्रधरस्वामी यांच्या संदर्भात हेच म्हणता येईल. महानुभाव संप्रदायाचे अवतार श्रीगोविंदप्रभू, (गुंडम राऊळ) यांच्या ग्रामीण भागातील (स्त्री) शिष्यांचाही इथं निर्देश करता येईल. त्यांचे श्री गोविंदप्रभूंविषयी 'राऊळ बापु : राऊळ माये' हे उद्गार या संदर्भात लक्षात घेण्याजोगे आहेत. मातापित्यांची माया श्रीगोविंदप्रभूंनी त्यांना दिली आणि तेराव्या शतकात हे महाराष्ट्रात घडलं, हेही लक्षणीय नाही का?

ग्रामीण भागातील किती तरी लोकदेवतांचे संदर्भ संतसाहित्यात आढळतात. उदा. सटवाई, यमाई, मेसाबाई, जाखाई, जोखाई, खंडोबा, विरोबा आदी. त्याचप्रमाणं त्यांच्याविषयीच्या ग्रामीण समाजाच्या श्रद्धा व समजुती यांचाही आढळ संतसाहित्यात होतो. या लोकदेवतांचे होणारे उत्सव व त्यांच्या यात्रा-जत्राही त्यात येणं स्वाभाविक आहे.

या देवतांच्या उपासकांचा विचारही ओघानंच येतो. भगत, वासुदेव, भराडी, गोंधळी, देवदासी, जोगी, वाघ्या-मुरळी, भुत्या यांचा वावरही त्यात आहे. अनेक संतांनी त्यावर 'भारूड' नामक रूपकात्मक रचना केली आहे. या भारुडांतील अनुभवविश्वाचा बारकाईनं विचार केल्यास त्यातील ग्रामजीवनाचं चित्र ठळकपणे दिसू लागतं. भारुडं ही महाराष्ट्रातल्या खेडोपाड्यांतच–एके काळी मोठ्या प्रमाणात व आजकाल काही प्रमाणात– लोकप्रिय का होती व आजही आहेत, याचा शोध घेतल्यास त्याचं उत्तर त्यांतील ग्रामजीवन-चित्रणात असल्याचं सहज जाणवेल. गावाकडच्या मराठी माणसाचं सामाजिक व आध्यात्मिक उन्नयन-प्रबोधन करण्याची प्रमुख प्रेरणा भारुडांच्या निर्मितीमागं असावी, असं विधान केल्यास ते अप्रस्तुत ठरणार नाही. भारुडाप्रमाणंच मराठवाड्याच्या अंबड-गोंदीसारख्या भागात व पैठणभोवतालच्या ग्रामीण परिसरात 'संपादणी' हा भारूडसदृश रूपकात्म संत-काव्यप्रकार लोकप्रिय आहे, याची नोंद इथं घ्यायला हवी. मध्ययुगीन मराठी साहित्याच्या संशोधकांचं अजूनही फारसं लक्ष 'संपादणी'कडे गेलेलं नाही. दोन-तीन दशकांपूर्वी रामानंदस्वामी व स्वामी अच्युताश्रमांच्या 'संपादण्या' 'प्रतिष्ठान'मधून प्रसिद्ध केल्या होत्या व स्वामी रामानंदांच्या संपादण्यांचं मी (सविस्तर प्रस्तावनेसह)

संपादित केलेलं पुस्तकही मराठवाडा साहित्य परिषदेनं प्रकाशित केलं होतं.

ग्रामजीवनातील क्रीडांविषयक उल्लेखही संतसाहित्यात आढळतात. चेंडूफळी, हमामा, फुगडी इ. विषयीची स्फुट (गीतात्मक) रचना अनेक संतांनी व संतकवयित्रींनी केली आहे. चेंडूफळीविषयीची छोटेखानी आख्यानपर रचना महानुभाव व अन्य संप्रदायांतील काही संत कवींनी केली आहे. 'गोपाळांतु खेळ' यासारख्या महानुभावीय 'लीळा'ही इथं लक्षात घ्यायला हव्यात. ग्रामजीवनात प्रचलित असलेले समज, रूढी यांचंही दर्शन संतसाहित्यात घडतं. त्यांतील ज्या रूढी वा समज अंधश्रद्धेतून निर्माण झाले, त्यांवर आपल्या अनेक संप्रदायांच्या संतांनी टीका करून जनसामान्यांना विवेकनिष्ठ जीवनदृष्टी दिली व निकोप, बुद्धिनिष्ठेवर आधारलेल्या मानसिकतेची निर्मिती करण्यास हातभार लावला. गावागावांत जी ढोंगी बुवाबाजी पसरू लागली होती, तिला संतांनी आपल्या लेखनातून पायबंद घातला.

मौखिक साहित्य हे गावागावांतील जनलोकांनी जपलेलं नि वृद्धिंगत केलेलं लोकसाहित्य. 'ओवी' हे तर त्यातलं देशीकार लेणंच. या जनलोकांच्या मुखी असलेल्या लोककथा, लोकगीतं, दंतकथा, उखाणे-आहाणे यांच्याविषयी तर फार फार विस्तारानं लिहायला हवं. त्याविषयी मी स्वतंत्र लेखात विचार करणार आहे, म्हणून इथं फार तपशिलात जात नाही. आद्य महानुभाव संतकवयित्री महदंबा यांचे 'धवळे' यांचा बाज लोकप्रचलित विवाहगीतांचा होता. लोकसंस्कृतीचे हे स्रोत महाराष्ट्राच्या गावागावांतल्या मराठी माणसांनीच जपले नव्हते का?

महाराष्ट्राच्या ग्रामजीवनाचा व संतसाहित्याचा संबंध किती जिव्हाळ्याचा आहे, याची या विवेचनावरून सहज कल्पना येईल. हे संबंध बहुविध स्वरूपाचे आहेत. त्यांचे ताणेबाणे एकमेकांशी अत्यंत ऋजुतेनं जोडलेले आहेत. त्यांचं अध्ययन, चिंतन, मनन नि विवेचन मऱ्हाटी संस्कृतीच्या उदयावर व विकासावर, त्याचप्रमाणं महाराष्ट्राच्या ग्रामजीवनानं दिलेल्या मौलिक योगदानावर प्रकाश टाकतं.

❑❑

३३

संत आणि 'षड्‌रिपू'

एकविसावं शतक उजाडून चार-पाच वर्षे होतात न होतात, तोच या नव्या शतकानं आपला प्रताप गाजवायला सुरुवात केली आहे. तो असा प्रताप गाजविणार, याची चिन्हं नि लक्षणं विसाव्या शतकाच्या शेवटी-शेवटी दिसू लागली होती. एकीकडे वैज्ञानिक प्रगतीची उत्तुंग झेप, माहिती व तंत्रज्ञानाच्या क्षेत्रातील अभूतपूर्व क्रांती यामुळं डोळे दिपून जाताहेत न जाताहेत, तोच दुसरीकडे आपल्या जीवनावर स्खलनाच्या काळ्याकुट्ट ढगांचं सावट दाटू लागलं आहे. व्यक्तिजीवन, कौटुंबिक जीवन, राष्ट्राचं जीवन नि विश्वाचं जीवन यांना त्सुनामीसारखे प्रचंड हादरे बसत आहेत. त्यात ही जीवनं नामशेष तर होणार नाहीत ना— अशी हरणकाळजी, जे जीवनाविषयी गंभीर विचार करून अंतर्मुख होतात, त्यांना वाटू लागली आहे आणि ही चिंता भ्रामक नसून किंवा मायाजालवत् नसून तिनं आपले पाय या भूमीवरच रोवले असल्यानं ती वास्तव आहे, हे कुणी इतरांनी कुणालाही सांगण्याची गरज नाही. ती प्रत्येकाच्या अंतर्मनात– म्हणजे विवेकी माणसाच्या अंत:करणात– ठाण मांडून बसली आहे. ज्यांनी जीवनाविषयीची काही उदात्त मूल्यं नि उद्दिष्टं जपली आहेत, त्यांना तर ही चिंता अत्यंत जीवघेणी वाटत आहे.

समर्थ रामदासस्वामी बालपणीच एकाकीपणे बसून विचारमग्न होत असत. त्या वेळी कुणी त्यांना विचारलं की, 'नारायणा, तू चिंता कसली करतोस? विचार कसला करतोस?' त्या वेळी, असं म्हणतात, की समर्थ उत्तरले 'चिंता करितो विश्वाची!' तुम्हा-आम्हा विवेकी माणसांना आता हीच चिंता करण्याची वेळ आली आहे. 'काळ तर मोठा कठीण आला' हे एके काळी म्हटलं गेलेलं आज अक्षरश: खरं असल्याची प्रचिती येऊ लागली आहे. 'रात्र तर वैऱ्याची' आहे', असं म्हणून जागले एके काळी सावध राहायला सांगत असत; पण आता दिवसही वैऱ्याचा आहे की काय, असं वाटू लागलं आहे.

कोण आहेत हे वैरी? त्यांना संतसाहित्यात 'षड्रिपू' म्हटलं आहे, हे किती सार्थ आहे, हे रोजची पहाट उजाडते नि रोजचा दिवस मावळतो त्या वेळी जाणवू लागलं आहे. अगदी तीव्रतेनं जाणवू लागलं आहे नि 'सावध' होण्याची हीच खरी वेळ आहे, हे सांगण्यासाठीच हा लेख लिहिला आहे.

सर्वच धर्मांच्या व पंथांच्या साहित्यात सत्प्रवृत्ती नि अपप्रवृत्ती यांचा विचार केला आहे. जे 'सत्' आहे ते स्वीकारावं नि 'असत्' आहे ते त्यागावं, हे सारेच धर्म नि पंथ सांगतात. सत्-तत्त्वाशी शिवत्वाचा नि शुचितेचा संबंध आहे, तर असत्-तत्त्वाशी अ-शिवत्वाचा नि अशुचितेचा संबंध आहे. 'असत्' हे हीन आहे, यामुळे ते आपला मित्र नसून शत्रू आहे. मन हे केंद्र मानून सर्व धर्मांनी/ पंथांनी, महापुरुषांनी/ संतांनी त्याच्या आधारे आपण आपली उन्नती करून घ्यावी, आपलं कल्याण करून घ्यावं, असा सद्विचार धर्मग्रंथांत व संतसाहित्यात आवर्जून का प्रतिपादिला आहे, याचा गांभीर्याने विचार करायला हवा. मनावर येणाऱ्या विकारांच्या 'मळा'चा विचार महानुभाव पंथाच्या तत्त्वज्ञानातही केला आहे; तर मनावर येणाऱ्या आवरणांचा विचार जैन दर्शनात केला आहे. मनावर येणारा 'मळ' किंवा त्यावर चढणारी पुटं नि आवरणं कशाची असतात? अहो, ती तर विकारांची असतात. तीच मनाला भरकटायला लावतात, त्याची फरफट करतात नि आपलं सुंदर, नितळ, निर्मळ जीवन उद्ध्वस्त करू पाहतात. म्हणून तर त्यांना तत्त्वज्ञांनी, महापुरुषांनी नि संतांनी 'रिपु' म्हणजे शत्रू म्हटलं आहे.

या शत्रूंनी आज आपल्या जीवनात केवढं थैमान मांडलं आहे! त्यांची संख्या केवळ सहाच आहे, म्हणून त्यांना कमी लेखू नका. ते सहा असूनही केवढा भयानक उत्पात करू शकतील, याविषयी वेळीच 'अवधान दीजे', सावध राहा, असं ज्ञानदेवांनी 'ज्ञानदेवी'त आवर्जून सांगितलं आहे, ते उगाच नव्हे. कामवासनेची किती भयानक रूपं आज आपण पाहत आहोत. बलात्काराच्या वार्ता तर रोजच्या वृत्तपत्रांत सर्रास येतात. लहान-लहान बालिकांवरदेखील बलात्कार करणारे राक्षस आज या जगात आहेत. गुंगीचं रसायन पाजून किंवा कसलं तरी आमिष दाखवून ब्ल्यू फिल्म्स काढून त्या महिलांचं ब्लॅकमेलिंग करणाऱ्यांची संख्या आज उत्तरोत्तर वाढतच नाही काय? 'फॅशन शों'च्या नावाखाली अत्यंत तोकडे कपडे घालून अश्लील हावभाव करून कसलं 'मनोरंजन' होतं असतं? पूर्वीच्या भारतीय नृत्यातील शालीनता नि कला आजच्या फिल्मी धांगडधिंग्यात कुठल्या कुठं अस्तंगत झाली नि तरुण पिढीला हे घाणेरडी आयटेम साँग्ज, समूह-नृत्यं नि पार्टी-नृत्यं कोणत्या स्तराला घेऊन जात आहेत? सेन्सॉर-बोर्ड यांना मान्यता देऊन अधिकृततेचा शिक्कामोर्तबही करीत आहे, याला काय म्हणावं? 'श्लील' नि 'अश्लील' यांच्या

व्याख्या करण्यासाठी न्यायालयात जाण्याची गरज नाही, त्या तुम्हा-आम्हाला सहज कळतात. त्यासाठी कायद्याचा कीस काढण्याची गरज नाही. समाजाला आपण कोणत्या स्तराला नेत आहोत, याची जाणीव अशा लोकांना नसून केवळ वासना चेतवून गडगंज संपत्ती मिळविण्याचा हव्यास यामागं आहे– ही समाजाशी केलेली एक प्रकारची कृतघ्नताच असून, तिचा प्रखर विरोध करण्याची मानसिकता समाजात वेळीच निर्माण व्हायला हवी. नाही तर ही अधोगती आपल्या नव्या पिढीला कोणत्या गर्तेत नेईल नि त्यातून त्यांना कधी बाहेर पडता येईल की नाही, याची कल्पनाही करता येत नाही. बारबालांवर वारेमाप संपत्तीची उधळण करणारी बेजबाबदार माणसं स्वतःच्या कौटुंबिक जीवनाची धूळधाण करून घेत आहेत, याला पायबंद बसायला नको का? कामविकारांवर संयम नि नियंत्रण ठेवायला हवं, असं संत म्हणतात ते यासाठीच. कामविकारांच्या अत्याधिक आहारी गेल्यावर व्यभिचारप्रवृत्ती वाढते. ती किती समाजविघातक नि समाजविध्वंसक असते, हे रोजचं कोणतंही वृत्तपत्र आज आपल्याला प्रत्यही सांगू लागलं आहे. या प्रवृत्तीला आपण, समाजानं नि शासनानं वेळीच पायबंद घालायलाच हवा.

क्रोध हाही षड्विकारांतील आणखी एक विकार. सात्त्विक संताप वेगळा नि क्रोध वेगळा. आज छोट्या-मोठ्या गोष्टीमुळं काही जण एवढे क्रोधायमान होतात की, व्यक्तींची हत्या, वस्त्या-वस्त्यांची नि गावागावांची जाळपोळ करून शेकडोंचे कष्टानं उभारलेले संसार क्षणार्धात राखरांगोळीत रूपान्तरित केल्याचंही त्यांना काही सोयरसुतक वाटत नाही. ही प्रवृत्तीही समाजविनाशक नि समाजविघातक आहे. तिला आवर घातल्याशिवाय निरपराध नि निष्पाप, शांतताप्रिय लोकांना जगणं कसं शक्य होईल? यासाठी संतांनी 'क्रोध' या विकारालाही 'रिपू'च मानलं आहे. जगातील कितीतरी उत्पात क्रोधामुळंच घडले नाहीत का?

मोहाचं एक रूप सोज्ज्वळ आहे तर दुसरं हव्यासासारखं रूप अधोगतीकडे नेणारं आहे. एकविसाव्या शतकातील चंगळवाद हव्यासामुळंच वाढतो आहे. लोभामुळं भ्रष्टाचाराचा राक्षस किती वेगवेगळ्या रूपांनी अवतरतो आहे, हे आपण पाहतोच आहोत. आपण कधी कल्पना करू शकणार नाही, अशा प्रकारचे भयानक घोटाळे नि प्रकरणं रोज उघडकीस येत आहेत. त्यांची फळंही या भ्रष्टाचारी लोकांना भोगावी लागत आहेत. पण त्यांच्या या कृत्यामुळं राष्ट्राची नि राष्ट्रीय चारित्र्याची केवढी हानी होत आहे! मनावर नियंत्रण नसलं की किती भयानक गोष्टी घडू शकतात, हे पाहून आपण विषण्ण होत नाही काय? पण केवळ विषण्ण होऊन चालणार नाही, तर त्यावर उपायही शोधायला हवेतच.

व्यसनाधीनतेची मुळंही मोहातच आढळतात. पाश्चिमात्य जगात बोकाळलेले

ड्रग्जचे काळेकुट्ट ढग आपल्या देशावरही येऊ लागले आहेत. क्षणिक आनंदापायी आपल्या आयुष्याची धूळधाण करणारी युवा पिढी आपल्याला पाहावी लागत आहे. कीर्तन ऐकत असताना कुणी तंबाखू खात असेल तर 'तुला हरिकथेच्या रसाऐवजी तांबूल-रस अधिक आवडतो, तेव्हा तू इथं बसून काय उपयोग?' असा सात्त्विक संताप तुकोबांसारखे संत व्यक्त करीत असत, असं म्हणतात. त्यामागील सद्‌हेतू आपल्या लक्षात येतो. 'पार्टी-संस्कृती' जर जीवनाचा एक अविभाज्य घटक बनून जीवन उद्‌ध्वस्त करीत असेल तर तिला वेळीच आवर घालून पवित्र जीवनाची घडी पुन्हा नीट बसवायला हवी. मनावर नियंत्रण असेल तर मोहासारख्या 'रिपूं'वर सहज विजय प्राप्त करता येतो. समर्थांच्या 'मनाच्या श्लोकां'त केलेला उपदेश नि केलेलं मार्गदर्शन आजही निश्चितपणे उपकारक आहे.

मन:शांतीचा शोध घेत रानावनांत, दरेकपारींत जाण्याची गरज नाही. षड्‌रिपूंचा वेध आपल्याजवळ असलेल्या मनानंच घेता येतो, याविषयी आपल्या संतांनी केलेलं विवेचन एकविसाव्या शतकातही उपयुक्त आहे; ते कालबाह्य झालेलं नाही.

❑❑

३४

संतसाहित्यातील प्रेमभावना

जसजसे आपण संतसाहित्याचं सूक्ष्म अध्ययन करू लागतो, त्या-त्या प्रमाणात आपल्याला संतसाहित्याचे अनेकविध पैलू दिसू लागतात. आजवर मी यांपैकी काही पैलूंचा गेल्या चार-पाच दशकांत विचार केला. तो विविध नियतकालिकांतून व ग्रंथांतून माझ्या वाचकांसमोर मांडलाच आहे. यात या साहित्यातील समाजप्रबोधन, तत्त्वचिंतन, परमार्थविचार, रंजन आणि अध्यात्म यांची सुंदर गुंफण, जनलोकांशी केलेला हृदयसंवाद, प्रपंचविज्ञान, कालसापेक्षता व कालातीतता, आरती-भारुडं-पदं-अभंग-गवळणी, धावा, भाष्यात्मक लेखन इ. विविध आकृतिबंध, जीवन-जाणिवा आदी बाबींविषयी विवेचन केलं आहे.

संतसाहित्यातील प्रीतिभावना हाही एक अत्यंत लक्षात घेण्याजोगा पैलू आहे. ही प्रीतिभावनादेखील वेगवेगळ्या अंगांनी आपल्या संतसाहित्यात प्रकटली आहे. माता आणि पिता यांच्याविषयीचं प्रेम हे यातील एक अंग आहे. ज्ञानदेवांपासून बहिणाबाई नि निळोबांपर्यंतच्या वारकरी संतांच्या अभंग-वाङ्मयातून याविषयीचे कितीतरी दाखले देता येतील; त्याचप्रमाणं महानुभाव वाङ्मयातूनही देता येतील. महानुभाव पंथाचे अवतारस्वरूप श्री गोविंदप्रभू (गुंडम राऊळ) यांचं चरित्र विविध 'लीळां'च्या माध्यमातून रेखाटलं गेलं आहे. (महानुभाव पंथाचे अवतारस्वरूप व आद्य प्रवर्तक श्रीचक्रधरस्वामी यांचं चरित्रही म्हाइंभट यांनी 'लीळां'च्याच माध्यमातून 'लीळाचरित्र' या ग्रंथाच्या 'एकांक', 'पूर्वार्ध' नि 'उत्तरार्ध' या त्रिविध खंडांतून साकार केलं आहे.) 'श्री गोविंदप्रभुचरित्रा'त त्यांची शिष्या श्री गुंडम राऊळ हेच आपले पिता आहेत व तेच आपली माता आहेत. ('राऊळ बापु: राऊळ माये:) असं म्हणते व श्रीगुंडम राऊळही आपल्या या शिष्यांवर माता-पित्यासारखीच माया करतात, याचे उल्लेख 'श्रीगोविंदप्रभुचरित्रा'त अनेक ठिकाणी आढळतात.

ज्ञानदेवांच्या लेखनात विठ्ठलाचा उल्लेख 'बाप रखुमा- देवीवरू' असा

आढळतो. मातेच्या प्रेमाचा महिमा तर संत नामदेव आणि जनाबाई यांच्या अभंगांत अनेक ठिकाणी आढळतो. संत इथं विठ्ठलाला मातेच्या रूपात पाहतात. संत जनाबाई यांचे पुढील अभंग अत्यंत लोकप्रिय आहेत—

ये गं ये गं विठाबाई । माझे पंढरीचे आई ।
भीमा आणि चंद्रभागा । तुझ्या चरणींच्या गंगा ॥
इतुक्यांसहित त्वां बा यावें । माझे रंगणी नाचावें ।
माझा रंग तुझिया गुणीं । म्हणे नामयाची जनी ॥

माझिये जननी हरिणी । गुंतलीस कवणे वनीं?
मुकें मी तुझे पाडस । चुकले माये पाहे त्यास ॥
चुकली माझिये हरिणी । फिरतसे रानोरानीं ।
आतां भेटवा जननी । विनवितसे दासी जनी ॥

चोखोबांची पत्नी सोयराबाई यांचं विठोबाविषयीचं मातृप्रेम या शब्दांत व्यक्त झालं आहे–

माय तूं माऊली अनाथाची देवा । धावे देवाधिदेवा लंवलाहें ।
पतितपावन नाम गाजे त्रिभुवनीं । भक्तशिरोमणी तुम्ही देवा ॥
अनाथाचें धावणें करणें चक्रपाणी । सकळ मुगुटमणी विठ्ठला तूं ।
मज अव्हेरितां कोण म्हणेल थोरी ? म्हणतसे महारी चोखीयाची ॥

त्यांनीच आणखी एका अभंगात विठोबांना 'मायबाप'ही म्हटलं आहे –

आमुचें सुखदुःख कोण दुजा वारी? तुम्हीच श्रीहरी मायबाप ॥
तुमच्या उच्छिष्टाची धरोनिया आस । बैसले रात्रंदिवस धरणेकरी ॥
परी तुम्हां न ये आमुची करुणा । केधवा येईल मना तुमचिया ॥
काम, क्रोध, लोभ, मद, मत्सर वैरी । हे झडकरी वारी मायबापा ॥
म्हणोनी धरिलें तुमचे पदरा । म्हणतसे सोयरा चोखियाची ॥

जर विठ्ठलच माता नि पिता आहेत, तर जिथं विठ्ठल आहे ती पंढरी हेच माहेरच वाटणं स्वाभाविक नाही का? संत कान्होपात्रा यांच्या या लोकप्रिय अभंगात हीच माहेराची ओढ, हेच माहेराचं प्रेम अभिव्यक्त झालं आहे –

'माझें' माहेर पंढरी । सुखें नांदु भीमातीरी ।
येथें आहे मायबाप । हरे ताप दरुशनें ॥

निवारिली तळमळ चिंता । गेली व्यथा अंतरींची ।
कैशी विटेवरी शोभली । पाहुनि कान्होपात्रा धाली ॥

तुकोबांच्या अनेक अभंगांत माता-पित्याच्या प्रेमाच्या नात्याचा-वात्सल्याचा उल्लेख आढळतो. वानगीदाखल त्यांपैकी एक अभंग पुढं उद्‌धृत करीत आहे –

काय उरली ते करूं विनवणी । वेचलों वचनी पांडुरंगा ।
अव्हेरलों आतां कैचें नामरूप? आदर निरोप तरि तो नाही ॥
माझा मायबाप ये गेलों सलगी । तो हें तुम्हां जगीं सोयइरिका ।
तुका म्हणे आतां जोडोनिया हात । करी दंडवत ठायींचा ठायीं ॥

कुटुंबवत्सलता हीही प्रेमाची एक 'परी' नाही का? एखादा पिता ज्याप्रमाणं (ज्या प्रेमळपणानं) आपल्या साऱ्या लेकरांचा मायेनं सांभाळ करतो, त्याची तुलना (विठोबांची तुलना) संत जनाबाई अशा लेकुरवाळ्या पित्याशी करतात –

विठो माझा लेकुरवाळा । संगें लेकुरांचा मेळा ।
निवृत्ती हा खांद्यावरी । सोपानाचा हात धरी ।
पुढे चाले ज्ञानेश्वर । मागें मुक्ताई सुंदर ।
गोरा कुंभार मांडीवरी । चोखा-जीवा बरोबरी ॥
बंका कडियेवरी । नामा करांगुळी धरी ।
जनी म्हणे गोपाळा । करी भक्तांचा सोहळा ॥

'प्रीती' या शब्दाचा जो नेहमीचा वाच्यार्थ तोही ज्ञानदेवांपासून तुकोबा-निळोबा आदी संतांपर्यंतच्या लेखनात आढळतो. त्यात प्रियकर आणि प्रेयसी यांच्या प्रीतिभावनेची अभिव्यक्ती झाली आहे. अशा प्रकारच्या लेखनाला 'मधुरा भक्ती' अशी अत्यंत औचित्यपूर्ण संज्ञा देण्यात आली आहे. यात भक्त ही प्रेयसी व परमात्मा हा प्रियकर अशा प्रकारचं समीकरण गृहीत धरलेलं असतं. म्हणजेच, दुसऱ्या शब्दांत, 'प्रीती म्हणजेच भक्ती' हे समीकरण गृहीत धरलेलं असतं. प्रेयसी ही प्रियकरास भेटायला उत्सुक असते, तिला प्रियकराचा विरह सहन होत नाही. त्याचप्रमाणं भक्त हा परमात्म्याच्या दर्शनास उत्सुक असतो. त्यातील भाव-भावनांची स्पंदनं संतांच्या 'विराण्यां'त (म्हणजेच 'विरहिणी'त) उमटली आहेत. तर 'सौऱ्यां'त (म्हणजेच 'स्वैरिणी'त) ही प्रेयसी आपल्या प्रियकरासाठी स्वैर आचरण करण्यासही प्रवृत्त होते. (लक्ष्यार्थानं किंवा ध्वन्यर्थानं भक्त हा परमेश्वरासाठी कुठलीही गोष्ट करावयास सिद्ध असतो.) संतांच्या मधुराभक्तिपर लेखनाचा विचार हा फार व्यापक

विचार असल्यानं त्याचा स्वतंत्र लेखातच विचार करता येईल, म्हणून इथं केवळ त्याचा नामनिर्देश केला आहे. डॉ. प्र. न. जोशी यांनी या विषयावर एक स्वतंत्र प्रबंधच लिहिला असून तो ग्रंथरूपानं प्रकाशितही झाला आहे. (सूफी संतांनीही अशा प्रकारचं मधुराभक्तीपर लेखन केलं आहे.)

तुकोबांनी विराण्यांप्रमाणं सौऱ्याही लिहिल्या आहेत. त्यांचं स्वरूप लक्षात यावं, यासाठी उदाहरणादाखल एक 'सौरी' देऊन हा लेख संपवितो –

नव्हे नरनारी संवसारी अंतरलो ।
निष्काम जना वेगळेचि ठेलों ।।
चाल रघुरामा न आपुल्या गावा ।
तुजविण आम्हा कोण सोयरा-सांगाती?
जनवाद लोकनिंद्य पिशुनाचे चेरे ।
साहूं तुजसाठी अंतरली सहोदरें ।।
बहुतां पाठी निरोप हाटीं पाठविला तुज ।
तुका म्हणे आतां सांडुनि लौकिक लाज ।।

❑❑

३५

संत आणि व्यवहार

संत आणि व्यवहार हे शब्द काहीसे परस्परविरुद्ध असावेत, असं वाटणं स्वाभाविक आहे; कारण साधना / उपासना करून मुक्ती प्राप्त करणं व आपल्या आयुष्याचं सार्थक करणं, हे संतांचं अंतिम उद्दिष्ट होतं अशी संताविषयीची प्रतिमा लोकमानसात आहे व ती अनुचित आहे, असं मुळीच म्हणता येणार नाही. त्यामुळं संतांचा ऐहिक जीवनाशी व त्याच्याशी संबंध असलेल्या व्यवहारांशी संबंध काय, असा प्रश्न विचारला जाणं स्वाभाविक आहे. ऐहिक जीवन व पारलौकिक जीवन या दोन संकल्पना आपल्याकडे प्रचलित आहेत. आपल्याकडे म्हणजे पौर्वात्य संस्कृतीतच नव्हे, तर पाश्चिमात्य संस्कृतीतही त्या प्रचलित आहेत. विविध धर्मांतही त्या प्रचलित आहेत. संत ऐहिक जीवनाविषयी उदासीन असतात व आपणही तसं उदासीन असावं, अशी त्यांची भावना असते, असाही एक समज प्रचलित होणं स्वाभाविक आहे; कारण पारमार्थिक कल्याण हे त्यांचं प्रमुख जीवन-उद्दिष्ट होतं... पण तसं असलं, तरी संतांनी ऐहिक जीवनाचा व त्यातील विविध व्यवहारांचा विचारच केला नाही काय? त्याचा त्यागच करावा नि विरक्त व्हावं, जीवन-व्यवहार करूच नयेत, ऐहिक जीवन जगण्यात अर्थच नाही, अशी त्यांनी भूमिका घेतली होती का व तिचाच त्यांनी पुरस्कार केला होता का? यासंबंधी संतांनी जे साहित्य लिहिलं नि आपल्या हयातीत आपल्या वाणीनं व कृतीनं जनसामान्यांना जो उपदेश केला, याचं सूक्ष्म अध्ययन केलं; तर संतांची ऐहिक जीवनाविषयीची, जीवनव्यवहारांविषयीची भूमिका व दृष्टिकोन आपल्या लक्षात सहज येतो. या दृष्टीनं आपल्याला महाराष्ट्रातील विविध संप्रदायांचा विचार करता येईल. त्या-त्या संप्रदायातील संतांचा व त्यांनी पुरस्कारिलेल्या मतांचा विचार करता येईल. असं केल्यानं संत आणि ऐहिक जीवनव्यवहार यांच्यामधील अन्योन्य संबंधाचा चांगला उलगडा होईल, असं मला वाटतं.

वारकरी संप्रदाय हा महाराष्ट्रातील एक प्रमुख संप्रदाय आहे आणि नामदेव, ज्ञानदेव, चोखोबा, गोरोबा, सावतामाळी, नरहरीमहाराज सोनार, जनाबाई, मुक्ताबाई, एकनाथमहाराज, तुकोबा, निळोबा, बहिणाबाई अशी फार मोठी व महत्त्वाची संतमालिका या संप्रदायाची अनुयायीच नव्हे, तर या संप्रदायाची जडणघडण व विकास करण्यामध्ये या संतमालिकेचा फार मोठा हातभार लागला आहे. महाराष्ट्रातील लोकमानसावर या संतमालिकेचा केवढा प्रभाव आहे, हे वारीच्या रूपानं आपण आजही पाहतो. वारकरी संप्रदायानं परमार्थाबरोबर प्रपंचाची सांगड का घालावी, या प्रश्नाचं उत्तर शोधत असताना या संप्रदायाच्या संतांनी ऐहिक जीवनाचा व त्यातील व्यवहारांचा किती बारकाईनं विचार केला आहे, ते आपल्या लक्षात येते. आपल्या जीवनाचं अंतिम ध्येय मुक्ती प्राप्त करणं हे असलं तरी हे ऐहिक जीवनही आपण चांगल्या प्रकारे जगावं व त्यातील विविध व्यवहारही आपण चांगल्या प्रकारे करावेत, त्यात शुचित्व नि मांगल्य असावं, अशी भूमिका वारकरी संत घेतात त्यानुसार त्यांचं आचरणही होतं. त्यामुळं समाजानं त्यांच्या जीवनाचा व विचारांचा आदर्श आपल्यासमोर ठेवला. कोणत्याही धर्माच्या/संप्रदायाच्या 'तत्त्वज्ञाना'त त्याची विचारसरणी असते; तर ती प्रत्यक्षात (ऐहिक जीवनात) आचरणात आणण्यासाठी त्याचा 'आचारधर्म' असतो. या आचारधर्मात जीवनव्यवहार चांगल्या प्रकारे कसे पार पाडावेत, याचा विचार केलेला नसतो का?

काही वारकरी संतांनी संसार करून याचा वस्तुपाठ जनसामान्यांना दिला आहे. त्यामुळंच ते दैनंदिन व्यवहार करून, संसाराची जबाबदारी चांगल्या प्रकारे पार पाडून परमार्थसाधना व भक्तीही करीत होते याची आपल्याला कल्पना येते. या संदर्भात किती तरी वारकरी संतांचा उल्लेख करता येईल व त्यांच्या साहित्यातील असंख्य उदाहरणं देता येतील. वारकरी संप्रदायाचा 'आचारधर्म' म्हणजे ऐहिक जीवनातील विविध व्यवहारांची आचारसंहिताच असून या आचारसंहितेची त्या संप्रदायाच्या तत्त्वज्ञानातील विचारसंहितेशी सांगड घालण्यात आली आहे. ऐहिक जीवनातले व्यवहार चांगल्या प्रकारे पार पाडणं, ही समाजातील प्रत्येक घटकाची नैतिक जबाबदारी आहे, असं विवेचन वारकरी संतांच्या उपदेशपर अभंगांत केलं आहे, याची तुम्हा-आम्हाला कल्पना आहेच.

महानुभाव संप्रदाय हाही महाराष्ट्रातील एक प्रमुख संप्रदाय असून, त्याचे अनुयायीदेखील महाराष्ट्रात मोठ्या प्रमाणात आहेत; इतकंच नव्हे, तर उत्तर भारतातदेखील आहेत. या संप्रदायात संन्यासाला व विरक्तीला प्राधान्य असलं, तरी दैनंदिन जीवनव्यवहारांचा विचार केलेला नाही, असं नाही. 'असती-परी' म्हणजे महानुभाव संप्रदायानं पुरस्कारिलेला आचारधर्म - ही एका अर्थानं जीवनसरणीच

आहे. 'उपदेशी' हा या संप्रदायाच्या अनुयायांचा मोठा वर्ग. 'महंतां'नी संन्यासदीक्षा घेतलेली असून त्यांनी पंथीय आचारसंहितेनुसार व्यवहार करावेत व 'उपदेशीं'नी या 'असती परी'नुसार वागावं, जीवनव्यवहार करावेत, अशी या पंथाची विचारसरणी असून पारमार्थिक कल्याण साधणं, हेच याही संप्रदायाचं अंतिम उद्दिष्ट आहे. या पंथाचे 'उपदेशी' असलेले अनुयायी आपापले व्यवसाय योग्य प्रकारे करून साधनाही करतात. म्हाइंभटांनी 'लीळाचरित्रा'साठी जागोजाग जाऊन श्रीचक्रधरस्वामींच्या 'लीळां'चा संग्रह केला. त्या संदर्भात एक उल्लेख खेइभटाचा केला जातो. खेइभट हे स्वामींचं सान्निध्य लाभलेले एक भाग्यवान शिष्य. ते शेती करीत. म्हाइंभटांनी त्यांच्याकडूनही काही 'लीळा' मिळविल्या. खेईभट 'कृषिकर्म' म्हणजे शेती करता-करता, या स्वामींच्या काही 'लीळा' सांगत व म्हाइंभट त्या 'नमस्करूनि' घेत, असा उल्लेख 'स्मृतिस्थळा'त आढळतो. या सर्व व्यवसायांत समानता आहे, त्यामुळं विशिष्ट जीवनव्यवहार वा व्यवसाय केल्यानं कुणी उच्च वा नीच होत नाही, अशी महत्त्वाची समतेची भूमिका या संप्रदायानं घेतली. वारकरी संप्रदायानंही या संदर्भात प्रथम आध्यात्मिक समतेची भूमिका घेतली व त्यातूनच सामाजिक समताही प्रस्थापित केली. 'सर्वांभूतीं भगवद्भाव' हा वारकरी संतांचा उपदेशही या संदर्भात प्रेरक ठरला.

नागेश संप्रदायानंही वारकरी संप्रदायाप्रमाणंच प्रपंच व परमार्थ यांचा समन्वय साधला. या संप्रदायाच्या अनुयायांमध्येही अनेक व्यावसायिक होते. ते आपापले व्यवसाय व जीवनव्यवहार योग्य प्रकारे, शुचित्वाची-पावित्र्याची जपणूक करीत पार पाडीत असत. अज्ञानसिद्धादी नागेश सांप्रदायिक संतांच्या लेखनात या संप्रदायाच्या तत्त्वज्ञानाच्या व जीवनव्यवहारविषयक आचारधर्माच्या खुणा आढळतात. या संप्रदायाचं अंतिम उद्दिष्ट पारमार्थिक होतं, हेही इथं नमूद करायला हवं.

समर्थ रामदास हे समर्थ संप्रदायाचं प्रेरणास्थान. त्यांचा 'दासबोध' हा ग्रंथ म्हणजे समर्थांची वाङ्मयीमूर्ती होय. 'दासबोधा'त समर्थ संप्रदायाचं तत्त्वज्ञान व आचारधर्म यांचं प्रतिपादन व विवेचन केलेलं आहे. याही संप्रदायाचं अंतिम जीवन-उद्दिष्ट पारमार्थिक कल्याण व मुक्तीची प्राप्ती हेच असलं, तरी ऐहिक जीवनातील विविध व्यवहारांविषयी समर्थांनी फार सूक्ष्म विचार करून समाजाला मार्गदर्शन केलं असून आपल्या जीवनव्यवहारात उदात्त मूल्यांची जपणूक कशी करावी, याचं तपशीलवार व सविस्तर विवेचन केलं आहे. यालाच समर्थांचं 'प्रपंचविज्ञान' असंही म्हटलं जातं. दासबोधाच्या विविध नावंदेखील पाहिली, तरी आपल्या जीवनातील कितीतरी व्यवहारांविषयी समर्थ किती सूक्ष्म विचार करतात, याची कल्पना येते. चांगल्या, उदात्त विचारसरणीच्या समाजाची जडणघडण व्हावी, ही त्यांची तळमळही त्यातून प्रकट होते.

मुंतोजी, शेख महंमद, शहामुनी, शेख सुलतान यांच्यासारख्या मुसलमान संतांनीही मराठीत विपुल लेखन केलं नि आपल्या वाणीनं भक्तीचा प्रसार केला. त्यांनीही ऐहिक जीवनव्यवहार कसे करावेत, त्यात पावित्र्य कसं असावं व ते करता-करता पारमार्थिक उद्दिष्ट कसं साध्य करावं, याविषयी आपल्या उपदेशपर लेखनात विवेचन केलं आहे. इस्लाम धर्मात दीन (धर्म) व दुनिया (ऐहिक जीवन व त्यातील व्यवहार) यांची सांगड घातली आहे. त्याचं प्रतिबिंब मुसलमान मराठी संतकवींच्या लेखनात उमटलं आहे. शेख महंमदाच्या लेखनातून स्वत:च्या मुलाण्याच्या व्यवसायाप्रमाणंच गावकीतील व्यवहारांचे कितीतरी निर्देश आढळतात.

वीरशैव संतांनी आपल्या तत्त्वज्ञानाचा व आचारधर्माचा ठसा मऱ्हाटी संस्कृतीवरदेखील उमटविला आहे. 'कायक वे कैलास' (म्हणजे जीवनात आपणास निर्वाहासाठी जे कार्य व व्यवहार करावे लागतात, ते सर्व कैलासाप्रमाणं पवित्र असतात), ही महात्मा बसवेश्वरांची भूमिका ऐहिक जीवनव्यवहारांशीच संबद्ध नाही का? जर केवळ पारमार्थिक उद्दिष्टच साधायचं असतं तर या महापुरुषांनी ऐहिक/ भौतिक जीवनाचा व त्यातील व्यवहारांचा विचारच कशासाठी केला असता? समाजातील विविध घटकांना जे व्यवसाय करावे लागतात, ते सारेच कैलासाप्रमाणं पवित्र असतात, अशी समाजाची मानसिकता तयार करण्यामागं समानतेची, बंधुत्वाची व सामाजिक न्यायाचीच भूमिका नाही का? म. बसवेश्वरांनी वेगवेगळ्या जातींतल्या लोकांना– विशेषत: शूद्रातिशूद्रांनाही– दीक्षा दिली, यामागील मर्म आपण समजून घ्यायला हवं.

समाजातील जीवनव्यवहारात स्त्री-पुरुष-समानतेचा विचार समाविष्ट होतो. जी वागणूक व स्थान पुरुषांना लाभतं ते स्त्रियांनाही लाभतंच असं नाही. ही पुरुषप्रधान संस्कृतीची फळं आहेत. पण जैन धर्म, वीरशैव धर्म, बौद्ध धर्म, महानुभाव व वारकरी, नाथ-नागेशादी संप्रदायांनी आध्यात्मिक साधनेच्या संदर्भात स्त्री-पुरुषांना समान स्थान देणाऱ्या विचारसरणीचा पुरस्कार केला. स्त्रियांनाही पुरुषांप्रमाणं समान व्यवहार करण्याचा अधिकार दिला, हे योगी आणि योगिनी, शिवशरण आणि शिवशरणी, संतकवी आणि संतकवयित्री, साधू आणि साध्वी या संज्ञांवरूनही लक्षात येतं.

समाजातील विविध व्यवहारांत रूढींचा नि परंपरांचाही समावेश होतो. कालबाह्य, अनावश्यक, विशिष्ट समाजघटकांवर अन्याय करणाऱ्या रूढींचा व परंपरांचा आपल्या महाराष्ट्रातील अनेक धर्मांनी व धर्म संप्रदायांनी विरोध केला आहे, हे विविध संतांच्या व संतकवयित्रींच्या पाखंडखंडनपर लेखनातून प्रत्ययाला येतं.

समाजव्यवहार निकोप, निर्मळ, न्याय्य, विवेकपूर्ण, कुणावरही अन्याय न

करणारा असावा; त्यातून उदात्त समाजाची जडणघडण व्हावी, सर्वांना सुखासमाधानानं आपले ऐहिक व्यवहार करता यावेत व ते करता-करता पारमार्थिक वाटचालही करता यावी, यासाठी विविध धर्मांच्या व पंथांच्या संतांनी जी भूमिका स्वीकारली, ती विवेकनिष्ठ, विधायक व मांगल्याकडे वाटचाल करणारी होती. त्यामुळं मऱ्हाटी संस्कृतीला एक वेगळा उजाळा मिळाला. संतांनी ऐहिक जीवनाविषयीच्या उदासीनतेचाच केवळ प्रचार केला असता व फक्त पारमार्थिक साध्यच आपल्या दृष्टीसमोर ठेवलं असतं तर समाजाची घडी त्यांना नीट बसवता आली नसती व जीवनव्यवहारांच्या माध्यमातून अपेक्षित उद्दिष्ट साध्य करता आलं नसतं. त्यामुळे मऱ्हाटी संस्कृतीचं शिल्प घडविताना संतांचं या माध्यमातूनही महत्त्वपूर्ण योगदान लाभलं होतं, हे विसरून चालेल का?

❑❑

३६

मराठी संत आणि 'रहस्य'वाद

हिंदी संतसाहित्यात किंवा संतसाहित्यसमीक्षेत 'रहस्यवाद' हा शब्द अत्यंत प्रचलित आहे. हिंदी साहित्याच्या मध्ययुगीन इतिहासात ही संज्ञा विशेषकरून योजिली जाते. संत कबीर आणि त्यांचा रहस्यवाद हा पंडित हजारीप्रसाद द्विवेदी यांच्यापासून अनेक दिग्गज हिंदी संतसाहित्यसमीक्षकांनी चर्चिला आहे. मराठी संतसाहित्यसमीक्षेत मात्र तो आजवर योजिला गेल्याचं माझ्या वाचनात नाही. मराठी संतसाहित्याची इंग्रजीत समीक्षा करताना डॉ. रा. द. रानडे यांनी 'मिस्टिसिझम' ही संज्ञा योजिली आहे. 'मिस्टिसिझम इन् महाराष्ट्र' हा त्यांचा या क्षेत्रातील ग्रंथ मानदंड आहे, असं म्हणायला हरकत नाही.

'मिस्टिक' हा शब्द काहीशी गूढत्वाची अर्थच्छटा प्रकट करतो. 'मिस्ट' हा शब्ददेखील आठवायला हरकत नाही. तो धुक्याचा निदर्शक आहे. धुकं हे धूसर असतं, त्यापलीकडे काही नसतं-असतं असं नाही, तर ते असतंच. तेच वास्तव असतं. धुक्यामुळं आपल्यामध्ये नि त्या वास्तवामध्ये एक झिरझिरीत किंवा काही गडददेखील – आडपडदा येत असतो. हा आडपडदा नाहीसा झाला की स्वच्छ, नितळ दृश्य आपल्याला दिसू लागतं. धुकं हे बहुधा फार काळ टिकत नाही. काही काळानंतर आपसूक, आपल्याला न सांगताच नकळत केव्हा नि कुठं निघून जातं; कळत नाही. धुक्यात एक ऊर्जा असते; ती म्हणजे, आपल्यामध्ये कुतूहल नि जिज्ञासा निर्माण करण्याची. त्याच्यापलीकडे काय आहे, हे जाणून घेण्यास तुम्ही-आम्ही निश्चितच उत्सुक असतो. एखादं रहस्य जाणून घ्यायला आपण जितके उत्सुक असतो, तितकी उत्कटता वा तीव्रता संतांमध्ये नि महापुरुषांमध्ये असते. त्यामुळं सर्व धर्मांच्या निर्मितीचं बीज या जीवनरहस्याच्या जिज्ञासेत असल्याचं आढळतं. ऋग्वेद, कुराण, बायबल, धम्मपद, महावीर-वाणी, बसवेश्वरांची वचनं इ. चे दाखले या संदर्भात देता येईल. आपल्या संतांनीही या जीवनरहस्याचा शोध

घेतला आहे. सर्व पंथांच्या मराठी संतांच्या लेखनात याची प्रचिती येते. या 'रहस्या'ला ते कधी कधी 'गुह्य', 'मर्म' वा 'आदिकारण' यांसारख्या संज्ञाही योजतात. 'अथातो ब्रह्मजिज्ञासा' या सूत्रातही या रहस्याविषयीच्या जिज्ञासेचं सूचन आहे.

ज्याला मी 'मराठी संतांचा रहस्यवाद' अशी संज्ञा किंवा शब्दसंहती योजिली आहे, त्याचा महाराष्ट्रातील प्रत्येक संप्रदायाच्या संदर्भात स्वतंत्रपणे व सविस्तर विचार करता येईल, असं हे अनोखं संशोधनक्षेत्र आहे. त्यासंबंधी मी अधिक चिंतन-संशोधन करून पुढं सवडीअंती लिहिणारच आहे. या रहस्याबद्दल सर्वच संतांना कुतूहल यासाठी वाटलं, की त्याची व्याप्ती केवळ व्यक्तीपुरती नसून ते संपूर्ण विश्वाला, संपूर्ण चराचराला गवसणी घालतं. या रहस्याचा आदिबंध विश्वनिर्मितीशी व विश्वसंचलनाशी जोडला जाणं स्वाभाविक आहे. प्रत्येक संप्रदायानं आपापल्या परीनं त्याची उकल करण्याचा प्रयत्न केला असून त्या दृष्टिकोनातून आपल्या विचारसरणीची व दार्शनिक सिद्धांताची मांडणी केली आहे. त्या-त्या संप्रदायानुसार त्यात विशिष्ट अशी तार्किक सुसंगती, युक्तिसंगतता आढळते.

वानगीदाखल मराठी संतसाहित्यात आढळणाऱ्या रहस्यवादाची काही उदाहरणं पुढं देत आहे. मी मराठी संतसाहित्याच्या संदर्भात 'रहस्यवाद' ही संज्ञा विशिष्टार्थानं योजिली असल्यानं हिंदी संतसाहित्यातील रहस्यवादाशी तिची तुलना करू नये, असं मला वाटतं.

पंचीकरणविचार हा हे जीवनरहस्य उलगडण्याचा मराठी संतसाहित्यातील प्रारंभीचा व फार महत्त्वाचा विचार आहे, असं मला वाटतं. आदिकवी मुकुंदराज यांच्या 'विवेकसिंधू'त पंचीकरणाचाच विस्तारानं विचार केला आहे. पंचीकरणविचाराची उत्तरकालीन मराठी संतसाहित्यावरील छाप लक्षणीय आहे. बहमनीकालीन व त्यानंतरच्या महाराष्ट्रीय सूफी संतकवींच्या लेखनावरही तो प्रभाव दिसतो. मुंतोजी बामणी या संताचा 'प्रकाशदीप' हा ग्रंथ याचं महत्त्वाचं उदाहरण आहे. 'सिद्धसंकेत' या ग्रंथात मुंतोजींनी जीवनरहस्यासाठी 'गूज' हा शब्द योजिला आहे–

'तुझे योग भांडली विज।
दिधले साधुसंतां पैं बीज ।
तो प्रकट करी गूज मजप्रति ।।
नाना विद्या साधनांची बोली ।
तें सांगावे वनमाली ।
जेणें विश्रांती कैवल्यीं ।
पावे हा जीव ।।' सिद्धसंकेत, १४८०-८१।।

मुंतोजी आणि शेख महंमद यांच्यासारख्या सूफींच्या कादरी शाखेतील संत कवींनी पंचीकरणातील पंचमहाभूतांच्या आपल्या परिभाषाकोशात सूफी पारिभाषिक संज्ञाही दिल्या आहेतं. शेख महंमदांचा 'दुचेष्मा' हा परिभाषाकोश या दृष्टीनं उल्लेखनीय असून तो श्री. वा. सी. बेंद्रे यांनी शेख महंमदांच्या कवितासंग्रहात संपादून प्रसिद्ध केला आहे.

वीरशैव संत कवी मन्मथस्वामी यांच्या 'परमरहस्य' या ग्रंथातही पंचीकरणविचार विस्तारानं केला आहे. अहमदपूरच्या वीरशैव मठाचे डॉ. शिवलिंग शिवाचार्य यांनी चार दशकांपूर्वी संपादिलेल्या या ग्रंथाला मी प्रस्तावना लिहिली होती. वीरशैव मराठी साहित्यात 'परमरहस्या'चं एक विशेष महत्त्व असून, मी या लेखात ज्या रहस्यवादाचा विचार करीत आहे, तो या ग्रंथाचा केंद्रबिंदू आहे.

नागेश संप्रदायाचे भाष्यकार संतकवी अज्ञानसिद्ध यांच्या 'वरद नागेश' या ग्रंथाचं संपादनही मी दोन-तीन दशकांपूर्वी केलं होतं. त्यात पंचीकरणाचा विचार तपशिलानं आला आहे.

समर्थांच्या 'दासबोधा'वरही पंचीकरणविचाराचा प्रभाव जागोजाग आढळतो. विश्वाची 'उभारणी नि 'संहारणी' या संदर्भातील समर्थांचं विवेचन इथं उल्लेखावंसं वाटतं.

दासबोधाच्या सोळाव्या दशकातील समासांची केवळ शीर्षकंच इथं देतो. त्यावरून समर्थ पंचीकरणाचा विचार करता-करता 'आत्मारामा'पर्यंत प्रवास करीत करीत हे 'रहस्य' कसं उलगडतात, ते लक्षात येईल. (समास क्र. ३ ते ८) पृथ्वीस्तवन, आपनिरूपण, अग्निनिरूपण, वायोस्तवन, महद्भूतनिरूपण, आत्माराम नरूपण.

दासबोधाच्या सहाव्या दशकाचं नावच 'देवशोधन' असून, त्याचा पहिला समास 'देवशोधना'विषयीचा आहे. दशकाच्या शेवटाच्या आधीचा नववा समास 'सारशोधन' हा आहे. या रहस्याच्या शोधणीची फलश्रुती काय?

'ब्रह्मांडाचें माहाकारण । तेथून हे पंचीकर्ण ।
माहावाक्याचें विवर्ण । वेगळें असे ॥
महत्तत्त्व महद्भूत । तोचि जाणावा भगवंत ।
उपासना हे समाप्त । येथून जाली ॥

(– दासबोध ५×३०-३१)

सर्वच आस्तिक धर्म-पंथांच्या संतांनी हे रहस्य शोधण्याचा प्रयत्न केला असून त्याची परिणती आत्मशोधात आणि पर्यायानं परमात्मशोधात झाली आहे. ही परिणती म्हणजेच आत्मज्ञानाची प्राप्ती होय. दासबोधाच्या चौथ्या दशकात समर्थांनी

'आपला आपण शोध घ्यावा। अन्तर्यामी ॥' दा. ४×९×७)

असं नेमकेपणानं म्हटलं आहे. तुकोबांनाही—

अणुरेणुया थोकडा ।
तुका आकाशाएवढा ॥

अशी प्रचिती येते, तीही या जीवनरहस्याच्या शोधणीनंतरच. या सर्वच संतांच्या प्रचितीत विलक्षण साम्य आहे, हे संतांच्या 'रहस्य'वादाचं वैशिष्ट्य आहे. लक्षणीय वैशिष्ट्य आहे.

आता या लेखाच्या शेवटी मराठी संतांच्या या 'रहस्य'वादाचं बीज मला कुठं गवसलं, तेही सांगतो.

ज्ञानेश्वरीच्या कळसाध्यायात— अठराव्या अध्यायात- आपली नाथपरंपरा सांगत असताना हे गुह्य वा जीवनरहस्य शिवानं कसं उलगडलं व गुरुपरंपरेनं ते निवृत्तिनाथांपर्यंत नि त्यांच्यापासून पुढं आपल्यापर्यंत कसं आलं, हा 'बोधाचा संसार' या शब्दांत प्रतिपादिला आहे–

'क्षीरसिंधुपरिसरीं । शक्तीचा कर्णकुहरीं ।
नेणो कैं श्रीत्रिपुरारीं । सांगितलें जें ॥
तें क्षीरकल्लोळा आंतु । मकरोदरीं गुप्तु ।
होता तयाचा हातु । पैठें जालें ॥
तो मत्स्येन्द्र सप्तशृंगीं । भग्नावयवा चौरंगी ।
भेटला कीं तो सर्वांगीं । संपूर्ण जाला ॥
मग समाधि अव्यत्यया । भोगावी वासना यया ।
ते मुद्रा श्रीगोरक्षराया । दिधली मिनीं ॥
तेणें योगब्जिनी सरोवरु । विषयविध्वंसैकवीरू ।
तिये पदीं कां सर्वेश्वरू । अभिषेकिलें ॥
मग तिहीं तें शांभव । अद्वयानंदवैभव ।
संपादिलें सप्रभव । श्रीगहिनीनाथा ॥
तेथें कळि कळितु भूतां । आला देखोनि निरुता ।
ते आज्ञा श्रीनिवृत्तिनाथा । दिधली ऐसी ॥
ना आदिगुरु शंकरा । लागोनि शिष्यपरंपरा ।
बोधाचा हा संसारा । जाला जो आमुतें ॥'

(– ज्ञानेश्वरी, दांडेकर प्रत १८×१७५१-५८)

❑❑

३७

संसार आणि संत

'संत' आणि 'संसार' या दोन्ही संज्ञा सकृत्‌दर्शनी विरोधाभासात्मक वाटणं स्वाभाविक आहे; कारण संत आणि परमार्थ यांचं जे जिव्हाळ्याचं नातं आहे, त्यात संसाराला कुठंतरी जागा असेल की नाही– बहुधा नसेलच– अशी एक सर्वसामान्य धारणा असते. त्यामुळं परमार्थसन्मुख असलेले संत हे संसारविन्मुख असणारच, अशी कुणाला बालंबाल खात्री वाटली, तर त्यात नवल नाही. अशी धारणा समाजात बळावत गेल्यामुळंच सर्वसामान्य सामाजिक जीवन जगणारी माणसं परमार्थापासून नि भक्तिमार्गापासून दूर-दूर जाऊ लागली. संसार सोडल्याशिवाय भक्ती करताच येत नाही, असा विचार समाजमनात बळावत गेल्यानं सर्वसामान्यांचं जीवन जगता-जगता त्यातून परमार्थाचं शिखर गाठणारे संत नि सर्वसामान्य माणूस यांत काहीसं अंतर निर्माण होऊ लागलं. हे अंतर जसजसं वाढत चाललं तसतसे संत हे आपल्यापेक्षा फार वेगळे नि आपल्यापेक्षा फार मोठे, त्यांच्यापेक्षा आपण फार वेगळे नि किती तरी लहान, नगण्य– अशी भावना सर्वसामान्य माणसाच्या मनात निर्माण होऊ लागली. याला काही संन्यासप्रवण वा संन्यासाधिष्ठित संप्रदायांची धारणा कारणीभूत होती. काही संप्रदायांनी इतक्या कडक संन्यासाचा पुरस्कार केला, की त्याच्या सीमारेषेलाही आपण स्पर्श शकू की नाही, असा भेदक विचार सामान्य माणसाच्या मनात डोकावू लागला. काही संप्रदायांचा जीवनविषयक आत्यंतिक विरक्तीचा दृष्टिकोनही सामान्य माणसाच्या मनातील या भेदक विचाराला हातभार लावू लागला. बाराव्या-तेराव्या शतकातल्या म्हणजे यादवकाळातल्या महाराष्ट्राची हीच अवस्था होती.

याला आणखी एक 'अर्थ'पूर्ण स्वार्थकेंद्रित हातभार लागला तो स्वयंघोषित कर्मकांडसंहितेचा दुराग्रह धरणाऱ्या तथाकथित प्रस्थापितांचा. त्यात आपला वर्ण हाच श्रेष्ठ, अशी स्वत:च घोषणा करणाऱ्यांचाही वर्ग होता.

अशा कठीण परिस्थितीत समाजाचं समकालीन स्थितिसापेक्ष आकलन करणं

जसं अनिवार्य होतं त्याचप्रमाणं त्याला परमार्थाचा, अध्यात्माचा नि धर्मप्रवणतेचा बीजभूत अर्थ समजावून सांगून ऐहिक वा सांसारिक जीवनाची पारलौकिक जीवनाशी सांगड घालणंही आवश्यक होतं. त्याला द्रष्टं नेतृत्व देणं गरजेचं होतं. हे नेतृत्व नामदेव-ज्ञानदेव या वारकरी संतांच्या रूपानं महाराष्ट्राला लाभलं. त्याचप्रमाणं महानुभाव संप्रदायाचे प्रवर्तक व अवतारस्वरूप श्रीचक्रधरस्वामी यांच्या रूपानं लाभलं. खरं तर महानुभाव संप्रदाय हा किती विरक्तिप्रधान होता, हे त्याच्या आचारधर्मातील 'असती परी' (वागण्याची, जगण्याची पद्धती) वरूनही सहज लक्षात येईल. पण हे दोन्ही प्रमुख संप्रदाय महाराष्ट्राला संसारप्रवण करून अध्यात्मप्रवण करण्यात कसे यशस्वी ठरले, याची साक्ष महाराष्ट्राचा इतक्या वर्षांचा सांस्कृतिक इतिहास देतो.

या यादवकालीन महत्त्वपूर्ण घटनेची आवर्जून नोंद घ्यावी इतकी ती लक्षणीय आहे. वारकरी संतद्वयाच्या अध्वर्यूंपैकी नामदेव हे तर संसारीच होते नि ज्ञानदेवांनी प्रपंच केला नसला तरी जनसामान्यांना तो करावाच लागतो, हे वास्तव त्यांना केवळ जाणवलेलंच नव्हतं; तर ते त्यांना मान्यही होतं. नाहीतर प्रापंचिकानं कसं वागावं, याविषयीचे दाखले त्यांनी 'ज्ञानेश्वरी'त नि अभंगांत कशासाठी दिले असते? श्री. चक्रधरस्वामी तर अवतारस्वरूप सिद्धपुरुषच होते आणि त्यांनी स्थापिलेला महानुभाव संप्रदाय कडक संन्यासप्रधान. नाथ संप्रदायाचे राऊळांचे आदर्श या संप्रदायापुढं असतानाही स्वामी अनेक व्यवसाय करणाऱ्या संसारी जनांसमवेत राहतात. ज्ञानदेव-नामदेवांप्रमाणंच संसारी जनांना करावी लागणारी कर्मं नि त्यांना करावे लागणारे व्यवसाय हे जीवनव्यवहार चालण्यास आवश्यक तर मानतातच; पण त्यात समानताही मानतात. त्यातील श्रेष्ठत्व-कनिष्ठत्व, उच्च-नीचत्व नाकारतात. या नकारात्मक भूमिकेतूनच त्यांची समाजधारणेस पोषक अशी सकारात्मक व विधायक भूमिकाही आपोआपच प्रकटते.

या सर्वांचं एक चांगलं फलित म्हणजे, विविध व्यवसाय करणारे व संसार करणारेही संतत्वाप्रत पोचले. त्यांनी आपला संसार वा व्यवसाय सोडला नाही. चोखोबा आपला व्यवसाय करीत राहिले, गोरोबा आपलं कुंभारकाम करीत राहिले. नरहरीमहाराज सोनारकाम करीत राहिले. सावतोबा आपला मळा पिकवीत राहिले नि सेनामहाराजही आपला व्यवसाय करीत राहिले. जनाबाई सडासारवण करीत राहिल्या. सोयराबाई - निर्मळा - भागू घरकाम करीत राहिल्या.

पुढच्या काळात संत एकनाथांचे गुरू जनार्दनस्वामी हे किल्लेदारी सांभाळीत राहिले. तुकोबादेखील आपला व्यापार-उदीम करीत राहिले; तर त्यांचे चौदा टाळकऱ्यांचे अग्रणी संताजी जगनाडे तेलघाणा चालवू लागले.

श्रीचक्रधरस्वामींनीदेखील आपल्या अनुयायांना संसाराच्या जबाबदाऱ्या सोडून

देण्याचा उपदेश केला नव्हता. 'महंत' हे जसे विरक्त होते, तसेच 'उपदेशी' हे संसार करीत-करीत परमार्थाची वाटचाल करीत होते.

यादवपूर्व नि यादवकालीन संन्यासाच्या संकल्पना आपण काळजीपूर्वक समजून घेतल्या, तर क्रांती नि उत्क्रांती यांतील भेदरेषा आपल्या लक्षात येईल. त्यातून संसार न करणारे नि संसार करणारे असे दोन्ही प्रकारचे संतही आपल्यासमोर प्रकटतील. आपल्या संतांनी प्रापंचिकांच्या मानसिकतेत केलेलं सूक्ष्म, पण तरीही अत्यंत महत्त्वाचं परिवर्तनही आपण अवश्य समजून घ्यायला हवं. संसारत्याग नि विरक्तीचा स्वीकार ही एक अवस्था; तर संसाराच्या व व्यवसायांच्या कर्तव्याचा स्वीकार व क्रमशः भक्तिमार्गाचं क्रमण करता-करता संसाराविषयीच्या उदासीनतेचा स्वीकार आणि त्याची पारमार्थिक उद्दिष्टप्राप्तीत झालेली फलश्रुती या दोन परस्परविरुद्ध टोकांतून संतांनी काढलेला मध्यममार्ग फार महत्त्वाचा आहे. त्यामुळं प्रापंचिकांना केवढा दिलासा मिळाला! त्यांचा आत्मविश्वास किती बळावला! 'संतांनी प्रपंच आणि परमार्थ यांचा समन्वय साधला किंवा त्यांची सांगड घातली', हे वाक्य आपण किती सहजपणे बोलून किंवा लिहून जातो; पण त्यामागची वर्तन-परिवर्तनाची विधायक मानसिक प्रक्रिया किती मोलाची आहे नि तिचं सामाजिक फलितही किती महत्त्वाचं आहे, याची जाण विविध महाराष्ट्रीय धर्म-पंथ नि त्यांचे संत यांच्या कार्यावरून आपल्याला यायला हवी.

या कार्याला विविधधर्मीय संतांचाही हातभार लाभला. सूफी संतांनी 'वाजिबुल वजूद'सारख्या चतुर्विध 'वजूदां'चं (अस्तित्वाचं / वास्तवाचं) विवरण करतानाच इस्लामच्या 'दीन आणि दुनिया' यांतील नात्याचं नि सांसारिक जबाबदाऱ्यांचं विवरण कसं केलं आहे, ते शेख महंमदांच्या अभंगवाणीत किंवा 'योगसंग्रामा'त, शहामुनींच्या 'सिद्धांतबोधा'त किंवा शहा मुंतोजींच्या 'प्रकाशदीपा'त आढळतं. समर्थ रामदासांनी संसार केला नाही, पण 'दासबोधा'त 'प्रपंचविज्ञाना'चं सविस्तर विवरण केलं आहे. चांगला प्रपंच कसा करावा व त्याची परिणती परमार्थात कशी व्हावी, याचा जणू वस्तुपाठच सांसारिकांना त्यातून मिळतो. संसार न करणारे ज्ञानदेव-रामदासांसारखे संतदेखील आपण गृहस्थाश्रमी लोकांनी संसार कसा करावा, हे कळवळून का सांगतात, यातील मर्म आपण समजून घ्यायला हवं. वर महानुभाव पंथाचे अवतारस्वरूप श्रीचक्रधरस्वामी यांचा उल्लेख केला आहे. ते स्वतःचा उल्लेख 'सिद्ध' म्हणून करीत असल्याचा दाखला 'लीळाचरित्रा'च्या 'एकांका'तील 'उकिरडा व्याल्या'च्या 'लीळे'त आढळतो. 'सीधु रे सीधुः परि सीधातें कोणी ओळखेनाः' हे त्यांचे त्या संदर्भातले उद्गार होत... पण या सिद्ध पुरुषाच्या जीवनातले प्रसंग खेईभट कृषिकर्म करताना, शेत नांगरता-नांगरता नि पेरणी

करता-करताच सांगतात नि ते 'लीळाचरित्र'कार म्हाइंभट 'नमस्करूनि' घेतात. इथं खेईभट निवांतपणे प्रवचन देत-देत स्वामींच्या चरित्रातील प्रसंग—'लीळा'—सांगत नाहीत; तर शेतीची आपली कामंधामं न सोडता सांगतात, हा 'स्मृतिस्थळा'तील बारकावा लक्षात घ्यायला नको का?

वरील दोन्ही प्रकारच्या संतांच्या या प्रपंचविषयक भूमिकेची सामाजिक फलश्रुतीदेखील लक्षणीय आहे. काही संत आपल्यासारखाच संसार करतात, त्यातल्या साऱ्या जबाबदाऱ्या चांगल्या पार पाडतात आणि त्याचबरोबर भक्ती करून आपला उद्धार करून घेतात, हा संसारी संतांच्या जीवनाचा आदर्श जनसामान्यांसमोर निर्माण झाला व त्याची भावनिक आणि पर्यायानं वैचारिक प्रतिक्रियाही जनमानसात स्वाभाविकपणेच उमटली. ज्यांनी प्रपंच किंवा संसार केला नाही, त्या संतांनीही आपली वाणी व लेखणी यांच्याद्वारा काही जीवनादर्शांचं प्रतिपादन-विवरण-विवेचन केलं, याचीही जनमानसातील या परिणतीला चांगली जोड मिळाली. त्यांना जगायला बळ मिळालं. उदात्त जीवनादर्श मिळाले. जगण्याचा नवा उत्साह मिळाला नि त्याचबरोबर (ऐहिक कल्याण साधता-साधता) भक्ती करून पारमार्थिक कल्याण साधण्याचं नवं उद्दिष्ट नि ध्येयही मिळालं.

या संतांनी समाजाला निष्क्रिय 'टाळकुटा' नि प्रारब्धवादी केला का? त्यांनी गतिमान कालचक्राला उलटं फिरविलं का? त्यांच्यामुळं त्यांचा लौकिक जीवनातला रस नाहीसा झाला का? या नि अशा किती तरी प्रश्नांची उत्तरं आता शोधण्याचीच गरज पडणार नाही, असं वरील विवेचनावरून सहज जाणवेल.

आजच्या एकविसाव्या शतकातल्या जागतिकीकरणाच्या संदर्भात संतांच्या ऐहिक जीवनाविषयीच्या नि संसाराविषयीच्या भूमिकेला नि दृष्टिकोनाला काही मूल्य नि मोल आहे का, हा प्रश्नही इथं अप्रस्तुत ठरावा. जागतिकीकरणाच्या दोन्ही बाजू आहेत: सकारात्मक नि नकारात्मक. त्यांतील पाश्चिमात्यीकरणाची जी नकारात्मक बाजू आहे, त्यावर संतसाहित्यातील ऐहिक जीवनविषयक उदात्त आदर्शांचा नि मूल्यांचा स्वीकार हा एक महत्त्वाचा उपाय आहे; कारण आजही प्रत्येकाच्या मनात कुठंतरी उपासनेला नि संतसाहित्याला एक आदराचं नि श्रद्धेचं स्थान निश्चितपणे आहे. तो नंदादीप आजही प्रत्येकाच्या मनात तेवत आहे. संतसाहित्यानं ऐहिक जीवनाविषयी, संसार-प्रपंचाविषयी, मांगल्याविषयी, शुचितेविषयी, विधायक / व्यापक / सकारात्मक जीवनशैलीविषयी जे पाथेय दिलं; ते यापुढची जीवनाची वाटचाल करायला पुरेसं आहे, असं नाही का तुम्हाला वाटत?

◆◆◆

३८

संतसाहित्यातील माया

'माया' हा शब्द मध्ययुगीन मराठी संतसाहित्यात वेगवेगळ्या संदर्भात वापरला जातो. संतसाहित्यातील विश्वं प्रामुख्यानं दोन प्रकारची आहेत. विचारविश्व नि भावविश्व. विचारविश्वाचा संबंध या साहित्यातील विचारप्रणालीशी आहे, तत्त्वज्ञानाशी आहे; तर भावविश्वाचा संबंध त्यातील भावभावनांशी नि स्नेहसंबंधाशी आहे. मानवी जीवनाची गुंफण विचारविश्व नि भावविश्व या दोहोंनी मिळून झालेली असते. ही दोन्ही विश्वं एकमेकांना केवळ पूरकच नसतात तर अपरिहार्यही असतात. ती समांतरही असतात नि संलग्नही असतात, असं काहीसं त्यांचं स्वरूप लोकविलक्षण असतं.

संतसाहित्यातील विचारविश्वाचा संबंध ज्या मायेशी येतो, तीही आपल्याला शंकराचार्यांच्या 'ब्रह्म सत्यं जगन्मिथ्या' या सूत्रातून प्रतिपादिलेली आढळते. मग या मायेचे भास, प्रतिभास, अध्यास इ. विविध प्रकारही वर्णिले जातात. त्यांतून हे सूचित केलं जातं की, आपल्या जीवनाचं मुख्य उद्दिष्ट या जगरूपी वा विश्वरूपी मायेत गुरफटणं हे नाही; तर तिचं खरं स्वरूप, तिची अशाश्वतता, तिची क्षरता, तिची नश्वरता लक्षात घेऊन अंतिम सत्य जे ब्रह्म आहे, जे अक्षर आहे, अमर आहे, शाश्वत आहे, त्याची प्राप्ती करणं, हेच आपल्या जीवनाचं खरं उद्दिष्ट व अंतिम ध्येय होय. ते उद्दिष्ट साध्य करणं, हीच आपल्या लौकिक जीवनाची फलश्रुती होय.

एकीकडे संतसाहित्याच्या विचारविश्वातील माया हे जे नकारात्मक ऐहिक तत्त्वज्ञान प्रतिपादिते त्याचबरोबर दुसरीकडे या साहित्याच्या भावविश्वातील माया ही या ऐहिक जीवनातील विविध भावभावनांमध्ये अधिक गुंतून पडते. हे भावबंध कितीतरी ऐहिक नातीगोती नि कितीतरी स्नेहबंध निर्माण करतात. यात आपल्या कौटुंबिक नि सामाजिक जीवनातील कितीतरी स्नेहसंबंध असतात. ते जपत-जपत

आपण जगत असतो. खरं तर ते आपण फार फार हळुवाररीत्या, जिवापाड जपत असतो. विचारविश्वातील जी माया अशाश्वत म्हणून आपण नाकारतो; ती वेगळ्या रूपात, वेगळे संदर्भ घेऊन ऐहिक जीवनात आपल्या भावविश्वात केव्हा प्रविष्ट होते नि तिचे स्नेहरज्जू इतके चिवट नि जिवट होतात, की ते आपल्याला कळतदेखील नाही. यात आपले माता-पिता असतात, भाऊबहिणी असतात, सखेसोबती असतात, आपली मुलंबाळं असतात, नात्यागोत्यातली सारी-सारी माणसं असतात. अहो, यांच्या जिवावर तर आपण हे ऐहिक जीवन जगत असतो. यांच्यासाठी तर आपण हा प्रपंचाचा थाट मांडलेला असतो. यांच्या सुखासाठी तर आपला जीव तिळतिळ तुटत असतो. पण या स्नेहबंधातील, या नाजूक नात्यांतील भाव तेवढा संतांनी 'माया' या शब्दाला वेगळा पारलौकिक व आध्यात्मिक संदर्भ देऊन त्यात केवढा 'परम-अर्थ' (परमार्थ) भरला व त्याला केवढं संपन्न केलं! हा नवा पारलौकिक संदर्भ या लौकिक संज्ञेला लाभल्यामुळं तिच्यात केवढी ऊर्जा आली! केवढं नवचैतन्य आलं! मराठी अभंगवाङ्मयाला तर त्यामुळं एक नवं परिमाण लाभलं, एक नवा आयाम मिळाला आणि ऐहिक जीवनाचं लौकिक क्षितिज पारलौकिकाच्या सुवर्णकणांनी उजळून-उजळून गेलं.

या भावविश्वातील 'माये'ला फार मोठी गती दिली ती यादवकालीन संतांनी नि संतकवयित्रींनी. यांत महदंबा आहेत, ज्ञानदेव आहेत, नामदेव आहेत, जनाबाई आहेत, सोयराबाई आहेत, चोखोबा आहेत... आणखी कितीतरी संत नि संतकवयित्री आहेत. त्यांनी मायेकडे या वेगळ्या मायेनं पाहिल्यामुळं मराठी भावकवितेचं अनुभवविश्व किती समृद्ध नि संपन्न झालं, किती विविधतेनं नटलं, मोगऱ्यासारखं किती अंगागांनी फुलून आलं!

मायेची ही किती तरी नाती, किती तरी स्नेहबंध मराठी भक्तिकवितेत अभिव्यक्त झाले आहेत. मातेचं नातं हे तर सर्वश्रेष्ठ नातं! तिची माया आभाळाएवढी उदंड. या नात्याचं नि मायेचं समीकरण आपल्या संतांनी देव-भक्तसंबंधाशी जोडलं आहे, हे दर्शविणारे असंख्य अभंग मराठी भक्तिकवितेत आढळतात. जनाबाईंचे अभंग हे तर अशा अभंगांचा महासागरच आहेत.

'ये गं ये गं विठाबाई। माझे पंढरीचे आई।'

यासारखे अभंग सर्वतोमुखी आहेत.

माय-लेकरांच्या मायेचं हे उत्कट रूप जनाबाईंच्या भावपूर्ण शब्दांतच अनुभवा–

अहो, सखिये साजणी । ज्ञानाबाई हो हरणी ।
मज पाडसाची माय । भक्तिवत्साची ते गाय ॥
कां गा उशीर लाविला ? तुजविण शिण जाला ।
अहो, बैसले दळणीं । धाव घाली म्हणे जनी ॥

ही विठाई आईच्या मायेनं लेकीसाठी काय काय करते, ते पाहा–
जनी डोईनें गांजली । विठाबाई धाविन्नली ।
देव आले लवडसवडी । उवा मारीतसे तातडी ॥
केश विंचरूनी मोकळे । जनी म्हणे निर्मळ जाले ।
जनी बैसली न्हायाला । पाणी न्हाई विसणाला ॥
घागर घेऊनि हातात । पाणी आणी दीनानाथ ।
करुनिया येरझार । पाणी भरी सारंगधर ।
पुरे पुरे रे विठ्ठला । जनिचा अंतरंग धाला ।

संत नामदेवही विठोबाला मातेच्या रूपात पाहतात. या विठाईच्या मायेचं त्यांनी किती भावोत्कट वर्णन केलं आहे, ते पाहा–
येई गे माधवी, पाजी प्रेमपान्हा ।
विषयाचा आंदणा, नको करू ॥
धाव तू मधुकरे, माधवे उदारे ।
येई तू सोइरिये जननिये ॥
जंव तू न येसी, तंव कोण पावे मज?
माझे जीवींचे गुज, कोण पुसे?
कष्टलो येरझारीं शीण दूर करी ।
येई तू झडकरी माधवे वो ॥
नामा म्हणे लाशे करावा माधवे ।
माझे नि वोजीवे लान्हे चाड ॥

जनाबाईंच्या 'पक्षी जाय दिगंतरा' या अभंगानं तर मायेच्या विशाल आकाशात वात्सल्याची प्रचंड झेप घेतली आहे, तिला अभंग-वाङ्मयात तुलनाच तर नाही.

देव भक्तांवर जी माया करतो, त्यात तो भेदाभेद करीत नाही. त्याच्या मायेचं वर्णन करताना संत समतावादाचा पुरस्कार करायलाही विसरत नाहीत. जनाबाई या अभंगात म्हणतात–

भक्तासाठी याति नाहीं । नाहीं तयासी ते सोई ।
रोहिदास तो चांभार । त्याचा करी कारभार ।
जे कां भक्त यातिहीन । देव करी त्याचा मान ।।
त्यासी भक्ताचा आधार । वाट पाहे निरंतर ।
जनी म्हणे भक्तासाठी । विठो सदा गोण्या लोटी ।।

या विठोबानं भक्ताला अशी माया दिली, की त्यामुळं हा भक्त आपल्या सर्व नात्यागोत्यांतल्या लोकांची मायाही विसरला, असं वर्णन संत नामदेवांनी अभंगात केलं आहे –

हातीं वीणा, मुखीं हरी ।
गायें राउळाभीतरीं ।।
अन्न-उदक सोडिले ।
ध्यान देवाचे लागले ।।
स्त्री, पुत्र, बाप, माय ।
यांचा आठव न होय ।
देहभाव विसरला ।
छंद हरीचा लागला ।।
नामा म्हणे हेचि देई ।
तुझे पाय माझे डोयीं ।।

आपल्याला आई-बाप कुणी कुणी नाहीत, अशा वेळी मायेचा आधार कुणाचा? याचं जनाबाईंनी केलेलं हे वर्णन मनाच्या एका नाजूक देव्हाऱ्यात किती तरी काळ घर करून बसतं–

आई मेली, बाप मेला । मज सांभाळी विठ्ठला ।
हरी रे, मज कोणी नाहीं । माझी खात असे डोई ।।
विठ्ठल म्हणे, रुक्मिणीला । माझे जनीला कोणी नाहीं ।
हातीं घेऊनी तेलफणी । केस विंचरून घाली वेणी ।।
वेणी घालून दिधली गांठ । जनी म्हणे चोळ पाठ ।।
जनी म्हणे, बा गोपाळा । करी दुबळीचा सोहळा ।।

आपल्या अभंगांच्या शेवटी 'बाप रखुमादेवीवर' असा निर्देश करून ज्ञानदेव कधी विठ्ठलाला पित्याच्या रूपात पाहून त्याच्या मायेचा अनुभव घेतात तर कधी

'विराण्यांत' प्रेयसी नि प्रियकर यांच्या स्नेहबंधाची वा मायेची प्रचिती घेतात.

संतांची नि देवाची ही माया आपल्याभोवती कोणतंही संकुचित वर्तुळ निर्माण करीत नाही. ती फार व्यापक आहे, फार विशाल आहे. जिवा-शिवाची भेट झाली म्हणून स्वोद्धारामुळं ते संतुष्ट होत नाहीत तर इतरांच्या उद्धारासाठी, त्यांच्या मायेपोटीही, ते अखंड झटतात. 'माझिये जातीचा मज भेटो कोणी' याचाच ध्यास त्यांना सतत लागलेला असतो.

'जे कां रंजले-गांजले । त्यासी म्हणे जो आपुले' या तुकोबांच्या अभंगातही मायेचं क्षितिज किती व्यापक झालं आहे, किती विस्तारलं नि रुंदावलं आहे, याची प्रचिती येत नाही काय?

– आणि ज्ञानदेवांचं 'पसायदान' हा तर मायेचा परमोत्कर्ष आहे, परमोच्च बिंदू आहे. विश्वातल्या प्राणिजातांविषयीचे, त्यांच्या अभ्युदयाविषयीचे व उद्धाराविषयीचे मायेचे अखंड पाझर 'पसायदाना'तल्या चरणाचरणातून, अक्षराअक्षरातून, स्वर-व्यंजनांतून वाहत नाहीत का?

❏❏

३९

संतसाहित्यातील जीवननिष्ठा

महाराष्ट्रातील सर्वच पंथांच्या व धर्मांच्या संतांचं अंतिम उद्दिष्ट पारलौकिक कल्याण साधणं हे होतं, हे अमान्य करण्याचं कारण नाही; पण त्यामुळं संतसाहित्याच्या एकाच बाजूचा आपण विचार करतो, असं मला वाटतं. ज्या समाजात हे संत जन्मले, त्या समाजजीवनाचा व समाजव्यवस्थेचा त्यांनी काहीच विचार केला नाही का? संतसहित्याचं सूक्ष्म व नि:पक्षपाती अध्ययन केल्यानंतर त्यांनी समकालीन समाजजीवनाचा व समाजव्यवस्थेचा सूक्ष्म अभ्यास केला असल्याचं आपल्याला जाणवल्याविना राहत नाही. याचं कारण असं आहे, की संत कोणत्याही संप्रदायाचे / पंथाचे असोत; ते समकालीन समाजजीवन जगले आहेत. त्यातली सुख-दुःखं त्यांनी भोगली आहेत. त्या जीवनात कोणकोणत्या अडचणी, अडथळे नि समस्या येतात; त्यांचं प्रत्यक्ष दर्शन नि त्यांचा अनुभव त्यांनी घेतला आहे. त्यामुळं त्यातले बारकावे त्यांना ठाऊक आहेत. या समस्यांविषयी त्यांनी सखोल चिंतन केलं आहे, त्यांचं मनन केलं आहे नि त्यातून वाट कशी काढायची, उपाययोजना कोणत्या करायच्या, याचाही त्यांनी द्रष्टेपणानं विचार करून ठेवला आहे नि त्याचंच प्रतिबिंब त्यांच्या लेखनात उमटलं आहे. केवळ स्वत:चीच आध्यात्मिक उन्नती करून घ्यायची असती नि मोक्षप्राप्ती करून घ्यायची असती तर रानावनांत, डोंगरकपारीत, दऱ्याखोऱ्यांत, ऐहिक जगातलं सारं-सारं काही त्यागून, सोडून, मन एकाग्र करीत ते जप-तप-ध्यान-मनन-चिंतन करीत बसले असते. पण बहुसंख्य संत असं करीत नाहीत. ते या जगातच राहतात. जनसामान्यांच्या सुख-दुःखांशी समरस होतात. अनेक संत प्रपंचाचा त्यागही करीत नाहीत. प्रापंचिक कर्तव्यं पार पाडून ते त्यातूनच परमार्थाची वाट शोधत-शोधत जातात. अशा प्रकारे ते जनसामान्यांसमोर एक आदर्श, एक वस्तुपाठच निर्माण करतात. त्यामुळं जनसामान्यांना हे 'महाजन' ज्या पंथानं गेले, त्याच्या पाऊलखुणा शोधता येतात. त्यांचा माग काढीत त्यावर चालता येतं.

महाराष्ट्रातील विविध धर्मांच्या नि संप्रदायांच्या संतांच्या साहित्याचा विचार करताना आपल्या मनावर कोणता ठसा उमटतो? वारकरी संप्रदाय हा फार मोठ्या संख्येनं अनुयायी लाभलेला संप्रदाय. या संप्रदायाचं अंतिम उद्दिष्ट मोक्षप्राप्ती, जिवा-शिवाची भेट हे आहे. हे उद्दिष्ट अर्थातच पारलौकिक आहे. तथापि, या संप्रदायानं या पारलौकिक उद्दिष्टाचं ध्येय जनसामान्यांसमोर ठेवतानाच ऐहिक जीवननिष्ठेचा व जीवनमूल्यांचा विचार बाजूला सारलेला नाही. 'या संप्रदायानं प्रपंच आणि परमार्थ यांचा समन्वय केला', असं आपण नेहमी म्हणतो, याचं कारण तेच आहे. आपलं हे ऐहिक जीवन नितळ असावं, निर्मळ असावं, या मताचा आग्रह वारकरी संप्रदायानं धरला. वारकरी संप्रदायाचं तत्त्वज्ञान नि त्याचा आचारधर्म यांचं अध्ययन केल्यास ही गोष्ट आपल्या लक्षात अगदी सहजपणे येते. चातुर्वर्ण्यव्यवस्थेनं निर्माण केलेल्या विषमतेच्या विचाराला या संप्रदायानं प्रखर विरोध केला. जीवात्मा नि परमात्मा यातील अभेद स्पष्ट करून अद्वैतमताचा नि चिद्विलासवादाचा पुरस्कार केला. आध्यात्मिक समतेच्या या पुरस्कारातच ऐहिक जीवनातील समताही दडलेली आहे. जाती-पातीच्या, उच्च-नीचतेच्या काट्याकुट्यांतून या संप्रदायानं जनमानसाला अलगद बाहेर काढलं नि समतेबरोबरच बंधुत्वाचा बहुमोल संदेश दिला. या संदेशाला जनसामान्यांनीही प्रचंड प्रतिसाद दिला. त्यामुळं महाराष्ट्रातील समाजव्यवस्थेचं चित्र बदलायला या संप्रदायाचं फार मोठं योगदान लाभलं. लौकिक जीवनातील शुचित्वाचं, पावनतेचं, पावित्र्याचं महत्त्वही या संप्रदायानं समाजाला पटवून दिलं. नि जातिपातीत विखुरलेल्या समाजाला एकसंध करण्याचा यशस्वी प्रयत्न केला. वारकरी संप्रदायाच्या आचारधर्माचा वा आचारसंहितेचा विचार केल्यास त्यातील उदात्त जीवनमूल्यांचं व ऐहिक जीवननिष्ठेचं दर्शन घडल्याशिवाय राहत नाही. याचा परिणाम नागर जीवनावर जसा झाला, त्याचप्रमाणं ग्रामीण जीवनावरही झाला; किंबहुना, तो ग्रामीण जीवनावर अधिक प्रमाणात झाला, असंही म्हणायला हरकत नाही. आजही– एकविसाव्या शतकातही– महाराष्ट्राच्या खेडोपाड्यांत, शहराशहरांत अखंड हरिनामसप्ताह किंवा ज्ञानेश्वरी-पारायण-सप्ताह होतात नि त्यांना जनलोकांचा प्रचंड प्रतिसाद मिळतो. याचाच अर्थ असा की, तेराव्या शतकापासून एकविसाव्या शतकापर्यंत हा संप्रदाय अत्यंत जोमानं परमार्थविचारप्रसाराबरोबरच उदात्त ऐहिक जीवनमूल्यांचाही प्रसार करीत आहे. ऐहिक जीवननिष्ठेच्या या विचाराचा प्रभाव जनसामान्यांवर फार मोठ्या प्रमाणात पडला आहे. वारकरी संतांचं हे साहित्य आपलं जीवन घडविण्यास नि त्याला सुयोग्य आकार देण्यास उपयुक्त आहे, अशी श्रद्धा जनसामान्यांत निर्माण झाली व ती शतकानुशतकं टिकली, हे वारकरी संप्रदायाचं इहलोकविषयक कार्यही त्यानं प्रतिपादिलेल्या परमार्थविचाराला पूरक नि

पोषक ठरलं आहे. सद्गुणांचं संवर्धन नि दुर्गुणांचा त्याग ही वारकरी संप्रदायाची द्विसूत्री केवळ मध्ययुगातच उपयुक्त ठरली नाही, तर पुढच्या शतकांतही उपयुक्त ठरली. आजचं समाजजीवन लक्षात घेता तर या द्विसूत्रीची किती आवश्यकता आहे, हे तीव्रतेनं जाणवतं. मलाच नव्हे, तर माझ्याप्रमाणं तुम्हालाही ते निश्चितपणे जाणवत असणार. या द्विसूत्रीतून वारकरी संप्रदायाची जीवननिष्ठा प्रकर्षानं प्रकट झाली आहे.

महानुभाव संप्रदाय हाही महाराष्ट्रातील एक महत्त्वाचा संप्रदाय आहे. या संप्रदायाचे अनुयायी केवळ महाराष्ट्रातच नव्हे, तर उत्तर भारतातही आहेत. या संप्रदायाचे अवतारस्वरूप व पंथप्रवर्तक श्रीचक्रधरस्वामी यांनी तेराव्या शतकात ज्या तत्त्वज्ञानाचं प्रतिपादन नि आचारधर्माचा पुरस्कार केला, त्यातूनही या संप्रदायाच्या जीवननिष्ठेचा प्रत्यय येतो. आदर्श जीवन कसं जगावं, याविषयी स्वामींनी जे प्रतिपादन केलं आहे, त्याचं चित्र 'लीळाचरित्र', 'दृष्टांतपाठ' आणि 'सिद्धांतसूत्रपाठ' यांसारख्या ग्रंथांत अत्यंत रेखीवपणे उमटलं आहे. वस्तुत: या संप्रदायाचंही अंतिम उद्दिष्ट मोक्षप्राप्ती हेच आहे आणि हे उद्दिष्टही पारमार्थिकच आहे; त्यासाठी संन्यस्तवृत्तीचा पुरस्कार या संप्रदायानं केला आहे. पण त्यातही हे ऐहिक जीवन जगू नये, त्याचा त्याग करावा, असा उपदेश केलेला नाही. समाजातील बहुसंख्य लोकांना प्रपंच करावाच लागतो व तो त्यांनी करायला हवा, अशी भूमिका या संप्रदायानं घेतली. त्यातून या संप्रदायाची जीवननिष्ठा प्रकट होते. या जीवननिष्ठेतूनच ईश्वरनिष्ठेकडे जाण्याचा मार्ग महानुभाव संप्रदायानं प्रतिपादिला. ज्यांनी प्रपंचाचा त्याग करून संन्यासाचा स्वीकार केला, त्यांनी आणि जे प्रपंच करीत आहेत, त्यांनी जीवन कसं जगावं, याचं विवरण महानुभाव तत्त्वज्ञानात नि आचारधर्मात केलं आहे. विशेषत: आचारधर्मातील 'अष्टस्वभावमात्रा' यासंबंधी जे विवेचन केलं आहे, त्यातून उदात्त जीवनमूल्यांचं प्रतिपादन केलं आहे; ते फार महत्त्वाचं आहे. संयम आणि मनोनिग्रह हा महानुभाव आचारधर्माचा पाया होय, असं म्हणायला हरकत नाही. महानुभाव संप्रदायानं वारकरी संप्रदायाप्रमाणंच 'विवेकनिष्ठ जीवनदृष्टी'चा पुरस्कार केला, त्यामुळं भाबड्या श्रद्धेला वा अंधश्रद्धेला स्थान उरलं नाही. चातुर्वर्ण्यव्यवस्थेतील विषमतेला या संप्रदायानं तेराव्या शतकात प्रखर विरोध केला व आध्यात्मिक समतेबरोबरच सामाजिक समतेचा संदेश दिल्यामुळं समाजजीवन निकोप होण्यास बहुमोल साह्य झालं. वारकरी नि महानुभाव या दोन्ही संप्रदायांनी 'शुचित्वा'ला दिलेलं महत्त्व अत्यंत लक्षात घेण्याजोगं आहे. आजच्या काळात समाजजीवनात जे स्खलन झालेलं आपण पाहतो, त्यामुळं तर या दोन्ही संप्रदायांनी प्रतिपादिलेल्या उदात्त जीवनमूल्यांची आवश्यकता तीव्रतेनं जाणवते. आजच्या युवापिढीवर तर हे

सुसंस्कार होणं अत्यंत गरजेचं आहे.

नागेश संप्रदाय हा चौदाव्या शतकातील लक्षणीय संप्रदाय. दहा-बारा वर्षांच्या प्रदीर्घ संशोधनानंतर हा एक स्वतंत्र धर्मसंप्रदाय असून त्याचंही तत्त्वज्ञान व आचारधर्म असल्याचं मी प्रस्थापित केलं. अज्ञानसिद्धांच्या 'वरदनागेश' या ग्रंथात या संप्रदायाच्या अद्वैताधिष्ठित व एकात्मतावादी तत्त्वज्ञानाचं विवरण केलं आहे व आज मराठी वाङ्मयेतिहासात त्याचं अढळ स्थान प्रस्थापित झालं आहे. या संप्रदायाच्या अनुयायांचा व संतांचा विचार केल्यास, त्यात अनेक जातींचे व धर्मांचे संत अन् अनुयायी असल्याचं आढळतं. त्यात ब्राह्मण आहेत, धनगर आहेत, तेली आहेत, वीरशैव आहेत आणि मुसलमानही आहेत. या संप्रदायानंही जीवननिष्ठेचा पुरस्कार केला असून, उदात्त जीवनमूल्यांचं प्रतिपादन केलं आहे. या संप्रदायाच्या एकात्मतावादी विचारांचा प्रभाव महाराष्ट्राच्या व कर्नाटकाच्या सीमाप्रदेशावर विशेषकरून पडला.

समर्थांनी तर आपल्या संप्रदायाच्या तत्त्वज्ञानात 'प्रपंचविज्ञाना'चं सखोल विवेचन केलं आहे. 'मरणाचं स्मरण असावं', असं म्हणूनही त्यांनी प्रपंच कसा नेटका करावा, याविषयीचं मार्गदर्शन 'दासबोधा'च्या विविध दशकांत/ समासांत वेळोवेळी अत्यंत तपशिलानं केलं आहे. त्यांनी प्रतिपादिलेली उत्तम पुरुषांची व मूर्खांची लक्षणं तर उदात्त जीवनमूल्यांची जपणूक कशी करावी, याचं सविस्तर विवरण करतात. त्यांचा राम हा आत्माराम असून तो प्रत्येक प्राणिमात्रात आहे, असं प्रतिपादन करून त्यांनी सर्व प्राणिमात्रांना एका आत्मतत्त्वाच्या सूत्रात गोवलं आहे. त्यांची 'यत्न तो देव जाणावा' ही शिकवण त्यांच्या जीवननिष्ठाविषयक तत्त्वज्ञानास पूरक व पोषक अशीच ठरली आहे.

महाराष्ट्रात वीरशैव धर्माचा प्रसारही मोठ्या प्रमाणावर झाला व या धर्माचे मन्मथस्वामी, बसवलिंग, लक्ष्मणमहाराज आदी कितीतरी संत होऊन गेले व त्यांनी मराठी भाषेत विपुल लक्षणीय रचना केली. चातुर्वर्ण्यव्यवस्थेतील असमानतेचा, विषमतेचा, उच्च-नीच भावाचा वीरशैव धर्मानं विरोध केला व शिवत्वाचा शोध प्रत्येक जीवात्म्यात घेतला. षट्स्थल-सिद्धांताचं अंतिम उद्दिष्ट शिवैक्य हे आहे; पण त्यासाठी नितळ, निर्मळ जीवन जगणं कसं गरजेचं आहे, याचंही प्रतिपादन वीरशैव धरून आपला जीवननिष्ठाविषयक दृष्टिकोन विशद केला. याचा प्रभाव तत्कालीन जनसामान्यांवरही पडला व हा धर्म कर्नाटकाप्रमाणं महाराष्ट्रातही अंकुरला आणि विस्तारलाही.

सूफी संतांचं महाराष्ट्रातील कार्यही लक्षणीय आहे. हे संत महाराष्ट्रातील लोकजीवनाशी एकरूप झाले. त्यांनी आपल्या 'तसव्वुफ'च्या तत्त्वज्ञानाची सांगड महाराष्ट्रीय धर्म संप्रदायांच्या तत्त्वज्ञानाशी व आचारधर्माशी घातली. मुंतोजी, शेख

महंमद, शेख सुलतान, शहामुनी आदी कितीतरी सूफी संतांनी मराठीत विपुल रचना केली. त्याविषयीचं विवरण मी एका स्वतंत्र ग्रंथात केलं असून, तो लवकरच प्रकाशित होईल. जातिधर्मातील वैमनस्य दूर करून उदात्त जीवनसरणीचं अनुसरण करता-करता परमेश्वराची उपासना करावी व आपल्या आयुष्याचं कल्याण करावं, ही सूफींची भूमिका मऱ्हाटी माणसालाही प्रभावित करून गेली.

महाराष्ट्रातील नाथ, दत्त, आनंद आदी संप्रदायांनीही उदात्त जीवनमूल्यांचा पुरस्कार केला. स्थलसंकोचास्तव त्यांचं विवरण मी या लेखात करू शकलो नाही.

❑❑

४०

संतसाहित्य आणि सामाजिक न्याय

'सामाजिक न्याय' (Social justice) ही संज्ञा विसाव्या नि एकविसाव्या शतकातली असली, तरी ती संकल्पना यादवपूर्वकाळात बौद्ध, जैन व वीरशैव धर्मांच्या प्रणेत्यांनी आपापल्या काळात रुजवली होती. या सामाजिक संदर्भातील संकल्पनेबरोबरच आध्यात्मिक संदर्भातील आध्यात्मिक न्यायाची (Spiritual justice) ही संकल्पनाही या धर्मप्रणेत्यांनी रुजविली होती. यामुळं खरं तर 'सामाजिक न्याय' या संकल्पनेची व्याप्तीच 'आध्यात्मिक न्याय' या संकल्पनेत अधिक वाढली होती. कारणपरंपरा शोधणं केवळ महत्त्वाचंच नाही, तर उद्बोधकही ठरेल व त्याची नाळ यादवकालीन वा यादवोत्तरकालीन महाराष्ट्रातील विविध धर्म संप्रदायांशी कशी जुळली होती, या वस्तुस्थितीची व पार्श्वभूमीची कल्पना त्यावरून येईल.

चातुर्वर्ण्यव्यवस्था व स्त्रीविषयक सनातनी कर्मठ दृष्टिकोन या दोहोंनी या सामाजिक व आध्यात्मिक अन्यायाची बीजं रुजविण्यास हातभार लावला आहे, याची केवळ जाणीवच लक्षात घेऊन आपली नैतिक जबाबदारी संपली आहे, असं या तिन्ही धर्मांनी केवळ मानलंच नाही तर या विषवल्ली रुजू नयेत, यासाठी आपल्या तत्त्वज्ञानातच त्यांनी हा अन्याय व ही विषमता नष्ट करण्यास सक्रिय हातभार लावला. त्याचे दूरगामी परिणाम महाराष्ट्रातीलच नव्हे, तर व्यापक अर्थानं भारतीय दार्शनिक विचारप्रणाली, सांस्कृतिक पर्यावरण नि समाजव्यवस्थेवरही झाले, याची साक्ष महाराष्ट्राचा व व्यापक अर्थानं भारताचा इतिहास निश्चितपणे देतो, हे कुणीही मान्य करील; नव्हे, त्याला मान्य करावंच लागेल. या अन्यायविरोधक, विषमताविरोधक, सर्वसमावेशक न्याय-मग तो सामाजिक असो की आध्यात्मिक-समाजातील सर्व स्तरांसाठी, सर्व घटकांसाठी एकसारखाच असतो, समाजातील विशिष्ट वर्गासाठी त्यात ढळतं माप नसतं, हा संदेश हा वर उल्लेखिलेल्या विचारप्रणालींतून व धर्मप्रणालींतून सर्वदूर गेला व भावी भारतीय (समताधिष्ठित)

समाजाची व त्याच्या मानसिकतेची नव्यानं जडणघडण व पुनर्रचना करण्यास वर उल्लेखिलेल्या धर्मप्रणालींमुळं फार मोलाचं साह्य मिळालं. यात गौतम बुद्ध, महावीर, बसवेश्वर यांनी स्वीकारलेल्या भूमिकेचं नि त्यांच्या द्रष्टेपणाचं जे मौलिक योगदान आहे; ते ज्यांना जाणवत नसेल, त्यांनी भारतीय सांस्कृतिक इतिहासाचा किती आस्थापूर्वक अभ्यास केला, याची कल्पना येईलच.

म. बसवेश्वरांनी 'शिवशरण' आणि त्यापासूनच सिद्ध होणारा 'शिवशरणी' हा शब्दच 'शिष्य' आणि 'शिष्या' यांच्यासाठी (अनुक्रमे) का योजिला? खरं तर 'शिवशरण' हा शब्द स्वयंसिद्ध असून, तो रुळलेलाही आहे. ईश्वरशरण, देवताशरण (व आधुनिक काळातील अर्थशरण, सत्ताशरण) हे शब्द आपल्याला परिचित असले तरी 'शिवशरणी' हा शब्द मात्र मुद्दाम घडविलेला आहे. तो वीरशैव धर्मानं, म. बसवेश्वरांनी घडविलेला आहे. हेतुतः घडविलेला आहे. पुरुषांइतकाच स्त्रियांनाही ईश्वराला शरण जाण्याचा अधिकार आहे, हा संदेश भारतीय समाजात व जगात पोचावा आणि प्रपंचरथाचं हे दुसरं चाकही तितकंच महत्त्वाचं आहे, हे उद्घोषित व्हावं; अन्यायकारक पारंपरिक समजुतींना वा अनिष्ट रूढींना छेद द्यावा व समाजातील उरलेल्या निम्म्या वर्गालाही आत्मोद्धाराचं स्वातंत्र्य व आत्मोन्नतीचा जन्मसिद्ध हक्क मिळावा, यासाठी 'शिवशरणा'प्रमाणंच दिसणारा व (तितक्याच तोलामोलाचा) स्त्रियांच्या संदर्भातील अर्थाभिव्यक्ती करणारा नवा शब्द घडवावा लागला. तो घडविला म्हणून बसवकालीन व बसवोत्तरकालीन समताधिष्ठित नवसमाज घडविण्याची प्रेरणा मिळाली व समाजाचं रूप नि मानसिकता पालटू लागली. स्वतःला उच्चभ्रू व इतरांना कनिष्ठ, निम्नस्तरीय मानणाऱ्यांच्या मानसिकतेवर प्रहार झाला आणि ज्यांच्यावर हा दुहेरी (सामाजिक व आध्यात्मिक संदर्भातील) अन्याय होत होता, त्यांना आत्मभान आलं. तुच्छतावादी, विषमतावादी तथाकथित उच्चभ्रूंच्या श्रेष्ठतेच्या हीनगंडाला (Superiority complex) नकार देण्याचं मनोबल या पीडित वर्गाला मिळालं. केवळ समानाधिकार नाकारलेल्या स्त्रीवर्गाचाही विचार केला, तर एका वेगळ्या व महत्त्वाच्या अर्थानं स्त्रीवादाचंही बीज समाजमानसात रुजलं गेलं. 'पूर्वी गार्गी आणि मैत्रेयी या विदुषी नव्हत्या का हो?' असं पारंपरिक सनातन समाजव्यवस्थेचं समर्थन करणाऱ्यांना ती अपवादात्मक उदाहरणंदेखील अत्यल्प (व म्हणूनच अल्पसंख्यही) होती, असं उत्तर द्यावं लागेल आणि ते या वरील धर्मांनी स्वीकारलेल्या समतावादी तत्त्वज्ञानाच्या व प्रत्यक्ष आचरणाच्या आधारे सिद्ध करता येईल.

बौद्ध धर्मात 'भिक्खू' आणि 'भिक्खुणी' होत्या व आजही आहेत, याची भारतातीलच नव्हे तर विदेशातीलही उदाहरणं देता येतील. जैन धर्मातही 'साधक' व 'साध्वी' होत्या, 'श्रावक' व 'श्राविका' होत्या व आजही आहेत. नाथ संप्रदायाचा

प्रसार उत्तर व दक्षिण भारतात तेराव्या शतकापूर्वीच झाला होता. त्याचं लोण यादव व यादवपूर्वकालात महाराष्ट्रापर्यंत पोचलं होतं. त्यातही 'योगी' होते, त्याचप्रमाणं 'योगिनी'ही होत्या. वीरशैव धर्मानं व म. बसवेश्वरांनी 'शिवशरणा'प्रमाणं 'शिवशरणी' ही संकल्पना का स्वीकारली, याचं उत्तर वीरशैव तत्त्वज्ञानात व परंपरेत सहज सापडेल.

यावरून वर उल्लेखिलेल्या धर्मांनी व पंथांनी आध्यात्मिक साधनेच्या/ भक्तीच्या संदर्भातील स्त्रीवर्गाच्या वाटेतील अडसर दूर केले होते व नवसमाजरचनेस अनुकूल पार्श्वभूमी निर्माण केली होती, याची सहज कल्पना येईल. त्याचप्रमाणं समाजातील सर्व स्तरांतील घटकांनाही समान स्थान देऊन त्यांनी सामाजिक व आध्यात्मिक विषमतेची दरी मिटविण्याचा प्रयत्न केला. हे सामाजिक व आध्यात्मिक क्षेत्रातील समाजप्रबोधनच नव्हतं का?

या पर्यावरणातूनच पुढं वारकरी, महानुभाव व नाथ आदी धर्मसंप्रदायांना आपल्या तत्त्वज्ञानाची मांडणी वा पुनर्मांडणी करताना जे मनोबल लाभलं, त्यामागं वरील धर्मांच्या परिवर्तनवादी दृष्टिकोनाचं मोठंच पाठबळ होतं. महाराष्ट्रात परिवर्तनाची प्रक्रिया तेराव्या शतकातच सुरू झाली. ती अठराव्या-एकोणिसाव्या शतकापर्यंत पुढं नेण्याचा प्रयत्न काही विचारवंत (?) प्रयत्न करीत आहेत, तो कसा अनैतिहास आहे, हे यावरून स्पष्ट होईल.

❏❏

४१

भक्तिसाहित्यातील मानव

महाराष्ट्रात अनेक धर्म व अनेकविध संप्रदाय आहेत. हिंदू धर्माप्रमाणंच इस्लाम, बौद्ध, जैन, वीरशैव, शीख, पारशी आणि ज्यूदेखील आहेत. पहिल्या पाच धर्मांविषयी तुम्ही काही म्हणणार नाही; एवढंच नाही, तर पारशी धर्माविषयीही काही म्हणणार नाही; कारण पुण्याला नाना पेठेत पारशी अग्यारी आहेत नि मुंबईलाही आहेत. शिवाय त्यांचे टाटा तर आपल्याला रोज एस.टी. बसेसमध्ये नि त्यांना निरोप देणाऱ्या लोकांमध्येही भेटतात. पण शीख आणि ज्यू धर्म महाराष्ट्रात कसे, अशी एक लहानशी शंका निश्चितपणे तुमच्या मनात येण्याची शक्यता मात्र आहे. या धर्मांची मंडळीही आपल्या मराठी माणसांशी किती तरी एकरूप झाली आहेत, याची प्रचिती तुम्हाला नगर, पुणे, औरंगाबाद व नांदेडचे गुरुद्वारा देतील. हे सारेच जण मराठी किती छान बोलतात नि मराठी संस्कृतीशी कसे एकरूप झाले आहेत, हे वेगळं सांगण्याचीच गरज नाही. त्यांचे ढाबेदेखील आपण आपलेसे केले. महाराष्ट्राच्या संत नामदेवांची 'मुखबानी' शिखांच्या पवित्र धर्मग्रंथात- 'गुरुग्रंथसाहिबा'त- आहे नि नांदेडचा गुरुद्वारा गुरू गोविंदसिंगांच्या स्मृती आपल्या मन:कोषात साठवून आहे. महाराष्ट्रात ज्यू धर्माचे लोक अल्पसंख्य असले तरी नगण्य आहेत, असं नाही. खुद्द आपल्या पंढरपूरसारख्या तीर्थक्षेत्रातही ज्यूंचं रुबेन घराणं होतं. ते आज तिथं आहे की नाही, याची कल्पना नाही. पण एके काळी नाशिकला, नंतर औरंगाबादेत व त्यानंतर सत्यकथेचे संपादक प्रा. श्री. पु. भागवत यांच्या सहकारी व माझ्याबरोबर शालेय मराठी शब्दकोशांचं संपादनकार्य ('बालभारती'साठी) करणाऱ्या व पुढं ज्यांच्या मराठी शब्दकोशाला राज्य पुरस्कार मिळाला, त्या मराठीच्या प्राध्यापिका यास्मिन शेख या ज्यू असून, त्या मूळ पंढरपूरच्याच. एवढंच नव्हे, तर त्यांच्या भगिनी नि औरंगाबादच्या शासकीय मुलींच्या मराठी प्रशालेच्या मुख्याध्यापिका सौ. जळगावकर याही ज्यूच.

महाराष्ट्रातले ख्रिस्ती धर्मानुयायी मऱ्हाटी संस्कृतीशी किती एकरूप झाले, हेदेखील वेगळं सांगण्याची गरज नाही. वसईचं जीवनदर्शन केंद्र व त्यांचं 'सुवार्ता' हे मासिक, फादर दिब्रिटो, डॉ. मार्कुस डॉब्रे, बिशप ॲब्रिओ (त्यांना मजकडे 'सुवार्ते'विषयी संशोधन करायचं होतं; पण काळानं ते होऊ दिलं नाही), सिसिलिया कार्व्हालो, कवी रॉक कॉर्व्हालो, जोसेफ तुस्फान्को ही नावं काय सांगतात? कवी रेव्हरंड ना. वा. टिळक नि पंडित अशोक टिळक यांचा विसर नाशिकलाच नव्हे, तर महाराष्ट्राला कधी पडणारच नाही. पण रे. टिळकांबरोबर आपलं सहजीवन व्यतीत करणाऱ्या 'स्मृतिचित्रे'कार लक्ष्मीबाई टिळकांनाही महाराष्ट्र कधीच विसरणार नाही; विसरणं शक्यच नाही.

खरं तर हा धर्मांचा व संप्रदायांचा विचार महाराष्ट्रापुरताच मर्यादित नाही. आपल्या भारत देशा संदर्भातही आपल्याला असंच म्हणता येईल, की या देशात किती तरी धर्म नि किती तरी पंथ आहेत व त्यांचे– त्या सर्वांचे– अनुयायी या देशात गुण्यागोविंदानं नांदताहेत. काही अत्यल्प मूलतत्त्ववादी हे या विधानाला व नियमाला अपवाद असले, तरी ते त्यांच्या धर्माचे/ पंथाचे प्रतिनिधी आहेत किंवा त्या धर्माच्या/ पंथाच्या अनुयायांना त्यांची मतं नि कृत्यं मान्य आहेत व ते त्यात सहभागी आहेत, असं म्हणणं निश्चितपणे अन्यायकारक आहे.

सर्व धर्म व पंथांचं सह-अस्तित्व नि सहजीवन हे नेमकेपणानं लक्षात यावं, यासाठी या लेखात केवळ महाराष्ट्रापुरता विचार केला आहे. या सर्व धर्म-पंथांचं उद्दिष्ट मानवाचं कल्याण हे आहे; खरं तर सर्व प्राणिमात्रांचं कल्याण व्हावं, ही त्यांची भूमिका आहे व तेच त्यांच्या विचारविश्वाचं नि तत्त्वज्ञानाचं मूलभूत अधिष्ठान आहे. हेच उद्दिष्ट सर्व धर्म/ पंथांनी का बरं स्वीकारलं? हे नीट समजून घेतलं, की मग मूळ धर्मांची/पंथांची निर्मितीच का झाली, ते आपल्या सहज लक्षात येईल.

या सर्व धर्म/पंथांच्या धर्मग्रंथांच्या प्रारंभीच एका मूलभूत प्रश्नाचं व जिज्ञासेचं विवरण केलं आहे. ती जिज्ञासा ही 'ब्रह्मजिज्ञासा' होय. 'अथा तो ब्रह्मजिज्ञासा' हे सूत्र आपल्याला या संदर्भात बरंच काही सांगून जातं. बौद्ध व जैन या दोन धर्मांनी ईश्वराचं अस्तित्व स्वीकारलं नसलं, तरी त्यांचं उद्दिष्ट मानवाचं व अधिक व्यापक शब्दांत सांगायचं, तर प्राणिमात्रांचं कल्याण हेच आहे. इतर ईश्वराचं अस्तित्व मान्य करणाऱ्या व त्याविषयी श्रद्धा बाळगणाऱ्या– 'आस्तिक' या शब्दानं त्यांचं वर्णन केलं जातं– धर्मांचं उद्दिष्ट तेच आहे. असं का आहे? हा प्रश्न आपण स्वत:लाच विचारला, तरी त्याचं उत्तर आपल्याला सहज मिळतं.

या विश्वात प्राणिमात्र आहेत; त्या प्राणिमात्रांत मानव हाही आहे. अधिक व्यापक शब्दांत बोलायचं तर चराचर ('चर' आणि 'अचर' म्हणजे अनुक्रमे सजीव

आणि निर्जीव) आहेत. त्यांना animate आणि inanimate या संज्ञा (अनुक्रमे) योजिल्या जातात. सजीवांचं या लोकातील जीवन चांगल्या प्रकारे व्यतीत व्हावं व त्यांचा उद्धार व्हावा, त्यांचं कल्याण व्हावं, यातच त्यांच्या ऐहिक जीवनाचं सार्थक आहे, हीच सर्व धर्मांची/ पंथांची धारणा आहे. पण या सर्वांत या सर्व धर्म/ पंथांचं मुख्य केंद्र 'मानव'च का, ते समजून घेणं फार फार आवश्यक आहे. यासाठी मानवेतर प्राणी नि मानव यांची तुलना करणं अपरिहार्य आहे. इतर प्राण्यांपेक्षा या पृथ्वीतलावर मानवच श्रेष्ठ का? त्याचं श्रेष्ठत्व अध्यात्मानं जसं मान्य केलं आहे, तसंच विज्ञानानंही. 'मानव' ही या विश्वातली सर्वोत्कृष्ट नि परिपूर्ण निर्मिती. अन्य प्राण्यांपेक्षा मानवाला बुद्धिमत्तेचं देणं लाभलं; तेही अभूतपूर्व नि अतुलनीय. त्यामुळं त्याला या विश्वनिर्मितीचं, विश्वनिर्मात्याचं, आपल्या अस्तिवाचं नि आपल्या जीवनाच्या उद्दिष्टाचं अधिक चांगलं आकलन करता येतं; तसं अन्य प्राणिमात्रांना करता येत नाही, असं आजवर ज्ञानाची जी जी दालनं नि क्षितिजं उजळली, त्याबद्दल म्हणता येईल. यामुळं मानव या विश्वातील अन्य प्राणिमात्रांचं स्वत:बरोबरच कल्याण करू शकतो, ही सर्व धर्मांची/पंथांची सर्वसामान्यपणे समान वैचारिक बैठक किंवा त्यांचं समान वैचारिक अधिष्ठान आहे, असं म्हणणं युक्तिसंगत व तर्कसंगत ठरेल. त्याच्या परिपूर्तीसाठीच सर्व धर्म/ पंथांनी विश्वोद्धाराचं कार्य व दायित्व मानवावरच सोपविलं आहे. जैन धर्मातील 'तीर्थंकरत्व' म्हणजे तरी काय? ती मानवाचं 'महामानवात' परिवर्तन होण्याची प्रक्रियाच होय, असं मला सतत वाटत आलं आहे. 'तीर्थंकर' एकच नसून चोवीस का? म्हणजे अनेक का?– याचं उत्तरही यातच गवसतं. बौद्ध धर्मानं आपल्या तत्त्वज्ञानात प्रज्ञा, शील आणि करुणा ही 'सूत्रत्रयी'च का स्वीकारली, याचं उत्तरही यातच गवसतं. साधना किंवा उपासना का करायची, कुणासाठी करायची, कशासाठी करायची? कुणी करायची? या प्रश्नांची उत्तरंही त्यातच सापडतात. यातूनच भक्तीची संकल्पना रुजली. भक्तिमार्ग, भक्तिपंथ यांचीही निर्मिती झाली आहे. पण ही साधना/ भक्ती/ उपासना करायची कुणी? – तर तीही मानवानंच— असं सारे धर्म/ पंथ का बरं मानतात? याचं एकमेव कारण म्हणजे, मानवजन्म नि मानवदेह हे आहे. जे मानवाला आपल्या देहाच्या व मन-बुद्धीच्या साह्यानं करता येतं, ते अन्य कोणत्याही प्राणिमात्राला करता येतं का हो? मुळीच नाही. मानवाचं प्रगत शरीर नि त्याची प्रगत प्रज्ञा हे त्याचं व्यवच्छेदक लक्षण असल्यानं बौद्ध, जैन, हिंदू, इस्लाम, ख्रिस्ती, शीख, पारशी, ज्यू ('बनी इस्त्राईल' असा त्याचा उल्लेख अरबी भाषेत आढळतो), वीरशैव या सर्वच धर्मांत आणि वारकरी, महानुभाव, नाथ, नागेश, दत्त, समर्थ, सूफी, आनंद, चैतन्य आदी सर्वच संप्रदायांतील तत्त्वज्ञानांचं प्रमुख प्रतिपाद्य हे आहे. ते वेगवेगळ्या परिषभाषांत/

संज्ञांत/ शब्दांत मांडलं असलं, तरी मानव हा धर्मांचा/ पंथांचा केंद्रबिंदू नाही, असं म्हणणं वस्तुनिष्ठ नि वास्तव ठरणार नाही.

मानवजन्म हा चौऱ्याऐंशी लाख योनींतून भ्रमण केल्यावर लाभतो, अशी महाराष्ट्रातील जवळपास सर्वच धर्म संप्रदायांची धारणा आहे. वारकरी, नाथ, नागेश, महानुभाव, दत्त, समर्थादी संप्रदायांचा या संदर्भात निर्देश करता येईल. 'मानव' ही ईश्वराची, विश्वनिर्मात्याची, 'निर्मिका'ची सर्वोत्कृष्ट निर्मिती आहे. हे केवळ आध्यात्मिक वा तात्त्विक वास्तव नसून वैज्ञानिक वास्तवही आहे. मग त्याच्याकडून अन्य प्राण्यांपेक्षा अधिक अपेक्षा करणं, ही एक प्रकारची अपरिहार्य तार्किक परिणतीच आहे. मानवजन्म हा जर 'दुर्लभ' आहे नि तो लाभलाच तर त्याचा अधिकाधिक सदुपयोग करणं, हा सर्व धर्म/ पंथांचा त्यापुढील विचार आपल्याला ओघानंच स्वीकारावा लागतो व तो या तात्त्विक/ पारमार्थिक प्रवासाचा पुढचा टप्पा आणि पुढची तार्किक परिणती आहे, हे ओघानं आपल्याला स्वीकारावं लागत नाही का? ज्ञानमार्ग, कर्ममार्ग, भक्तिमार्ग हे जरी वेगवेगळे आहेत हे गृहीत धरलं, तरी ते आचरणात आणायचेत ते मानवानंच की नाही? त्यांची अंतिम साध्यं किंवा उद्दिष्टं ही विश्वशांती/ विश्वकल्याण, प्राणिमात्रांचा उद्धार यांचं माध्यमही मानवच का बरं आहे? ती अपेक्षा मानवेतर प्राण्यांकडून का केलेली नाही? याचं कारण मानवाला लाभलेला देह, त्याला लाभलेली बुद्धी नि त्याला लाभलेलं मन. हे त्यालाच का लाभलं, हे आपण सांगू शकत नाही. ते त्याच्या निर्मात्याला— creator ला— 'निर्मिका'ला— विचारायला हवं.

पण मानवाला लाभलेल्या देहाचं वर्णन आपल्या संतांनी कसं केलं आहे? तो 'गोमटा' (चांगला) ही आहे नि 'वोखटा' (वाईट) ही आहे, असं संत एकनाथ म्हणतात. त्यात 'दैवी संपत्ती'चे सव्वीस गुण आहेत; पण 'आसुरी संपत्ती'चे सहा दोष, 'षड्विकारही' आहेत, असं ज्ञानदेव 'ज्ञानदेवी'त सांगतात; ते कशासाठी? मानवात सत्प्रवृत्तीही असतात नि असत्प्रवृत्तीही (कुप्रवृत्तीही) असतात. त्यांची परिणती होते सत्कर्मांत किंवा दुष्कर्मांत. आणि या कर्मांची फलश्रुती म्हणजे अनुक्रमे पुण्य आणि पाप. त्यांची अंतिम फलश्रुती म्हणजे स्वर्ग आणि नरक, 'जन्नत और दोजख, 'Heaven and Hell !' चार्वाक परलोक मानीत नसला, तरी मानवातील सत्प्रवृत्ती व अपप्रवृत्ती तो अमान्य का करीत नाही, हे आपण लक्षात घ्यायला हवं. आपण या सर्व धर्मांचं नि पंथांचं स्वरूप पाहिलं, तर आपल्या लक्षात प्रामुख्यानं येते ते हे, की त्याचे दोन विभाग आहेत. पहिला तत्त्वज्ञानाचा नि दुसरा आचारधर्माचा. हे दोन्ही विभाग परस्परपूरक आहेत व ते मुख्यत्वे मानवकेंद्रित आहेत. विशेषतः आचारधर्म हा तर केवळ मानवकेंद्रितच आहे. तत्त्वज्ञान मानवकेंद्रित तर आहेच;

पण ते अधिक व्यापक म्हणजे प्राणिमात्रकेंद्रित आहे. ते विशिष्ट प्रदेशापुरतं नसून त्याची व्याप्ती विश्वात्मक आहे. ही Universality च देशविदेशांतल्या मानवांशी आपलं आत्मीयतेचं नातं जोडते नि त्याचं रूपांतर विश्वबंधुत्व, विश्वकल्याण नि विश्वशांती यांत होतं. पण हे सारं उद्दिष्ट गाठायचं ते अखेर मानवानंच की नाही? या सर्व प्रक्रियेतून मानव वजा केला तर या गणितात बेरीज न होता केवळ शून्यच उरणार आहे. म्हणजे विश्वाचा शून्यापासून सुरू झालेला प्रवास पुन्हा शून्यातच संपणार, असं हे अवघड 'विश्व-कोडं' आहे. हे आत्मज्ञान विविध उपासनांद्वारा वा साधनांद्वारा प्राप्त करायचं, ते तरी कुणी? अन्य कुणा प्राण्यानं नव्हे तर मानवानंच की नाही? म्हणजेच 'चिद्‌विलासा'च्या या 'विश्वप्रयोगा'तला प्रत्यक्ष दिसणारा 'कर्ता' तर मानवच आहे. यामुळं सकृत्‌दर्शनी वरकरणी (वाच्यार्थानं) हा 'कर्तरी प्रयोग' असावा, असं वाटतं. पण लक्ष्यार्थानं मात्र तो 'कर्मणी प्रयोग' आहे, हे समजणं, हे आत्मज्ञानाचं एक लहानसं पण महत्त्वाचं क्षितिज पाहण्याजोगं नि समजून घेण्याजोगं आहे, असं मला नेहमी यासंबंधी चिंतन करताना जाणवलं आहे.

मानव नि त्याच्या आयुष्याला जागतिक संतसाहित्य, भक्तिसाहित्य नि धर्म-साहित्यात असं स्थान प्राप्त झाल्यामुळंच पारलौकिक जगाबरोबरच ऐहिक जगालाही अस्तित्व प्राप्त झालं आहे. आणि तसं झालं, हे आपणा मानवांच्या दृष्टीनं— मग ते आस्तिक असोत वा नास्तिक, ईश्वरवादी असोत वा निरीश्वरवादी—; एवढंच नव्हे तर संपूर्ण विश्वाच्या दृष्टीनंही फलदायक ठरलं. कारण जे प्रत्यक्ष दिसतं तेच प्रमाण आहे, याचा आधारही या पारलौकिक/ आध्यात्मिक तत्त्वज्ञानाला लाभला. संतसाहित्यात पारमार्थिक कल्याणाचा हेतू असला, तरी ऐहिक कल्याणाविषयी जे मार्गदर्शन / उपदेश / आदेश इ. दिलेलं आहे, ते मुख्यत्वे कुणासाठी? वारकऱ्यांची आचारसंहिता (ही मूळ सांप्रदायिक संज्ञा सध्या निवडणूक आयोगानं हायजॅक तर केली नाही?) महानुभावांची 'असती परी', ज्ञानदेवांचे दैवी संपत्तीचे सद्‌गुण, एकनाथी भागवतातील ज्ञानी पुरुषाची व समर्थांच्या 'दासबोधा'तील उत्तम पुरुषाची लक्षणं, महावीरांची 'संजमसुत्तो' (संयमसूक्त) सारखी सूत्रं, 'धम्मपदा'तील विविध 'वग्गो' (वर्ग), बसवेश्वरांचं वचनसाहित्य, बायबलमधील 'टेन कमांडमेंट्स', कुराणातील उदात्त जीवनादर्श हे मानवासाठीच नाहीत का? याचा अर्थच हा की, हे ऐहिक जीवनही पवित्र व्हावं, मग मनही व्हावं नि त्यानंतर पारलौकिक जीवनही सुखमय व्हावं, हेच यामागील प्रयोजन वा हेतू नाही का? यातून मूळ केंद्रीभूत माणूसच वगळला तर त्यापुढील साऱ्याच गोष्टी वगळाव्या लागतील. यातून मानवाचं महत्त्व नि त्याचा महिमा सहज लक्षात येईल.

मानव आणि देव यांना एकमेकांपासून वेगळं करता येणार नाही. समर्थ

रामदास म्हणतात त्याप्रमाणं 'भक्त म्हणजे विभक्त नव्हे' नि 'विभक्त म्हणजे भक्त नव्हे. तुकोबा तर त्याहीपुढं जाऊन विठोबाला काय म्हणतात आणि सात्त्विक संताप कसा व्यक्त करतात, ते पाहा. आपण विरक्त होऊन, निष्ठेनं देवाची भक्ती केल्यानंतरही जर हा देव आपल्याला दर्शन देत नसेल तर भक्ताचं महत्त्व अधिक की देवाचं अधिक, हे तरी एकदा जोखायलाच हवं. 'देवा, आम्ही मानवच (भक्तच) नसतो, तर तुला उद्धार करण्याची संधी तरी मिळाली असती का?, असं ते देवाला म्हणतात-

‘जरि मी नव्हतो पतित,
तरि तू पावन कैंचा तेथ?
म्हणोनि माझे नाम आधी –
मग तू पावन करुणानिधी
लोहो महिमा न परिसा ।
ना तरि दगड तैसा ।'

तुकोबा असं म्हणत असले, तरी त्यामागील हेतू तुमच्या लक्षात सहज येईल!

□□

४२

संतांनी आपल्याला काय दिलं?

'संतांनी आपल्याला काय दिलं?' हा प्रश्न मला आजवर अनेकांनी विचारला आहे. संत हे जीवनाविषयी उदासीन असतात व जीवनाविषयी उदासीन होण्याचा संदेश ते देतात; त्यामुळं समाजमनावर उदासीनतेचं, जीवनाविषयीच्या निरुत्साहाचं सावट येतं, अशी एक सर्वसाधारण भूमिका काही जण नेहमी मांडतात. अशी भूमिका मांडता-मांडताच संतांनी परलोकविचार मांडून समाजाला निष्क्रिय केलं, अशा प्रकारची टोकाची विचारसरणीही प्रतिपादिली जाते.

संतांनी पारलौकिक कल्याणाचं उद्दिष्ट प्रतिपादिलं, हे अमान्य करण्याचं काहीच कारण नाही; पण त्यांनी ऐहिक जीवन चांगल्या प्रकारे जगू नये, असंच सांगितलं का? उलट, हे जीवन (लौकिक जीवन) आपण अवश्य जगावं; एवढंच नव्हे, तर लौकिक जीवनातली आपली कर्तव्यं योग्य प्रकारे पार पाडावीत, असंच सर्व धर्मांचे व पंथांचे संत सांगतात. याविषयीची असंख्य प्रमाणं मी देऊ शकेन. ही प्रमाणं उपलब्ध का होतात? याचं कारण संत हे समाजातलेच एक घटक असतात. त्यांनी समाजजीवन अनुभवलेलं असतं. त्याविषयी गहन चिंतन केलेलं असतं. मनन केलेलं असतं. या चिंतनातून जी विचारसरणी सिद्ध होते, तिचं प्रतिपादन संत आपल्या वाणीतून आणि लेखणीतून करीत असतात.

स्वामी समर्थांसारख्या संतांच्या उपदेशाचं नि मार्गदर्शनाचं महत्त्व मला यासाठीच वाटतं. जीवन जगत असताना आपण किती चढ-उतार पाहतो. सुखाबरोबरच दुःखाचाही अनुभव घेतो. अनेक आपत्तींनाही आपल्याला तोंड द्यावं लागतं. अनेक आव्हानं स्वीकारावी लागतात. अशा वेळी मन असंतुलित होणं, डगमगणं स्वाभाविकच आहे. काही संकटं नि काही दुःखं तर अशी असतात, की त्यामुळं यापुढचं जीवन आपण जगावं की जगू नये, असा संभ्रम मनात निर्माण होतो. निराशेचा, असहायतेचा, अगतिकतेचा अंधार एवढा गडद-गडद होत जातो, की त्यातच आपण कदाचित

खोल-खोल बुडून जाऊ, अशी नकारात्मक मानसिकताही निर्माण होते. आपण निराधार असल्याची भीषण जाणीव मनात निर्माण होते. अगदी खचून गेल्यासारखं वाटतं. त्यामुळं असलेलं मानसिक धैर्यही नाहीसं होऊ लागतं. खरं तर अशाच वेळी मानसिक धैर्याची गरज असते. कारण आलेल्या आपत्तीशी, दु:खाशी, संकटाशी सामना देण्याचं बळ आपल्याला हवं असतं. ते मिळालं, की आपण त्या बिकट परिस्थितीतून बाहेर येऊ शकतो.

परमेश्वरावरील नि संतांवरील श्रद्धेचीही अशा वेळी गरज असते, कारण तो आपला भक्कम आधार असतो. आपण एकटे नाही, एकाकी नाही; आपल्याला अशाही अवस्थेत साह्य करणारं कुणी तरी आहे, ही जाणीवच किती महत्त्वाची असते! तिच्यामुळं आपल्याला नवी ऊर्जा लाभते. दिलासा लाभतो. अशा वेळी हा आधार आपल्याला किती मोलाचं साह्य करतो! आपल्यामध्ये संकटाशी सामना करण्याची प्रतिकारशक्ती दडलेली असते, पण तिच्यावर जणू सावट आलेलं असतं. ते सावट हा आधार दूर करतं आणि दु:खाच्या, वेदनेच्या, असहायतेच्या गर्तेतून आपण पुन्हा नव्या जोमानं उभं राहू शकतो. म्हणूनच स्वामी समर्थांचा हा 'वरदहस्त' मला फार महत्त्वाचा वाटतो. साईबाबांचा 'सबका मालिक एक' हा संदेशही मला यासारखाच मार्गदर्शक वाटतो. परमेश्वर सर्वांचा पालनकर्ता आहे; तो सर्वांचं रक्षण करतो, त्यांचं प्रतिपालन करतो, त्यांचं कल्याण करतो, या विचारांवर आपली श्रद्धा असायला हवी. ही श्रद्धा भाबडी नसून डोळस असावी, ती अंधश्रद्धा नसावी, यावर सर्वच आस्तिक धर्मांच्या संतांनी भर दिला आहे. कारण संतांची जीवनदृष्टी ही विवेकाधिष्ठित असते. अशा प्रकारच्या आश्वासक संदेशातून नि मार्गदर्शनातून स्वामी समर्थांसारख्या संतांची ही विवेकनिष्ठ तशीच भावगर्भ जीवनदृष्टीच प्रकट होत असते. ती प्रेरक असते. जीवन जगण्याचा नवा उत्साह ती आपल्याला देते. निराशेच्या गर्तेतून ती आपल्याला बाहेर काढते व प्रकाशाचा किरण दाखविते. निराशेचं हे आपल्या मनावर तात्पुरतं आलेलं सावट दूर झालं, की मग पुन्हा नव्या जोमानं, नव्या उत्साहानं आपण आपल्या खिन्नतेच्या कोशातून बाहेर पडतो नि जीवन जगण्याचा नवा उत्साह आपल्याला लाभतो.

स्वामी समर्थांप्रमाणंच समर्थ रामदासांचेही विचार आपल्याला अशीच प्रेरणा देताना दिसतात. जीवनाची क्षरता माहीत असूनही जे जीवन आपल्याला लाभलं आहे, ते जगताना 'यत्न तो देव जाणावा' असं रामदासस्वामी का बरं म्हणतात? आपल्याला लाभलेला मानवजन्म हा दुर्लभ आहे. सत्कर्म करून त्याचा सदुपयोग करायला हवा, त्यामुळं हे जीवन सार्थकी लागतं. म्हणून या जीवनातील आपत्ती-विपत्ती, संकटं, दु:खं, आपदा, व्यथा, वेदना यांमुळं निराश होऊन या जीवनापासून

पळून जाता कामा नये. त्यांचा सामना प्रयत्नपूर्वक करायला हवा. यासाठी आपल्यामागं आपले सत्पुरुष संत नि परमेश्वर असून ते आपल्याला नक्कीच साह्य करतील, हा विचार किती आश्वासक व आधार देणारा आहे! तो नकारात्मक नसून सकारात्मक आहे, आपल्याला निष्क्रिय बनविणारा नसून सक्रिय बनविणारा आहे. निराशेचे हे काळे मेघ बाजूला सारले तर स्वच्छ, नितळ, आल्हाददायी सूर्यप्रकाश दिसतो. तो जीवन जगण्याची नवी ऊर्जा देत नाही का?

❑❑

४३

भक्तिसाहित्य आणि भक्तिसंगीत : अंतःसूत्राचा शोध

विविध धर्मांचा तसंच संप्रदायांचा वा पंथांचा अभ्यास करताना त्यांच्यामध्ये एक समान अंतःसूत्र आढळतं; ते म्हणजे बहुतेक धर्मांचं नि पंथांचं साहित्य काव्यात्म आहे. याचा अर्थ असा नाही, की त्यांच्या साहित्यानं गद्यरूप अगदीच घेतलं नाही; त्यातील काही मौलिक साहित्य हे गद्यरूपही आहे. पण या धर्मविषयक वा पंथविषयक साहित्यात गद्यापेक्षा काव्याचं प्रमाणं अत्यधिक आहे. याचं कारण काय, याचा शोध घेण्याकडे आपल्या मनाचा कल होतो आणि जोजो आपण हा शोध अधिक खोलात जाऊन घेऊ लागतो, तोतो आपल्याला उत्तरोत्तर हे जाणवू लागतं, की काव्याचं माध्यम हे धर्मसाहित्याला वा पंथसाहित्याला अधिक उपयुक्त ठरलं आहे. बहुतेक धर्मग्रंथदेखील काव्य-माध्यमातून अभिव्यक्त झाले आहेत. काव्य हे माध्यम अधिक प्रभावी का बरं ठरलं असावं? याचं एक महत्त्वाचं कारण हे असतं की, ते गेय असतं. गेयता नि लयबद्धता ही काव्याची महत्त्वाची लक्षणं असतात. त्याचप्रमाणं त्यांचा संबंध संगीताशीही असतो. त्यामुळंच धर्मसाहित्य नि संतसाहित्य संगीताशी केवळ समांतरच नसतं तर ते त्याच्याशी संलग्नही असतं. यालाच आपण पुढं 'भक्तिसंगीत' म्हणू लागलो. संगीताच्या ज्या विविध शाखा विकसित झाल्या, त्यांतील 'भक्तिसंगीत' ही एक प्रमुख शाखा आहे व ती जनसामान्यांमध्ये विशेष लोकप्रिय झाली आहे. केवळ महाराष्ट्राचाच विचार केला नि मराठी भाषेचाच विचार केला, तरी तेराव्या शतकापासून आजच्या एकविसाव्या शतकापर्यंत भक्तिसंगीताचा प्रवाह अगदी अखंडपणे वाहत राहिल्याचं चित्र आपल्या मनःचक्षूंसमोर उभं राहतं. त्यात कुठंही अवरोध वा खंड पडल्याचं आढळत नाही. या भक्तिसंगीताचं नातं लोकसंस्कृतीशीही आहे, लोकसंगीताशीही आहे, लोकजीवनाच्या विविधांगांशी आहे. आपल्या भक्तिसंगीतानं तर लोकसंगीताप्रमाणंच लोकनाट्याशीही आपलं नातं जोडलं आहे.

मराठी संतसाहित्यातील ‘भारूड’ हे त्याचं लक्षणीय श्राव्य नि दृश्य असं लोभसवाणं रूप होय. मराठवाड्यातील ‘संपादणी’ हे त्याच भारुडांचं आणखी एक रूप आहे. जालन्याजवळील अंबड-गोंदीच्या परिसरातील स्वामी रामानंद नि अच्युताश्रमस्वामी यांच्या ‘संपादण्या’ मी गेल्या शतकाच्या साठीत ‘प्रतिष्ठान’मधून ‘संपादून’ प्रकाशित केल्या होत्या. ‘गोंधळ’ नि ‘जोहार’ हे अशाच प्रकारचं दृश्य आणि श्राव्य असं भक्तिसंगीताचं रूप होय. यातील ‘श्राव्य’ हे विशेषण योग्य आहे, असं कुणीही म्हणेल. पण ‘दृश्य’ कसं, असाही प्रश्न कुणाच्या मनात येणं स्वाभाविक आहे. ‘संपादण्या’ नि ‘भारुडं’ यांचे किंवा ‘गोंधळ’ किंवा ‘जोहार’ यांचे एका अर्थानं ‘प्रयोग’च नाही का होत? त्यात अध्यात्म, काव्य नि नाट्य यांचा सुरेख संगमच नाही का झाला? ‘प्रयोग’ हा शब्द आपण नाटकाच्या संदर्भातच वापरतो; पण तो ‘संपादणी’, ‘भारूड’, ‘गोंधळ’ नि ‘जोहार’ यांच्याही संदर्भात वापरायला हरकत नाही, असं मला वाटतं. भारूडं म्हणणारी जवळपास बत्तीस घराणी मराठवाड्यात आहेत, अशी माहिती मला मी फार वर्षांपूर्वी संशोधन करताना मिळाली होती. त्या सर्वांचा तपशील मला उपलब्ध झाला नाही. तथापि, मराठवाड्यातील पैठणच्या परिसरात ‘भारुडं’ म्हणणारी नि अंबड-गोंदीच्या परिसरात संपादण्या म्हणणारी व मी वर उल्लेखिल्याप्रमाणं त्यांचे ‘प्रयोग’ करणारी काही घराणी आहेत.

मराठी भक्तिसंगीतानं जी विविध रूपं घेतली आहेत; ती पहिल्यावर मन जसं चकित होतं, विस्मित होतं, तसंच प्रसन्न नि हर्षभरितही होतं. त्यांचा फार विस्तारानं विचार करायला हवा. तो मी एका स्वतंत्र प्रदीर्घ लेखात करणारच आहे; पण इथं त्यांचा केवळ निर्देश करीत आहे. ही रूपं मराठी संतसाहित्यात ओव्या, गीतं, पदं, धावे, अभंग, आरत्या, स्तोत्रं, कथा-गीतं, आख्यानं, श्लोक, साखळगीतं, भारूडं, संपादण्या, गोंधळ, जोहार, पत्रात्मक काव्य इ. कितीतरी आकृतिबंधांतून अवतरतात. त्यांच्या या वाटचालीचा शोध घेणं नि त्यातून आपल्या संतांच्या पाऊलखुणा टिपणं, यात माझा भावी काळ मला ‘नित्य नवा’ आनंद देत राहील, अशी ग्वाही माझं मन देत आहे.

❑❑

४४

संतपीठाचे दिवस कधी पालटणार?

संतपीठाची संकल्पना ही आजकालची नसून किमान दोन दशकांपूर्वीची आहे. नामदार अंतुले महाराष्ट्र राज्याचे मुख्यमंत्री असताना त्यांनीच संतपीठाच्या विचाराचा पुरस्कार केला आणि त्यासाठी एक समिती नेमली. प्रारंभापासून बाळासाहेब भारदे हे या समितीचे मार्गदर्शक होते. इ. स. १९९० मध्ये पुण्याला अखिल भारतीय मराठी साहित्य संमेलन भरलं. ते वर्ष ज्ञानेश्वर-सप्तशताब्दी-वर्ष होतं. पुण्याच्या या त्रेसष्टाव्या अखिल भारतीय मराठी साहित्य संमेलनाचा मी अध्यक्ष होतो. माझ्या अध्यक्षीय भाषणात मी संतपीठाच्या संकल्पनेचा आग्रही पाठपुरावा केला होता आणि त्याविषयीचा प्रस्तावही या संमेलनानं संमत केला होता. संतपीठ समितीवर मी जवळपास एका दशकाहून अधिक काळ काम केलं. विविध धर्मांची व संप्रदायांची मूलतत्त्वं समजून घेणं आणि परस्परसामंजस्याची भावना समाजात निर्माण करणं, ही संतपीठनिर्मितीमागील प्रमुख प्रेरणा होती, पण त्याचबरोबर विविध धर्म आणि पंथ यांच्या तत्त्वज्ञानाचा, आचारधर्माचा, साहित्याचा आणि कार्याचा प्रगत अभ्यास करणं, त्यातील महत्त्वाचं साहित्य प्रकाशित करणं, दुर्लक्षित पण महत्त्वाच्या संतसाहित्याचं संशोधन करणं, त्या संदर्भातील महत्त्वाचे प्रकल्प हाती घेणं, त्यांना अनुदान देणं, संतसाहित्याच्या अध्ययन-संशोधनार्थ येणाऱ्या देशी-विदेशी अभ्यासकांना/ संशोधकांना आवश्यक त्या सुविधा-सोयी उपलब्ध करून देणं, त्यासाठी एक संपन्न-समृद्ध ग्रंथालय सिद्ध करणं, राज्य-राष्ट्रीय व आंतरराष्ट्रीय पातळीवरील 'संतसाहित्यविषयक चर्चासत्रांचं व संमेलनाचं' आयोजन करणं, महाराष्ट्रातील व बृहन्महाराष्ट्रातील मराठी हस्तलिखितांचा संग्रह करणं, विविध धर्मांच्या व पंथांच्या महापुरुषांची व संतांची चरित्रं प्रकाशित करणं, त्याचप्रमाणं यांनी प्रतिपादिलेल्या विचारांचे संग्रह जनसामान्यांकरिता उपलब्ध करून देणं, शालेय आणि महाविद्यालयीन विद्यार्थ्यांसाठी संतसाहित्यावर आधारलेली

मूल्यशिक्षणाधिष्ठित सामग्री उपलब्ध करून देणं, कीर्तनकार व प्रवचनकार यांच्याकरिता त्याचप्रमाणं शासकीय कर्मचाऱ्यांकरिता संतसाहित्याधिष्ठित प्रबोधनवर्ग आणि शिबिरं आयोजित करणं– अशा कितीतरी कल्पना संतसाहित्याचा निर्गुण विचार सगुण-साकार करताना आमच्या मनात होत्या व आम्ही त्यांचा निर्देश संतपीठाच्या प्राथमिक अहवालातही केला होता. यासाठी संतपीठाचं एक प्रतिष्ठान (ट्रस्ट) निर्माण करण्यात आलं. त्याचे अध्यक्ष महाराष्ट्र राज्याचे मुख्यमंत्री असून प्रत्यक्ष कार्यवाहीसाठी राज्याच्या सांस्कृतिक कार्यमंत्र्यांचा सदस्य म्हणून समावेश करण्यात आला. ह. भ. प. बाळासाहेब भारदे प्रमुख मार्गदर्शक होते व एक ज्येष्ठ सदस्य संतपीठाचे अध्यक्ष म्हणून काम करणार होते. विश्वस्त-सदस्य म्हणून सर्वश्री बाळासाहेब पाटील, माजी आमदार अनिल पटेल, प्रा. राम शेवाळकर, गिरीश गांधी आणि मी होतो. या काळात डॉ. न. नि पटेल सांस्कृतिक कार्यसंचालक होते.

संतपीठासाठी जायकवाडी धरणाजवळील एकोणीस एकर जागा सिंचन विभागाकडे वर्ग करण्यात आली होती. तिच्यातील एका भागातील एका इमारतीत पैठणचे संशोधक बाळासाहेब पाटील यांचं ऐतिहासिक वस्तुसंग्रहालय आणि त्यांनी मिळविलेल्या दुर्मिळ हस्तलिखितांचा संग्रह ठेवण्यात आला आहे. या जागेतील एका जुन्या वास्तूचं नूतनीकरण करून ना. प्रमोद नवलकर हे सांस्कृतिक कार्यमंत्री असताना माजी मुख्यमंत्री नामदार मनोहर जोशी यांच्या हस्ते संतपीठाचं औपचारिक उद्घाटन करण्यात आलं.

दरम्यानच्या काळात बाळासाहेब भारदे यांनी संतपीठाच्या अहवालास अंतिम रूप देऊन तो प्रकाशित केला. त्यात मूळ संतपीठाच्या संकल्पना ज्या प्रमाणात यायला हव्या होत्या, त्या प्रमाणात आल्या नाहीत. काही संकल्पनांना बरंचसं 'बाळबोध' व शालेय स्वरूप प्राप्त झालं होतं. शिवाय त्यात शालेय विद्यार्थ्यांच्या संतसाहित्यविषयक परीक्षा इत्यादींचा समावेश झाला होता. संतपीठाच्या मूळ संकल्पनेत हे फारसं अभिप्रेत नव्हतं. त्याचप्रमाणं 'संतपीठ' हे एखादं विद्यापीठ आहे, अशीही कल्पना त्यामागं नव्हती. ते एका विशिष्ट धर्माचं किंवा संप्रदायांचं पीठ नसून सर्व धर्मांच्या व संप्रदायांच्या साहित्याचं व तत्त्वज्ञानाचं प्रगत अध्ययन संशोधन केंद्र असून त्याचं स्वरूप काहीसं गुरुदेव टागोरांच्या शांतिनिकेतनसारखं आहे, हे मी संतपीठाच्या औपचारिक उद्घाटनाच्या वेळी प्रास्ताविक भाषणात स्पष्ट केलं होतं. त्याचप्रमाणं संतपीठाचं कोणतंही महत्त्वाचं पद मी स्वीकारणार नसून केवळ मार्गदर्शनच करणार आहे, हेही मी स्पष्ट केलं होतं. संतपीठाचे अध्यक्ष म्हणून एका ज्येष्ठ सदस्याची शासन नियुक्ती करील; पण एखाद्या विद्यापीठाच्या कुलगुरूंसारखे हे पद नसेल, हे यात गृहीत होतं. पण पुढं 'पीठ' म्हणजे 'विद्यापीठ' आणि या कल्पना

कशा प्रसृत झाल्या, याचा उलगडा मला तरी होत नाही.

दरम्यानच्या काळात सिंचन विभागाच्या कार्यात संतपीठाचं कार्य येऊ शकत नाही, यासाठी ते काम शासनाच्या शिक्षण विभागाकडे सोपविण्यात आलं व त्यासाठी उपकार्यालय म्हणून एक जागा औरंगाबाद इथं उस्मानपुऱ्यात घेण्यात आली. मात्र, या जागेचा उपयोग शिक्षण विभागाचे अधिकारीच करीत होते. या जागेचं भाडं मात्र संतपीठासाठी शासनानं केलेल्या आर्थिक तरतुदीतून देण्यात येत असे. हे कार्यालय आजपावेतो मी पाहिलेलं नाही. पुढच्या काळात भीमसिंगमहाराज आणि यांच्यानंतर ह.भ.प. प्रकाशमहाराज बोधले यांची संतपीठाचे प्रमुख म्हणून शासनानं नियुक्ती केली. या काळातच बाळासाहेब भारदे यांचं निधन झालं. त्यामुळं संतपीठाच्या कार्याची गती अधिकच मंदावली.

पुढं माननीय ना. विलासरावजी देशमुख मुख्यमंत्री झाले तेव्हा संतपीठाच्या या अवस्थेसंबंधी मी दु:ख व्यक्त केलं आणि लोकमानसातील संतपीठाविषयीच्या श्रद्धा व भावना किती उत्कट आणि तीव्र आहेत, याचीही कल्पना दिली. संतपीठाच्या निर्मितीमागील मूळ संकल्पना कोणत्या होत्या, याविषयीही मी त्यांच्याशी चर्चा केली आणि कालनिबद्ध कार्यक्रम निश्चित करावा, अशी विनंती त्यांना केली होती. दरम्यानच्या काळात मी संतपीठाच्या विश्वस्तपदाचा राजीनामाही दिला होता. तरी आजही माझ्या मनात संतपीठाविषयीची आस्था तशीच कायम आहे.

संतपीठासाठी शासन काही कोटींची आर्थिक तरतूद दर वर्षी करतं; पण अजून त्याला म्हणावं तसं रूपं येत नाही. नुकतेच महाराष्ट्राचे मुख्यमंत्री नामदार अशोकरावजी चव्हाण हे पैठणला आले होते. त्यांनी ह्या कार्यास अधिक गती देण्याचा विचार बोलून दाखविला. त्यामुळं सर्व संतसाहित्यप्रेमींच्या मनामध्ये संतपीठासंबंधीच्या आशा-आकांक्षा पुन्हा पालवल्या आहेत.

निदान महाराष्ट्र राज्याच्या सुवर्णमहोत्सवी वर्षात तरी 'तमसो मा ज्योतिर्गमय' असं हे संतपीठ म्हणत असावं, असा विचार माझ्या मनात सतत येत राहतो.

❏❏

विभाग तिसरा

४५

आदिकालीन मराठी साहित्य : धर्म आणि साहित्य यांतील अनुबंध

जगातील कोणत्याही भाषेच्या आदिकालाचा विचार केला तर त्यात आपल्याला एका बाबतीत साम्य आढळतं. ते म्हणजे, त्या प्रदेशातील धर्म आणि त्या प्रदेशातील साहित्य. त्या त्या प्रदेशातील भाषेचं आदिकालातील साहित्य हे त्या प्रदेशातील धर्माशी संबद्ध असतं. संस्कृत भाषा ही जगातील प्राचीनतम भाषा आहे, असं मानलं जातं आणि तिच्यातील 'ऋग्वेद' हा पहिला ग्रंथ असून तो जगातील प्राचीनतम ग्रंथ आहे. ऋग्वेदात 'सूक्तं' आहेत. ही 'सूक्तं' म्हणजे विश्वनियंत्याचा शोध होय. 'अथा तो ब्रह्मजिज्ञासा' या वचनाचा अर्थही तोच आहे. लॅटिन, ग्रीक, झेंदअवेस्ता, प्राचीन फार्सी व अरबी, पाली, अर्धमागधी आदी प्राकृत भाषा; हळे कन्नड-तेलुगू, मल्याळम यांसारख्या भारतातील द्राविड भाषा; हिंदी-मराठी-बंगाली यांसारख्या आधुनिक भारतीय आर्य भाषा– या सर्वांच्या बाबतीत हेच विधान करता येईल. या विषयाची व्याप्ती फार मोठी असल्यानं या लेखात केवळ मराठी भाषेच्या आदिकालातील धर्म आणि साहित्य यांचा परस्परसंबंध अत्यंत संक्षेपात केला आहे. 'संक्षेपात' यासाठी की, केवळ मराठी भाषेच्या आदिकालातील साहित्याची, म्हणजे यादवकालीन मराठी साहित्याची, व्याप्तीही फार मोठी असून, धर्माचं अधिष्ठान असलेल्या विविध संप्रदायांचं मराठी साहित्य या काळात वैपुल्यानं निर्माण झालं आहे. त्यानंतरच्या काळातील, म्हणजे मध्ययुगातील मराठी साहित्याला लाभलेला यादवकालीन धार्मिक साहित्याचा प्रेरणास्रोतही लक्षात घेण्याजोगा आहे. यादवोत्तर मध्ययुगात मराठी साहित्याच्या विविध शाखा व त्यांतून विकसित झालेले विविध साहित्यप्रकार केवळ धर्माधिष्ठितच होते का? या प्रश्नाचं उत्तर नकारार्थी द्यावं लागेल; कारण यादवोत्तर मध्ययुगीन मराठी वाङ्मयात बखरवाङ्मय, पत्रात्मक गद्य, पोवाडे, लावण्या इ. अन्य प्रकारही दुर्लक्षिण्याजोगे नाहीत. असं असूनही यादवोत्तर मध्ययुगातील मराठी संतसाहित्याची व्याप्तीदेखील फार मोठी होती, हे

कुणालाही अमान्य करता येईल का? यादवकाळात वारकरी, महानुभाव, नाथ या संप्रदायांचंच साहित्य होतं तर त्यापुढच्या मध्ययुगात समर्थ, नागेश, वीरशैव, जैन, सूफी इ. धर्मांच्या/धर्म-संप्रदायांच्या साहित्याची मोठ्या प्रमाणात भर पडल्याचं आपल्याला दिसून येतं. मध्ययुगीन मराठी संतसाहित्य हे वेगवेगळ्या संप्रदायांचं असलं तरी त्यातील धर्माचं अधिष्ठान नाहीसं झालेलं नाही.

या लेखात आपल्याला संपूर्ण मध्ययुगीन मराठी साहित्याचा विचार करायचा नाही तर केवळ यादवकालीन मराठी साहित्याचा विचार करायचा आहे– आणि तोही 'धर्माच्या संदर्भात'. इथं 'धर्माच्या संदर्भात' हे शब्द गाळले तरी चालतील, असं मला वाटतं; कारण यादवकालीन मराठी साहित्यच नव्हे तर यादवकालीन मराठी कोरीव लेखदेखील धर्माधिष्ठित आहेत. त्यांचं संपादन डॉ. शं. गो. तुळपुळे यांनी 'प्राचीन मराठी कोरीव लेख' या ग्रंथात केलं आहे. मराठवाड्यातील १२० मराठी शिलालेखांचं संपादन मी 'मराठवाड्यातील मराठी शिलालेख' या ग्रंथात केलं आहे, त्यांतील यादवकालीन शिलालेखही धर्माधिष्ठित आहेत. म्हैसूरजवळील श्रवणबेळगोळ येथील गोमटेश्वराच्या मूर्तीच्या पायावर कोरलेला 'श्रीचावुण्डरायें करवियलें' ही मराठीतील पहिली ओळ असलेला शिलालेखदेखील धर्माधिष्ठित आहे, असं का बरं म्हणू नये? श्रीचामुण्डराजाने जी मूर्ती घडवून घेतली, ती जैनधर्मीयांना वंद्य असलेल्या गोमटेश्वराचीच आहे ना? हे मराठीतील पहिलं वाक्य तर यादवपूर्वकालीन आहे.

यादवकालीन महाराष्ट्रात प्रामुख्यानं तीन संप्रदाय होते : १) नाथ, २) महानुभाव आणि ३) वारकरी हे ते तीन संप्रदाय होत. यांपैकी दोन संप्रदायांचा प्रभाव ज्ञानदेवांवर पडला. हे दोन संप्रदाय म्हणजे, नाथ व वारकरी संप्रदाय. ज्ञानदेवांचे ज्येष्ठ बंधू व गुरू निवृत्तिनाथ होते, ते नाथसांप्रदायिक होते. घराण्याच्या परंपरेनं ज्ञानदेव वारकरी सांप्रदायिक होते, त्यामुळं त्यांच्या लेखनात या दोन्ही संप्रदायांचं व त्यांच्या तत्त्वज्ञानाचं प्रतिबिंब स्पष्टपणे उमटलं आहे. नाथ संप्रदाय हा शिवोपासक असून वारकरी संप्रदाय हा विठ्ठलोपासक आहे, म्हणजेच 'वैष्णव संप्रदाय' आहे. त्याचप्रमाणं जैन आणि वीरशैव धर्म यादवपूर्वकाळातही होते. या सर्वांचाच ज्ञानदेवांच्या साहित्यावर प्रभाव पडणं अपरिहार्य होतं व तसा तो पडला आहे. ज्ञानेश्वरी, अमृतानुभव, चांगदेवपासष्टी व अभंग ही ज्ञानदेवांची रचना आहे. तिचं अध्ययन करताना आपल्याला याचा प्रचिती सतत येते. ज्ञानेश्वरीच्या लेखनामागं कोणकोणत्या प्रेरणा होत्या, यासंबंधी अनेक मतमतांतरं प्रचलित आहेत. त्यांत दार्शनिक पक्ष व वाङ्मयीन पक्ष हे दोन प्रमुख पक्ष आहेत. काव्य म्हणूनही ज्ञानेश्वरी श्रेष्ठ आहे व तत्त्व-विवरण व तत्त्वचिंतन म्हणूनही ती श्रेष्ठ आहे. पण स्वत:

ज्ञानदेवांना रसिकत्वास झालेला, परतत्त्वाचा स्पर्श अधिक महत्त्वाचा वाटतो. ज्ञानेश्वरीप्रमाणंच त्यांच्या अन्य रचनांमध्येही दार्शनिक पक्षच बलवत्तर असल्याचं आपल्यालाही जाणवतं. भक्ती हेच नामदेवांच्याही अभंगरचनेचं प्रेरणास्रोत तर आहेच; पण भक्तीच्या माध्यमातून मुक्ती प्राप्त करणं, हे त्यांच्या संपूर्ण रचनेचं अंतिम उद्दिष्ट आहे.

मुकुंदराजांचा 'विवेकसिंधू' हा मराठी वाङ्मयाच्या आदिकालातला पहिला ग्रंथ असल्याचं मानलं जातं. त्यात 'पंचीकरणा'चा सिद्धान्त प्रतिपादिला आहे. मराठीतील आद्यकवी मुकुंदराज हेच आहेत, असं मानलं जातं. ते नाथ संप्रदायाचे असल्यानं त्या संप्रदायाचं तत्त्वज्ञान या ग्रंथात येणं, हेही स्वाभाविक होतं. ज्ञानदेव-नामदेवांच्या साहित्याप्रमाणंच मुकुंदराजांचंही साहित्य धर्माधिष्ठित होतं, हे यावरून स्पष्ट होतं.

यादवकाळात या तीन संतांप्रमाणंच वारकरी संप्रदायात विविध जाती-जमातींतलेही संत आले. त्यांत आपण नेहमी नरहरीमहाराज (सोनार), चोखामेळा, गोरोबाकाका (गोरा कुंभार), सावता माळी यांचा उल्लेख आवर्जून करतो; याचं कारण काय? तर– त्या काळातील काही तथाकथित धर्मधुरिणांनी आपल्या मतानुसार स्त्री आणि शूद्र यांच्यासाठी धर्माचा, उपासनेचा व भक्तीचा, मुक्तीचा मार्ग बंद केला होता. चातुर्वर्ण्यव्यवस्थेत गुणकर्मशः विभागणी करून चार वर्ण प्रतिपादिले होते. त्यांत अमुक कर्म श्रेष्ठ व अमुक कनिष्ठ मानून समाजात विषमता व दुही निर्माण केली. स्त्रीवर्ग व शूद्रवर्ण यांना समान स्तर नाकारून त्यांच्यावर विषमता लादली. इतकंच नाही, तर त्यांना अत्यंत हीन वागणूक दिली. यासाठी त्या तथाकथित स्वयंघोषित उच्चवर्णीयांनी या दोन वर्गांवर धार्मिक व सामाजिक संदर्भात मोठा अन्यायच केला. त्याचं प्रतिबिंब व या वर्गांच्या व्यथा-वेदना मग जनाबाई, सोयराबाई, निर्मळा, कान्होपात्रा यांच्या अभंगसाहित्यात अत्यंत उत्कटतेनं उमटल्या. यादवकाळात ही विशिष्ट धार्मिक परिस्थिती नसती तर हे साहित्य निर्माण झालं असतं का? मुळीच नाही. यादवकालीन स्त्रीवर्गाची हीच अवस्था, तर ज्यांना कनिष्ठ मानलं गेलं अशा दलित जातींच्या लोकांचीही तशीच अवस्था. हीच व्यथा चोखामेळा, सावता माळी, गोरा कुंभार, बंकामहाराज, कर्ममेळा यांच्या साहित्यातही उमटली आहे. इथंही या सर्वांच्या अभंगनिर्मितीचं, म्हणजेच साहित्यनिर्मितीचं बीज धर्मव्यवस्थेत व धर्मप्रबोधनात आढळतं.

महानुभाव संप्रदाय हा यादवकाळातला एक फार महत्त्वाचा संप्रदाय. महानुभाव संप्रदायाचं तत्त्वज्ञान द्वैतपर आहे– म्हणजे ते धार्मिकच आहे. या संप्रदायानं निर्भयपणे प्रखर विरोध केला तो तत्कालीन धर्मव्यवस्थेला, वर्णव्यवस्थेला. मुक्ती करण्यासाठी

भक्ती केली पाहिजे आणि भक्ती करण्याचा तसंच मुक्ती प्राप्त करण्याचा अधिकार सर्वांनाच आहे, या क्रांतिकारक विचाराचा पुरस्कार केला. या तिन्ही संप्रदायांमुळं नि त्यांच्या साहित्यामुळं तत्कालीन धर्मव्यवस्थेच्या मक्तेदारांना हादरे बसले व समाजातील सर्व घटकांना मुक्तीचा मार्ग मोकळा झाला.

महानुभाव संप्रदायाचे अवतारस्वरूप श्रीचक्रधरस्वामी यांचं म्हाइंभट्टानं लोकांच्या माध्यमातून साकारलेलं चरित्र 'लीळाचरित्र' हे आहे. स्वामींच्या वचनांतून महानुभाव संप्रदायाच्या तत्त्वज्ञानाची व 'असती परीची'— आचारधर्माची—मांडणी करण्यात आली आहे. 'लीळाचरित्र' हा मराठी भाषेतला पहिला चरित्रग्रंथ आहे. याच काळातील 'ऋद्धिपुर लीळा' (श्रीगोविंदप्रभू-चरित्र) हा ग्रंथ पंथाचे आणखी एक अवतार व श्रीचक्रधरस्वामींचे गुरू श्रीगोविंद प्रभू ऊर्फ गुंडम राऊळ यांचं चरित्र होय. तेही म्हाइंभट्टानं 'लीळां'च्या माध्यमातून सिद्ध केलं. 'लीळाचरित्रा'च्या आधारे 'सिद्धान्तसूत्रपाठ', 'दृष्टान्तपाठ', 'स्थानपोथी' यासारखं महानुभाव साहित्य निर्माण झालं. महदंबेचे 'धवळे' ही श्रीकृष्ण-रुक्मिणी विवाहाची कथा. ती विवाहप्रसंगी गावयाच्या गीतांच्या माध्यमातून निर्माण झाली. हे सारं साहित्य एका अर्थानं धर्माधिष्ठित साहित्यच होतं ना? धर्माचं अधिष्ठान नसतं तर हे सारं साहित्य निर्माणच झालं असतं काय, या प्रश्नाचं उत्तर कुणीही नकारात्मक देईल.

यावरूनच धर्म आणि साहित्य यांचा अन्योन्य संबंध किती महत्त्वाचा नि घनिष्ठ होता, हे मराठीच्या आदिकालीन साहित्याचा विचार करताना आपल्याला जाणवल्यावाचून राहत नाही.

❑❑

४६

श्रीमद्भगवद्गीता नि मराठी साहित्याचा आदिकाल

मराठी संतसाहित्याच्या निर्मितीमागील मूलस्रोत कोणते, हा विषय अत्यंत व्यापक आहे. या मूलस्रोतासाठी 'प्रेरणा' ही संज्ञा योजिता येईल का, असा एक जिज्ञासू प्रश्न माझ्या मनात यासंबंधी विचार करताना आला. या दोन्ही संज्ञांच्या वाच्यार्थात व लक्ष्यार्थातदेखील बरंचसं साम्य असल्याचं मला जाणवू लागलं; पण तरीही ते एकमेकांसाठी पर्यायी म्हणून वापरावेत की नाही, यासंबंधी माझ्या मनाचा अद्यापि निर्णय होत नाही. यासंबंधी पूर्ण विचार झाल्यावरच एक सविस्तर लेख लिहायचा निर्णय घेऊन मी या लेखाच्या प्रतिपाद्याकडे वळत आहे.

भारतात जे अध्यात्मचिंतन झालं, त्याचा काळ प्राचीनतम आहे; ते ऋग्वेदापर्यंत सहज नेता येईल. त्याशिवाय बौद्ध दर्शन नि जैन दर्शन यांनीही या अध्यात्मचिंतनात जी भर टाकली, ती दुर्लक्षून कसं चालेल? तिचंही प्राचीनत्व वादातीत आहे. पूर्ववैदिक, वैदिक, पाली, प्राकृत म्हणजे मागधी, अर्धमागधी, महाराष्ट्री, अपभ्रंश आदी भाषांचा काळ हा देशात अठरा देशी भाषा निर्माण होण्यापूर्वीचा काळ होय. या देशी भाषांतच मराठी ही महाराष्ट्री— इ. स. सातशेच्या म्हणजे साधारणत: सातव्या शतकात अपभ्रंशापासून निर्माण झालेली— भाषा आधुनिक भारतीय आर्य भाषा आहे. इ. स. चं पाचवं ते सातवं शतक या काळातही मराठी भाषेच्या काही जन्मखुणा आढळतात, असं काही भाषावैज्ञानिकाचं मत आहे; पण स्थूल मानानं मराठी भाषेचा उत्पत्तिकाळ सातवं शतक असावा, याविषयी ऐतिहासिक भाषाविज्ञानाच्या दृष्टीने मराठी भाषेचा अभ्यास व संशोधन करणाऱ्या विचारवंतांमध्ये फारसं दुमत आढळत नाही. याच काळाची पार्श्वभूमी मराठी भाषेच्या व साहित्याच्या आदिकाळाला लाभली आहे आणि या काळातही मराठी भाषेला सर्वप्रथम आपलं रूप अध्यात्मात पाहावंसं वाटणं, हे अस्वाभाविक तर नाहीच पण अपरिहार्यही होतं, असं मला वाटतं. कारण, जगातल्या सर्वच भाषांचा आदिकाल पाहता बहुधा त्या-त्या भाषांना

अध्यात्मविषयीचीच जिज्ञासा वाटली आहे. त्यातून त्यांच्या आध्यात्मिक साहित्याची नि भक्तिसाहित्याची निर्मिती झाली आहे.

मराठी भाषेचा व साहित्याचा आदिकाल– म्हणजे यादवकाल– हा वरील विवेचनाला अपवाद नाही. या संदर्भातले जे अनेक महत्त्वपूर्ण मूलस्रोत आहेत, त्यांपैकी श्रीमद्‌भगवद्‌गीता हा एक लक्षणीय मूलस्रोत आहे. मुकुंदराजांचा 'विवेकसिंधू' हा पहिला मराठी ग्रंथच पंचीकरणविषयक आहे, ही गोष्ट मराठी मनाच्या आदिम अध्यात्मप्रवणतेची साक्ष देते. पण या बाराव्या शतकातील ग्रंथानंतर लगेच पुढच्या तेराव्या शतकात कोणते संप्रदाय उदयाला येतात नि कोणत्या संप्रदायात नवचैतन्य ओतलं जातं, हे बारकाईनं पाहिलं की; सर्वप्रथम गीतेतील अध्यात्मचिंतनच मराठी मनाला करावंसं का वाटलं असावं, यातच या कूट प्रश्नाचा उलगडा होऊ लागतो. हा उलगडा करीत असताना शेजारच्या कर्नाटकातील महात्मा बसवेश्वरांच्या वीरशैव दर्शनाचा व त्यातील षट्‌स्थल-सिद्धान्ताचा, त्याचप्रमाणं उत्तर भारतातील नाथ संप्रदायाच्या परंपरेचा व या संप्रदायाच्या अध्यात्मचिंतनाचा विसर पडू देता कामा नये. असं असूनही यादवकालीन मराठी साहित्यनिर्मितीवर गीतेचा व महाराष्ट्रातील अध्यात्मचिंतनाचा जो प्रभाव पडला आहे, तो लक्षणीयच नव्हे तर चिंत्य व एतद्‌विषयक विचाराला प्रेरणा देणारा, त्याचप्रमाणं महाराष्ट्राच्या 'देशीकार लेण्या'च्या निर्मितीस्रोतांपैकी एका महत्त्वाच्या स्रोतावर प्रकाश टाकणारा आहे.

श्रीकृष्णावतार व या अवतारानं प्रतिपादिलेलं तत्त्वज्ञान हा तो स्रोत होय. हा स्रोत दुपदरी होता. श्रीकृष्णाचं जीवन हा त्यातील एक पदर होता तर त्याचं विचारविश्व हा दुसरा पदर होता. या संदर्भात भागवत आणि महाभारत या दोन ग्रंथांचा उल्लेख करायला हवा. भागवताच्या दशम स्कंधात श्रीकृष्णचरित्र वर्णिलं आहे. त्यानं प्रतिपादलेलं तत्त्वज्ञान भागवताच्या एकादश स्कंधात व गीतेत आहे. या दोहोंचा प्रभाव मराठी साहित्याच्या आदिकालातील–यादवकालातील– ग्रंथनिर्मितीवर पडला आहे; त्याचप्रमाणं वारकरी व महानुभाव या दोन संप्रदायांवर पडला आहे. या दोन्ही संप्रदायांनी जे तत्त्वज्ञान मांडलं, ते गीताधिष्ठित आहे, हे त्यातील एक महत्त्वाचं साम्यस्थळ आहे. कोणत्याही धर्माचं वा संप्रदायाचं तत्त्वज्ञान हे त्याचं व्यवच्छेदक लक्षण असतं. याचीच तार्किक परिणती म्हणून असंही म्हणता येईल की, वारकरी व महानुभाव या दोन संप्रदायांनी प्रतिपादिलेलं तत्त्वज्ञान वेगवेगळं असायला हवं नि अशी अपेक्षा करणं अस्वाभाविक तर नाहीच पण अपरिहार्यही आहे. या दोन्ही संप्रदायांना श्रीकृष्णचरित्र वंद्य आहे. महानुभाव संप्रदायानं तर श्रीकृष्णावतार हा पूर्णावतार मानला असून त्याहीपुढं जाऊन 'पंचकृष्ण' मानले आहेत. (एकमुखी) श्री दत्त, श्रीचक्रधरस्वामी, श्रीगोविंदप्रभू (श्रीगुंडम राऊळ) व श्री

चांगदेव राऊळ (श्री चक्रपाणी) हे चार अन्य श्रीकृष्णावतार होत. या अन्य चार अवतारांनाही श्रीकृष्णप्रतिपादित गीतेतील तत्त्वज्ञान मान्य आहे. वारकरी संप्रदाय हा वैष्णव संप्रदाय होय. श्रीविठ्ठल (श्रीविष्णू) किंवा पांडुरंग म्हणजेच श्रीकृष्ण, हे त्याचंही उपास्यदैवत आणि त्यानं प्रतिपादिलेलं तत्त्वज्ञान ही वारकरी संप्रदायाची (महानुभाव संप्रदायाप्रमाणंच) दार्शनिक भूमिका. मग या दोन्ही संप्रदायांचं वेगवेगळं अस्तित्व कशासाठी, असा प्रश्न किंवा अशी शंका कुणाच्याही मनात निर्माण झाली तर त्यात वावगं असं काहीच नाही. गीतेचं अधिष्ठान हे या दोन्ही संप्रदायांना असलं तरी तिच्यामधील तत्त्वज्ञानाचा विचार वारकरी संप्रदाय ज्या पद्धतीनं करतो; त्या पद्धतीनं महानुभाव संप्रदाय करीत नाही, हे या दोन्ही संप्रदायांतील भेद दर्शविणारं महत्त्वाचं व्यवच्छेदक लक्षण आहे. वारकरी संप्रदायानं केलेलं गीतेच्या तत्त्वज्ञानाचं आकलन किंवा विश्लेषण अद्वैतमतानुसार आहे तर महानुभाव संप्रदायाचं याच गीतेचं आकलन किंवा विश्लेषण द्वैतमतानुसार आहे. ज्ञानदेव-नामदेव-तुकोबांचं तत्त्वज्ञान हा अद्वैताधिष्ठित आहे. श्री चक्रधरस्वामींचं तत्त्वज्ञान द्वैतमताधिष्ठित आहे. ज्ञानदेवांची 'ज्ञानेश्वरी' ही गीतेची 'भावार्थदीपिका' आहे व दासोपंतांनी प्रतिपादिलेलं तत्त्वज्ञान हा 'गीतार्णव' आहे. महानुभाव संप्रदायाचे अवतारस्वरूप श्री चक्रधरस्वामी यांची ब्रह्मविद्या त्यांच्या 'सिद्धांतसूत्रपाठा'त द्वैतमतविवरण करते व त्यावर पुढील काळात 'गोपाळदासी' व 'भिंगारकरी' या दोन महानुभाव बृहद्गीता टीका होतात. गीतेचा अद्वैतपर 'भावार्थ' ज्ञानदेव सांगतात, तर मी याच गीतेचा 'यथार्थ' सांगतो, असं वामन पंडितांना वाटतं; म्हणून त्यांनी आपल्या गीताटीकेला 'यथार्थदीपिका' म्हटलं आहे. 'संत' व 'पंडित' यांत केवढा भेद आहे!

याच गीतेवर त्यानंतरच्या शतकांतही महाराष्ट्रात कितीतरी भाष्यं नि टीका झाल्या, यावरून मूळ गीतेतच केवढं ज्ञानभांडार दडलं आहे, याची प्रचिती येत नाही काय?

❏❏

४७

भगवद्गीतेचे मराठी अवतार

'रामायण' आणि 'महाभारत' या दोन महत्त्वाच्या महाकाव्यांनी भारतातल्या वेगवेगळ्या भाषांतील साहित्यनिर्मितीसाठी प्रेरणा नि ऊर्जा दिली त्याचप्रमाणं भारतीय दार्शनिकांना 'गीते'नंही तत्त्वचिंतनात्मक साहित्यनिर्मितीस शतकानुशतकं प्रेरणा नि ऊर्जा दिली आहे. आजवर भारताच्या विविध भाषांतील व विविध प्रदेशांतील संतांना गीतेतील विचारविश्वाचं विविध अंगांनी दर्शन घ्यावं, तिचं मनन-चिंतन करावं, विविध विचारप्रणालींच्या माध्यमातून तिचं आकलन व विश्लेषण करावं व त्याविषयीचे भाष्यग्रंथ वा त्यावरील 'टीका' लिहाव्यात; असं का बरं वाटलं असावं? वेगवेगळ्या धर्मांच्या वा पंथांच्या संतांनादेखील गीतेतील विचारविश्वाचं आकर्षण का वाटलं असावं? गीतेत काही 'गुह्य' वा 'रहस्य' दडलं असावं, असं विचारवंतांना, महापुरुषांना, संतांना, तत्त्वज्ञांना नि दार्शनिकांना; त्याचप्रमाणं आपल्यासारख्या सर्वसामान्य भारतीयांना वाटण्याचं कारण तरी काय?

कोणत्याही धर्माच्या प्रमाणग्रंथात आपल्या जीवनाविषयीचं गहन चिंतन करण्याची, त्यातील सुख-दुःखांचं, त्यातील आरोहावरोहांचं— त्यातील विविध प्रकारच्या समस्यांचं आकलन व विश्लेषण करून त्यावर त्या त्या धर्माच्या विचारसरणीनुसार जीवनाचं सार्थक कसं करावं, याविषयी मार्गदर्शन केलेलं असतं. त्या त्या धर्माचे वा पंथाचे महापुरुष वा संत नि तत्त्वज्ञ जे प्रबोधन करतात, ते याविषयीचंच असतं. मुळात जीवनच कूट व गहन आहे. सामान्य माणूस धर्मग्रंथांच्या गाभ्यापर्यंत जाऊ शकत नसला तरी हे महापुरुष, तत्त्वज्ञ नि संत त्यापर्यंत जाण्याचा प्रयत्न करतात नि आपल्या वैचारिक वाटचालीचं सुलभीकरण करून हे विचारविश्व जनसामान्यांच्या आकलनकक्षेत आणण्याचा प्रयत्न करतात. या जीवनचिंतनाचा मुळातला गाभाच अत्यंत संश्लिष्ट व अनेकसंदर्भसूचक असल्यानं त्याविषयी विविध मतप्रणाली व मतमतांतरं अस्तित्वात येणं स्वाभाविकच नाही, तर अपरिहार्यही

असतं. या विचारप्रणाली वा मतप्रणाली म्हणजे त्या-त्या धर्मग्रंथात प्रतिपादिलेल्या 'ज्ञेया'प्रत— अंतिम सत्याप्रत—पोहोचण्याचे मार्ग असतात. संप्रदायांच्या संदर्भात जेव्हा 'पंथ', 'पथ' किंवा 'मार्ग' या संज्ञा उपयोजिल्या जातात, त्यामागील मर्म हेच आहे. भक्तिपथ, भक्तिपंथ नि भक्तिमार्ग, परमार्थमार्ग हे शब्द आपण एकमेकांसाठी किती सहजपणे वापरतो! पण त्यांचं बीज वर उल्लेखिलेल्या विचारात आहे. 'लीळाचरित्र' या यादवकालीन महानुभाव सांप्रदायिक चरित्रग्रंथात अन्य संप्रदायांचे काही धर्मपंडित महानुभावीयांना विरोध करताना 'मार्ग' या शब्दाचा असा चपखल उल्लेख करतात. ते म्हणतात, "हे आमचा मार्गु उछेदिती."

गीतेतील 'गुह्य' हा शब्द ज्ञानेश्वरीतही अठराव्या अध्यायात योजिला आहे. वीरशैव संत मन्मथस्वामी यांनी आपल्या धर्माच्या तत्त्वज्ञानाचं विशदीकरण करणाऱ्या ग्रंथास 'परमरहस्य' हे नाव दिलं आहे. (हे रहस्य विशद करणारी प्रस्तावना मी गेल्या शतकाच्या साठीनंतरच्या आगेमागे डॉ. शिवलिंग शिवाचार्य यांनी संपादिलेल्या ग्रंथास लिहिली होती.) हे रहस्य जाणून घेण्याचा व गीतेतील तत्त्वज्ञान समजून घेण्याचा प्रयत्न तुम्ही-आम्ही भारतीयांनीच केला असं नाही तर दहाव्या शतकातील जागतिक कीर्तीचा अरब विद्वान अल्‌बेरूनी यानंही केला. त्याच्या या ग्रंथास 'अल्‌बेरूनीची गीता' असं म्हणतात, पण ही गीता गीर्वाणवाणीत (संस्कृतमध्ये) नसून अरबी भाषेत आहे! त्याचप्रमाणं त्यानं गीतेत प्रतिपादिलेल्या तत्त्वज्ञानाचं विवरण आपल्या 'तारीख- उल्- हिन्द' (भारताचा इतिहास) या अरबी भाषेतील ग्रंथात केला आहे! (साहित्य अकादमीनं या ग्रंथाच्या मराठी अनुवादाचं काम मजकडे दिलं होतं. त्याचा पहिला खंड अकादमीनं फार वर्षांपूर्वी प्रकाशित केला आहे.) अनेक विदेशी विद्वानांनीही आपल्या भाषेत गीतेचा अनुवाद केला आहे. त्या सर्वांचाच विचार या एका लेखात करता येणार नाही.

या लेखाचं निर्मितिप्रयोजन भगवद्‌गीतेचा महाराष्ट्रातील प्रमुख संप्रदायांवर कसा प्रभाव पडला, त्याचं प्रतिपादन करण्याचा आहे. आद्य शंकराचार्यांचं 'शाङ्करभाष्य' नि 'अपरोक्षानुभूती' या ग्रंथांची प्रेरणा मराठी संतसाहित्यातील 'भगवद्‌गीता'विषयक ग्रंथनिर्मितीस लाभली आहे, हे खरं तर वेगळं सांगण्याची आवश्यकताच भासू नये. वेगवेगळ्या पंथांमध्ये गीताविषयक लहान-मोठ्या अनेक ग्रंथांची निर्मिती झाली, त्या सर्वांचा धांडोळा घेणंही अशक्यच आहे; म्हणून मध्ययुगीन मराठीतील अगदी ठळक ग्रंथांचाच विचार इथं केला आहे. त्यातही केवळ दोन प्रमुख महाराष्ट्रीय संप्रदायांच्या संदर्भात मी विचार करीत आहे. ते दोन संप्रदाय म्हणजे वारकरी नि महानुभाव संप्रदाय होत.

वारकरी संप्रदायाची 'प्रस्थानत्रयी' ही गीर्वाणवाणीतील (संस्कृत भाषेतील–

'देवां'च्या भाषेतील नसून लोकवाणीतील (मराठीतील) 'प्रस्थानत्रयी' आहे. (संस्कृत भाषेतील प्रस्थानत्रयीत भगवद्गीतेचा समावेश केलेला आहेच.) याचा अर्थच असा की, देववाणीच्या विद्वज्जनांना व संस्कृत तत्त्ववेत्त्यांना गीता जशी मोलाची वाटली तशीच 'मऱ्हाटी' माणसालाही वाटली. एवढंच नव्हे, तर 'ज्ञानेश्वरी'सारखं अपूर्व 'देशीकार लेणं' निर्मिणाऱ्या ज्ञानदेवांनाही देवलोकातील अमृताशी महाराष्ट्रातील लोकदेवांच्या मऱ्हाटी भाषेच्या माध्यमातून लावलेली पैज आपण सहज जिंकू, असं अत्यंत आत्मविश्वासानं सांगावंसं वाटलं आणि भगवद्गीतेच्या या मराठी अवताराचं 'ज्ञानेश्वरी'च्या रूपानं जेव्हा आपण दर्शन घेतो, त्या वेळी ज्ञानेश्वरीतील ही सारी स्वरव्यंजनं कशी सार्थ ठरवितात, ते आपण एकविसाव्या शतकातही आयोजित केलेल्या शेकडो अखंड ज्ञानेश्वरी पारायण-सप्ताहांच्या रूपानं पाहतोच की नाही? अशा प्रकारे 'ज्ञानेश्वरी'च्या माध्यमातून आपण गीताच आपल्याकडे 'संक्रमित' करून घेतो की नाही? आपली 'ज्ञानेश्वरी' म्हणजे भगवद्गीतेवरील 'व्याख्यान'च आहे, असं स्वत: ज्ञानदेवांनीच म्हटलं आहे. 'व्याख्यान' हा शब्द माझा नसून त्यांचाच आहे. तथापि, यामागं ज्ञानदेवांच्या विभूतिमत्त्वाचं, महाकवित्वाचं, साधनेचं, अनुभूतीचं, भाष्यकाराचं, तत्त्वज्ञाचं हिमालयाएवढं अधिष्ठान आहे. त्यातून हे जगावेगळं नि अपरूप असलेलं 'कैलास लेणं' कोरलं गेलं आहे. ज्ञानेश्वरी ही गीतेवरील समश्लोकी वा समओवी टीकाच असती तर तिची ओवीसंख्या गीतेच्या सातशे श्लोकांएवढीच राहिली असती, बाकीच्या आठ हजार तीनशे वाढीव ओव्या तिच्यात आल्या नसत्या व आपण ज्ञानदेवांना केवळ 'समश्लोकीकार' किंवा 'समओवीकार' म्हटलं असतं आणि 'महाराष्ट्रात त्यांनी संतसाहित्याच्या मंदिराचा शतकानुशतकं न ढळणारा पाया रचला,' असंही म्हटलं नसतं. त्यांच्या व्यक्तिरेखेचा आलेख केवळ 'समओवीकारा'च्या बिंदूपर्यंत जाऊन तिथंच थांबला असता.

ज्ञानदेवांच्या ज्ञानदेवीचं अधिष्ठान गीता हे असलं नि एकनाथांच्या भागवताचं अधिष्ठान भागवताचा एकादश स्कंध असला तरी ज्ञानदेवांनी व नाथांनी केलेलं प्रतिपादन यांत कमालीचं साम्य आहे. ज्ञानेश्वरी, नाथभागवत आणि तुकोबांचा गाथा यांना गीतेच्या मृदू अंत:सूत्रानं गुंफलं आहे. 'ज्ञानाचा एका' या उक्तीचा उगम त्यातूनच झाला आहे. यामुळेच अधिष्ठान वेगवेगळ्या ग्रंथांचं असूनही त्यातील प्रतिपाद्यात विलक्षण साम्य आहे, जे आपल्याला अवाक् केल्याशिवाय राहत नाही. याशिवाय मध्ययुगीन संतसाहित्यवैभव आणखी एका गोष्टीमुळं वाढलं. ती म्हणजे, अन्य कुठल्याही भाषेतील संतसाहित्याला परिभाषाकोशांचा रत्नालंकार लाभला नाही, तो ज्ञानेश्वरीला लाभला. (याला बहुधा महानुभावीय टीप-ग्रंथांचा व महाराष्ट्रीय सूफींच्या द्विभाषाकोशाचा अपवाद करावा लागेल.) ज्ञानेश्वरीचे हे परिभाषाकोश

केवळ एकनाथांच्याच नव्हे तर पुढील काही शतकांतही झाले, हे डॉ. मु. श्री. कानडे यांनी संपादिलेल्या 'ज्ञानेश्वरी परिभाषाकोशा'वरून सहज लक्षात येईल.

भगवद्गीतेचं विस्मरण मराठी माणसाला, महाराष्ट्रीय संत कवींना व पंडित कवींना कधीच झालं नाही, याची साक्ष यादवकालोत्तर मध्यमयुगीन मराठी साहित्य देतं. अंबर हुसेन या सूफी संतकवीनं 'अंबर हुसेनी' नावाची छोटेखानी गीताटीका लिहिली. ज्ञानदेवांची 'ज्ञानेश्वरी' ही गीतेची 'भावार्थदीपिका' आहे, तर आपली गीताटीका ही 'तात्पर्यार्थ दीपिका' आहे, हे तो (आपल्याविषयीच्या काहीशा नव्हे तर बऱ्याचशा) अधिकच आत्मविश्वासानं सांगतो, याचं नवल वाटतं. नाथपंचकातील दासोपंत 'गीतार्णव' ही सव्वा लाख ओव्यांची गीताटीका ही खऱ्या अर्थानं 'अर्णव' म्हणजे सागरच आहे. तिच्यातील केवळ शेवटचा अठरावा अध्यायच 'ज्ञानेश्वरी'च्या नऊ हजार ओवीसंख्येच्या दुप्पट ओवीसंख्येची मर्यादा ओलांडतो, हे पाहूनही आपल्याला विस्मय वाटला तर त्यात गैर ते काय? या प्रचंड विस्तारात आपल्याला दासोपंतांमधील संत कवींचं दर्शन घडत नाही असं नाही, पण त्यांच्यामधील पंडित कवीचं दर्शनच त्याहून अधिक घडतं.

दृष्टीच्या शेवटच्या क्षितिजाचा पल्ला दासोपंतांच्या 'गीतार्णव' हा सागर गाठतो, हे पाहूनच की काय, वामनपंडितांनीही एक गीताटीका लिहिली. त्यांचा आत्मविश्वास तर अंबर हुसेनच्या आत्मविश्वासाचा टप्पा कुठल्या कुठं मागं टाकून देतो, हे या गीताटीकेचं 'यथार्थदीपिका' हे नावच आपल्याला सांगू लागतं. (अंबर हुसेन आपल्या गीताटीकेला 'तात्पर्यार्थदीपिका' म्हणतो, याचं स्मरण वर उल्लेखिल्याप्रमाणं इथंही व्हावं!) पण यादवकालोत्तर आजवरच्या महाराष्ट्रानं अंबर हुसेनी 'गीतार्णव' नि 'यथार्थदीपिका' यांचे किती अखंड हरिनाम सप्ताह साजरे केले, हे आपण सर्वांना ज्ञात आहेच.

महानुभावीय तत्त्वज्ञानालाही गीतेचं भागवताप्रमाणंच अधिष्ठान आहे. वारकरी सांप्रदायिक गीतेतील तत्त्वज्ञानाचं विवरण अद्वैतमतानुसार करतात, तर महानुभावीय संत कवी व भाष्यकार द्वैतमतानुसार करतात, हे त्यांच्या तत्त्वचिंतनात्मक ग्रंथांवरून आपल्या लक्षात येतं. 'ज्ञानप्रबोध', 'गोपाळदासी' व 'भिंगारकरी' या महानुभावीय ग्रंथांचा या संदर्भात उल्लेख करता येईल.

गीतेचे मराठी अवतार केवळ संतकाव्यात नि पंडिती कवितेतच आढळतात का? गीतेवर लिहिलेला 'गीतारहस्य' हा ग्रंथ नि आधुनिक संत विनोबांचा 'गीता प्रवचने' हा ग्रंथ वाच्यार्थानं भगवद्गीतेचा अवतार नसला तरी वर अशा महापुरुषांनी केलेलं भाष्य हेदेखील ज्या ग्रंथात आहे, हे भगवद्गीतेचे आधुनिक अवतारच नाहीत का, असं म्हणण्याकडे मनाचा कल होतो. भारताचे माजी गृहमंत्री ना.

शिवराज पाटील हे वीरशैव आहेत. त्यांनी गीतेच्या श्लोकांवर इंग्रजीत अत्यंत काव्यमय भाषेत लिहिलेला तत्त्वचिंतनात्मक ग्रंथ मला सप्रेम भेट म्हणून दिला, तो पाहून मी फार विस्मित झालो. म. बसवेश्वरांच्या अनुयानांनादेखील गीता तितकीच महत्त्वाची वाटते.

भगवद्गीतेचे हे सारे अवतार पाहून ती केवळ विशिष्ट धर्मीयांपुरती सीमित राहिली नाही, तिनं विश्वात्मकतेचं रूप धारण केलं, हा एक सुखद विचार मनात तरळून जातो.

❑❑

४८

मराठी संतांचं सामाजिक/ सांस्कृतिक योगदान

महाराष्ट्रातील संतसाहित्याची परंपरा अनेक शतकांची आहे. ही संतपरंपरा मराठी संस्कृतीचं भूषण आहे, महाराष्ट्राच्या अस्मितेचं तेजस्वी प्रतीक आहे. मराठी माणसाचं अभिमानस्थान आहे. मराठी मातीत बाराव्या शतकात रुजलेला हा 'इवलासा वेलू' खरंच 'गगनावरी' गेला. त्याची कीर्ती महाराष्ट्रातच नाही किंवा भारतातच नाही, तर जगभर पसरली. या संतपरंपरेचं चित्र तुकोबांच्या शिष्या संत बहिणाबाई यांनी पुढील लोकप्रिय अभंगात किती आखीव-रेखीवपणे चित्रित केलं आहे! त्या म्हणतात—

संतकृपा झाली । इमारत फळा आली ।
ज्ञानदेवें रचिला पाया । उभारिले देवालया ।।
नामा तयाचा किंकर । तेणें केला हा विस्तार ।
जनार्दनी एकनाथ । स्तंभ दिला भागवत ।।
भजन करा सावकाश । तुका झालासे कळस ।।

संत बहिणाबाईंनी किती मनोरम नि रसाळ, प्रासादिक शब्दांत वारकरी संप्रदायाच्या संतपरंपरेचा हा शतकानुशतकांचा आलेख रेखाटला आहे!

वारकरी संप्रदाय हा महाराष्ट्राचा सर्वाधिक लोकप्रिय संप्रदाय. या संप्रदायाची स्थापना संत ज्ञानदेव यांनी केलेली नाही. त्याचा उगम तर भक्त पुंडलिकापासून झाला, असं मानतात. पुंडलिक हा मातापित्यांची सेवा सतत करीत असल्यानं परमेश्वर— पांडुरंग— त्याच्यावर प्रसन्न झाला व त्यानं त्याला पंढरपूर इथं दर्शन दिलं, अशी आख्यायिका प्रचलित आहे. वारकरी संप्रदायाच्या उदयाची गंगोत्री तिथं आहे. ज्ञानदेवांचे वडील विठ्ठलपंत हेही वारकरीच होते. यादवकाळात म्हणजे बाराव्या-तेराव्या शतकात धर्मज्ञान हे लोकभाषेत नव्हतं तर देवभाषेत - गीर्वाणवाणीत,

संस्कृत भाषेत होतं. शिवाय धर्म म्हणजे पोथीपांडित्य, धर्म म्हणजे व्रतवैकल्यं, धर्म म्हणजे यज्ञयाग, धर्म म्हणजे तीर्थयात्रा अशी समीकरणं रूढ होती. संन्यास घ्यावा व प्रपंचत्याग करावा, म्हणजेच भक्ती किंवा साधना करता येते, असा सर्वसामान्य माणसाचा समज. त्यामुळं सामान्य माणसाला खरा धर्म कळतच नव्हता. तो धर्मापासून दूर जाऊ लागला होता. चातुर्वर्ण्यव्यवस्था असल्यानं काही वर्णांनी स्वत:ला उच्च व इतरांना दुय्यम घोषित करून समाजात विषमतेची बीजं पेरली व सर्व वर्णांना समान सामाजिक न्याय दिला नाही; त्यामुळं त्या वर्णांवर अन्याय होऊ लागला. अत्याचार होऊ लागले. स्त्री-वर्ग आणि शूद्र यांना भक्ती करण्याचा व स्वत:चा उद्धार करून घेण्याचा अधिकार नाही, ही विचारसरणी तथाकथित स्वयंघोषित प्रस्थापितांनी रूढ केली. साधनेचे मुख्यत: तीन मार्ग आहेत— १) ज्ञानमार्ग, २) कर्ममार्ग आणि ३) भक्तिमार्ग. ते एकारू लागले होते. ज्ञानमार्ग पोथीपांडित्याकडे, कर्ममार्ग कर्मकांडाकडे आणि भक्तिमार्ग आंधळ्या भक्तीकडे वळू लागला होता. या सर्वांचं मूळ म्हणजे खरा धर्म व त्यांची उदात्त तत्त्वं यांचं आकलन समाजाच्या तळागाळापर्यंत पोहोचत नव्हतं आणि त्यांचंही मूळ कारण हे की, धर्माची मूलतत्त्वं प्रतिपादन करणारी या ग्रंथाची भाषा संस्कृत ही होती व ती जनसामान्यांना कळत नव्हती. वरील अनेक कारणांसाठी ज्ञानदेवांनी मराठी भाषेत लिहिला : तो ग्रंथ म्हणजे 'ज्ञानेश्वरी'. ती गीतेची 'भावार्थदीपिका' आहे.

वारकरी संप्रदाय पुरातन असूनही तो जनसामान्यांपर्यंत का पोहोचू शकला नाही, ही समस्या ज्ञानदेव-नामदेवांना त्रस्त-अस्वस्थ करू लागली. या संतद्वयानं जी तीर्थयात्रा केली, तिचं वर्णन नामदेवांनी त्रिखंडात्मक ज्ञानदेव-चरित्रातील 'तीर्थावळी'त अत्यंत समरसून केलं आहे. ज्ञानदेव-नामदेवांच्या या यादवकालीन तीर्थयात्रेला जसं धार्मिक महत्त्व आहे, त्याचप्रमाणं सामाजिक/ऐतिहासिक व सांस्कृतिक महत्त्वही आहे. समाजाच्या व विशेषत: सर्व स्तरांतल्या जनसामान्यांच्या समस्या व व्यथावेदना त्यांना जाणवल्या व त्यांनी याविषयी चिंतन करून त्यांचं निवारण कसं करता येईल, याचा विचार केला. भक्ती करायला प्रपंचत्यागच करावा लागतो असं नाही, प्रपंच करूनही भक्ती व साधना करता येते; त्याचप्रमाणं कुणालाही भक्ती करण्यापासून प्रतिबंध करता येणार नाही, या विचारसरणीचा पुरस्कार करून ती त्यांनी वारकरी संप्रदायाचं पुनरुज्जीवन करताना किंवा तेराव्या शतकात त्याला नवसंजीवनी व नवी ऊर्जा देताना वारकरी संप्रदायाच्या विचारसरणीत समाविष्ट केली. स्त्रीवर्ग व शूद्र यांना काही मूलतत्त्ववाद्यांनी नाकारलेला स्वोद्धाराचा अधिकार पुन्हा देऊन आध्यात्मिक विषमता नष्ट केली. याची फलश्रुती म्हणजे समाजातील स्त्रीवर्ग आणि सर्व जातींचे लोक वारकरी पंथाच्या मायेच्या पंखांत आपलं बळ, आत्मभान शोधू लागले व ते

त्यांना मिळालंही. जनाबाई ते बहिणाबाई आणि सोयराबाई ते निर्मळा व भागू (एवढंच नव्हे तर कान्होपात्रादेखील.). ज्ञानदेव किंवा नामदेवांपासून सुरू झालेला गोरोबा, सावतोबा, चोखोबा, सेनामहाराज, नरहरीमहाराज हा प्रवास सहजासहजी झाला असेल का? पारंपरिक अन्यायमूलक विचारसरणीला विरोध केला नसता, तर हे परिवर्तन यादवकाळात घडलंच नसतं. शिवाय समन्वयवादाची समंजस भूमिका स्वीकारली नसती, प्रपंच-परमार्थाची सांगड घालता आली नसती नि हरिहरैक्याची भूमिका स्वीकारली नसती, तर त्यांचाच संघर्ष सुरू होऊन त्यात पंथाभिनिवेशाची विषवल्लीही रुजली असती. कदाचित महाराष्ट्रात सांस्कृतिक दहशतवादाला तिथूनच प्रारंभ झाला असता नि सर्वभूती भगवद्भावाचं, जीव-शिवैक्याचं, विश्वात्मकतेचं स्वप्न साकार झालं नसतं.

वारकरी संतांची महाराष्ट्राला मिळालेली सर्वांत मोठी वाङ्मयीन देणगी म्हणजे ज्ञानेश्वरी-नाथभागवतांसारखे ग्रंथ तर आहेतच पण शतकानुशतकं सर्वार्थानं 'अ-भंग' ठरलेली अभंगवाणी होय. या अभंगवाणीत ज्ञानदेव-ज्ञानदेवांच्या अभंगथ्यापासून तुकोबा-निळोबांच्या गाथ्यांपर्यंतच्या अभंगगाथा आहेत. वारकरी संप्रदायानं अद्वैतमताचं सुलभीकरण केलं; एकेश्वरवादाचा, नामभक्तीचा पुरस्कार केला; 'खळांची व्यंकटी सांडली'; त्याचप्रमाणं विश्वात्मकतेचा संदेश दिला.

यादवकाळातील **महानुभाव संप्रदाया**नंही फार महत्त्वाचं कार्य केलं. चातुर्वर्ण्यव्यवस्थाच अमान्य करून सामाजिक व आध्यात्मिक समतेचा उद्घोष केला– तोही काही प्रस्थापितांच्या प्रखर विरोधाला तोंड देऊन. श्री चक्रधरांचं कार्य, त्याचप्रमाणं श्रीगोविंदप्रभूंचं कार्य बाराव्या शतकात स्थापन झालेल्या महानुभाव संप्रदायानं केलेल्या चातुर्वर्ण्यव्यवस्थेच्या विरोधाचं व विद्रोहाचंच नाही तर महाराष्ट्राच्या आदिकाळात समाजाची पुनर्बांधणी करण्याचंदेखील आहे. परिवर्तन हे महाराष्ट्रात अठराव्या-एकोणिसाव्या शतकात झालं नसून बाराव्या-तेराव्या शतकात होऊ लागलं होतं, हे सूर्यप्रकाशाइतकं स्वच्छ नाही का? यादवकालीन वारकरी आणि महानुभाव अवतार व संत हे केवळ संतच नव्हेत तर समाजहितैषी व समाजप्रबोधनकारही होते. 'Reaissance' ही संज्ञा फार पुढच्या आधुनिक काळाला लागू करायला हवी, असं मानलं जातं. पण त्या शब्दाची मूळ संकल्पना आपण यादवकाळापासून वेगळ्या संदर्भात स्वीकारायला व तिची व्याप्ती वाढवायला काय हरकत आहे?

महानुभाव संप्रदायाचे अवतारस्वरूप आणि पंथप्रवर्तक श्रीचक्रधरस्वामी यांचे गुरू श्रीगोविंदप्रभू (गुंडम राऊळ) यांनी यादवकाळात केलेलं अस्पृश्यता- निवारणाचं कार्य केवळ अपूर्व आहे. गावाच्या पाणवठ्यावर पाणी भरू देत नाहीत, म्हणून श्रीगोविंदप्रभूंकडे गावातील लोक येतात आणि म्हणतात की, ''आम्ही पाणियेंवीण

मरत असतो.'' करुणामूर्ती गुंडम राऊळ यांनी त्यांच्यासाठी काय करावं? त्यांनी स्वत: गावाबाहेर सर्वांसाठी एक विहीरच खणली व तिथं सर्वांना पाणी भरता येईल, असं सांगितलं.

वीरशैव धर्माचे म. बसवेश्वर यांच्याप्रमाणं श्रीचक्रधरस्वामींनी शूद्रातिशूद्रांना आपल्या पंथाची दीक्षा दिली. ते कोणत्याही जाती-जमातीच्या लोकांच्या घरी भोजन करीत नि त्यांच्याकडं राहतदेखील. 'महारवाडाहौनि धर्मु काढावा:' किंवा 'एथ जाति-खुंट-दावे नाही:' ही त्यांची वचनं कशाची द्योतक आहेत? 'चांभाराचा देवो केला:' या लीळेत त्यांनी एका चर्मकाराला दीक्षा दिली आणि आपला शिष्य केला. त्याचंही महत्त्व पुढं समाजात वाढलं, असा उल्लेख आहे. त्यांनी धर्मातील निरर्थक व्रत-वैकल्यांना नवससायासांना प्रखर विरोध केला. कर्मठपणाला आणि कर्मकांडालाही विरोध केला. त्यामुळं ज्यांचे हितसंबंध यात गुंतले होते, त्या महदाश्रमांसारख्या तथाकथित धर्मपंडितांनी त्यांना प्रखर विरोध केला. 'हे अमुचा मार्गु उछेदिती', हे खुद्द महदाश्रमांचे उद्गारच किती बोलके आहेत!

यादवकाळात देव-देवतांचं बंड माजलेलं होतं. त्यांचे पंथोपपंथ आणि उपासक यांची संख्याही वाढत चालली होती. अभिनिवेश नि अंधश्रद्धा यांचाही सुळसुळाट झाला होता. महानुभाव संप्रदायानं याचा विरोध केला. अशाच प्रकारचा विरोध वारकरी संप्रदायानंही केला. ज्ञानदेवांपासून निळोबांपर्यंतच्या वारकरी संतांनी जे पाखांडखंडनात्मक अभंग लिहिले आहेत, त्यांवरून याची प्रचिती येईल. धर्माच्या नावावर बुवाबाजी करणाऱ्या ढोंगी गुरूंवर नि महाराजांवर या दोन्ही संप्रदायांतील महापुरुषांनी व संतांनी जे टीकास्त्र उगारलं, त्यामागं त्यांची विवेकनिष्ठ जीवनदृष्टी होती तसाच द्रष्टेपणाही होता. समाजजीवन गढूळ होऊ न देण्याचा समाजप्रबोधनाचाच उदात्त हेतू होता, हे वेगळं सांगण्याची काहीच गरज नाही.

जनसामान्यांच्या धर्मज्ञानावर सावट येतं, ते काही वेळा धर्मग्रंथांच्या भाषेच्या अनाकलनीयतेमुळं. ही भाषा लोकभाषा नसेल तर त्यातील उदात्त विचार जनसामान्यांपर्यंत पोहोचणार तरी कसे? लोक जी भाषा बोलतात व तिच्यामधून हे विचार लोकांना सांगितले तर खरा धर्म कळतो, त्यातील आचार-विचारसरणी कळते व तिचा प्रभाव जनमानसावर पडतो. आपला धर्म काय सांगतो व कशासाठी सांगतो, हे समजावून घेण्याचा प्रत्येक समाजघटकाला जन्मसिद्ध अधिकारच असतो. ज्या काळात मराठी भाषा तत्त्वविवरण करण्याइतकी प्रौढ व सक्षम झाली नव्हती, त्या वेळी या दोन्ही संप्रदायांच्या अध्वर्यूंनी ते आव्हान केवळ स्वीकारलंच नाही तर त्या निर्गुण कल्पनेला साकार-सगुण रूप दिलं. यातून विचार, उक्ती आणि वृत्ती यांतील समन्वयच आपल्या प्रत्ययाला येतो, असं मला वाटतं. यातूनच लीळाचरित्र, सिद्धान्तसूत्रपाठ,

धवळे, ज्ञानेश्वरी, ऋद्धिपुरलीळा (श्री गोविंदप्रभू-चरित्र), दृष्टान्तपाठ, स्मृतिस्थळ, संतांच्या नि संतकवयित्रींच्या अभंग-गाथा अवतरल्या. वारकरी-माळकरी यांची आचारसंहिता नि महानुभावीयांची 'असती परी' (आचारधर्म) यांत केवढं साम्य आहे! समाजातील विविध घटक एकमेकांपासून दुरावू-तुटू नये यांचे वस्तुपाठ महाराष्ट्रातील विविध धर्मांनी व संप्रदायांनी केव्हापासून व किती जाणतेपणानं दिले, याचंच हे लक्षण आहे.

समाजाचा बुद्धिभेद अनेकदैवतवादामुळं होतो. यासाठी एकेश्वरवादाचा बुद्धिप्रामाण्याधिष्ठित पुरस्कार महाराष्ट्रातील सर्वच धर्मांनी व संप्रदायांनी केला, हे महाराष्ट्राचं केवढं भाग्य! मनं तोडण्यापेक्षा मनं जोडणं अत्यंत महत्त्वाचं आहे. अंत:सूत्र या सर्वांतच दडलं आहे. जातीय, धार्मिक, राष्ट्रीय व वैश्विक एकात्मता हेही त्याचं एक महत्त्वाचं उद्दिष्ट आहे आणि ते महाराष्ट्रात निश्चितच सफल झालं आहे. हे श्रेय समाजमनावर जी करुणेची, मायेची, कळवळ्याची, सह-अनुभूतीची, सहसंवेदनेची (कृत्रिम व बेगड्या वार्षिक 'समरसते'ची नव्हे) कुणीही न लादलेली, धर्म-पंथ-संत यांची मानसिक सत्ता– हिलाच द्यायला नको का?

वारकरी संतांमध्ये 'योगसंग्राम'कार शेख महंमदांचा व लतीफ पठाण यांचा किंवा महानुभाव संतांत 'सिद्धान्तबोधा'चे कर्ते शहामुनी यांचा निर्देश अपरिहार्यपणे का केला जातो, ते आपण नीट समजून घ्यायला हवं. महाराष्ट्रातील सूफी संतांनीही सामाजिक/धार्मिक/राष्ट्रीय व वैश्विक एकात्मतेचा पुरस्कार केला. शेख महंमदांच्या 'योगसंग्रामा'च्या शेवटच्या (अठराव्या) अध्यायात कुराणातील तत्त्वज्ञान येतं, ते भारतीय दर्शनांतील व सूफी संप्रदायातील साम्य दर्शविण्यासाठी. 'दुचेष्मा' (दोन डोळे) या दक्खिनी प्रकरणात हिंदू हा एक डोळा, तर मुसलमान हा दुसरा; दोन्ही डोळ्यांनी मिळून एकच दृश्य दिसतं, असं प्रतिपादन या तत्त्वविवेचक प्रकरणात शेख महंमद करतात. बहमनीकालीन संत मुंतोजी बामणी (मृत्युंजय) यांनी हिंदू-मुसलमान 'पंचीकरण' लिहिलं. परभणीचे शेख तुराब '(तुरुतवली)' हे समर्थांच्या 'मनाच्या श्लोकां'चा दक्खिनीत 'मनसमझावन' हा अनुवाद का करतात? कादरी शाखेचे सूफी संत चाँदसाहेब काद्री (चाँद बोधले) हे शेख महंमदांचे गुरू होते, त्याचप्रमाणं एकनाथांचे गुरू जनार्दनस्वामी यांचेही.

संत एकनाथांची भारुडं ही पाखांडखंडनपर, अंधश्रद्धानिर्मूलन करणारी आहेत; त्याचप्रमाणं धार्मिक/जातीय/पंथीय सामंजस्य प्रस्थापित करणारीही आहेत. त्यांचा 'हिंदू-तुर्क-संवाद' हे याचं सर्वोत्कृष्ट उदाहरण. त्यांच्या भारूडांत फकीर, दरवेश, बाजीगर येतात; तसेच जंगम (वीरशैव), नानकशहा (शीख) हेही येतात. भटीण येते त्याचप्रमाणं कोल्हाटीणही. वासुदेव येतो त्याचप्रमाणं कुडमुड्या जोशीही

मराठी संतांचं सामाजिक/ सांस्कृतिक योगदान / १९३

नि भुत्याही.

समर्थ संप्रदायाचा राम हा मुळातला 'आत्माराम' आहे नि तो 'मर्यादापुरुषोत्तम राम' आहे, हे सर्वज्ञात आहे. त्यांनीही सूफी तत्त्वं प्रतिपादन करणारी 'मुसलमानी अष्टकं' लिहिली (संपादक : डॉ. उषा लिमये, प्रकाशक—समर्थ वाग्देवता, मंदिर, धुळे).

नागेश संप्रदाय हा चौदाव्या शतकातला समन्वयवादी संप्रदाय. त्याच्या शिष्यवर्गात (पंथीय तत्त्वज्ञान 'वरदनागेश' ग्रंथात मांडणारे) अज्ञानसिद्ध (ब्राह्मण) होते, अभंगकर्ते आलमखान मुसलमान होते, एकलिंग तेली होते, बदकव्वा होती, वीरशैव मन्मथस्वामी होते, असे उल्लेख आढळतात. माझी विद्यार्थिनी डॉ. संगीता देशमुख यांनी अज्ञानसिद्धांच्या साहित्याविषयी संशोधन करून ते प्रसिद्धही केलं आहे. माझ्या 'नागेश संप्रदाय' या मराठवाडा विद्यापीठानं प्रसिद्ध केलेल्या पुस्तिकेत मी या संप्रदायाचं स्वरूप, तत्त्वज्ञान, आचारधर्म याविषयी सर्वप्रथम संक्षेपात विवेचन केलं होतं. या संप्रदायाचं विपुल साहित्य मराठी, दक्खिनी व कन्नड भाषेत असून तो मुख्यत्वेकरून महाराष्ट्र-कर्नाटकाच्या सीमाप्रदेशावर आहे.

दत्त संप्रदाय हाही महाराष्ट्राचा महत्त्वाचा संप्रदाय. 'गुरुचरित्र' हा त्याचा महत्त्वपूर्ण ग्रंथ. नागेश संप्रदायाप्रमाणंच या संप्रदायात गुरुमाहात्म्य असून एकात्मतेचा पुरस्कारही त्यानं केला आहे. गुरुचरित्रातील काही अन्यधर्मीय सदगुरूंचे निर्देश याचे द्योतक आहेत. दत्त संप्रदायातील उपास्यदेवता दत्त त्रिमुखी असून महानुभाव संप्रदायातील 'पंचकृष्णां'पैकी एक कृष्णावतार असलेलं उपास्यदैवत दत्त एकमुखी आहे.

नाथ संप्रदाय हा भारतातील एक पुरातन संप्रदाय असून उत्तर व दक्षिण भारतापर्यंत त्याचा प्रसार झाला आहे. योगसाधनेच्या साह्यानं समाधीच्या उद्दिष्टाप्रत जाऊन पिंड-ब्रह्माण्ड-ऐक्य साधता येतं, अशी या संप्रदायाची तात्त्विक विचारसरणी. यातही साधनेसंदर्भात स्त्री-पुरुष वा उच्च-नीचवर्णीय असा भेद नाही. योगी आहेत, त्याचप्रमाणं योगिनीही. संत कबीर याच संप्रदायाचे नि ज्ञानदेवांचे ज्येष्ठ बंधू निवृत्तिनाथही मूळचे याच संप्रदायाचे. शिवाय काही संतांना नाथ सांप्रदायिक मानतात, त्याचप्रमाणं **सूफी सांप्रदायिकही**. या संप्रदायाच्या साधनेच्या सहा अवस्था, सूफींच्या 'तसव्वुफ'मधील अवस्था नि वीरशैव तत्त्वज्ञानातील 'षट्स्थलसिद्धान्त' यांत कमालीचं साम्य आहे. त्यामुळं या विविध पंथीय/धर्मीय संतांमध्ये सौहार्द व सख्यही निर्माण झालं. महाराष्ट्रातील नव्हे, तर भारतातील एकात्मतेच्या व परस्परसामंजस्याच्या, परधर्म/परपंथसहिष्णुतेच्या सामाजिक मानसिकतेचा परिपोष होण्यास याचं फार मोठं योगदान लाभलं.

बौद्ध आणि जैन या दोन्ही धर्मांच्या तत्त्वज्ञानाचा व आचारधर्माचा महाराष्ट्रीय संप्रदायांवर मोठा प्रभाव पडला. या दोन्ही धर्मांत साधनेसंदर्भात स्त्री-पुरुष भेद

(**वीरशैव धर्मा**प्रमाणंच) पाळला जात नाही. (इस्लाममध्येही हा भेद नाही, पण त्याचा महाराष्ट्रीय संप्रदायांशी तेराव्या शतकानंतर संबंध आला.) बौद्ध, जैन, वीरशैव धर्मांच्या प्रभाव-खुणा आपल्याला महाराष्ट्रीय संप्रदायांत— विशेषत: वारकरी, नाथ व महानुभाव संप्रदायांत— उत्कटतेनं जाणवतात. सर्व प्राणिमात्रांविषयीची समताधिष्ठित आस्था हा त्यातील स्थायिभाव आहे. ऐहिक/लौकिक समाजजीवन निष्कलंक, निरागस, निकोप, निर्वैर, निरहंकारी, नि:स्वार्थ, निरपेक्ष, निरामय व्हावं नि पारलौकिकाचीही वाटचाल सर्वांनाच करता यावी, अशा प्रकारचा समंजस समन्वय साधला जाणं, हेही मोठं सांस्कृतिक योगदानच आहे. महाराष्ट्राच्या सांस्कृतिक इतिहासात त्याची सुवर्णाक्षरांनी नोंद व्हायला हवी.

मराठी संतसाहित्याची सामाजिक फलश्रुती एवढीच होती का? मुळीच नाही. ती बहुआयामी होती. अनेक पैलूंची होती. आदरणीय प्रा. गं. बा. सरदार आणि डॉ. भाऊसाहेब कोलते यांनी त्याकडे यापूर्वी संतसाहित्याभ्यासकांचं लक्ष वेधलं होतं, त्यासाठी मराठी माणूस त्यांच्याविषयी कृतज्ञताच व्यक्त करील. संतसाहित्यानं अशा प्रकारे महाराष्ट्रातील तळागाळातल्या माणसाला आत्मभान दिलं. स्त्रियांना नि शूद्रांनाही सामाजिक व आध्यात्मिक न्याय दिला. लोकभाषेला— देशी भाषेला— प्रतिष्ठा तर मिळवून दिलीच पण तिला अनेकांगांनी समर्थ-संपन्न, खरं तर वैभवसंपन्न केलं. मराठी माणसाला विवेकनिष्ठ जीवनदृष्टी दिली. परमतसहिष्णुता, परपंथसहिष्णुता, परधर्मसहिष्णुता यांचे पाठ दिले; त्याचप्रमाणं उदात्त जीवनमूल्यांचं पुनर्भान देऊन सुसंस्कार, सदाचरण, सत्प्रवृत्ती यांचे वस्तुपाठ देऊन सुसंस्कृत महाराष्ट्राची जडणघडण केली. मऱ्हाटी माणसाची प्रत्येक पहाट 'नित्य नवा दिस जागृतीचा' हा चैतन्यमय संदेश देत उजळून, तेजाळून काढली. त्या पहाट-प्रकाशात तर आज आपण चालत आहोत!

❑❑

४९

विदर्भातील संतपरंपरा

मराठवाड्याप्रमाणंच विदर्भ हीदेखील संतभूमी आहे. या सर्वच वैदर्भी संतांना नि त्यांच्या साहित्याला या एका लेखात गवसणी घालणं, हे आकाशाला गवसणी घालण्याइतकं अवघड आहे. या विषयाची व्याप्ती फार मोठी असल्यानं त्याच्या मर्यादांचा नि सीमारेषांचा उल्लेख प्रथमच करणं अनिवार्य आहे.

वैदर्भी संतपरंपरेचा निर्देश करताना मला प्रथम महानुभावीय परंपरेचा निर्देश करणं फार आवश्यक वाटतं. महानुभाव पंथाचे प्रवर्तक नि अवतार (पंचकृष्णांपैकी एक) श्रीचक्रधरस्वामी यांनी विदर्भातल्या खेडोपाड्यांत हिंडून आपल्या पंथाची बीजं तेथील मातीत रोवली. ती प्रचंड वेगानं अंकुरली नि वाढली-विस्तारली. श्री चक्रधरस्वामींचे गुरू श्रीगोविंदप्रभू (गुंडम राऊळ) हे होते. त्यांचा निवास अमरावतीजवळच्या ऋद्धिपुरी असे. श्री गोविंदप्रभू हे जसे महानुभावीय पंचकृष्णांपैकी एक अवतार होते; तसेच ते विदर्भाचेच नव्हे, तर संपूर्ण महाराष्ट्राचे आद्य प्रबोधनकार होते. यादवकाळात प्रस्थापित समाजानं अव्हेरलेल्या शूद्रांना त्यांना आपल्या संप्रदायाची दीक्षा दिली व आध्यात्मिक समतेबरोबरच सामाजिक समतेच्या विचाराचा प्रखर पुरस्कार केला. शूद्र वर्णाच्या लोकांना तथाकथित उच्चभ्रू समाजातले लोक गावाच्या पाणवठ्यावर पाणी भरू देत नसत. 'आम्ही पाणियेवीण मरत असों', असा टाहो फोडणाऱ्या या लोकांवर श्रीगोविंदप्रभूंनी मायेची पाखर घातली. त्यांच्यासाठी स्वतंत्र विहिरी खणल्या नि सर्वांना तिथं पाणी भरण्याची मुभा दिली. प्रस्थापितांच्या विरोधाला न जुमानता श्रीप्रभूंनी केलेलं हे यादवकाळातील लोकोत्तरच कार्य नव्हतं का?

याच महापुरुषानं महदाइसेला (महदंबेला) 'धवळे' लिहिण्याची प्रेरणा दिली. त्यामुळं महदंबेच्या रूपानं मध्ययुगीन मराठी साहित्याला आद्य संत कवयित्रीचा लाभ झाला. लोकगीतांचा बाज असलेल्या या 'धवल गीतां'तून श्रीकृष्ण-रुक्मिणीची रसाळ विवाहकथा अवतरली आहे. मराठी भक्तिसाहित्यात या रचनेसारखं अन्य

लेखन कोणतं, असा प्रश्न विचारल्यास 'धवळ्यां'सारखे धवळेच!— असं उत्तर द्यावं लागतं.

महानुभावांची किती तरी स्थानं विदर्भात विखुरली आहेत. केवळ अमरावतीतच पाच-सात स्थानं आढळतात. विदर्भातले महानुभावीय अभ्यासक-संशोधक व माझे स्नेही डॉ. चंद्रकांत निंभोरकर, डॉ. अण्णासाहेब अडसोड आणि प्रा. पुरुषोत्तम नागपुरे यांनी याविषयी विपुल विवेचन व संशोधन केलं आहे.

ऋद्धिपूरचे गोपीराजशास्त्री महंत यांचा महानुभाव हस्तलिखितांचा संग्रह फार मोलाचा आहे. माझ्या महानुभाव साहित्य-संशोधनाला त्याचा फार लाभ झाला. डॉ. वि. भि. कोलते यांनीही या संदर्भात केलेलं मौलिक संशोधन सर्वज्ञात आहे. विदर्भातील अन्य महानुभाव-महंतांनीही या संशोधनाला चांगली गती दिली. जाळीचा देव हे विख्यात महानुभाव क्षेत्र विदर्भातच आहे. महानुभावांच्या 'स्थानपोथी'त विदर्भातील कित्येक स्थळांचे निर्देश आढळतात. त्यावरून श्रीचक्रधरस्वामींनी या विभागात केलेल्या पंथप्रसाराच्या पाऊलखुणा सापडतात. माझे स्नेही प्राचार्य डॉ. भाऊ मांडवकर यांनी यासंदर्भातील संशोधनात विशेष रस घेतला.

नाथ संप्रदायाच्या संतांनीही विदर्भात भक्तिमार्गप्रसाराचं मौलिक कार्य केलं. नाथपरंपरेतील देवनाथ या संतांचं साहित्य अंजनगाव सुर्जीसारख्या गावाच्या परिसरात उपलब्ध होतं. त्यांनी मराठीप्रमाणंच हिंदी भाषेतही लेखन केलं. आचार्य विनयमोहन शर्मा यांनी 'मराठी संतोंकी हिंदी को देन' या ग्रंथात देवनाथांची हिंदी पदं प्रकाशित केली आहेत. त्यांची मराठी पदरचनादेखील अत्यंत प्रासादिक व रसाळ आहे. तिच्यामधून नाथ संप्रदायाला अभिप्रेत असलेलं तत्त्वज्ञान प्रकट झालं आहे. हे तत्त्वज्ञान योगाधिष्ठित असून त्यामध्ये पिंड नि ब्रह्माण्ड यांच्या ऐक्याची भूमिका विशद केली आहे. महाराष्ट्रात व कर्नाटकात (आळंदसारख्या गावी) नाथ व सूफी संतांत एकरूपता मानली जाते, तशी विदर्भातल्या काही ठिकाणीही मानतात. मंगरूळ हे गाव 'मंगरूळ नाथ' आणि 'मंगरूळ पीर' या दोन्ही नावांनी ओळखलं जातं. विदर्भात उपलब्ध होणाऱ्या नाथ सांप्रदायिक साहित्याविषयी संशोधनासाठी अजूनही विपुल वाव आहे.

विदर्भात सूफी संतांनीही मोठ्या प्रमाणावर कार्य केलं आणि ते सर्व धर्मांच्या व जातींच्या लोकांत आपल्या एकात्मतेच्या विचारसरणीमुळं फार लोकप्रिय झाले. नागपूरचे ताजुद्दीनबाबा हे असेच एक आदरणीय सूफी संत होते. फरीदबाबांचाही या संदर्भात उल्लेख केला जातो; तथापि ताजुद्दीनबाबांचं साहित्य उपलब्ध होत नाही. नागपूरजवळच्या सावंगीच्या ताज आश्रमाचा व संत भैयाजींचा या संदर्भात उल्लेख करायला हवा. मी त्यांच्या 'प्रार्थनास्तोत्रा'ची प्रस्तावना लिहिली आहे. बाळापूर हे

विदर्भातील संतपरंपरा / १९७

गाव अकोल्याजवळ आहे. तिथंही काही सूफी संत होऊन गेले. आजही प्रयत्न केल्यास त्यांचं 'दक्खिनी' साहित्य या परिसरात उपलब्ध होऊ शकेल.

कारंजा व त्याचा झरीसारखा परिसर हा दत्त संप्रदायानं प्रभावित झालेला आहे. दत्त सांप्रदायिक साहित्य या परिसरात जसं उपलब्ध होतं त्याचप्रमाणं दत्त संप्रदायाचे अनुयायीही या भागात आढळतात. झरीला मी दत्त सांप्रदायिक साहित्याविषयी बऱ्याच वर्षांपूर्वी व्याख्यानं दिल्याचं मला स्मरतं. कारंजा, झरी या विदर्भातील गावांचं पश्चिम महाराष्ट्रातील नरसोबाच्या वाडीशी नातं आहे ते दत्त संप्रदायाच्या या रेशीमबंधांमुळं.

माहूर हे जसं देवीचं स्थान आहे तसंच महानुभावांची उपास्यदेवता असलेल्या एकमुखी दत्ताचंही. वर उल्लेखिलेल्या दत्त संप्रदायाच्या स्थानांचा संबंध त्रिमुखी दत्त या उपास्यदेवतेशी आहेत. महानुभाव संप्रदायाच्या रवळो बासांचं 'सैह्याद्रवर्णन' एकमुखी दत्ताचा महिमा गातं.

कारंजा हे गाव जैन संतांच्या साहित्याविषयीही प्रसिद्ध आहे. तिथल्या प्रचंड हस्तलिखित–संग्रहालयाला मी अनेकदा भेट तर दिलीच पण तिथं जैन संतसाहित्याविषयीचं अध्ययन-संशोधनही केलं. हे कारंजा गाव 'लाडाचं कारंजं' म्हणून प्रसिद्ध आहे. तिथं जैन साहित्याच्या संशोधनाला फार मोठा वाव आहे. जैनधर्मीय संतांप्रमाणंच विदर्भात अनेक वीरशैवधर्मीय संतही होऊन गेले. डॉ. अशोक मेणकुदळे हे यवतमाळच्या अमोलकचंद महाविद्यालयात मराठीचे प्राध्यापक आहेत. त्यांनी विदर्भातील वीरशैव मराठी संतांच्या साहित्याविषयी अभ्यासपूर्ण प्रबंध लिहिला. हा विषय मीच त्यांना सुचविला होता व त्यांनी या विषयाला चांगला न्याय दिला. संतसाहित्याच्या या दोन्ही (जैन व वीरशैव) अध्ययन-संशोधनक्षेत्रांचा अभ्यासकांनी आवर्जून विचार करायला हवा. अकोल्याजवळील शिरपूर हे जैन समाजाचं स्थानही जैन संतांच्या पदस्पर्शानं पावन झालं आहे. लाडाच्या कारंजाच्या जैन हस्तलिखित संग्रहालयाची तुलना मला मराठवाड्यातील हिंगोलीजवळच्या शिरडशहापूरच्या जैन हस्तलिखित– संग्रहाशी करण्याचा मोह होतो.

गुलाबरावमहाराज हे तर विदर्भातले ख्यातनाम संत. त्यांचं विपुल लेखन प्रसिद्ध असून त्याविषयी विपुल संशोधनही झालं आहे. त्यांच्या 'विराण्या' आजही विदर्भातल्या खेडोपाड्यांत म्हटल्या जातात.

बाबामहाराज हे विदर्भातल्या (अकोल्याजवळच्या) आर्वीचे. 'बाबामहाराज आर्वीकर' याच नावानं ते जनप्रिय आहेत. त्यांची भाष्यात्मक रचना जशी उपलब्ध आहे तशीच पदरचनाही. त्यांची प्रभावकक्षा आर्वीप्रमाणंच सोलापूरच्या परिसरातही आहे.

आधुनिक काळात वरील दोन संतांप्रमाणंच विदर्भानं आणखी दोन महापुरुष

महाराष्ट्रालाच नव्हे तर आपल्या देशाला दिले. गाडगेबाबा नि तुकडोजीमहाराज हे ते महापुरुष होत. त्यांचं कार्य केवळ आध्यात्मिकच नाही, तर सामाजिक व सांस्कृतिकही आहे. राष्ट्रसंत तुकडोजींनी 'ग्रामगीते'बरोबरच मराठी-हिंदीत विपुल रचना केली. मोझरीचा आश्रम हा त्यांच्या कार्याचा केंद्रबिंदू.

या लेखात विदर्भातील सर्वच संतांचा विचार करणं अशक्य होतं; तथापि प्रमुख संतांचा आलेख रेखाटण्याचा अल्पसा प्रयत्न केला आहे.

❏❏

५०

मराठवाड्याचा आध्यात्मिक वारसा

मराठवाड्याला अनेक धर्मांचा, संप्रदायांचा आणि त्यांच्या साहित्याचा फार मोठा वारसा लाभला आहे. हा वारसा एक-दोन शतकांचा नसून शतकानुशतकांचा आहे. आपला देश अनेक धर्मांचा व संप्रदायांचा आहे. त्यांचं विपुल साहित्य आपल्या देशांत जागोजागी आढळतं. या संदर्भात विचार करताना मला अनेकदा असं वाटतं की मराठवाडा म्हणजे आपल्या देशाची एक छोटी प्रतिकृतीच आहे. हिंदू, इस्लाम, बौद्ध, जैन, वीरशैव, शीख इत्यादी कितीतरी धर्मांचे संत मराठवाड्यात होऊन गेले. त्यांनी विपुल साहित्यनिर्मिती केली. या साहित्याचा फार मोठा वारसा मराठवाड्याच्या 'मऱ्हाटमोळ्या' भूमीनं शेकडो हस्तलिखितांच्या नि पोथ्यांच्या रूपानं आपल्या उराशी जतन करून ठेवला आहे. मराठवाड्यातल्या खेडोपाड्यांत हिंडताना गेली पाच-सहा दशकं मला याचा प्रत्यय सातत्यानं आला आहे.

मराठवाड्याच्या या भूमीत शतकानुशतकं विविध धर्मच नव्हे तर या धर्मांचे विविध संप्रदाय आणि पंथोपपंथ जपले-जोपासले. केवळ हिंदू धर्माचाच उल्लेख करायचा झाला तर वारकरी, महानुभाव, नाथ, नागेश, समर्थ, दत्त, आनंद, चैतन्य, शाक्त आदी कितीतरी पंथोपपंथांचं साहित्य मराठवाड्यात आढळतं. ज्या नेवाशाच्या मंदिरातल्या 'पैस'च्या खांबाला टेकून ज्ञानदेवांनी ज्ञानदेवीचं निरूपण केलं, ते नेवासे हे गाव मराठवाड्याच्या सीमेलगतच पैठणजवळ आहे. ज्ञानदेवांबरोबर ज्यांनी वारकरी संप्रदायात नवचैतन्य ओतून एका वेगळ्या अर्थानं या संप्रदायाचा पाया रचला, ते संत नामदेव मराठवाड्यातल्या नरसीबामणीचेच. ज्ञानदेव-नामदेवांनी मराठी अभंगवाङ्मयाचाही पाया रचला. कीर्तनांच्या माध्यमातून आणि आपल्या शेकडो अभंगांच्या, पदांच्या, विराण्यांच्या, भारूडांच्या माध्यमांतून संत नामदेवांनी भागवत धर्माचा प्रसार केला. केवळ मराठीतच नव्हे तर दक्खिनी हिंदी भाषेतही त्यांनी विपुल पदरचना केली आणि ती उत्तर भारतात अत्यंत लोकप्रिय झाली. शीख

धर्मीयांचा पवित्र धर्मग्रंथ 'श्रीगुरुग्रंथसाहिब' यात अगदी प्रारंभीच नामदेवांची 'मुखबानी' समाविष्ट केली आहे; यावरून नामदेवांच्या दक्खिनी रचनेचं महत्त्व सहज लक्षात येईल.

संत एकनाथ यांनी ज्ञानदेव-नामदेवांचं कार्य पुढच्या काळात विस्तारित केलं. 'भागवता'सारखा भाष्यग्रंथ, 'भावार्थ रामायणा'सारखं महाकाव्य, 'रुक्मिणीस्वयंवरा'सारखं आख्यान-काव्य, अभंग, पदं, गौळणी, विराण्या, सौऱ्या, भारुडं, डफगाणी, संतचरित्रपर आणि पौराणिक चरित्रपर रचना इत्यादी विविध प्रकारचं लेखन करून नाथांनी मराठी वाङ्मय समृद्ध केलं.

जनाबाई आणि बहिणाबाई या संतकवयित्रीदेखील मराठवाड्यातल्याच. जनाबाई गंगाखेडच्या तर बहिणाबाई शिऊर-देवगाव (रंगारी)च्या या दोन्ही संत- कवयित्रींनी मराठी अभंगवाङ्मयात मोलाची भर घातली.

महानुभाव संप्रदायाचे प्रवर्तक व अवतारस्वरूप श्रीचक्रधरस्वामी यांच्या पदस्पर्शानंही मराठवाड्याची भूमी पावन झाली आहे. स्वामींचा 'एकांककाळ' पैठणलाच संपला. तेथून महानुभाव संप्रदायाच्या विकासाच्या दिशा आणखी उजळतात. स्वामींच्या वास्तव्यानं पुनित झालेली कितीतरी स्थळं मराठवाड्यात आहेत. 'स्थानपोथी' वाचताना याचा पदोपदी प्रत्यय येईल. ज्यांनी 'धवळयां'सारख्या पदांचं अक्षरलेखन केलं, त्या आद्य संतकवयित्री महदंबा याही मराठवाड्यातल्याच. स्वामींचे अत्यंत आवडते शिष्य आणि महानुभाव पंथाचे आद्य आचार्य भटोबास ऊर्फ नागदेवाचार्य ('स्मृतिस्थळ' या ग्रंथाचे चरित्रनायक) हेदेखील मराठवाड्यातलेच. 'शिशुपालवधा'चे कर्ते भास्करभट्ट बोरीकर हे परभणीजवळच्या 'बोरी'चे, जिथं स्वामींनी 'गोपाळांतु क्रीडा' केल्या, ते लिंबगाव (गोपाळबावडी) नांदेडजवळचे. महानुभावीयांच्या कितीतरी पोथ्या इजळी, वाडी यासारख्या खेडोपाड्यांत आढळतात. दक्खिनी हिंदीतील विपुल 'तीसा' साहित्य लिहिणारे महानुभाव कवी चक्रपाणी येळंबकर हे बीडजवळच्या येळंबघाटाचे.

महानुभावीयांचं विपुल हस्तलिखित-साहित्य औरंगाबादच्या अखिल भारतीय महानुभाव परिषदेच्या पोथीशाळेत आणि डॉ. बाबासाहेब आंबेडकर मराठवाडा विद्यापीठाच्या मराठी विभागीय हस्तलिखित-संग्रहात जतन करून ठेवलं आहे. डॉ. रेसाइड आणि डॉ. ॲन फेल्डहौस यांच्यासारखे पाश्चिमात्य संशोधकदेखील या साहित्याच्या संशोधनासाठी गेली अनेक वर्षं इथं येत होते.

महानुभावांनी गीताटीका, महाकाव्य, आख्यानकाव्य, पदं, भारुडं, चरित्र, व्याकरणकोश इ. विविध प्रकारची निर्मिती केली. याचं प्रतिबिंब या संग्रहात उमटलं आहे. माझ्या अनेक विद्यार्थ्यांनी या साहित्याच्या आधारे विविध संशोधन-प्रकल्प हाती घेऊन ते पूर्ण केले आहेत. त्यांतील काही ग्रंथ प्रकाशितही झाले आहेत. मी

लीळाचरित्र: एकांक, दृष्टान्तपाठ, स्मृतिस्थळ, सुदामचरित्र, ऋद्धिपुर-माहात्म्य, शुकदेवचरित्र इत्यादी महानुभावी साहित्याचे संपादन केलं आहे. महानुभाव साहित्य-संशोधनाला वाहिलेलं 'महानुभाव' हे मासिक अखिल भारतीय महानुभाव परिषदेच्या वतीनं या परिषदेचे अध्यक्ष महंत नागराजबाबा यांच्या संपादकत्वाखाली गेली अनेक दशकं प्रकाशित होत आहे. या मासिकाच्या संपादक मंडळाचे सल्लागार सदस्य म्हणून डॉ. भाऊसाहेब कोलते आणि मी अनेक वर्षं काम केलं आहे. आजवर या मासिकानं अप्रकाशित राहिलेले अनेक महानुभाव ग्रंथ प्रकाशित करून मराठी वाङ्मयात मोलाची भर घातली आहे.

मराठवाड्यातील तुळजापूर, उमरगा, मुरूम, किल्लारीच्या परिसरात नागेश संप्रदायाचं साहित्य उपलब्ध होतं. आलमखानासारख्या नागेशानुयायी संतकवींची पदंही या परिसरात उपलब्ध होतात. या संप्रदायाच्या साहित्य संशोधनास अजून खूप वाव आहे.

समर्थ रामदासस्वामी हे मराठवाड्यातल्या अंबडजवळच्या जांब गावचे. याच परिसरातले, तसंच मराठवाड्यातल्या अनेक रामदासी मठांमध्ये समर्थ सांप्रदायी साहित्य उपलब्ध आहे. समर्थशिष्य कल्याणस्वामी यांच्या हस्ताक्षरात व समर्थांनी दुरुस्त केलेली दासबोधाची हस्तलिखित प्रत परांड्याजवळच्या डोमगावच्या मठात आहे.

दत्त संप्रदायाचा प्रभाव नांदेडजवळच्या माहूरच्या परिसरात आहे. 'नांदेड जिल्ह्यातील साहित्य-संशोधनाच्या खाणी' या 'देवीसिंह चौहान' गौरवग्रंथातील माझ्या लेखात मी या विभागातील संतसाहित्याच्या हस्तलिखितांविषयी विस्तारानं विचार केला आहे. मराठवाड्यातील ज्येष्ठ संशोधक तात्यासाहेब कानोले यांनी नांदेडच्या गोदातीर इतिहास संशोधन मंडळात अशा हस्तलिखितांचा विपुल संग्रह केला आहे. त्यांतील काही ग्रंथांचं त्यांनी केलेलं संशोधन/संपादन अत्यंत मौलिक स्वरूपाचं आहे. तात्यासाहेबांनी मराठीचे आद्यकवी मुकुंदराज यांच्याविषयी महत्त्वाचं संशोधन केलं आहे, त्याचप्रमाणं वामन पंडितांच्या शेष घराण्याविषयीही संशोधन केलं आहे. 'विवेकसिंधु'कार मुकुंदराज हे अंबाजोगाईचे तर वामनपंडितांचं शेष घराणं नांदेडचं.

नाथपंचकातले दासोपंत हे एक प्रमुख संतकवी. गीतार्णव, पासोडी, ललिताची पदं अशी विपुल रचना त्यांनी केली आहे. त्यांच्याविषयी मराठवाड्यातील ज्येष्ठ संशोधक दादासाहेब पोहनेरकर यांनी लक्षणीय संशोधन केलं आहे. संत कवी दासोपंत हेही अंबाजोगाईचेच.

नाथपंचकातले आणखी एक संत कवी 'जनीजनार्दन'. बीडच्या पाटांगणात

त्यांची विपुल रचना उपलब्ध आहे. माझे एक विद्यार्थी व जनीजनार्दनांचे वंशज डॉ. विद्यासागर पाटांगणकर यांनी याविषयी संशोधन केलं आहे. बीडच्या पाटांगणातूनच इतिहासचार्य डॉ. राजवाडे यांना ज्ञानेश्वरीची मूळ यादवकालीन प्रत उपलब्ध झाली होती.

वीरशैवधर्मीय संतांचं साहित्यही मराठवाड्यात मोठ्या प्रमाणात उपलब्ध होतं. बीडजवळील कपिलधार तीर्थाचे मन्मथस्वामी एक प्रमुख वीरशैव संत. त्यांच्या 'परमरहस्य' या ग्रंथात वीरशैवांच्या षट्स्थल-सिद्धान्ताचं विवरण केलं आहे. त्याचं संपादन अहमदपूरचे डॉ. शिवलिंग शिवाचार्यस्वामी आणि डॉ. पसारकर यांनी केलं आहे. या दोन्ही ग्रंथांना माझी प्रस्तावना आहे. माझ्या मार्गदर्शनाखाली डॉ. चंद्रकांत देऊळगावकर यांनी मन्मथस्वामींच्या साहित्याविषयी संशोधन-प्रकल्प पूर्ण केला. हा ग्रंथ नुकताच प्रकाशित झाला आहे.

लक्ष्मणमहाराज हे परभणीजवळच्या आष्टीचे. त्यांनी शेकडो अभंगांची रचना केली. याविषयीचा संशोधन-प्रकल्प डॉ. भि. शि. स्वामी यांनी माझ्या मार्गदर्शनाखाली पूर्ण केला असून, तो प्रकाशित झाला आहे.

जैन संतकवींचं लक्षणीय साहित्य पैठण, जिंतूर, लातूरच्या परिसरात उपलब्ध होतं. अजूनही या अध्ययन-संशोधनक्षेत्रास बराच वाव आहे.

मराठवाड्यातील सूफी संतकवींनीही मध्ययुगीन संतसाहित्यात फार महत्त्वाची भर घातली आहे. त्याविषयीचा एक बृहद् संशोधन-प्रकल्प मी नुकताच हाती घेतला आहे. वानगीदाखल उदाहरणच द्यावयाचं झाल्यास, मी शहामुनी यांच्या ५० अध्यायांच्या 'सिद्धान्तबोध' या ग्रंथाचं देईन. शहामुनी हे औरंगाबाद जिल्ह्यातल्या शहागडचे. महानुभाव पंथात शहामुनींना आणि 'सिद्धान्तबोध' या ग्रंथाला मानाचं स्थान आहे.

श्रीगोंद्याचे संत कवी शेख महंमद यांचं घराणं मूळचं मराठवाड्यातल्या धारूरचं. त्यांनी 'योगसंग्राम' हा ग्रंथ लिहिला व अनेक अभंग रचले. वारकरी आणि सूफी या दोन्ही संप्रदायांचा सुरेख संगम त्यांच्या लिखाणात झाला आहे.

गेल्या वर्षीच्या अनेक दिवाळी अंकांत मी त्यांच्या विषयीचे अनेक संशोधनपर लेख प्रसिद्ध केले आहेत, त्यांचं स्मरण वाचकांना होत असेल.

मराठवाड्याची भूमी ही अशी विविध धर्मांचा, त्यांच्या संप्रदायांचा व संतसाहित्याचा संपन्न वारसा लाभलेली भूमी होय!

❑❑

५१

म. बसवेश्वरांची प्रभावकक्षा

बाराव्या-तेराव्या शतकात महाराष्ट्रातल्या विविध संप्रदायांचा उद्गम नि विकास झाला. या संप्रदायांमध्ये महाराष्ट्रातील धर्मविचार तावून-सुलाखून निघाला. यात वारकरी, नाथ, महानुभाव, नागेश आदी कितीतरी संप्रदाय होते. बाराव्या-तेराव्या शतकात महाराष्ट्रातील धर्मचिंतनाला एक वेगळंच वळण मिळालं. धर्मविचार हा समाजातल्या सर्व स्तरांपर्यंत पोहोचायला हवा, त्यात कोणताही अडथळा येता कामा नये; धर्माच्या नव्हे तर सामाजिक क्षेत्रातही सर्वांना समानतेची वागणूक मिळायला हवी; स्त्री आणि शूद्र यांना भक्तीचा अधिकार नाही, ही अन्यायकारक भूमिका नाकारायला हवी आणि समाजातील सर्व घटकांना भक्ती व मुक्ती करण्याचा पूर्ण अधिकार आहे, अशा प्रकारची उदारमतवादी भूमिका या यादवकालीन संप्रदायांनी घेतली. त्यामुळं समाजातल्या तळागाळातील लोकांना व स्त्रीवर्गाला फार मोठा दिलासा व आत्मभान लाभलं.

याच काळात चोखोबा, गोरा कुंभार, सावतामाळी, सेनामहाराज असे वेगवेगळ्या जातींतील संतही भक्ती व साधना करू लागले. अभंगलेखन करू लागले. महदाईसा (महदंबा), मुक्ताबाई, जनाबाई, सोयराबाई, निर्मळा यासारख्या संतकवयित्रीही भक्ती व अभंगलेखन करू लागल्या.

यादवकालीन महाराष्ट्राचं हे चित्र बदलायला यादवपूर्वकालीन स्थितीचंदेखील आकलन करायला हवं. त्या काळी महात्मा बसवेश्वर यांनी ज्या क्रांतिकारक विचारसरणीचा पुरस्कार केला, ती स्त्री आणि शूद्र यांनाच नव्हे तर समाजातील सर्वच घटकांना न्याय देणारी होती. स्त्री आणि शूद्र यांना नाकारलेला भक्तीचा आणि मुक्तीचा मार्ग महात्मा बसवेश्वरांनी त्या घटकांना पुन्हा मिळवून दिला आणि अशा प्रकारे सामाजिक न्याय व त्याचप्रमाणं आध्यात्मिक न्यायही दिला. विषमतेला त्यांनी प्रखर विरोध केला व समाजातील सर्वच स्तरांच्या कल्याणाची समतावादी भूमिका स्वीकारली.

महाराष्ट्र हा कर्नाटकाजवळ असल्यानं महात्मा बसवेश्वरांच्या या क्रांतिकारक विचारसरणीचा प्रभाव यादवकालीन महाराष्ट्रातील संप्रदायांच्या विचारसरणीवर पडणं अपरिहार्यच होतं. महात्मा बसवेश्वरांची वचनं आणि यादवकालीन महाराष्ट्रातील धर्मविषयक साहित्य यांच्यामधील अंत:सूत्र शोधल्यास याची कल्पना सहज येईल. महात्मा बसवेश्वरांच्या या विचारविश्वाची प्रभावकक्षा महाराष्ट्रात कशी उमटत गेली, यासंबंधी सूक्ष्म व सखोल अध्ययन-संशोधन होणं फार गरजेचं आहे. त्याची केवळ सूचक नोंद या लेखात करून ठेवतो.

☐☐

५२

एक वीरशैव पंचीकरण

विश्वाची उत्पत्ती नि विश्वाचा संहार याचप्रमाणं जीवाची उत्पत्ती नि जीवाचा विलय हे जसे विज्ञानाचे विषय आहेत, तसेच अध्यात्माचेही विषय आहेत. विविध धर्मग्रंथांच्या प्रारंभी याच विषयासंबंधी विवेचन केल्याचं बहुधा आढळतं. हिंदू धर्माप्रमाणंच इस्लाम, ख्रिश्चन या धर्मांच्या धर्मग्रंथांचाही याला अपवाद नाही. बौद्ध नि जैन धर्मानं जसा या मूलभूत आदिम समस्येचा विचार केला आहे, तसा तो वीरशैव धर्मानंही केला आहे.

भारतीय दर्शनातील पंचीकरणात या विषयाचा ऊहापोह केला जातो. संस्कृतसारख्या प्राचीन भाषांमध्ये तर पंचीकरण आढळतेच पण आधुनिक भारतीय भाषांमध्येही ते आढळते. विशेषत: मध्ययुगीन संतसाहित्यात पंचीकरणविषयक अनेक ग्रंथ आढळतात.

एवढ्या भाषांमध्ये नि इतक्या शतकांमध्ये पंचीकरणविषयक ग्रंथ वैपुल्यानं का निर्माण झाले, या प्रश्नाचं उत्तर लोकमानसाच्या 'स्व'विषयक व 'विश्व'विषयक कुतूहलात आहे; जिज्ञासेत आहे. या आदिम जिज्ञासेचं शमन ज्या-ज्या ज्ञान-विज्ञान निदर्शनशाखांनी केलं, त्या-त्या शाखांविषयी लोकमानसाला आस्था, आपुलकी नि जिव्हाळा वाटणं स्वाभाविकच होतं. हीच मानसिकता पंचीकरणविषयक विपुल साहित्यनिर्मितीमागील निखळ प्रेरणा होय.

'पंचीकरणा'चा विषयच मुळी वैश्विक पातळीवरील असल्यानं भारताप्रमाणंच युरोप नि अरबस्तान इ. प्रदेशांतही त्याविषयी लेखन झालं आहे. एक 'जुना करार' (ओल्ड टेस्टामेंट) आणि दुसरा 'नवा करार' (न्यू टेस्टामेंट). यापैकी जुन्या करारातील उत्पत्तिप्रकरणात (जेनेसिस विभागात) यातील काही भाग आला आहे, तर 'द डे ऑफ जजमेंट'च्या संदर्भात प्रलयामुळं विश्वविलय झाल्यावर प्रत्येकाचा निवाडा कसा होईल, याविषयी विवरण केलं आहे. कुराणातही या दोहोंचा विचार

आहेच. तपशिलाचे काही फरक असले तरी मूलभूत लोकमानस-जिज्ञासा मात्र सर्वच धर्मांमध्ये सारखी दिसते. याचं कारण एकच असावं: आपली उत्पत्ती कशी झाली असावी नि आपलं भवितव्य काय, त्याचप्रमाणं विश्वाची उत्पत्ती कशी झाली असावी नि त्याचं भवितव्य काय, हे मानवी मनाला पडलेलं कोडं हेच मुळी चिरंतन आहे. त्याला दिशा, काळ, प्रदेश यांच्या बंधनांनी मुरड पडलेली नाही. त्या समस्येचं स्वरूप लक्षात घेता, ती तशी पडणंही अशक्यच होतं.

भारतीय दर्शनातच नव्हे तर भारतेतर दर्शनातही पंचीकरणाविषयी विचार झाला आहे, हे साम्य मोठं विलक्षण आहे. त्याची बीजं मानवाच्या या आदिम कुतूहलात वा जिज्ञासेत आढळतात. 'पंचीकरण' या संज्ञेनं केला नसला तरी पंचीकरणात अनुस्यूत असलेल्या समस्येचा विचार इस्लाम धर्मानंही केला आहे. महाराष्ट्रातील मुस्लिम संत कवींनी 'मुसलमानी पंजीज' या नावानं जे लेखन केलं आहे, ते पंचीकरणसदृश होय. आश्चर्य असं की, त्यात प्रतिपादिलेली तत्त्वं, पारिभाषिक शब्द अरबी-फार्सीतले असले तरी एकसारखेच आहेत.

वीरशैव धर्मानं प्रतिपादिलेलं तत्त्वज्ञानही भारतीय दर्शनाचीच एक शाखा होय. शिवोपासनेला वीरशैव दर्शनात महत्त्वाचं स्थान आहे. पिण्ड-ब्रह्माण्ड - विचार हा या दर्शनातही आला आहे. त्यातील एकत्व या दर्शनानं गृहीत धरलं असल्यानं नाथ सांप्रदायिकांच्या व ज्ञानदेवांच्या सामरसीकरणाची कल्पना 'लिंगैक्या'च्या कल्पनेशी तंतोतंत जुळते.

संत शिवदास हे एक महत्त्वाचे वीरशैव संत कवी होऊन गेले. त्यांच्या चरित्राचे व वाङ्मयाचे संशोधन व अभ्यास माझे विद्यार्थी प्रा. वैजनाथ फास्के यांनी पीएच. डी.साठी केला होता. हा प्रबंध मराठवाडा विद्यापीठानं बऱ्याच वर्षांपूर्वी मान्य केला आहे.

शिवदासांच्या लेखनात 'पंचीकरणा'ला एक महत्त्वपूर्ण स्थान आहे. हे पंचीकरण औसा येथील श्री. हरी कृष्णाजी राजाज्ञे प्रसिद्ध करीत आहेत, याचा मला यासाठी आनंद वाटतो की, या निमित्ताने संत शिवदासांची अप्रकाशित रचना प्रकाशात येत आहे.

या पंचीकरणाला खरं तर 'अभंगरूप पंचीकरण' म्हणायला हवं; कारण सुमारे चौतीस अभंगांत शिवदासांनी हे तत्त्वविवरण केलं आहे. त्यात पिंडब्रह्मांडविषयक सर्वसामान्य विवेचन, देहविचार, कारण देह, महाकारण देहविचार, पाच तत्त्वांची पंचवीस तत्त्वं कशी झाली याविषयी विवरण, अष्टपुरी लिंगदेह, कथन, ज्ञानेंद्रिय-कर्मेंद्रिय-विचार, देहातील षड्चक्र विवरण, सहस्रदलवर्णन, ब्रह्मांडातील चक्रविवरण, पिंडातील छत्तीस तत्त्वांचा तपशील, दशवायु-प्रकार, प्राणपंचक, अष्ट नाडी-विवरण,

अष्टकमळदळ विवरण इ. विषय आले असून चौतिसाव्या अभंगात पंचीकरणाचा साररूपानं समारोप केला आहे.

या संपूर्ण रचनेत मूळ पंचीकरण- विचारातून वीरशैव मताचंही प्रतिबिंब उमटलं आहे. शिव, सदाशिव, शिवलिंग, प्रसादलिंग, जंगम, महालिंग आदी संकल्पनांतील वीरशैवत्व सर्वपरिचित आहे. पारंपरिक सनातन विचारप्रणालीत वीरशैव विचारप्रणालीचा समावेश करून शिवदासांनी पंचीकरण विचारात एक उत्तम समन्वय साधला आहे. जटिल कल्पना जनसामान्यांना सुलभ व सुगम रीतीनं सांगण्यातही त्यांची हातोटी दिसते.

आपल्या पंथाच्या व धर्माच्या दार्शनिक विचारांची मूळ बैठक न सोडता भारतीय दर्शनाच्या महाप्रवाहाशी त्याचं नातं जोडण्याच्या शिवदासांसारख्या वीरशैव संतकवींचा प्रयत्न अनेक गोष्टींचे सूचन करतो. विविधतेतील एकत्वाचं सूचन तर त्यात होतंच; पण या विविध घटकांतील प्रत्येक घटकाचं लक्षणीय वैशिष्ट्यही त्यातून सूचित होतं. मध्ययुगीन संतसाहित्याच्या अभ्यासकांच्या मनात शिवदासविरचित 'पंचीकरणा'सारख्या रचना अनेक प्रश्नही निर्माण करतात नि अनेक प्रश्नांची उत्तरंही देऊन जातात. यासाठीच अशा रचनांचं संपादन-प्रकाशन मला महत्त्वाचं वाटतं.

❑❑

५३

कहत कबीर

संत कबीरांच्या साहित्याची अपूर्वाई यात आहे की, ते पाहिल्यावर आपले डोळे दिपून जातात. मन स्तिमित-विस्मित होतं. त्यांच्या भावविश्वाची नि विचार-विश्वाची प्रचिती त्यांचं लेखन वाचताना सतत येते. त्या भावविश्वाची क्षितिजं जशी डोळ्यांत मावत नाहीत तशीच त्यांच्या विचारविश्वाची क्षितिजं ही आपल्या मनात मावत नाहीत.

संत कबीर हे तुकोबांप्रमाणं जनसामान्यांतून आलेले संत होते. त्यांनी जनसामान्यांच्या जीवनातले चढ-उतार नुसते पाहिलेच नव्हते, तर अनुभवलेही होते. त्यांची सुख-दुःखं निरखली-न्याहाळली होती. सह-अनुभूती हे कबीर या उन्नत मनाचं एक जगावेगळं वैशिष्ट्य होतं. ही अनुभूती नेमकेपणानं व्यक्त करण्याचं प्रचंड सामर्थ्यही कबीरांच्या लेखणीत होतं. नाही तर दोह्यांसारख्या लहानशा आकृतिबंधातून जीवनाचा एवढा गहन अर्थ त्यांना कसा व्यक्त करता आला असता? इथंही नामदेव-तुकोबांचे अभंग नि कबीरांचे दोहे यांतील समान अंतःसूत्र जाणवल्याविना राहत नाही. कमीत कमी शब्दांत अधिकाधिक आशय व्यक्त करण्याची ऊर्जा या संतकवींमध्ये होती. ही ऊर्जा इतकी बहुपेडी होती की, ती समाजाच्या सर्व स्तरांच्या, सर्व जातींच्या, सर्व धर्मांच्या लोकांशी सहजपणे हृदयसंवाद करू शके. कबीरांसारख्या संतकवींच्या लोकप्रियतेचं रहस्य नि मर्म इथंच कुठं तरी दडलं आहे, असं मला सतत वाटत आलं आहे.

जीवनविषयक गहन चिंतन हा कबीराच्या विभूतिमत्वाचा स्थायिभाव आहे. हे चिंतन अनेकांगी आहे. त्याला सूक्ष्मातिसूक्ष्म असे किती तरी पदर आहेत. या चिंतनात कबीरांना जीवनाचा नेमका अर्थ गवसला आहे. जीवनविषयक अज्ञान वा भ्रम हा आपल्या दुःखांचा एक महत्त्वाचा मूल स्रोत आहे, हे कबीर किती सहजपणे सांगून जातात—

धर्मपरी तिहुँ लोक मे भर्म बसा सब ठाउ
कहहि कबीर पुकारि कै बसे भर्म के गाउ ।।
(तिन्ही लोक आहेत भरले भ्रमाने
दिसे तोचि बसला साऱ्या ठिकाणी ।
पहा ओरडुनी कबीर सांगे
भ्रमाचीच गावे पुढे नि मागे ।।)

जी गोष्ट अज्ञानी माणसाची, तीच पढिक पंडितांची. या संदर्भात कबीरांचं 'पोथी पढि पढि जग मुआ' हे वचन प्रसिद्ध आहेच पण या पढिक पंडिताची अवस्था पिंजऱ्यातल्या पोपटासारखी बंदिस्त आहे. त्याला अनुभवाची व क्रियेची बैठक (अधिष्ठान) नसल्यानं त्याच्या ज्ञानाला मोल नाही, किंमत नाही. कबीर म्हणतात,
चतुराई सुवै पढी सोई पंजर माहि
फेरि प्रबोधें आन कूँ आपण समझै नाहि ।।
(शिकुनी शहाणा शुकराज होतो
पिंजऱ्यात सारे आयुष्य जगतो ।
लोकास सांगे तो ज्ञान-गोष्टी
कळेना तयाला त्यातील काही ।।)

ज्ञानमार्गाचं महत्त्व जसं कबीर समजावून सांगतात, त्याचप्रमाणं कर्ममार्गाचं महत्त्वदेखील समजावून सांगतात. विरक्ती ही बाह्य कर्मांतून प्रकट होणं, हेच संन्यस्तपणाचं लक्षण मानण्याच्या प्रवृत्तीवर आघात करताना ते मनाच्या विरक्तीवर जो भर देतात, तो युक्तिसंगतच आहे. बाह्य कर्मांचं रूपांतर पुढं कर्मकांडांत होतं, याची जाणीव या द्रष्ट्या संताला निश्चितपणे आहे. म्हणूनच ते म्हणतात—
तन को जोगी सब करैं, मन को बिरला कोइ
सब सिधि सहजे पाइये, ये मन जोगी होई।।
(शरीरास योगी करतात सारे
कोणी मनाला योगी करेना ।
जो योगी करितो अपुल्या मनाला
मिळतात सिद्धी सहजी तयाला ।।)

ज्ञानमार्ग, कर्ममार्ग याप्रमाणंच भक्तिमार्गाविषयीही कबीर नितळपणाला, अनन्य निष्ठेला अधिक महत्त्व देतात. त्यांची भक्ती अव्यभिचारी आहे. ती सकाम

भक्ती नसल्यानं तिच्यात सातत्य आहे, अखंडत्व आहे.

भक्तिभाव भादों नदी सबै चली घहराय
सरिता सोई सराहिये जेठ मास ठहराय ।।
(येतो नद्यांना भाद्रपदात पूर
अतिशीघ्र आटून जातात सर्व ।
ज्येष्ठात ही जी झुळझुळ वाहे
खरी भक्ती ऐसी अखंड आहे ।।)

अशा भक्तीचा सुलभ मार्ग दाखविणाऱ्या सदगुरूविषयी कबीरांनी असंख्य दोहे लिहिले आहेत. सत्संगाविषयीही त्यांनी अनेक दोह्यांतून हितोपदेश केला आहे नि समाजाचं प्रबोधन केलं आहे. त्याबरोबरच देखावा करणाऱ्या तथाकथित गुरुंवर आपल्या 'सधुक्कडी बानी'त तुकोबांप्रमाणंच प्रखर प्रहार केले आहेत. 'साधू' आणि 'अ-साधू' यांतील भेदरेषा त्यांनी किती नीटसपणे रेखाटली आहे, ते पाहा—

यह कलियुग आयो अबै साधु न जाने कोय
कामी क्रोधी मस्खरा तिनको पूजा होय ।।
(असे पातले घोर कलियुग आता
जाणी न कोणी साधूस आता ।
कामार्त, क्रोधी, टवाळखोर
त्यांनाच आता म्हणतात थोर ।।)

आपल्या दोह्यांतून कबीरांनी उदात्त जीवनमूल्यांचं प्रतिपादन केलं, त्याचीही असंख्य उदाहरणं देता येतील. दोह्यांतील कबीरांची प्रतिभासृष्टी हा एक स्वतंत्र संशोधनाचा व विवेचनाचा विषय आहे. तिची किती म्हणून उदाहरणं द्यावीत? ही प्रतिमासृष्टी जितकी देखणी आहे तितकीच भावगर्भ नि विचारगर्भ आहे. अगदी राहवत नाही म्हणून एक-दोन उदाहरणं देऊन हे विवेचन इथंच संपवितो.

भुवंगन बास न बेघई, चन्दन दोष न लाय
सब अंग तो विष से भरा अमृत कहाँ समाय ।।
लकडी कहै लुहार से, तू मति जारे मोहि
एक दिन ऐंसा होयगा मैं जारुँगी तोहि ।।
दान दिये धन ना घटे नदी न घटे नीर
अपनी आँखों देख लो कह गये दास कबीर ।

❑❑

५४

‘वारी’ची सामाजिक, आध्यात्मिक व सांस्कृतिक फलश्रुती

मी १९८२ मध्ये पश्चिम जर्मनीत सेंट ऑगस्टिन येथे भरलेल्या जागतिक भक्तिसाहित्य परिषदेला निमंत्रणावरून उपस्थित राहिलो होतो. या परिषदेत मी आपल्या संतसाहित्याविषयी शोधनिबंध वाचला होता व त्याविषयी चांगली चर्चाही झाली होती. या परिषदेत फ्रान्सच्या पॅरिस विद्यापीठाच्या डॉ. कॅथेरिन कीन्स्ले यांनी ‘वारी’विषयी एक तयार केलेली दृश्य-श्राव्य-फीत (ऑडिओ-व्हिज्युअल कॅसेट) दाखविली होती. त्या स्वत: वारीला आल्या होत्या, त्या वेळी त्यांनी हे चित्रण केलं होतं व त्याविषयीचं सविस्तर विवेचनही त्यांनीच केलं होतं. ते आम्हा महाराष्ट्रीयांना— म्हणजे डॉ. शं. गो. तुळपुळे व डॉ. व. दा. कुलकर्णी यांना अत्यंत परिचित होतं पण पाश्चिमात्य जगाला विस्मित करून टाकणारं होतं. आजच्या काळातही एवढ्या मोठ्या प्रमाणावर महाराष्ट्रातल्या खेडोपाड्यांतून, अनेक कष्ट सहन करीत, ‘ग्यानबा-तुकारामा’च्या नावाचा गजर करीत, आपला दैनंदिन प्रपंच विसरून परमार्थाची वाटचाल करणारी ‘ईश्वरनिष्ठांची मांदियाळी’ वारीच्या रूपानं अस्तित्वात आहे आणि हे सातत्य महाराष्ट्रात, काळ पालटला तरी, शतकानुशतकं टिकून आहे, याचं त्यांना फार फार आश्चर्य वाटत होतं. कदाचित त्यांच्या संस्कृतीशी तुलना केल्यावर त्यांना हा फरक विशेषेकरून जाणवत असावा. तसा तो जाणवणं स्वाभाविकच नव्हतं का? आजवर परदेशात मी चार-पाच वेळा गेलो, त्या वेळी मलाही तो जाणवलाच होता.

वारीचं सर्वांत महत्त्वाचं फलित मला जाणवलं ते सामाजिक अभिसरण-प्रक्रियेत. वारीच्या रूपानं समाजातील सारेच घटक किती सहजपणे एकमेकांमध्ये मिसळतात! आजच्या नागर फ्लॅटसंस्कृतीत आपला शेजारी कोण, त्याचं नाव-गाव काय, त्याची जीवनशैली कशी आहे, याचीदेखील आपल्याला फारशी कल्पना नसते कारण नागर संस्कृती वाढते आहे नि तिच्यातील यांत्रिकता वाढते आहे,

त्याचप्रमाणं हा दुरावा नि हे अंतरदेखील वाढत आहे. वारीत किती वेगवेगळ्या सामाजिक स्तरांतली माणसं, किती वेगवेगळ्या जाती-जमातींतील माणसं किती स्नेहानं, प्रेमानं, जिव्हाळ्यानं आणि नैसर्गिकपणे एकत्र येतात; एकत्र राहतात; एकत्र वाटचाल करतात; एकत्र नामघोष करतात; भजनकीर्तनात एकत्र रंगून जातात अन् सह-भोजन करतात. एका गावात राहतानाही कदाचित् हे घडत नसेल पण 'वारकरी' झाल्यावर हे किती सहजगत्या घडतं! त्यामागील रहस्य 'पाउले चालती पंढरीची वाट'; हेच नाही का? या वेळी समाजातील उच्च-नीचत्वाचे, श्रेष्ठत्व- कनिष्ठत्वाचे, जातीपातींचे, व्यवसायांचे सारे-सारे भेद गळून पडतात. या काळात हे सारे जण केवळ 'भगवंताचे भक्त'—भागवत— असतात. भक्ती हेच त्यांचं ब्रीद नि उद्दिष्ट असतं. हे समान उद्दिष्ट असल्यानं ते सारे एका समान पातळीवर येतात नि त्यांची मानसिकताही समानच झालेली असते. ही स्थिती समाजात अन्य वेळी कधी येते का, याचा आपण कधी अंतर्मुख होऊन विचार केला आहे का? तसा तो आपण फारसा न केल्यानं वारीतील अभिसरणमूल्याचं महत्त्व नि माहात्म्य कदाचित् आपल्या लक्षात येत नाही... पण हेच मूल्य विघटित समाजाला संघटित करण्यास अत्यंत समर्थ आहे, याची जाणीव सूक्ष्म विचारान्ती आपल्या लक्षात आल्याखेरीज राहत नाही. खरं तर या अभिसरणमूल्याची आजच्या काळात फार फार गरज आहे. ते जितकं नि ज्या-ज्या प्रमाणात वृद्धिंगत होईल, त्या त्या प्रमाणात आपला समाज अधिक एकवटेल, त्यातील स्नेहबंध अधिक घट्ट होतील, दुरावे नाहीसे होतील. त्यातून कितीतरी सामाजिक नि राष्ट्रीय प्रश्न सुटतील. हे दुरावे वाढताहेत म्हणून तर समाज दुभंगत चालला आहे. दुभंगू पाहणाऱ्या समाजाला भक्तीच्या स्नेहबंधांनी जोडणाऱ्या वारीचा हा प्रयत्न नि वारीचं हे माध्यम किती मोलाचं आहे! देशभरात सामाजिक अभिसरणाचं हे माध्यम विस्तारलं तर देशाचा कायापालट होणार नाही काय?

खरं तर वारीतील या सामाजिक अभिसरणाच्या प्रक्रियेतून आणखी एक महत्त्वाचं उद्दिष्ट साध्य होतं नि ते म्हणजे, सामाजिक न्याय देण्याचं. एकात्मतेचं. आणि याचं बीजही वारकरी संप्रदायानं स्वीकारलेल्या अद्वैतमतात आहे, ज्ञानदेवांच्या 'ज्ञानदेवी'तील 'चिद्विलासवादात' आहे. वारकरी संतांच्या अभंगांत आहे नि हे अभंग म्हणत-म्हणत तर वारकऱ्यांच्या दिंड्या पंढरीला जात असतात.

वारीचं आणखी एक महत्त्वाचं फलित म्हणजे 'सत्संग'. वारीमधील दिंड्यांमध्ये जसे फडप्रमुख असतात, तसे गावातले व आसपासचे सत्पुरुषही असतात. खरं तर हेच जनसामान्यांमधले साधू नि हेच त्यांच्यामधले संत. त्यांच्या सुविचारांचं श्रवण हेही वारीचं एक प्रबोधनाचंच कार्य नव्हे काय? एरवीचं दैनंदिन जीवन पापांनी,

विकारांनी, कुकर्मांनी, भ्रष्टाचारानं, हिंसेनं, अवमूल्यनानं, अध:पातनानं डागळलेलं आहे. त्यातून सर्वसामान्यांना काही काळ बाहेर पडता येतं, दूर राहता येतं, सुविचार ऐकता येतात. अमांगल्याकडून मांगल्याकडे, अशुचित्वाकडून शुचित्वाकडे, पापाकडून पुण्याकडे, अंधारातून तेजाकडे जाता येतं; हा वारीचा केवढा मोठा लाभ! वारीचा काळ हा लहानसा आहे; पण वारीहून परतल्यानंतर 'दैवी संपत्ती'चा हा वारसा नि सुसंस्कार घेऊन वारकरी आपापल्या गावी परततात नि ते सुसंस्कार आपल्याला आचरणात कसे आणता येतील, या दृष्टीनं प्रयत्न करतात. निदान त्यांच्या मनावर तरी सत्कर्म नि कुकर्म यांतील भेदरेषा उमटते नि ती त्यांच्या मनातील विवेकाला सतत प्रेरणा देते. जे शासनाच्या कायद्यांनी घडू शकत नाही, ते या वारीच्या सत्संगामुळं किती सहजपणे घडून जातं!

अखंड हरिनाम-सप्ताहांचाही असाच परिणाम झाल्याचं मला अनुभवान्ती जाणवलं आहे. वारीच्या सामाजिक फलश्रुतीची परिणती सांस्कृतिक फलश्रुतीतही होते. अस्सल 'मऱ्हाटी संस्कृती'ची जपणूक वारीतून अशा प्रकारे होते. हे सारं कुणी मुद्दाम घडवून आणीत नाही तर ते आपापत:, अगदी नैसर्गिकपणे व स्वाभाविकपणे घडत असतं. मन:शांती आणि पारमार्थिक वाटचाल ही वारीची आध्यात्मिक फलश्रुती होय. एरवी कीर्तन-प्रवचन व नामस्मरण यातून होणाऱ्या आध्यात्मिक फलश्रुतीपेक्षा वारीची आध्यात्मिक फलश्रुती ही निश्चितपणे अधिक व्यापक आहे आणि तिचा ठसा वारकऱ्यांच्या मनावर अधिक प्रभावीपणे उमटतो. सर्व वारकऱ्यांचं एकच लक्ष्य असतं नि ते म्हणजे, पांडुरंगाचं दर्शन. हे दर्शन म्हणजे, केवळ पाहणं नि आदरपूर्वक लवणं नि नमनच नसतं; तर ती जिवा-शिवाची भेटदेखील असते. या दृश्य भेटीतूनच अदृश्य परमात्म्याची प्रचिती वारकऱ्यांना येते. या सगुणोपासनेतूनच त्यांना निर्गुणोपासनेचीही वाट दिसते. 'तुज सगुण म्हणो की निर्गुण रे?' असा प्रश्न पांडुरंगाला विचारतात तो यासाठीच. पांडुरंगाच्या रूपानं सगुण-साकार परमात्मा आकार धारण करतो व तोच वारकऱ्यांच्या मनावर निराकार-निर्गुण परमात्म्याचं मूलतत्त्व ठसवितो. Concrete पासून abstract पर्यंतच्या ह्या वैचारिक प्रवासाच्या काही पाऊलखुणा वारकऱ्यांना वारीच्या पाऊलवाटेवरच गवसतात. जे तत्त्वचिंतकांना, दार्शनिकांना प्रदीर्घ विचारमंथनानंतर, तत्त्वचर्चेनंतर गवसावं; ते या भोळ्याभाळ्या वारकऱ्यांना वारीच्या वाटचालीत किती सहजपणे गवसतं!

एकेश्वरवादाची निष्ठा प्रबळ व्हायला नि अनेकदैवतवादातील भ्रामकता नाहीशी व्हायलाही वारी कारणीभूत ठरते. सारे वारकरी एका पांडुरंगाचंच ध्यान करीत असल्यानं त्यांचं लक्ष अन्य देव-देवतांमुळं विचलित होत नाही. पंढरीला पांडुरंग 'बाहो पसरून' आपल्याला 'उराउरी भेटण्यासाठी' तिष्ठत उभा आहे, त्याचं दर्शन

तर आपल्याला होतच आहे; पण आपल्याशी त्याची गाठभेटही होते, हा केवढा सुखद अनुभव आहे! गोचरातून अगोचराकडे जाण्याची ही प्रक्रिया मोठी विलक्षण आहे! यातच वारकऱ्यांना मुक्तीचं सुख लाभतं. ही वारकऱ्यांची इहलोकावरची पारमार्थिक वा आध्यात्मिक फलश्रुतीच नव्हे काय? इहलोकाची यात्रा संपविल्यावर जिची प्रचिती यावी, तीच गोष्ट इहलोकातच साध्य करता येते, हे फार मोठं समाधान वारकऱ्यांना वारीमुळं मिळतं.

वारीची फलश्रुती ही अशी सामाजिक स्वरूपाची आहे, तशीच सांस्कृतिक व आध्यात्मिक स्वरूपाचीही आहे.

॥ ॥

५५

पांडुरंगानं वारकऱ्यांना काय नाही दिलं?

वाऱ्यांच्या नि पालख्या-दिंड्यांच्या बातम्या वृत्तपत्रांत येऊ लागतात, त्या वेळी आपलं सारं लक्ष इतर बातम्यांवरून त्या बातम्यांकडे वळतं. पंढरीला पांडुरंगाचं दर्शन घेऊन वारकरी आपापल्या गावी सुखासमाधानानं परततात, त्या क्षणापर्यंत उभ्या महाराष्ट्राचं लक्ष वारीकडेच लागलेलं असतं. मराठी माणसानं अनेक दशकं, अनेक शतकं हेच दृश्य पाहिलं आहे. ते 'अ-भंगा'सारखं 'अ-खंड' आहे.

मराठी माणसानं—वारकऱ्यांनी हे 'व्रत' शतकानुशतकं इतक्या निष्ठेनं का बरं पाळलं असावं? त्यात अन्य व्रत-वैकल्यांप्रमाणं नि कर्मकांडांप्रमाणं साचेबंदपणा नि एकारलेपणा का आला नाही? हे व्रत त्यांच्यावर कुणी लादलंही नाही नि थोपलंही नाही. वारकऱ्यांनी ते आपणहून मनोमन स्वीकारलं नि पाऊसपाण्याची, खडतर प्रवासाची, प्रवासातल्या कष्टांची तमा न बाळगता ते सातत्यानं पाळलं. पांडुरंगानं वारकऱ्यांना असं काय दिलं की, ज्यामुळं त्यांनी हे व्रत पाळलं नि ते यापुढंही पाळत राहणार आहेत? पांडुरंगानं वारकऱ्यांना काय काय दिलं नाही? अहो, त्यानं तर भक्तांना आपलं सर्वस्वच देऊन टाकलं! आपल्यामधील चैतन्य त्यानं सर्व प्राणिमात्रांत, सर्व जीवात्म्यांत ओतलं नि त्या जडांना त्यानं चैतन्यमय केलं. पांडुरंगानं त्यांच्यामध्ये खऱ्या अर्थानं 'जीव ओतला'. 'एकोऽहं बहुस्याम्' ही स्फूर्ती त्याच्यामध्येच निर्माण झाली नि त्यातून तर ज्ञानदेव-नामदेवांसारख्या संतांना 'स्फूर्तिवाद' किंवा 'चिद्‌विलासवाद' लाभला. एका चैतन्यतत्त्वापासून एवढ्या विशाल विश्वाची नि या साऱ्या प्राणिमात्रांची निर्मिती होते. नव्हत्याचं 'होतं' होतं, हे नवलच नाही काय? 'न कळे याची गती!'

'न कळे याची लीला ।
आपेंआप सोहळा भोगतसे ।।'

असं संत नामदेव म्हणतात, ते उगीच नाही. सर्व जीवात्म्यांत नि प्राणिमात्रांत

माझाच अंश आहे, माझंच चैतन्य आहे; असं पांडुरंगानं म्हटल्यामुळं संपूर्ण विश्वात केवढा कायापालट झाला! साऱ्या प्राणिमात्रांच्या, मानवमात्रांच्या मानसिकतेत केवढं परिवर्तन घडलं! त्यांच्यामध्ये बंधुभाव नि समभाव यांची जाणीव पांडुरंगामुळंच नाही का निर्माण झाली? त्यामुळं जातीपातींत विखुरलेला समाज एकसंध झाला. त्यातले वेगवेगळे स्तर एकमेकांत जिवाभावानं मिसळून गेले.

पांडुरंगानं समाजात जी उच्च-नीचता निर्माण केली नव्हती, ती त्यानंच निर्माण केलेल्या काही प्रस्थापितांनी नि स्वयंघोषित तथाकथित उच्चभ्रूंनी निर्माण केली होती. ती स्वत: पांडुरंगानंच नाकारली नि साऱ्या जाती-जमातींतल्या भक्तांना 'उराउरी खेव' (भेट) दिल्यानं सर्व वारकऱ्यांमध्ये आपण सर्व सारखेच आहोत, आपणा प्रत्येकामध्ये पांडुरंगाचा-परमात्म्याचाच अंश असल्यानं आपल्या कुणातही कसलाही भेद नाही— हा समभाव जागृत झाला आणि उच्च-नीच भावामुळे सामाजिक एकात्मतेला जो तडा जाऊ पाहत होता, तो गेला नाही. पांडुरंगानं हे केवढं मोठं देणं वारकऱ्यांनाच नव्हे, तर सर्व समाजाला दिलं! चंद्रभागेच्या वाळवंटात पांडुरंगाच्या नामाचा घोष नामदेवही करतात, चोखोबाही करतात, गोरोबाही करतात, जनाबाई-सोयराबाई-निर्मळा-बहिणाबाईही करतात नि नरहरीमहाराज-सेनामहाराज करतात तसे तुकोबा-निळोबाही करतात.

पांडुरंगानं वारकऱ्यांना जसा समभाव नि बंधुभाव दिला, त्याचप्रमाणं भक्तिमुक्तीचा अधिकारही दिला. स्त्री-शूद्रांना हा अधिकार नाही, अशी आवई यादवकाळात कुणी 'खळांनी' उठविली खरी पण पांडुरंगच जनाबाईबरोबर दळू-कांडू लागला, सडा सारवू लागला. चोखोबांशी हितगुज करू लागला. सोयराबाई-निर्मळेची दुखणी ऐकू लागला नि त्यावर फुंकर घालून त्यांची समजूत काढू लागला. गोरोबांबरोबर माती तुडवू लागला. त्या वेळी ती आवई उठविणारे लोक कुठल्या कुठं अंधारात गडप झाले! एका अर्थानं पांडुरंगानं हा मोठा चमत्कारच केला म्हणायचा!

पांडुरंगानं वारकऱ्यांना संन्यास घ्यायला सांगितलं का? मुळीच नाही. ज्यांना घ्यायचा, त्यांना पांडुरंगानं आडकाठी केली नसली तरी संसाराचा त्याग केला म्हणजेच भक्ती करता येते, या विचारसरणीत त्यानं परिवर्तन केलं नि सांसारिकांनाही भक्तीचा मार्ग मोकळा केला. तिथं प्रवेशबंदी लादली नाही. कारण सर्वसामान्यांच्या अडीअडचणींची जाण जशी त्याला होती त्याचप्रमाणं प्रपंच हा 'परमार्थ बुडवणा' आहे, असंही त्याला वाटत होतं. नाही तर स्वत: पांडुरंगच भक्तांची प्रापंचिक कामं कशासाठी बरं करीत बसला असता? जनाबाईबरोबर सडा-सारवण कशासाठी केलं असतं नि सावतोबांबरोबर मोटनाडा कशाला धरला असता? प्रपंच करणं, हीही एक सामाजिक जबाबदारीच आहे; ही जाण पांडुरंगानंच वारकऱ्यांच्या मनांत निर्माण

केली. म्हणून तर वारीपूर्वी नि वारीनंतरही वारकरी आपापल्या प्रापंचिक/व्यावहारिक/ व्यावसायिक जबाबदाऱ्या सांभाळतात. आजवर आम्ही प्रपंचही केला नि तुझी भक्तीही केली; आता तुझं दर्शन घेऊन गावोगावी, घरोघरी, वस्त्यावस्त्यांत आम्ही वारीहून परतलो की पुन्हा तेच करणार— अशी जणू ग्वाहीच ते या दर्शनप्रसंगी पांडुरंगाला देत असतात. दर्शन देऊन पांडुरंग त्यांना जगण्याची नवी चैतन्यमय ऊर्जा देतो. मग वारकऱ्यांचा त्यानंतरचा प्रत्येक दिवस नव्या सूर्यासह उजाडतो. 'नित्य नवा दिस जागृतीचा' या ज्ञानोबांच्या उक्तीचा प्रत्यय त्यांना येऊ लागतो. तो आला नसता; तर आपलं दैनंदिन कामधाम, व्यापार-उदीम नि व्यवसाय सोडून ते वारीसाठी दर वर्षी का बरं आले असते?

पांडुरंगानं वारकऱ्यांना आणखी एक महत्त्वाची गोष्ट दिली. ती म्हणजे, पवित्र जीवनशैली. पांडुरंगाला प्रिय असलेली माळ वारकऱ्यानं धारण केली की, तो मनोमन एक प्रतिज्ञा करतो. ही प्रतिज्ञा असते शुचित्वाची, पावित्र्याची, मांगल्याची. जी माळ आपण धारण केली आहे, तिच्या पावित्र्याचं रक्षण करण्याची जबाबदारीही आपल्यावरच आहे. जे मंगलमय आहे, तेच आपण करावं. अमंगल आहे, ते टाळावं— या नीतीच्या द्विसूत्रीचं पालनदेखील वारकरी स्वत: होऊनच करतो. उक्ती आणि कृती यांचं पावित्र्य, 'कथनी' आणि 'करणी' यांचं पावित्र्य कसं अबाधित राहील, याची तो अतीव दक्षता घेतो. हे करीत असताना त्याच्यासमोर कुणीही नसतो. असतो तो एक अदृश्य साक्षीदार—पांडुरंग. तोदेखील वारकऱ्यांच्या अंतर्मनात कुठं तरी खोल-खोल दडून बसलेला असतो. असा एक-एक वारकरी येत जातो नि थेंबाथेंबांचा सागर होऊ लागतो. तो जेव्हा दिंड्यांच्या रूपानं आपल्या पापण्यांत मावत नाही, तेव्हा पांडुरंगानं वारकऱ्यांना काय दिलं, असा प्रश्न विचारायचं भानही आपल्याला उरत नाही. ज्ञानदेवांनी आपल्या एका 'विराणी'त म्हटल्याप्रमाणं 'भेटीलागी गेलिये। तंव तेचि जालिये।।' अशी पांडुरंगाची, वारकऱ्यांची नि तुमची-आमची 'स्वसंवेद्य' अवस्था होऊन जाते.

❑❑

५६

वारकरी संप्रदायाच्या यशाचं मर्म : सुगम उपासनापद्धती

प्रत्येक धर्माचं आणि संप्रदायाचं एक तत्त्वज्ञान असतं. या तत्त्वज्ञानात त्या धर्माची वा संप्रदायाची वैचरिक भूमिका प्रतिपादिलेली असते. ही भूमिका जशी ऐहिक जीवनाविषयीची असते, तशी पारलौकिक जीवनाविषयीचीही असते. त्याचप्रमाणं त्या धर्माची वा संप्रदायाची उपासनापद्धती व जीवनपद्धतीही असते. तत्त्वज्ञानाचा संबंध त्या धर्माच्या/ पंथांच्या विचारविश्वाशी व मनाशी (भावविश्वाशीही) असतो, तर उपासनापद्धतीचा संबंध प्रत्यक्ष दैनंदिन जीवनातील आचरणाशी असतो. वस्तुत: या दोहोंचा मेळ वा समन्वय साधायला हवा व तेच त्या धर्माचं/ पंथाचं उद्दिष्ट असतं... पण बऱ्याचदा असं घडतं की, उपासनापद्धतीचा प्रभाव अनुयायांवर अधिक पडतो. त्यातील क्लिष्टता वा सुगमता ही त्या-त्या धर्माच्या/पंथाच्या लोकप्रियतेलाही प्रभावित करीत असते; कारणीभूत ठरत असते.

यादवकालीन धर्म/पंथांची स्थिती पाहिली, तर या विविध उपासनापद्धतींचा तत्कालीन समाजावर फार मोठा प्रभाव पडल्याचं जाणवतं. अनेक पंथांमध्ये उपासनापद्धतींची क्लिष्टता वा जटिलता वाढविण्याकडेच काही धर्मधुरिणांचा वा पुरोहितांचा स्वार्थी कल दिसतो. संन्यासाचा अतिरेक, विरक्तीचा अतिरेक, मंत्रतंत्रांचं प्राबल्य, पोथीपांडित्याचा अतिरेक, गीर्वाणवाणी म्हणजे संस्कृत भाषेतूनच धर्मज्ञान प्राप्त करायला हवं— हा आग्रह आणि त्याचाही अतिरेक, व्रत-वैकल्यांवर भर, अनुष्ठानांचं माहात्म्यकथन, अनावश्यक कर्मकांड नि त्यातले बारकावे यांच्यावर भर व अशा प्रकारच्या कित्येक बाबी या उपासनापद्धतींशी निगडित होत्या आणि त्यांचा सर्वसामान्य माणसाच्या दैनंदिन जीवनाशी निकटचा संबंध येऊ लागला होता, याचं फार चांगलं नि मर्मभेदक चित्र डॉ. मु. ग. पानसे यांनी 'यादवकालीन महाराष्ट्र' या ग्रंथात रेखाटलं आहे. हे चित्र वारकरी संप्रदायाच्या तत्कालीन अध्वर्यूंनी पाहिलं होतं. या दृष्टीनं संत नामदेवविरचित ज्ञानदेव-चरित्रातील 'तीर्थावळी' हा भाग लक्षात

घेण्याजोगा आहे. धर्माकडे समाज का वळत नाही, याचं एक महत्त्वाचं कारण – म्हणजे; जनसामान्यांना अवघड वाटणारी, त्यांच्या आटोक्यात न येणारी उपासनापद्धती होय, हे वारकरी संप्रदायाच्या या अध्वर्यूंनी नेमकेपणानं हेरलं होतं. यामुळं क्लिष्ट, जटिल, सामान्य माणसांना दैनंदिन जीवनव्यवहार करता-करता न घेण्याजोग्या उपासनापद्धती उपयोगाच्या नाहीत, हे वारकरी संतांच्या लक्षात आलं. या उपासनापद्धतीतच सुगमता आली पाहिजे, त्यासाठी तिचं पुनर्व्यवस्थापन करायला हवं, हा विचार जेव्हा ज्ञानदेव-नामदेवांना सुचला असावा, तो वारकरी संप्रदायाच्या यादवकालीन पुनरुज्जीवनाचा व नवचैतन्याचा सुवर्णक्षण असावा, असं मला नेहमी वाटलं आहे.

सुगमीकरण व सुलभीकरण हे वारकरी संप्रदायाच्या पुनर्रचनेचं व पुनर्व्यवस्थापनाचं पायाभूत तत्त्व होय. जी गोष्ट अवघड आहे, ती टाळण्याकडे सहजप्रवृत्ती असते. जी सहज करता येते व ती केल्यातच आपलं हित नि कल्याण आहे, हे कळल्यावर ती गोष्ट करायचं कोण टाळील? शिवाय ती का करायची, हे उमजलं तर या कार्याला अधिक प्रेरणा नाही का मिळणार? समाजाचं हे मानसशास्त्र ज्ञानदेव-नामदेवांनी नेमकेपणानं लक्षात घेतलं होतं. मंत्रोच्चार मुळात अवघड; शिवाय त्यांच्या अर्थाचं आकलन झालं नाही तर त्यांचा मनावर कसला संस्कार होणार? म्हणून कुणासाठी तरी मंत्र म्हणणाऱ्यांचा एक स्वतंत्र वर्गच निर्माण झाला व तो या वर्गावर जगू लागला. ज्यांना मंत्र म्हणता येत नव्हते, ते कसेबसे अनुकरण करून मंत्रोच्चारकाच्या मागोमाग पुटपुटू लागले किंवा मौन धारण करून ऐकत बसले. ही झाली एका मंत्रपठणासारख्या उपासनापद्धतीची कथा. ज्यांना मंत्र म्हणता येत होते व त्यांचा अर्थही कळत होता, अशा अल्पसंख्यांचा इथं प्रश्न नव्हता; कारण त्यांचा 'खरा' प्रश्न सुटला होता. पण अज्ञ, भोळ्याभाळ्या, देववाणी न येणाऱ्या व लोकवाणीतच जीवनव्यवहार करणाऱ्या बहुसंख्यांच्या अभ्युदयाचा खरा प्रश्न होता; तो वारकरी संप्रदायानं मोठ्या कौशल्यानं सोडविला. नामस्मरणाची सोपी उपासनापद्धती या संप्रदायानं पुरस्कारिली आणि कर्मकांड, संन्यास, व्रत-वैकल्यं, अनुष्ठानं, यज्ञयाग यांच्यामुळं जनसामान्यांची जी अवघडलेली अवस्था होती, तिच्यातून त्यांची सुटका केली. ही सुटका म्हणजे एका अर्थानं मुक्तीच होती; कारण आपल्याला ही उपासना करता येते, ती करताना अडथळे येत नाहीत, जीवनव्यवहार व प्रपंच करूनही ती करता येते, त्यासाठी कुटुंबकबिला सोडावा लागत नाही आणि शिवाय देवही पावतो, हा केवढा मोठा आत्मविश्वास सामान्य माणसाच्या मनात वारकरी संप्रदायानं निर्माण केला! या संप्रदायानं या जनसामान्यांना केवढं आत्मभान दिलं! त्या आत्मभानामुळं यादवकाळात केवढा 'उदय' झाला. तो इतर उदयांसारखा मुद्दाम

सांगावा लागणारा व तरीही न जाणवणारा जाहिरातबाजीचा उदय नव्हता... तर मराठी मनाला अगदी सहजपणे, काही देवाण-घेवाण न करता भिडणारा उदय होता. त्यामुळं वारकरी संप्रदायामध्ये तेराव्या शतकात नवा सूर्य उजाडला नि त्याची किरणं महाराष्ट्राच्या दऱ्याकपारींत, वस्त्यावस्त्यांत, गावागावांत प्रकाशली. या प्रकाशाबरोबरच आत्मज्ञानाचा प्रकाशही मराठी मनाच्या गाभाऱ्यात आला नि त्यानं तेराव्या शतकापासून एकविसाव्या शतकापर्यंतची सारी शतकं उजळून निघाली.

'नामस्मरण' या उपासनापद्धतीत अवघड असं काय होतं? देवांची नावं तर सोपीच होती, त्यांच्या अर्थाच्या आकलनात कुठलीच बाधा नव्हती. त्यांच्या उच्चारणासाठी कुणाची मदत वा साह्य घेण्याची गरज नव्हती व कुणावर अवलंबून राहण्याचीही आवश्यकता नव्हती.

'नामसंकीर्तन साधन पैं सोपे'...असा त्याविषयीचा दिलासा प्रत्यक्ष संतांनीच दिला होता. नामस्मरण करताना दैनंदिन प्रपंचाच्या जबाबदाऱ्या सोडून देण्याची काहीही गरज नव्हती. त्यामुळं 'सुखे येतो घरा नारायण' याची प्रचिती जनाबाईंसारख्या संतकवयित्रींना घर सारवताना, अंगण झाडताना, पाणवठ्यावरून घागरी भरून आणताना, जात्यावर दळण दळताना किती सहजपणे येत होती. हेच समाजाच्या सर्व घटकांच्या बाबतीतही घडू लागलं, तेव्हा मात्र वारकरी संप्रदायाच्या प्रचार-पुरस्काराला शीग लागली. वेगवेगळ्या व्यवसायांचे, जातीपातींचे लोक या संप्रदायाचे अनुयायी झाले. या अनुयायांचे लोटच्या लोट या संप्रदायात आले. 'जनांचा प्रवाहो लोटला' अशी काहीशी अभूतपूर्व स्थिती महाराष्ट्रात निर्माण झाली व तीच 'वारी'च्या रूपानं आज आपण प्रत्यक्ष पाहत आहोत, अनुभवीत आहोत.

महाराष्ट्रात हे चैतन्य निर्माण व्हायला वारकरी संप्रदायाची अन्य वैशिष्ट्यंही निश्चितपणे कारणीभूत आहेत. त्यांचा स्वतंत्रपणे व सविस्तर विचार करायला हवा; पण नामस्मरणाच्या सुगम/सुलभ उपासनापद्धतीनं वारकरी संप्रदायाच्या प्रसारात फार मोठी भर घातली नि जनसामान्यांत भक्तीविषयी व धर्माविषयी आस्था निर्माण केली, हे कुणीही अमान्य करणार नाही. वारकरी संप्रदायाच्या यशाचं रहस्य ज्यात साठविलं आहे, त्यातले काही सुवर्णकण नामस्मरणात निश्चितपणे आढळतात व ही उपासनापद्धती किती परिणामकारक ठरली, ते वेगळं सांगावं लागत नाही.

तथापि, नामस्मरणाविषयी एक खुलासा मात्र या लेखाच्या शेवटी अवश्य करायला हवा. 'नामस्मरण' हीही एक यांत्रिक क्रियाच होती का? मुळीच नाही. नामस्मरण म्हणजे सगुणोपासना नि सगुणोपासनेपासून पुढचा व अंतिम टप्पा गाठायचा तो निर्गुणोपासनेचा— हे वारकरी संतांनी आपल्या अभंगांतून स्पष्टपणे सांगून टाकलं आहे. त्यामुळं मंत्रांभोवती जे सावट येण्याची शक्यता होती, ती

नामस्मरणाभोवती आली नाही. त्यामुळं ही उपासनापद्धती आकलनसुलभ व आचरणसुलभ झाली. पण हे 'सोपं साधन' शोधून काढण्यापूर्वी संतांनी केवढं चिंतन केलं असेल? केवढा विचार केला असेल?

□□

५७

वारकरी संप्रदाय नि एकात्मता

महाराष्ट्रात जे विविध संप्रदाय आहेत, त्यांमध्ये वारकरी संप्रदायाचं एक वैशिष्ट्यपूर्ण आणि लक्षणीय स्थान आहे. भागवत धर्म किंवा वारकरी संप्रदाय हा पुरातन असला, तरी ज्ञानदेव-नामदेव या संतश्रेष्ठांनी त्याला तेराव्या शतकात नव्यानं उजाळा दिला, त्याची पुन्हा एकदा जडणघडण केली व त्यात नवचैतन्य ओतलं.

वारकरी संप्रदायाची ही जडणघडण नव्यानं करताना ज्ञानदेव-नामदेवांनी जसं यादवकालीन धर्मव्यवस्थेचं, समाजव्यवस्थेचं नि परिस्थितीचं सूक्ष्म अध्ययन व चिंतन केलं; त्याचप्रमाणं तत्कालीन समस्यांचा व त्यांच्या दूरगामी परिणामांचाही विचार केला. या समस्यांची उकल कशी करावयाची, याचाही मूलगामी स्वरूपाचा विचार त्यांनी केला. त्यातूनच या संप्रदायाच्या तत्त्वज्ञानाला व आचारधर्माला नवे आयाम मिळाले. संत एकनाथांच्या काळात— म्हणजे बहमनीकाळात व संत तुकोबांच्या काळात— म्हणजे शिवकाळात— या आयामांना तत्कालीन परिस्थितीनुसार आणखी नवे संदर्भ लाभले आणि वारकरी संतांच्या चिंतनविश्वाची व्याप्ती वाढत-वाढत गेली. जनमानसात या संप्रदायाचं स्थान उत्तरोत्तर अधिकाधिक जवळिकीचं होत गेलं व त्याचा प्रभावही वाढत-वाढत गेला. या प्रभावकक्षा का रुंदावत गेल्या, त्यामागील मर्म लक्षात घेतल्यास ते वारकरी संप्रदायाच्या आकलनास उपयुक्त ठरेल, असं मला वाटतं.

अनेकदैवतवादामुळं समाजात ईश्वराविषयीच्या वेगवेगळ्या कल्पना निर्माण होत होत्या. त्यामुळं समाजात वेगवेगळे संप्रदाय निर्माण झाले होते व त्या-त्या संप्रदायांचे उपासकही समाजात होते. या विविध सांप्रदायिकांमध्ये भेद निर्माण झाले होते व सांप्रदायिक अभिनिवेशही वाढत चालला होता. दैवतांची नावं वेगवेगळी असली तरी मूळ परमात्मा एकच आहे, ही जाणीव नाहीशी होत चालली होती. यासाठी एकेश्वरवादाचा पुरस्कार करणं आवश्यक होतं. वारकरी संप्रदायानं हा

पुरस्कार केल्यामुळं हे सांप्रदायिक भेदाभेद कमी व्हायला व समाजात एकात्मतेची भावना रुजायला मोठं साह्य झालं. यादवकाळात तर शैव आणि वैष्णव यांच्यामध्ये फार मोठा दुरावा होता. ज्ञानदेवांनी हरिहरक्याची जी भूमिका स्वीकारली, त्यामुळं या सांप्रदायिकांमध्ये सामंजस्य प्रस्थापित झालं. वारकरी संप्रदायाचा हा समन्वयवादी विचार पुढील शतकांनाही किती प्रेरक ठरला, याची कल्पना आपल्याला आहेच. सगुणोपासना करीत असतानाच तिच्यामागील मूळ उद्दिष्ट निर्गुणोपासनेचं आहे, हेही वारकरी संतांनी आवर्जून सांगितलं आहे. 'तुज सगुण म्हणो की निर्गुण रे' यासारख्या अभंगांतून याची प्रचिती येते.

वारकरी संप्रदायाच्या तत्त्वज्ञानातील अद्वैतमत हेही सामाजिक व आध्यात्मिक एकात्मतेच्या विचाराला पोषक ठरलं. परमात्म्याचाच अंश सर्व जीवात्म्यांत आहे, चराचरात आहे. जीवात्मा नि परमात्मा हे एकच आहेत. भक्ती नि उपासना/साधना केल्यानंतर जीवात्मा परमात्मस्वरूप होऊ शकतो. सर्व प्राणिमात्रांना भक्तीचा व स्वोद्धाराचा जन्मसिद्ध अधिकारच आहे; हा विचार समाजातील सर्व घटकांना फार मोठा आधार देणारा आहे, दिलासा देणारा आहे, 'आत्मभान' देणारा आहे. यामुळंही समाजातील विविध जाती-जमातींमध्ये एकत्वाचं नातं निर्माण झालं. चातुर्वर्ण्यव्यवस्थेमुळं जी सामाजिक विषमता निर्माण झाली होती, श्रेष्ठत्व-कनिष्ठत्वाची तटबंदी निर्माण झाली होती; ती नाहीशी व्हायला मदत झाली. प्रत्येक जीव हा परमेश्वरानंच निर्माण केला असून, त्यानं उपासना केली की तो 'शिवरूप' होऊ शकतो; अशा प्रकारे 'जिवा-शिवाची भेट' होऊ शकते, त्याचं मीलन होऊ शकतं; हा विचारही समाजातील सर्व लोकांमध्ये समभाव निर्माण करणारा असल्यानं त्याचाही मोठा प्रभाव समाजावर पडला.

ज्ञानदेव, नामदेव, मुक्ताबाई, जनाबाई, गोरोबा, चोखोबा, सेनामहाराज, सावतोबा, नरहरीमहाराज, एकनाथ, तुकोबा, बहिणाबाई, निळोबा या संत-नामावलीचा इथं निर्देश केला तरी वारकरी संप्रदायाची यासंदर्भातील प्रभावकक्षा किती व्यापक होती, ते लक्षात येतं. सूफी संप्रदायाच्या कादरी शाखेतील संत शेख महंमद हेदखील वारकरी संप्रदायाशी समरस झाले होते व त्यांचा निर्देश वारकरी संत-नामावलीत केला जातो. यावरूनही वारकरी संप्रदायाच्या व्याप्तीची कल्पना येते.

वारकरी संप्रदायाच्या तत्त्वज्ञानात 'चिद्‌विलासवादा'ला महत्त्वाचं स्थान आहे. 'एकोऽहं बहुस्याम्' हे त्यामागील सूत्र आहे. या विश्वामागील अंतिम सत्याला— परमात्म्याला— 'मी एक आहे, पण मला अनेक व्हावंसं' वाटतं. हे विश्व नि हे सारे प्राणिमात्र, चराचर हा त्याच्या चित्ताचा विलास होय, असा विचार चिद्‌विलासवादात प्रतिपादिला आहे. यालाच 'स्फूर्तिवाद' असंही म्हणतात. ज्ञानदेवांनी 'ज्ञानेश्वरी'त

चिद्विलासवादाचं सविस्तर विवेचन केलं आहे. अद्वैतमत आणि चिद्विलासवाद यांचा स्वीकार केल्यामुळंच वारकरी संप्रदायानं 'सर्वांभूतीं भगवद्भावा'ची सर्वसमावेशक व एकात्मतेची भूमिकाही स्वीकारली. या भूमिकेमुळं सामाजिक अभिसरणाची प्रक्रिया सुरू झाली. त्यातून समाजातील सर्व घटकांना सामाजिक व आध्यात्मिक न्याय मिळाला. महाराष्ट्रात आध्यात्मिक लोकशाहीच्या प्रतिष्ठापनेस व विकासास अशा प्रकारे वारकरी संप्रदायाचा मोठा हातभार लागला. महानुभाव संप्रदायाचंही यासंदर्भातील कार्य लक्षणीय आहे.

वारकरी संप्रदायाची एकात्मवादी विचारसरणी समजून घेण्याच्या दृष्टीनं आणखी काही निवडक उदाहरणं देणं प्रस्तुत ठरेल, असं मला वाटतं.

'जे जे भेटे भूत । ते ते मानिजे भगवंत' या उक्तीची व्याप्ती किती मोठी आहे! ज्ञानदेवांनी सांगितलेला एक दृष्टांतही उल्लेखिण्याजोगा आहे. ते म्हणतात :

'अळंकाराते आलें। तरि सोनेंपण काइ गेलें?'

आपण सोन्याचे वेगवेगळे दागिने करतो. या दागिन्यांची नावं वेगवेगळी असतात. असं असलं, तरी त्यातलं मूलतत्त्व म्हणजे सोनं मात्र एकसारखंच असतं, समानच असतं. त्याप्रमाणं समाजातील लोकांची नावं वेगवेगळी असतात, त्यांच्या जाती-जमाती वा पंथ वेगवेगळे असतात; पण त्या सर्वांमध्ये जे मूलतत्त्व (परमात्वतत्त्व) असतं, ते समानच असतं; सारखंच असतं. त्यात भेदाभेद मानण्याचं काही कारण नाही. यासाठीच वारकरी संप्रदाय 'भेदाभेद भ्रम अमंगळ' आहे, असं मानतो.

संत एकनाथांनी जी भारुडं लिहिली आहेत, त्यांतील व्यक्तींचाही इथं उल्लेख करता येईल. यात भटीण आहे, त्याप्रमाणंच कोल्हाटीण आहे. वैदू आहे, जोगी आहे, वासुदेव आहे, भुत्या आहे. जोशी आहे, वीरशैव धर्माचा जंगम आहे, इस्लामधर्मीय फकीर, सिद्दी नि बाजीगर आहे, त्याचप्रमाणं शीखधर्मीय नानकशाह आहे. या सर्वांचा परमेश्वर एकच आहे. साईबाबांनी 'सबका मालिक एक' या शब्दांत किती सुरेख वर्णन केलं आहे!

वारकरी संप्रदायाच्या एकात्मतावादी विचारसरणीच्या संदर्भात मला आणखी एक उदाहरण द्यावंसं वाटतं. संत एकनाथांनी जी भारुडं लिहिली आहेत, त्यांत 'हिंदू-तुर्क-संवाद' हे एक संवादात्मक भारूड आहे. यात दोन पात्रं आहेत. एक हिंदू आहे, दुसरा मुसलमान आहे. प्रत्येकाला आपल्या धर्माचा अभिमान वाटतो व तो दुसऱ्याच्या धर्माला दूषण देतो. नंतर ते दोघं एकमेकांचा धर्म समजून घेतात व मग त्यांना हे जाणवतं— धर्म वेगवेगळे असले तरी ते मानवाच्या कल्याणासाठीच असतात. या परमतसहिष्णुतेच्या विचारामुळं त्यांच्यामध्ये बंधुभाव कसा निर्माण होतो, याचं मार्मिक विवेचन संत एकनाथांनी या भारूडात केलं आहे.

अशा प्रकारे वारकरी संप्रदायानं समाजातील भेदाभेदाच्या व विषमतेच्या भिंती नाहीशा केल्या. समतावादी, एकात्मतावादी विचारसरणीचा पुरस्कार केला. त्यामुळं एकसंध समाजाच्या निर्मितीस मोठं योगदान लाभलं.

❑❑

५८

वेलु गगनावरी गेला!

वारकरी संप्रदायात नवजीवन ओतण्याचं नि त्यात नवचैतन्य निर्माण करण्याचं जे महान सांस्कृतिक कार्य तेराव्या शतकात सुरू झालं होतं, त्याला आज एकविसाव्या शतकात सात शतकांहून अधिक काळ लोटला. वारकरी संप्रदाय महाराष्ट्राच्या गावागावांत, खेड्याखेड्यांत, वस्त्यावस्त्यांत, झोपड्याझोपड्यांत उत्तरोत्तर अधिकाधिक रुजत चालला असल्याचं नि सामाजिक-आध्यात्मिक प्रबोधन करीत असल्याचं चित्र आपल्याला आजही पाहायला मिळतं. वारीच्या वेळी तर याचा उत्कट प्रत्यय येतो. महाराष्ट्रातील विविध संप्रदाय आपापल्या परीनं महत्त्वाचे आहेत. त्यांनी आपल्या परीनं कार्य केल्याचं मान्य करूनही 'आजचा सर्वाधिक लोकप्रिय व लोकाभिमुख संप्रदाय कोणता?' असा प्रश्न कुणालाही विचारला, तर त्याचं एकच उत्तर येतं नि ते म्हणजे, वारकरी संप्रदाय. हेच उत्तर का बरं यावं, असा प्रश्न आपण मनोमन विचारू लागलो तर त्याचंदेखील उत्तर ज्ञानदेव-नामदेवांपासूनच्या वारकरी संतांच्या वाणीत नि लेखणीत गवसतं. त्यांच्या द्रष्टेपणात गवसतं. त्यांच्या दूरदृष्टीत गवसतं. त्यांच्या लोकाभिमुखतेत गवसतं. त्यांच्या जनहिताच्या कळवळ्यात गवसतं. प्राचीन काळापासून म्हणजे पुंडलिकाच्या काळापासून चालत आलेल्या या संप्रदायाचा कायापालट नि कायाकल्प घडवून आणून त्याची नव्यानं जडणघडण करण्याच्या उत्तरदायित्वात आढळतं.

तेराव्या शतकात या संप्रदायाचा हा जो कायापालट झाला, त्याला जे नवसंजीवन नि नवचैतन्य लाभलं आणि त्याला समाजातल्या सर्व स्तरांतल्या लोकांचा– सर्व जाती-जमातींच्या लोकांचा– जो प्रचंड नि उत्स्फूर्त प्रतिसाद लाभला; त्यामागं वारकरी संतांची जशी दूरदृष्टी होती, तशीच योजकताही होती. समाजाचं मानसशास्त्र नेमकेपणानं जाणण्याची लोकशिक्षकाची भूमिकाही होती नि समाजातील स्थितिप्रियता नाहीशी करून तो अत्यंत गतिमान, प्रवाही व चैतन्यमय करण्याची

समाजप्रबोधनकाराची मार्मिक दृष्टीही होती.

सर्वसामान्य माणूस आणि धर्म यांच्या मधे दऱ्या का निर्माण होतात, याचा मूलगामी स्वरूपाचा विचार वारकरी संतांनी केला. ज्ञानदेव आणि नामदेव या संतद्वयाचं कार्य अत्यंत पायाभूत स्वरूपाचं होतं, असं या संदर्भात निश्चितपणे म्हणता येतं.

'संतकृपा झाली । इमारत फळा आली ।
ज्ञानदेवें रचिला पाया । उभारिलें देवालया ॥'

या संत बहिणाबाईंच्या लोकप्रिय अभंगात वारकरी संप्रदायाच्या उभारणीचं जे चित्र रेखाटलं आहे, त्यात थोडासा बदल सुचवून असं म्हणावंसं वाटतं की, हा पाया ज्ञानदेव आणि नामदेव या दोन्ही संतांनी मिळूनच रचला : 'ज्ञानदेवें- नामदेवें रचिला पाया' हे विधान अधिक वास्तव व ऐतिहासिक सत्याचं नेमकं दर्शन घडविणारं आहे. ज्ञानदेव-नामदेवांपूर्वीही वारकरी संप्रदाय अस्तित्वात होताच ना? पण या संतद्वयानं तत्कालीन परिस्थितीचा व सामान्य माणूस आणि धर्म यांच्यामध्ये येणाऱ्या अडसरांचा विचार करून संप्रदायाची जी नवी बैठक अंथरली; तिच्यावर समाजातल्या साऱ्या जाती-जमातींचे, साऱ्या वर्णांचे लोक खांद्याला खांदा लावून बसू लागले– अगदी ऐसपैस बसू लागले.

यातला पहिला महत्त्वाचा अडसर काढून टाकला गेला तो वर्णव्यवस्थेचा. चातुर्वर्ण्यव्यवस्थेमुळं समाजातल्या काही वर्णांनी स्वतःला उच्चवर्णीय म्हणून घोषित करून टाकलं व ओघानंच इतर वर्णीयांवर कनिष्ठत्वाचं शिक्कामोर्तब केलं. त्यांना धर्माचं ज्ञान प्राप्त करण्याचा, उपासनेचा व भक्तीचा अधिकारही दिला नाही. त्यांचा मुक्तीचा मार्गही अडकून ठेवला. त्यामुळं स्त्री-शूद्रांना भक्तीचा व मुक्तीचा अधिकारच नाही, असं घोषित करण्याइतपत या तथाकथित प्रस्थापितांची मजल गेली. हा अन्याय जसा धार्मिक वा आध्यात्मिक स्वरूपाचा होता, तसाच व ऐहिक स्वरूपाचाही होता. सामाजिक न्याय नाकारणारा होता. त्याला प्रखर विरोध करण्याची गरज होती. त्यामुळं ज्ञानदेव-नामदेवांनी विरोध पत्करूनही हे महत्कार्य केलं. आध्यात्मिक क्षेत्रात आम्ही सर्वांना समान मानतो आणि प्रत्येकाला आपला उद्धार करून घेण्याचा, भक्ती करण्याचा व मुक्ती प्राप्त करण्याचा जन्मसिद्ध अधिकारच आहे, ही ज्ञानदेव-नामदेवांची घोषणा सर्व जाती-जमातींच्या लोकांना केवढा दिलासा देऊन गेली! केवढा आत्मविश्वास त्यांच्यामध्ये या घोषणेमुळं आला! त्यांना केवढं आत्मभान लाभलं! या संतद्वयाच्या या विचारानं संपूर्ण महाराष्ट्राला नवचैतन्य लाभलं, निराश समाजाला उत्साहाची संजीवनी लाभली आणि त्याचंच फलित म्हणजे— या सर्वच

जाती-जमातींतून ज्ञानदेव-नामदेवांच्या प्रभावळीत, त्या काळापर्यंत न दिसणारे सावता माळी दिसू लागले, गोरा कुंभार दिसू लागले, चोखोबा दिसू लागले, सेनामहाराज दिसू लागले. हे सारे संत खरं तर त्या-त्या जातींचे प्रतिनिधीच होते. त्यांच्यामुळं वारकरी संप्रदायाच्या या महासागराला किती तरी जाती-उपजातींचे प्रवाह मिळाले. त्यामुळं महाराष्ट्रातील वारकरी संप्रदायाला एक भव्य नि दिव्य रूप लाभलं. ते रूप आपण दर वारीच्या वेळी आजही पाहतो नि आपल्या डोळ्यांचं पारणं फिटतं. 'मऱ्हाटी' माणसाला धर्मप्रवण, भक्तिप्रवण करून त्याला मुक्तीची वाट दाखविण्याचं केवढं महान कार्य या सर्व वारकरी संतांनी केलं!

धर्म आणि जनसामान्य यांच्यातील आणखी एक अडसर ज्ञानदेव-नामदेवांनी दूर केला. यापूर्वी (तेराव्या शतकापूर्वी) संस्कृत हीच धर्मभाषा होती व ती विशिष्ट संस्कृतज्ञ वर्गालाच येत होती. मग सर्वसामान्यांना धर्म कसा कळावा? त्यांनी भक्ती कशी करावी? स्वत: ज्ञानदेव हे संस्कृतज्ञ असूनही त्यांनी लोकांची मायबोली मराठीचाच स्वीकार केला आणि 'ज्ञानेश्वरी', 'अमृतानुभव', 'चांगदेवपासष्टी', अभंगादी सारं लेखन मराठी भाषेत करून तिलाच वैभवसंपन्न केलं. तिच्यातून त्यांनी जनसामान्यांशी हृदयसंवाद साधला. तर, नामदेवांपासून चोखोबा-तुकोबा-निळोबांपर्यंतच्या सर्व संतांनीही या अस्सल 'देशीकार लेण्या'चं माध्यम उपयोजून वारकरी संप्रदायाचं तत्त्वज्ञान, आचारधर्म नि उपासनापद्धती अगदी सोप्या भाषेत आपल्या वाणीतून व लेखणीतून प्रतिपादिली व तिचे संस्कार मऱ्हाटी मनावर झाले. या सर्व संतांचे मराठी माणसावरचे हे केवढे थोर उपकार! शिवाय या सर्वांचं या संतांनी 'सुलभीकरण'ही केलं. विद्वज्जड तत्त्वज्ञानाच्या घटपटादी चर्चा करण्याचं पांडित्यप्रदर्शन कुठल्याही वारकरी संतानं केलं नाही. त्यांनी तत्त्वप्रतिपादनार्थदेखील 'जिवा-शिवाच्या भेटी'चं अद्वैतमत स्वीकारलं नि त्याचीही फार मोठी मोहिनी मराठी मनावर पडली. अनेकदैवतवाद, कर्मकांड-व्रतवैकल्यांचं प्राबल्य, धर्मविषयक गैरसमजुती व चुकीच्या पारंपरिक रूढी, बुवाबाजी या साऱ्यांना पूर्ण फाटा देऊन त्यांनी धर्माचं पारदर्शक चित्र सामान्य माणसासमोर चितारलं. त्यामुळं धर्माचा स्वच्छ आरसाच त्याला दिसला व त्यात तो आपलं 'स्व'रूप पाहू लागला, आपल्या रूपातच पांडुरंगाचंही दर्शन घेऊ लागला.

वारकरी संतांनी आणखी एक महत्त्वाचा अडसर दूर केला, तो प्रापंचिकांच्या दृष्टीनं अत्यंत उपयुक्त ठरला व त्यामुळंही वारकरी संप्रदायाचा प्रचार-प्रसार महाराष्ट्रात फार मोठ्या प्रमाणावर झाला. भक्ती करायची तर प्रपंचाचा वा संसाराचा त्यागच करायला हवा, संन्यास घ्यायला हवा, रानावनात किंवा दऱ्याखोऱ्यांतच जाऊन राहायला हवं व आपल्या मुलाबाळांचा, कुटुंबीयांचा त्याग करायला हवा, यज्ञयाग करायला हवेत, व्रत-वैकल्यांच्या चक्रव्यूहात शिरायला हवं— या साऱ्या कल्पनांतील

वैय्यर्थ्य स्पष्ट केले. ते उपासनेचे विविध मार्ग असले तरी सामान्य माणसाच्या साधनेत त्यामुळं बाधा येत नसून त्यानं प्रपंच करता-करता भक्ती करावी, हा राजमार्ग वारकरी संतांनी दाखविला. त्यामुळं सामान्य माणसाच्या मनावरचं केवढं दडपण दूर झालं! आपला व्यवसाय करता-करता, प्रापंचिक कर्तव्यं पार पाडता-पाडता, हे सारे भाविक जन परमार्थाची वाटचाल करू लागले. 'ग्यानबा-तुकारामा'चा गजर उभ्या महाराष्ट्रात निनादू लागला.

या सर्वांचा केवळ आध्यात्मिक स्वरूपाचा परिणामच महाराष्ट्रावर झाला काय? तो तर झालाच; पण त्याची सामाजिक फलश्रुतीदेखील कमी महत्त्वाची नव्हती. आध्यात्मिक समतेच्या व कल्याणाच्या उद्दिष्टाबरोबरच या संप्रदायानं सामाजिक/ऐहिक समता नि कल्याणही साधलं. माणसामाणसातला, जातीपातीतला भेद मिटवून सारा समाज पुन्हा एकसंध केला. नामस्मरण व कीर्तन यासारख्या सुलभ माध्यमांद्वारा 'व्यक्तिगत भक्ती'चा व 'सामूहिक भक्ती'चा पुरस्कार केला. आपल्या तत्त्वज्ञानातून उदात्त दैवी मूल्यांचा प्रसार केला व आसुरी प्रवृत्तीच्या विकारांचा निषेध करून मराठी माणसाची जीवनशैलीच पार बदलून टाकली. तिला नितळ, निर्मळ, मंगल, पवित्र नि पावन केलं. त्यामुळं मराठी माणसाचा जीवनाकडे पाहण्याचा दृष्टिकोनच बदलून गेला. तो संस्कारक्षम, उदात्त मूल्यांचं जीवन जगता-जगता मुक्तीची वाट अगदी सहजपणे चालू लागला. या साऱ्या वारकरी संतांचं सर्वांत मोठं योगदान हे की, महाराष्ट्राच्या मराठी मातीत रुजलेलं हे अध्यात्माचं बीज चांगलंच अंकुरलं, ते तरारलं, वाढलं, विस्तारलं नि हा 'वेलु गगनावरी गेला!'

❑❑

५९

अद्वैत ज्ञानदेवांचं

संत ज्ञानदेवांच्या विभूतिमत्वाचं नि चिंतनविश्वाचं आकलन करून घेत असताना त्यांच्या काळाची—म्हणजे यादवकाळाची—त्याचप्रमाणं यादवपूर्वकाळाची पार्श्वभूमी लक्षात घेणं अत्यंत आवश्यक आहे. या पार्श्वभूमीत तत्कालीन सामाजिक व धार्मिक परिस्थितीचं प्रतिबिंब उत्कटपणे उमटलं आहे. या पार्श्वभूमीत त्या काळात प्रचलित असलेले लोकसमज प्रकट झाले आहेत. समाजात रूढ असलेल्या श्रद्धा नि अंधश्रद्धा यांचं दर्शनही तिच्यात घडतं. वर्णाधिष्ठित समाजव्यवस्थेचं चित्र तिच्यात रेखाटलं गेलं आहे. धर्मविचार जनसामान्यांत कितपत पोहोचला नि त्याचं आकलन जनमानसाला कितपत झालं, त्यात काही अडचणी वा अवरोध आले काय? आले असल्यास ते कोणकोणते होते? अशा प्रकारचे प्रश्नही या पार्श्वभूमीचा विचार करीत असताना आपल्याला पडल्याशिवाय राहत नाहीत. एका प्रश्नातून दुसरा नि दुसऱ्यातून तिसरा निर्माण होत जातो नि या प्रश्नांचा चक्रव्यूह वाढत-वाढतच जातो. या चक्रव्यूहाचा भेद करीत असताना ज्ञानदेवांसारख्या विभूतीला किती मूलगामी स्वरूपाचं चिंतन करावं लागलं असेल, याची कल्पनाही करवत नाही. त्याचप्रमाणं या विविध समस्यांची उकल कशी करायची नि त्या सोडविण्यासाठी कोणकोणत्या उपायांची योजना करायची, याचा या विभूतीनं किती वेगवेगळ्या अंगांनी विचार केला असेल! त्या विचार-परिघांना स्पर्श करणं, ही वाटते तितकी सोपी गोष्ट नाही; कारण आपल्या विचारांनादेखील काही सीमारेषा असतात. तशा सीमारेषा नि मर्यादा माझ्या या लेखालादेखील आहेत, हे या लेखाच्या प्रारंभीच सांगावंसं वाटतं. ज्ञानदेवांच्या या चिंतनविश्वाच्या एका आयामाचाच—एकात्मतावादाचाच— विचार या लेखात केला आहे.

कोणत्याही समाजाला धर्मविचाराचं अधिष्ठान लाभलेलं असतं, त्याचप्रमाणं यादवपूर्वकालीन व यादवकालीन समाजालादेखील धर्मविचाराचं अधिष्ठान लाभलं

होतं. हा धर्मविचार अनेकांगांनी होत असल्यानं त्याचं रूपांतर विविध धर्मपंथांत झालं होतं. यादवपूर्वकाळाचा हा वारसा यादवकाळाला मिळाला होता. धर्माचा विचार विविधांगांनी करीत असताना विविध धर्म-पंथ निर्माण होणं स्वाभाविकच होतं. तथापि, पुढं या पंथांच्या अनुयायांमध्ये पंथाभिनिवेश निर्माण झाला. आपलाच पंथ व आपलाच धर्मविचार योग्य व श्रेष्ठ असून इतर पंथ व त्यांचे धर्मविचार गौण आहेत, अशा प्रकारची भावना काही पंथांच्या अनुयायांमध्ये निर्माण झाल्यानं मतमतांतरं होऊ लागली आणि मतामतांचा गलबलाही निर्माण झाला. त्यामुळं जनमानसही संभ्रमित होणं स्वाभाविक होतं. समाजाच्या विविध स्तरांत अंतराय निर्माण होऊ लागला होता. मनामनांमधील नि मतामतांमधील दऱ्या वाढत होत्या. त्यामुळं समाजातील एकसंधता नाहीशी होत होती.

ही एकसंधता नाहीशी होण्यास आणखी एक बाब कारणीभूत होत होती. ती म्हणजे, चातुर्वर्ण्यव्यवस्था व तिच्यामुळं निर्माण झालेली उच्च-नीचत्वाची भावना अन् विषमता. या व्यवस्थेची पाळंमुळं समाजात इतकी खोल रुजली होती की, ती एकदम नाहीशी करणं किंवा तिच्यावर एकदम प्रहार करणं काहीसं अशक्यप्राय होतं. महानुभाव संप्रदायानं ही व्यवस्था अमान्य करण्याचा प्रयत्न याच काळात केला होता व त्याला तथाकथित प्रस्थापितांनी किती प्रखर विरोध केला होता, याचं उदाहरण समोर दिसतच होतं. या समाजव्यवस्थेशी धर्मव्यवस्थेची सांगड घातल्यामुळं ही समस्या अधिकच बिकट झाली होती. स्त्री-शूद्रादींना भक्तीचा व मोक्षप्राप्तीचा अधिकार नाकारण्यात आला होता. त्यामुळं समाजातील काही वर्गांना जसं ऐहिक जीवन चांगल्या प्रकारे जगण्याचं सुख नाकारलं गेलं, त्याचप्रमाणं पारमार्थिक जीवनाची वाटचालही नाकारण्यात आली. हा सामाजिक व धार्मिक अन्यायच होता. हे दोन्ही प्रकारचे अन्याय एकसमयावच्छेदेकरून दूर करणं, ही अत्यंत संश्लिष्ट बाब होती. फार दूरगामी विचार करून हा गुंता हळुवारपणे सोडविणं आवश्यक होतं. आधी धार्मिक अन्याय दूर केला की ओघानंच सामाजिक अन्यायही दूर होईल, या विचारानं ज्ञानदेवांनी आध्यात्मिक समतेच्या पुरस्काराला प्राधान्य दिलं. त्यांनी प्रतिपादिलेल्या तत्त्वज्ञानात अद्वैतमत नि चिद्विलासवाद यांना प्राधान्य दिल्याचं आढळतं. ज्ञानदेवांनी असं का केलं असावं, याचं उत्तर वरील विवेचनात आहे.

परमात्मा, जीव नि विश्व यांच्यातील परस्परसंबंधाविषयी अनेकविध मतं प्रचलित आहेत : अद्वैतमत, विशिष्टाद्वैतमत, द्वैतमत, द्वैताद्वैतमत इ. यांतील अद्वैतमतानं जीवात्मा नि परमात्मा यांतील अभेद वर्णिला आहे. सर्व प्राणिमात्रांत नि चराचरांत परमात्म्याचाच अंश आहे, त्याचंच चैतन्य आहे; जीवात्मा नि परमात्मा हे एकच आहेत, हे अद्वैतमतामधील मुख्य सूत्र आहे. जीवानं देह धारण केला आहे,

पण आत्मा हाच त्यातील चैतन्य आहे. जीवानं साधना केल्यानंतर तो परमात्म्याशी एकरूप होऊ शकतो, अशा आशयाचं प्रतिपादन अद्वैतमतात केलं आहे. 'चिद्विलासवाद' किंवा 'स्फूर्तिवाद' यातील प्रतिपादन यास पूरक असंच आहे. परमेश्वरानंच संपूर्ण विश्वाची निर्मिती केली व विश्वाच्या सर्व घटकांत तोच भरून उरला आहे; विश्वनिर्मिती हा परमात्म्याच्या चित्ताचा विलास होय, असं विवरण चिद्विलासवादात केलं आहे.

ज्ञानदेवांनी अद्वैतमत नि चिद्विलासवाद यांचा स्वीकार केल्यानं वारकरी संप्रदायाच्या तत्त्वज्ञानातील एक महत्त्वाचा टप्पा त्यांना गाठता आला. त्याचंच प्रतिबिंब 'सर्वांभूती भगवद्भाव' या संतवचनात उत्कटपणे उमटलं आहे.

जे जे भेटे भूत ।
ते ते मानिजे भगवंत ॥

या उक्तीतही तोच भाव प्रकट झाला आहे. अद्वैतमत आणि चिद्विलासवाद यांच्याद्वारा ज्ञानदेवांना आध्यात्मिक समतेचा पुरस्कार करावयाचा आहे. जर सर्व प्राणिमात्रांत त्याच परमेश्वराचा अंश असेल, तर आपणा सर्वांमध्ये भेद तो कसला उरणार? मग कुणी श्रेष्ठ आहे नि कुणी कनिष्ठ आहे, कुणी उच्च आहे नि कुणी नीच आहे— असा भेद तरी कसा राहील? या साऱ्या जीवात्म्यांत परमात्म्याच आहे ना? यासंदर्भात एक दृष्टांत देताना ज्ञानदेव म्हणतात—

अळंकारातें आले ।
तरि सोनेपण काई गेले?

आपण सोन्याचे दागिने करतो नि त्यांना वेगवेगळी नावं देतो पण सर्व दागिन्यांत एक तत्त्व– सुवर्णतत्त्व–समानच असतं ना? ते सारे दागिने सोन्याचेच असतात ना?

समाजातील सर्वच घटकांना आपल्या उद्धारासाठी व कल्याणासाठी भक्ती करण्याचा जन्मसिद्ध अधिकार आहे; त्यापासून कुणालाही वंचित करता येणार नाही, असं म्हणून ज्ञानदेवांनी प्रथम आध्यात्मिक समतेचा पुरस्कार केला. यामुळं समाजातील सर्व लोकांना भक्तीचा व मुक्तीचा मार्ग मोकळा झाला. काही तथाकथित प्रस्थापितांनी जे अडसर, अडथळे व अवरोध निर्माण केले होते; ते यामुळं नाहीसे झाले. सर्व वर्णांचे, वर्गांचे व जातीपातींचे लोक वारकरी संप्रदायाच्या छत्राखाली एकत्र आले व त्यांच्यामध्ये बंधुभाव निर्माण झाला. अशा प्रकारे आध्यात्मिक समतेबरोबरच सामाजिक समताही प्रस्थापित झाली. समतेच्या या द्विविध रूपांनीच ज्ञानदेवांची एकात्मतेची संकल्पनाही सगुण झाली, साकार झाली.

ज्ञानदेवांच्या या एकात्मतेच्या संकल्पनेचे किती तरी पदर आहेत; किती तरी पैलू आहेत. त्यातला एक महत्त्वाचा पैलू आहे, त्यांनी स्वीकारलेल्या माध्यमाचा— प्रचलित लोकभाषेचा– मराठीचा. धर्मशास्त्राचे, दर्शनांचे व अध्यात्माचे ग्रंथ अभिजनांच्या भाषेत– गीर्वाणवाणीत– होते. जनसामान्यांचं प्रबोधन करायचं नि त्यातून जनमानसावर एकात्मतेचा ठसा उमटवायचा, तर लोकभाषेच्या माध्यमाचा उपयोग करायला हवा, याची काळजीही ज्ञानदेवांनी घेतली. ज्या काळात ज्ञानदेवांनी मराठीत गीताटीकेसारखी भाष्यात्मक रचना केली, तो यादवकाळ नि 'शके बारा शते बारोत्तरें' हा संदर्भही आपण लक्षात घ्यायला हवा. या काळात मराठीत भाष्यरचनेची कोणतीही परंपरा नव्हती; तिची गंगोत्री आपल्याला ज्ञानदेवीच्या रूपानं पाहायला मिळते, त्याचप्रमाणं ज्ञानदेवांची 'अमृतानुभवा'सारखी तत्त्वविवरणपर रचनादेखील आढळते. मुकुंदराजांच्या 'विवेकसिंधू'सारखी अपवादात्मक रचना वगळता अशा प्रकारची रचना मराठी भाषेत यापूर्वी झाल्याचं आढळत नाही. याशिवाय यादवकालीन बोलीभाषेला आत्मसात करणारी अभंगरचनेची गंगोत्रीदेखील ज्ञानदेव-नामदेवांच्या अभंगरचनेतून प्रकट होते.

ज्ञानदेवांच्या मनातील एकात्मतेची संकल्पना मराठी माणसांपुरतीच मर्यादित होती का? तिची व्याप्ती किती होती, हे सांगण्यासाठी केवळ एकच उदाहरण पुरेसं आहे नि ते आहे ज्ञानदेवीतील 'पसायदाना'चं. या पसायदानातून विश्वात्मकतेचंच दर्शन घडत नाही का?

❏❏

६०

संत बंकामहाराजांची अभंगवाणी

आधुनिक मराठी साहित्यात हे दोन प्रमुख प्रवाह आहेत : १) ग्रामीण साहित्य आणि २) दलित साहित्य. या प्रवाहांचे मूलस्त्रोत मध्ययुगीन मराठी साहित्यात आढळतात; पण अलीकडचे बरेच समीक्षक ते लक्षात का घेत नाहीत, हे कळू शकत नाही. गंगेचा प्रवाह पुढं फार विकसित झाला नि तिचं पात्र फार विशाल झालं तरी गंगोत्रीला विसरून कसं बरं चालेल? केवळ ग्रामीण साहित्याचा विचार केला तरी मी असं साधार व प्रमाणं देऊन म्हणेन की, त्याची बीजं मध्ययुगीन संतसाहित्यात आढळतात— अगदी तेराव्या शतकापासून, यादवकाळापासून आढळतात. ज्ञानदेव-नामदेवांच्या लेखनात तर आढळतातच; पण ज्ञानदेवांच्या प्रभावळीतील चोखोबा, गोरा कुंभार, सावता माळी, नरहरीमहाराज, सेनामहाराज यांच्यासारख्या संतांच्या लेखनातही आढळतात. त्यांच्या अभंगांतील ग्रामीण जीवनातील प्रतिमासृष्टी, ग्रामीण शब्दकळा, ग्रामजीवनातील सुख-दुःखांचे चढ-उतार याचं उत्कट प्रतिबिंब त्यात उमटतं की नाही? महानुभाव पंथाचे प्रवर्तक व अवतारस्वरूप श्रीचक्रधरस्वामी यांचं चरित्र– लीळाचरित्र– हा मराठी भाषेतील आद्य चरित्रग्रंथ आहे. त्यात तर यादवकालीन ग्रामीण बोलीचं व ग्रामजीवनाचं यथातथ्य नि रेखीव दर्शन घडतं. तीच गोष्ट 'श्रीगोविंदप्रभुचरित्रा'ची. श्रीगोविंदप्रभू हेही या संप्रदायाचे अवतारच नाहीत तर श्रीचक्रधरस्वामी यांचे गुरूदेखील आहेत. त्यांच्या या चरित्रावर वऱ्हाडी ग्रामजीवन नि वऱ्हाडी बोली (ग्रामीण बोली) यांचा प्रभाव आहे. जवळपास सर्वच संतकवयित्रींची बोली व त्यांच्या अभंगवाणीचा प्राण ग्रामजीवन हाच आहे. यादवकाळातील हा ग्रामीण प्रवाह पुढील अभंगसाहित्याच्या काळ्या मातीतूनच वाहत गेला आहे, हे निळोबांपर्यंतचं साहित्य साक्ष देऊन आपल्याला सांगेल. मी साहित्य अकादमीच्या ज्येष्ठ गौरववृत्तीत सूफी मराठी संतसाहित्याविषयी व्यापक संशोधन केलं. हा ग्रंथ साहित्य संस्कृती मंडळ प्रकाशित करीत आहे. यांतील शेख महमंद— धारूर-

श्रीगोंद्याचे, शहामुनी— शहागडचे, आलमखान— किल्लारी- मुगळी- करळी- औशाचे, चांद बोधले— वेरूळ-देवगिरीच्या ग्रामीण परिसरातले. त्यांच्या लेखनाला ग्रामजीवन नि ग्रामीण बोलीचा मृद्‌गंध कसा बरं येणार नाही? यादवकाळापासून निर्माण झालेल्या गंगोत्रीचीच आजच्या विशाल ग्रामीण साहित्यगंगेत परिणती झाली. नदीचं मूळ का बरं पाहू नये? ऋषीचं कूळ नाही पाहिलं तरी काही बिघडत नाही.

ग्रामीण साहित्यप्रवाहाप्रमाणंच मराठीतील दलित साहित्याच्या प्रवाहाचं आहे. तुम्ही आधुनिक दलित साहित्याची नाळ या मूळ स्त्रोताशी जोडली नाही तर ही गुप्त गंगा अचानक कशी प्रकटली, याचा उलगडा होणार कसा? या पार्श्वभूमीमुळं दलित साहित्यनिर्मिति स्त्रोतावर नेमका प्रकाश पडेल. चातुर्वर्ण्यव्यवस्थेचा स्वीकार, शूद्रवर्णावर लादलेलं हीनत्व व नीचत्व, दलितांचं झालेलं सामाजिक-आर्थिक शोषण व त्यांना नाकारला गेलेला सामाजिक न्याय, विषमतामूलक व्यवस्था, त्यातून होणाऱ्या असंतोषाची अपरिहार्यता आणि त्याच्या फलितात विद्रोहामध्ये झालेलं रूपांतर... या सर्व एकमेकांशी बांधल्या गेलेल्या व जोडल्या गेलेल्या कड्याकड्यांच्या साखळ्या आहेत. त्या एकमेकांत किती घट्ट आवळल्या गेल्या आहेत, ही पार्श्वभूमी समजून घेतल्यासच आजच्या दलितानं साहित्यानं जे रूप घेतलं त्यामागील अन्वयार्थ, तार्किक सुसंगती व परिणती यांच्या विविध पैलूंची नि आयामांची प्रचिती येईल. आजच्या दलित साहित्याचे मूलस्त्रोत चोखामेळा, कर्ममेळा, सोयराबाई, निर्मळा नि बंकामहाराज हे आहेत, हे दुर्लक्षून चालणार नाही. संत बंकामहाराज हे चोखोबांचे (संत चोखामेळा यांचे) मेहुणे. त्यांच्या अभंगरचनेचा नाममात्र नामोल्लेख होत असला तरी तिच्या वैशिष्ट्यांचा विचार झाल्याचं माझ्या वाचनात नाही. आजही त्यांच्या रचना वाचत असताना मला जी वेगळीच प्रचिती आली, ती मी इथं नोंदवीत आहे. आज उपलब्ध असलेली बंकामहाराजांची रचना फार थोडी आहे. ती अल्प असली, तरी बहुगुणी व बहुपेडी आहे. वारकऱ्यांच्या अभंगांच्या बाडांत (हस्तलिखितांत) व मौखिक परंपरेचा शोध घेतल्यास बंकामहाराजांची आणखी रचना उपलब्ध होण्याची शक्यता आहे. या दृष्टीनं महाराष्ट्रातील विद्यापीठांच्या मराठी विभागांनी का प्रयत्न करू नयेत?

तेराव्या शतकातील दलितांच्या वेदना, त्यांची दुःखं, त्यांना नाकारला गेलेला सामाजिक न्याय आणि त्यांचे अस्फुट हुंदके– यांतून शब्दबद्ध झालेली समर्थ कविता बंकामहाराजांच्या प्रतिभेतून प्रकटली आहे.

बंकामहाराजांची भक्तिकविता अनेकपदरी आहे. नामदेवांनी त्रिखंडात्मक 'ज्ञानदेवचरित्र' लिहिलं. त्यातून आपल्याला ज्ञानदेव आणि त्यांची भावंडं यांच्या जीवनाचा शोधवेध घेता आला. ज्ञानदेव-नामदेवांना तत्कालीन समाजस्थितीचं अधिक यथार्थ आकलन कसं झालं व या सूक्ष्मनिरीक्षणानं त्यांच्या भावी समाजजीवनास

कशी दिशा मिळाली, याचे मूलस्रोत आपल्याला कळतात. बंकामहाराजांचं 'चोखोबाचरित्र' या दृष्टीनं अभ्यासण्याजोगं आहे. केवळ (आज उपलब्ध असलेल्या) अभंगांच्या माध्यमातून बंकोबांनी किती गोष्टी साध्य केल्या? त्यातील मर्म आपण समजून घ्यायला हवं, असं मला वाटतं. या अकराच अभंगांनी अकरा हजार अभंगांचं कार्य केलं व अपेक्षित फलित साधलं, असं म्हटलं तर ती अतिशयोक्ती ठरू नये. यादवकालीन सांप्रदायिक व धार्मिक वास्तवाची पार्श्वभूमी जितकी (खऱ्या अर्थानं) 'समरस' होऊन आपण लक्षात घेऊ, त्या-त्या प्रमाणात आपल्याला बंकामहाराजांच्या लेखनाची महती सहज लक्षात येईल. आपल्या मराठी भाषेत 'शितावरून भाताची परीक्षा' ही एक म्हण आहे, ती इथं लक्षात घ्यायला हवी.

या अभंगांपैकी मोठा भाग व्यापला आहे तो 'चोखोबांच्या चरित्रा'नं व त्यातील एका लक्षणीय, लाक्षणिक व प्रतीकात्मक घटनेनं. ही घटना म्हणजे चोखोबांच्या भक्तीवर प्रसन्न होऊन प्रत्यक्ष पांडुरंगानं भुकेल्या ब्राह्मणाचं रूप घेऊन, चोखोबांच्या अनुपस्थितीत त्यांच्या घरी भोजनाला येणं. संत नामदेवांच्या त्रिखंडात्मक 'ज्ञानदेव-चरित्रातील' तीर्थावलीच्या अभंगांप्रमाणेच 'चोखोबा-चरित्रातील' या घटनेचाही वाच्यार्थ न घेता लक्ष्यार्थ, सूचितार्थ, ध्वन्यर्थ समजून घ्यायला हवा.

बंकामहाराजांनी आपल्या लेखनासाठी हाच विषय का बरं निवडला? याचं कारण स्पष्ट आहे. 'भेदाभेद' हा 'भ्रम' न मानता व तो 'अमंगळ' न मानता, जे वर्णवादी व मूलतत्त्ववादी सनातनी लोक शूद्रांना 'अ-स्पृश्य' मानत होते; त्यांच्या बुरसटलेल्या मानसिकतेवर हा एक कठोर प्रहारच नाही का? कुणी साधे ब्राह्मण चोखोबांच्या घरी जेवायला किंवा अन्न मागायला आले असते तर ती घटना त्या मानानं सामान्य मानावी लागली असती. (खरं म्हणजे, यादवकाळात अशी घटनाच घडली नसती; कारण शूद्राघरचं भोजन कितीही चांगलं असलं तरी ते ब्राह्मणांनी घेऊ नये, असे दंडकात्मक उल्लेखच त्या काळातील काही ग्रंथांत आढळतात.) चोखा 'चोखट' असून 'निर्मळ'च आहे, हे यादवकाळात सांगण्याचं साहस बंकामहाराजांसारखे मराठी भाषेच्या प्रारंभीच्या काळातील दलित संत कवीच करू शकतात; ते तत्कालीन बुरसटलेल्या मूलतत्त्वविरोधी मानसिकतेचा भुगा नि चुरा करण्यासाठी. या दृष्टीनं व अर्थानं, तसंच संदर्भानं बंकामहाराजांचा हा अभंग पुन्हा एकदा वाचावा—

'चोखा चोखट निर्मळ । तया अंगीं नाहीं बळ ।
चोखा सुखाचा सागर । चोखा भक्तीचा आगर ॥
चोखा प्रेमाची माऊली । चोखा कृपेची साऊली ।
चोखा मनाचें मोहन । बंका घाली लोटांगण ॥

बंकामहाराजांना विठोबा भक्तवत्सल वाटतो कारण तो भक्तांमध्ये दुजाभाव बाळगत नाही. तो सर्वांचाच उद्धार करण्यास तयार असतो व त्यासाठी धावून येतो. यासाठीच ते आम्हाला (दलितांनाही) 'पांडुरंगावाचोनी दुजा कोण सखा?' असा मार्मिक प्रश्न समाजाला विचारून दुजाभाव बाळगणाऱ्यांना अंतर्मुख करून आत्मनिरीक्षण व आत्मपरीक्षण करायला लावतात. ते दोन अभंग असे—

१) ***प्रेमाचा पुतळा,*** *सावळा विठोबा । उभा तो देखिला भीमातटी ।*
कर कटावरी, पाऊलें साजरी । शंख चक्र करीं मिरवतसे ।।
योगियांचा राणा, गोपी मोहन कान्हा । भक्तीचा आदणा घरोघरीं ।
बंका म्हणे, ***कृपेचा कोवळा । पाळी भक्तलळा प्रेमासाठी*** *।।*

२) ***पांडुरंगावाचोनी दुजा कोण सखा?*** *निर्वाणीचा देखा मायना ।*
तारीतसे *एक नावासाठी* ***जगा*** *। ऐसा हा पैं वा श्रेष्ठाचार ।।*
गणिका, *गजेंद्र यासी* ***उद्धरिले*** *। प्रत्यक्ष तारिले अजामेळा ।*
बंका म्हणे ऐसा आहे भरवसा । मज तवं सर्वेशा विठोबाचा *।।*

(अधोरेखन माझं)

विठोबाचं चोखोबांच्या घरचं भोजन हा प्रसंग सर्वज्ञात आहे पण त्यातून निघणारा सामाजिक आशय मात्र हृदयभेदक आहे. असं काही घडलं, तर त्याची समाजात किती भयानक व प्रक्षोभक प्रतिक्रिया उमटेल, या कल्पनेनंच सोयराबाई शहारते, हादरून जाते, भेदरून जाते. 'हा अविचार करू कैसा?' हा प्रश्न तिला हरणकाळजी लावतो. कारण—

'यांसी अन्न देता आपुला विचार । मज मारामार करिती लोक।।'

आणि त्याला भोजन नाही दिलं, तर चोखोबा संतापतील!
(विन्मुख हा जातां, पति रागावेल
बोल हा लागेल कपाळासी!)

अशा द्विधा, भांबावलेल्या मन:स्थितीतही सोयराबाई स्वत:ला सावरते व ब्राह्मणाला वस्तुस्थिती सांगण्याचं साहस करते—

'आम्ही तो जातीचे आहेती महार । तुम्ही तो थोर उंच वर्ण ।
अन्नपाणी देता निंदितील जन । करतील ताडण मजलागी ।।

यावर ब्राह्मणरूपी पांडुरंगानं (म्हणजे अवतारांच्याही अवतारानं!) दिलेलं

उत्तर सोयराईला संबोधून असलं तरी ते खऱ्या अर्थानं समाजावर वर्णश्रेष्ठत्व लादणाऱ्यांना आहे—

*'ऐकोनिया मात येरू बोले वचन । **यातीसी कारण नाहीं मज ।***
*माझा तू वाचवी अन्न देऊनि प्राण । **पुढील कारण पाहूं नको ।।***

—आणि सोयराबाईंची चिंता मिटते न मिटते तोच पांडुरंग भोजन करून आणि संतुष्ट होऊन परत गेला व चोखोबा घरी परतले, तेव्हा त्यांच्या मनात सोयराबाईंचीच चिंता 'घर' करू लागते. ते सोयराबाईला म्हणतात—

येरू म्हणे हे काय अनुचित केलें ।
बोल ते लाविले आपणासी ।।
जातीचे तो महार, जग जाणताती ।
आपुली तो फजिती, आपुल्या हाते ।।

यादवकालीन वर्णभेदविषयक वास्तव किती भयावह, दाहक नि भयाण होतं, याचं बंकामहाराजांच्या अभंगाव्यतिरिक्त प्रमाण देण्याची याउपरही गरज तरी आहे का?

❑❑

६१

संत एकनाथांची प्रबोधनपर दोन भारुडं

'भारूड' हा उपदेशपर रूपकात्मक लेखनाचा प्रकार एकनाथांपूर्वीचे ज्ञानदेव-नामदेव आदी संतांनी समाजाचं प्रबोधन करण्यासाठी योजिला; तथापि संत एकनाथांनी तो विशेषत: लोकप्रिय केला. त्यामुळं 'भारूड' म्हटलं की, आपल्याला संत एकनाथ आठवतात.

भारुडात दोन प्रकारचे अर्थ असतात : १) वाच्यार्थ आणि २) ध्वन्यर्थ किंवा लाक्षणिक अर्थ. त्यातील लक्ष्यार्थ हा दुसरा सूचितार्थ लोकमानसात ठसविण्यासाठी आपल्या संतांनी अनेक प्रकारची रचना केली. अशा बहुविध प्रकाराचं लेखन करणाऱ्या संतांमध्ये संत एकनाथ हे अग्रभागी होते. यामागं आपली विद्वता वा रचनाकौशल्य प्रदर्शित करण्याचा हेतू नसून, समाजातल्या सर्व स्तरांतल्या लोकांचं धर्मप्रबोधन व उद्धार करण्याची 'लोकहितवादी' कळकळ होती. त्यासाठी त्यांनी जनसामान्यांत प्रचलित असलेल्या 'कांडण' आणि 'बाहुले' यांसारख्या प्रतिमांचा उपयोग करून महत्त्वाचे दोन विचार मांडले. प्रपंच करताना व हे ऐहिक जीवनव्यवहार करताना आपण सदसद्विवेक बुद्धी सतत जागृत ठेवावी, सत्कर्म करून आत्मज्ञान प्राप्त करावं, हा 'कांडण' या भारूडातील गाभा आहे; तर जेव्हा आपण परमात्म्याची सगुणोपासना करतो, त्यामागं त्याचं मूळ स्वरूप निर्गुण-निराकार आहे, हे विसरता कामा नये, असं 'बाहुलं' या भारूडात सांगितलं आहे. सत्कर्मापासून आत्मज्ञान व आत्मज्ञानापासून निर्गुणोपासना असा— हा प्रवास.

१. कांडण

परमार्थ समजावून सांगण्यासाठी प्रापंचिक जीवनातील अनेक व्यवहारांचा उपयोग संत करून घेतात. इथं ते आपल्या विचारविश्वाची जनसामान्यांच्या अनुभव-विश्वाशी सांगड घालतात. याचा एक लाभ असा होतो की, सामान्य जीवन जगणारा

माणूसही ऐहिक जीवनात आपण पारमार्थिक साधना कशी करू शकतो, याचा विचार करू लागतो. त्याच्या दैनंदिन जीवनातही भक्तीच्या व साधनेच्या विचाराचा अशा प्रकारे प्रारंभ होतो.

संत जनाबाईंनी 'जातं' नावाचं भारूड लिहिलं होतं. 'जातं' ही ग्रामजीवनातील परिचित गोष्ट व तिच्याशी 'दळण' निगडित आहे. पण दळणाप्रमाणंच 'कांडण'ही ग्रामवासीयांना परिचित आहे. काही प्रमाणात नगरवासीयांनाही परिचित आहे. 'कांडणा'शी उखळ नि मुसळ यांचा संबंध येतो. संत एकनाथांनी या साऱ्यांचा अर्थ किती वेगळ्या प्रकारे सांगितला आहे, पाहा—

विवेक-कांडणी कांडिते साजणी
निजबोध-स्मरणी फिरतसे ॥
देह हे उखळ, मन हे मुसळ ।
कांडिले तांदूळ, विवेकाचे ॥
एका जनार्दनी कांडण कांडितां ।
ब्रह्म सायुज्यता प्राप्त झाली ॥

या भारुडातील स्त्री आपल्या मैत्रिणीला सांगते की, मी कांडताना आत्मज्ञानाच्या माळेच्या साह्यानं परमेश्वराचं चिंतन करीत आहे; जप करीत आहे. विवेकाचा जीवनात किती उपयोग होतो! या विवेकानंच आपण चांगल्या आणि वाईट गोष्टींतील भेद जाणू शकतो.

आपलं शरीर म्हणजे जणू काही उखळ आहे आणि मन हे त्यातलं मुसळ आहे. त्याचं मूळ ते परमेश्वर. तो या विविध रूपांत— पाषाणात, धातूत, वस्त्रालंकारांत असतो का? त्यातच तो आहे, असं कुणी समजत असेल; तर त्यानं परमेश्वराचं खरं रूप जाणलंच नाही, असं एकनाथ म्हणतात. त्याला ओळखायचं असेल, तर आपण आणि तो वेगळा आहे, अशी कल्पनाच करू नये. आपण भक्ती करता-करता त्याच्याशी पूर्णपणे एकरूप व्हावं, 'आप-परभाव' विसरावा; म्हणजे परमात्म्याचं खरं ज्ञान आपल्याला होईल.

संत एकनाथांनी 'बाहुल्या'च्या निमित्तानं सगुणोपासनेमागे खऱ्या अर्थानं निर्गुणोपासना कशी दडली आहे, ते सांगून भक्तिमार्ग आणि ज्ञानमार्ग यांची सांगड घातली आहे. लोकांना डोळस भक्तीचा मार्ग दाखविला आहे. खरं तर हे तत्त्वज्ञान समजावून सांगणं किती अवघड आहे! पण संत हे खरे लोकशिक्षक असल्यानं त्यांनी मोठ्या कौशल्यानं लोकांच्या मनावर हा सुसंस्कार केला आहे.

२. बाहुलं

शिळा-तांब्याचें बाहुलें केले ।
पाट मांडूनि वरी बसविलें ।
वस्त्र-अलंकारी गुंडाळिलें ।
मना आलें तें नाम ठेविलें ।।
या जनासी लागले वेड ।
शुद्ध पाण्याने प्रक्षाळिलें ।
गंध-फुलाने झाकोळिलें ।
धूप देऊनि दीपें उजळिलें ।
पुढें अन्न ठेवूनि चाळविलें ।
घेरे घेऊनि भोवंडिले ।
आडवे पडोनि दंडवत केलें ।
आर-पार नाही देखिलें।
एका जनार्दनी ओळखिलें ।।

संत एकनाथांचं 'बाहुलं' हे भारूड सामान्य माणसाला परमेश्वराची यथार्थ कल्पना देतं. मूळ परमात्मा साकार नाही, तो निराकार आहे; पण तो आपल्याला कळावा, यासाठी वेगवेगळ्या रूपांत लोक त्याला पाहतात नि त्या-त्या रूपात त्याची भक्ती करतात. कधी ते त्याची पाषाणाची मूर्ती करून उपासना करतात. कधी त्याची तांब्या-पितळेची मूर्ती करून उपासना करतात. पाट मांडून त्यावर त्या मूर्तीची प्रतिष्ठापना करतात. तिला वस्त्र नेसवतात नि अलंकार घालतात आणि वेगवेगळ्या नावांनी तिला भजतात.

ते रोज शुद्ध पाण्यानं ही मूर्ती धुवून-पुसून स्वच्छ करतात. तिला गंध लावतात. फुलं वाहतात. धूपदीपानं तिला ओवाळतात. तिच्यापुढं नैवेद्य ठेवतात. तिच्यासमोर दंडवत घालतात नि तिला प्रदक्षिणाही घालतात.

भक्ती करण्याचा हा एक मार्ग झाला पण संत एकनाथ म्हणतात की, यामागं काय ओळखायचं— विवेकाचे तांदूळ सडायचे, कांडायचे आहेत. या विवेकानं आपल्या कर्माचा पुनर्विचार करायचा आहे. भात सडताना त्यावरील साली-टरफलं काढून टाकली जातात; त्याप्रमाणं आपल्या कर्मांना विवेकाच्या कसोटीवर पडताळून पाहिल्यावर योग्य कर्मं कोणती नि अयोग्य कर्म कोणती, याची आपल्याला कल्पना येते. आपल्या कर्मांवर जे विकारांचं आवरण येत असतं, ते काढून टाकायला हवं. त्यातला सात्त्विक प्रवृत्तीचा गाभा जोपासायला हवा. विकार, अयोग्य प्रवृत्ती टाळल्या

की आपलं जीवन पवित्र होतं, सुखी होतं. आपल्या हातून पाप वा अपराध घडत नाही. आपण नितळ, निष्पाप, निर्मळ जीवन जगू लागतो. असं जीवन हेच खरं जगणं आहे.

आपण असे 'सात्त्विक' झालो, की पापांचा भुसा नि कोंडा गळून पडतो. सत्त्वाचे कण गवसू लागतात. परमेश्वराशी एकरूप होण्याचा हा किती साधा नि सोपा मार्ग आहे!

❏❏

६२

संत बहिणाबाईंची भक्तिकविता

मध्ययुगीन संतसाहित्यात संत बहिणाबाई यांचं स्थान अत्यंत महत्त्वाचं आहे. वारकरी संप्रदायाची परंपरा चित्रित करताना 'संतकृपा झाली—' हा त्यांचा अभंग उल्लेखिल्याशिवाय कोणत्याही संतसाहित्यांच्या अभ्यासकाला पुढं जाताच येत नाही. या लहानशा अभंगात बहिणाबाईंनी 'गागर में सागर' या न्यायानं महाराष्ट्राच्या सांस्कृतिक इतिहासाच्या कित्येक शतकांचं चित्र किती सहजपणे अन् लीलया रेखाटलं आहे!

बहिणाबाईंची कविता म्हणजे त्यांची वाङ्मयी मूर्तीच होय. या मूर्तीचे अनेकविध लोभसवाणे पैलू आहेत. त्यांतील प्रत्येक पैलू इतर पैलूंइतकाच तेजस्वी आहे. म्हणावं तर हा एक पैलू अन्य पैलूंशी संलग्न आहे नि म्हणावं तर त्याचं स्वतंत्र अस्तित्वही आहे.

या मूर्तीत दोन विश्वं सामावली आहेत. पहिलं आहे– तिचं भावविश्व, तर दुसरं आहे– तिचं विचारविश्व. पण ही दोन्ही विश्वं एकमेकांना पूरक अशीच आहेत. त्यांच्या भावविश्वालाही तात्त्विक अधिष्ठान आहे, तर त्यांच्या विचारविश्वालाही भावुकतेचा पदर आहे. या दोन लौकिक विश्वांच्या संगमातूनच बहिणाबाई पारलौकिक विश्वाची मजल-दरमजल वाटचाल करतात. ती करतानाच त्यांना लौकिकातून पारलौकिकाची वाट गवसत जाते. आपल्यालाही बहिणाबाईंबरोबर लौकिकापासून पारलौकिकापर्यंतचा सहप्रवास त्यांच्या अभंगवाणीच्या माध्यमातून करता येतो. त्यांची ही अभंगवाणी इतकी समर्थ आहे की, त्यांच्या व्यक्तिमत्त्वाच्या आणि त्यांच्या विभूतिमत्वाच्या साऱ्या कडा तिच्यामधून उजळून निघतात.

सर्वप्रथम आपल्या मनावर ठसा उमटतो तो बहिणाबाईंच्या साधनेचा. ढोबळमानानं या साधनेच्या त्रिविध अवस्था असल्या, तरी त्या अवस्था सुट्या-सुट्या नि विलग आहेत. त्या एकमेकींशी अनेक रेशीमबंधांनी जोडल्या गेल्या आहेत. भक्तीची

आर्तता, तिच्यामधील विफलता, असहायता, निराशा, हतबलता, उदासीनता व तिच्यातूनच उद्‌भवणारा सात्त्विक उद्वेग, उद्रेक, संघर्ष आणि शेवटी येणारी साधनेच्या साफल्याची प्रचिती— अशा कितीतरी अनुभूती बहिणाबाईंबरोबर हा सहप्रवास करताना आपल्याला येतात. 'तुम्ही-आम्ही होतो सुखें एके ठाई!' यापासून सुरू होणारा हा सहप्रवास 'स्वरूप कोंदले दशदिशा' या अनुभूतीत विलीन होतो.

'होय माझा प्राण कासावीस' (क्र. ६), 'कोठे गुंतलासी?', 'भेटी डोळा तुझी पुरे', 'माझे कोड पुरवी गा', 'पुरवा भेटीची गा आस' अशा कितीतरी अभंगांतून साधकाला लागलेली परमेश्वराची ओढ प्रकट झाली आहे; तरी परमेश्वराची भेट होत नाही. यामुळं होणारी जिवाची तगमग, उलघाल ज्या विविध भावतरंगांतून प्रकट झाली आहे; अशा अभंगांची संख्यादेखील पहिल्या अवस्थेविषयीच्या अभंगांपेक्षा कितीतरी अधिक आहे. बहिणाबाईंच्या मनाचे व मनोवस्थांचे विविध पदर त्यांत उत्कटपणे प्रतिबिंबित झाले आहेत. 'फुका उदार म्हणविसी', 'विश्वासघातकी', 'आता का आंधळा जाहलासी?', 'राजांचे सोयीरे भीक मागताती!', 'अजुनी का न ये तुमचीये ध्यानी?', 'उगे केले आम्हा वेडे!', 'आता कैसी वाचा बंद झाली?', 'कृपणाहूनी तू कृपण'— अशा असंख्य अभंगांचा या संदर्भात उल्लेख करता येईल.

'नाठवे मीपण पडला विसरू', 'स्वरूपाची प्रचिती', 'सोहळा सुखाचा', 'हेचि आता समाधी', 'पूजावे कशाने?' (क्र. ३.), 'दृश्यपणा थारा तेथे' यांसारख्या बहिणाबाईंच्या अभंगांतून साधनेच्या फलश्रुतीची अपूर्व तृप्ती किती ओसंडून वाहत आहे!

साधनेच्या त्रिविध अवस्था बहिणाबाईंच्या स्वरव्यंजनांतून आणि आरोहावरोहांतून अखंडपणे प्रवाहित झाल्या आहेत. त्यांच्या या भावावस्थांचं हे दर्शन विलोभनीय व अनुपम तर आहेच पण ते शब्दबद्ध करणंदेखील अत्यंत अवघड आहे.

बहिणाबाईंच्या या भावविश्वाचा हा प्रवास लौकिकापासून पारलौकिकापर्यंत होत असल्यानं स्वाभाविकपणेच त्याला दार्शनिक तत्त्वचिंतनाची जोड लाभली आहे. त्यामुळंच 'असोनी संसारी देहातीत' अशी बहिणाबाईंची अवस्था झाली आहे. म्हणूनच त्या 'दृश्यपणा थारा तेथ कैचा?' असं म्हणतात, याचं काहीही नवल वाटत नाही. अशा अवस्थेमध्ये त्या 'देवे व्यापियले सर्व' यातून चिद्‌विलासवाद किती सहजपणे सांगून जातात. म. जोतिबा फुले हेच 'निर्मिका'च्या संकल्पनेतून तितक्याच सहजपणे मांडतात. बहिणाबाईंनी 'आत्मा ऐसा जयाते कळे' किंवा 'तैसी स्थिती या आत्मयाची' आणि 'आत्मत्व हें कैसें वोळखावें?' यांसारख्या अभंगांतून आत्म्याविषयीचा विचार नेमकेपणानं प्रतिपादिला आहे. 'एकोऽहं बहुस्याम्' हा सिद्धांत त्या 'एकी हा अनेक, अनेकीं हा एक' या अभंगातून किती सुगमपणे व प्रासादिक शैलीत व्यक्त करतात! जीवात्मा आणि परमात्मा हे एकच आहेत, हे

अद्वैतमत त्या आपल्या अनेक अभंगांमधून व्यक्त करतात, तर 'ब्रह्म सत्यं जगन्मिथ्या' हा शंकराचार्यांचा मायावाद त्या 'दृश्य सर्वही मायिक' या अभंगात व्यक्त करतात. त्या तोच विचार 'दिसे तें सर्व नासेल' या अभंगात अत्यंत सोपा करून सांगतात. श्रीकृष्णकथा गाताना 'ब्रह्म येहि गोविंद है' या हिंदी अभंगामध्ये त्यांनी सगुणोपासना आणि निर्गुणोपासना यांचा सुंदर समन्वय साधला आहे.

-पण हे आत्मज्ञान प्राप्त करण्यासाठी तुम्ही-आम्ही काय करावं? त्यासाठी आपण सुलभ भक्तिमार्गाचा स्वीकार कसा करावा, त्यामुळं आपला उद्धार कसा होईल, याचं त्यांनी 'तयासी भगवंत जवळी असे' यासारख्या अभंगातून मार्गदर्शन केलं आहे. पांडुरंग हा 'जडजीवतारक' कसा आहे (क्र.१०), हे त्या यासाठीच सांगतात. आपण 'अ-भक्त' का होऊ नये, याची कारणंही त्या विशद करतात. 'नाम तुझें तारू जालें मज' असा नामस्मरणाचा सोपा मार्ग त्या यासाठीच सांगतात.

गुरुमाहात्म्य, संतमाहात्म्य नि पंढरीमाहात्म्य यांचा त्रिवेणी संगम त्या आपल्या अभंगांतून साधतात. जे या भक्तिमार्गावर चालत नाहीत वा आपला उद्धार करून घेत नाहीत, त्यांच्याविषयी बहिणाबाईंना सात्त्विक संताप येणं स्वाभाविकच नाही का? ह्यांच्या अशा पाखंडखंडनपर अभंगांची संख्याही कमी नाही. खरं तर बहिणाबाईंचे हे अभंग जसे अध्यात्मप्रबोधन करणारे आहेत, तसेच ते समाजप्रबोधन करणारेही आहेत. त्यांतून त्यांना अभिप्रेत असलेले उदात्त जीवनादर्श प्रकट झाले आहेत. 'दोषी तोचि नर', 'संतांचे निंदक', 'दुर्जन', 'तमोगुणी', 'संत आणि अ-संत' यांसारख्या अभंगांचा यासंदर्भात उल्लेख करता येईल.

'आदर्श पतिव्रता', 'पाहावे ते एक सीत चाचपोनी', 'माय ज्ञानदेवी', 'लेकुरवाळा विठो', 'तू श्रीहरी माय माझी' यां सारख्या त्यांच्या अभंगांतून आणि त्यांतील प्रतिमासृष्टीतून स्त्रियांचं भावविश्वही उत्कटपणे अभिव्यक्त होतं.

बहिणाबाईंचं भावविश्व आणि विचारविश्व मराठीप्रमाणंच त्यांच्या हिंदी अभंगांतूनही/पदांतूनही तितकंच समर्थपणे कसं अभिव्यक्त होतं, याची कल्पना यावी यासाठी त्यांचे 'देव करे सो कहाँ न होवे', 'ग्यानी होवे तो समज लेवे', 'सच्चा साहेब तू एक मेरा', 'मेरा हरीसुं लागा है मन' या रचना लक्षात घ्यायला हव्यात. संतांच्या मनातल्या भक्तिभावाचा व तत्त्वचिंतनाचा उजाळा प्रकट होताना भाषेचं बंधन अडसर ठरत नाही; याचंच हे प्रतीक नव्हे का?

बहिणाबाईंच्या या वाङ्मयी मूर्तीचं दर्शन माझ्याप्रमाणंच तुमच्याही मनात 'आनंदाचे डोही आनंद तरंग' निर्माण करील, असा मला विश्वास वाटतो.

❑❑

६३

वारकरी संप्रदायाचा 'वंजारी' आयाम

सांप्रदायिक चरित्रात्मक लेखन हा विशिष्ट लेखनप्रकार मध्ययुगीन मराठी वाङ्मयात आपल्याला वैपुल्यानं आढळतो, जाणवतो व त्याची वाचकव्याप्ती आपल्या नेहमीच्या वाचकांच्या संख्येपेक्षा अधिक असल्याचंही आपल्याला जाणवतं. मी असं केवळ संतसाहित्याच्या अभिनिवेशापोटी म्हणत नाही किंवा मला विशिष्ट संप्रदायाच्या चरित्रात्मक लेखनाचा अकारण पुरस्कार करावयाचा आहे, यासाठी तर मी मुळीच म्हणत नाही. तसं म्हणण्याचं कारणही नाही, कारण मी महाराष्ट्रातील सर्वच धर्म-पंथांच्या संतसाहित्याचा तितकाच समरसून अभ्यास केला आहे व तितकंच समरसून संशोधनही केलं आहे. त्या-त्या धर्मांच्या वा पंथांच्या संतसाहित्याला मध्ययुगीन संतसाहित्याभ्यासकानं कुठलाही पूर्वग्रह न बाळगता न्याय द्यायला हवा व न्याय्य श्रेयही द्यायला हवं, ही माझी गेल्या पाच-सहा दशकांची भूमिका होती व आजही तीच भूमिका आहे. श्रद्धाही आहे.

मध्ययुगीन मराठी संतसाहित्याचं अध्ययन, अध्यापन व संशोधन करताना संतचरित्रात्मक लेखन हा एक स्वतंत्र लेखनप्रकार आहे आणि तोही आपण मान्य करायला हवा, असं मला वाटतं. आजवरच्या संतसाहित्य-समीक्षकांचा/संशोधकांचा/वाङ्मयेतिहासकारांचा या वाटेनं प्रवास झालाच नाही, असं म्हणणं हेदेखील त्यांच्या लेखनावर अन्याय केल्यासारखं होईल; कारण त्यांनी आपापल्या स्वीकृत क्षेत्रात आपापलं दायित्व निभावण्याचा आपापल्या परीनं निश्चितपणे प्रयत्न केला आहे.

मराठी सांप्रदायिक संतचरित्रात्मक लेखनानं आपण होऊन स्वत:भोवती मध्ययुगीन संतसाहित्याची लक्ष्मणरेषा लादून घेतली नाही, ही बाबही दुर्लक्षिण्याजोगी नाही. असं केल्यामुळं मध्ययुगीन सांप्रदायिक चरित्रात्मक लेखनानं ही सीमा ओलांडून

★श्री. के. टी. तांदळे (कारभारी) यांच्या 'वंजारी संत भगवानबाबा : चरित्र व कार्य' या ग्रंथाची प्रस्तावना.

एकोणिसाव्या/विसाव्या– एवढंच नव्हे, तर एकविसाव्या शतकातही सहज प्रवेश केला आहे; म्हणूनच त्यांची या लेखनप्रकाराची व्याप्ती अगदी नैसर्गिक रीतीनं वाढली आहे.

मराठवाड्यातील बीडच्या 'गोपिका' नियतकालिकाचे संपादक श्री. के. टी. तांदळे यांनी वंजारी समाजाचे संत भगवानबाबा यांचं चरित्र लिहून मराठी संतसाहित्याच्या एका वेगळ्या अंगाकडे संतसाहित्याभ्यासकांचं लक्ष वेधलं आहे. या ग्रंथाची प्रस्तावना लिहिण्याचं मान्य करतानाही माझी हीच भूमिका आहे. या लेखनप्रकाराचं सामर्थ्य व त्याच्या मर्यादा यांचाही त्यातून शोध/वेध घेता येईल.

मराठी संतचरित्रात्मक लेखनाची समीक्षा करताना आपल्याला वास्तव आणि अद्भुत, लौकिक आणि आध्यात्मिक— अशा द्विविध पातळ्यांचं भान ठेवावं लागतं. केवळ हे भान ठेवूनच भागत नाही तर आकाशाला गवसणी घालूनही आपले पाय जमिनीवरच ठेवावे लागतात. संत या लौकिक जीवनातील व्यक्ती असून, हे लौकिक जीवन जगता-जगताच त्यांचं 'उन्नयन' कसं होत गेलं, याचं परिशीलन करणंही अपरिहार्यच असतं. हा प्रवास व ही वाटचाल केवळ भावनिक असून चालणार नाही तर ती वैचारिकही असायला हवी. ती जशी भावनाधिष्ठित असते, तशीच बुद्धीवर अधिष्ठित व्हायला हवी; मग श्रद्धेचं रूपांतर अंधश्रद्धेत होत नाही. भावुकतेचं नि भाविकतेचं रूपांतर भाबडेपणात होत नाही. तिथं आपण विवेकाची नि बुद्धिप्रामाण्याची कास सोडत नाही. असं करायला आपल्याला ज्ञानदेवांनी, नामदेवांनी, श्रीचक्रधरस्वामींनी, श्रीगोविंदप्रभूंनी, तुकोबा-रामदासांनी शिकवलं आहे. मराठी भाषेच्या आदिकालातले 'विवेकसिंधू', 'लीळाचरित्र', ज्ञानदेवांचे ज्ञानेश्वरी नि अमृतानुभव, नामदेवांचे अभंगदेखील आपण आयुष्यात नेहमी विवेकाधारे/ सदसद्विवेकबुद्धीच्या आधारे वागावं, असंच सांगतात. दुसऱ्या शब्दांत सांगायचं झाल्यास कोणत्या संतांनी हे सांगितलेलं नाही? संत हे 'संत' तर होतेच पण समाजप्रबोधनकारही होते.

भगवानबाबा हे महाराष्ट्रातील वंजारी समाजाचे अग्रगण्य संत. महाराष्ट्रात त्यांचा मोठा प्रभाव तर होताच पण त्यांच्या संतत्वात एक करुणामूर्ती दडली होती, एक समाजसुधारक दडला होता. जनहिताचा कळवळा दडला होता. कीर्तनाच्या माध्यमातून समाजावर सुसंस्कार करणारं गुरुकुल दडलं होतं. शिक्षणाचा प्रसार होऊन समाज सुबुद्ध व्हावा, अशी कळकळ जपणारा शिक्षणमहर्षी दडला होता. टीकेचे व निंदेचे प्रहार झेलीत, आपलं समाजकल्याणाचं व्रत न सोडता ते अखंडपणे सुरू ठेवणारा सत्याग्रही दडला होता. प्रेमळ गुरू नि वत्सल पिता दडला होता. खेडोपाड्यांत जाऊन सारे कष्ट करीत, सर्व स्तरांशी संपर्क साधून, त्यांच्याशी

त्यांच्या भाषेत हृदयसंवाद साधणारा आदर्श पंथप्रसारक दडला होता. भक्तिमार्ग, कर्ममार्ग नि ज्ञानमार्ग यांचा समन्वय साधण्याची शिकवण देणारा समाजहितैषी दडला होता. आठ दशकांतील प्रत्येक दिवस सार्थकी लावण्याची पराकाष्ठा करणारा लोकशिक्षक नि लोकनेता दडला होता. भगवानबाबांच्या या विविध आयामांचा आलेख रेखाटण्याची श्री. तांदळे यांच्या मनात गेली अनेक वर्षं जपलेली निर्गुण ऊर्मी या चरित्राच्या रूपानं सगुण झाली आहे, साकार झाली आहे नि तिचा प्रत्यय वाचकांना हे चरित्र वाचताना येईलच. श्री. तांदळे यांना मी अनेक वर्षांपासून ओळखतो. बीडसारख्या मराठवाड्यातील जिल्ह्याच्या ठिकाणाहून 'गोपिका'चे जे दिवाळी अंक त्यांनी प्रकाशित केले, त्यांत मीही लेखन केलं आहे. श्रीभगवानबाबांचा प्रत्यक्ष सत्संग त्यांना लाभला होता. त्यामुळं समकालीन चरित्रकारानं लिहिलेला चरित्रग्रंथ म्हणूनही या ग्रंथाचं महत्त्व आहे.

हे चरित्र लिहिताना आपण महानुभाव पंथप्रवर्तक श्रीचक्रधरस्वामी यांचं चरित्र– 'लीळाचरित्र' हा ग्रंथ— व आद्य महानुभाव चरित्रकार म्हाइंभट यांचा आदर्श आपल्यासमोर ठेवला होता, असं श्री. तांदळे मला म्हणाले. चरित्रनायकाच्या जीवनचरित्राची रचना म्हाइंभटानं कशी केली होती? जिथं जिथं स्वामी गेले व ज्यांना भेटले, त्यांच्या गाठीभेटी घेऊन एकेक प्रसंग, एकेक 'लीळा' त्यानं 'नमस्करूनि' घेतली, असा उल्लेख पंथीय आद्याचार्य भटोबास यांच्या 'स्मृतिस्थळ' या चरित्रात आढळतो. इथं कुणाची कुणाशी तुलना करायची नाही तथापि श्री. तांदळे यांनी अशाच प्रकारे खेडोपाड्यांत जाऊन तिथून भगवानबाबांविषयीचे चरित्रप्रसंग मिळवून त्यांचं चरित्र सिद्ध केलं आहे. याचा एक लाभ असा झाला की, त्यामुळं भगवानबाबांचा संचार महाराष्ट्रात कोणकोणत्या गावी झाला व त्यांचे शिष्य कोणकोणत्या गावी विखुरले आहेत, याची जणू एक सूची वा महानुभावीय परिभाषेत 'स्थानपोथी'च सिद्ध झाली आहे. बाबांचं संप्रदाय-संघटनकौशल्य व विविध समाजस्तरांतील, वेगवेगळ्या जाती-जमातींशी त्यांनी साधलेला संवाद व त्यांच्यावर केलेले सुसंस्कार याची जाणीव यातून झाल्याशिवाय राहत नाही. विशेषत: बीड व अहमदनगर जिल्ह्यांतील गावोगावी बाबांनी केलेल्या भ्रमणयात्रेचं प्रतिबिंब त्यात उमटलं आहे. हे प्रतिबिंब भावोत्कट आहे. त्यातून विविध स्वभाववैशिष्ट्यांची माणसं आहेत— सुष्ट आहेत, त्याप्रमाणं दुष्टही आहेत पण दुष्टांची वा बाबांविषयी वैरभाव बाळगणाऱ्यांची संख्या फार कमी आहे. बाबा मात्र कुणाचाच द्वेष करीत नाहीत किंवा त्यांचं कुणाशीही वैर नाही– आणि यामुळंच त्यांचं संतत्व अधिक तेजाळून दिसतं.

भगवानबाबांचा जन्म १८८६ चा, तर त्यांचं निर्वाण १९६५ मध्ये झालं. उणंपुरं आठ दशकांचं आयुष्य त्यांना लाभलं; पण या काळात त्यांनी केवळ वंजारी

समाजातच समाजप्रबोधन व अध्यात्मप्रबोधन केलं नाही तर ते अन्य समाजांतही केलं. ज्ञानेश्वरीचे भाष्यकार बंकटस्वामी यांचे ते शिष्य होते. ते वारकरी संप्रदायाचे होते व कीर्तनाच्या माध्यमातून त्यांनी भक्तिमार्गप्रसाराचं कार्य अव्याहत केलं. जनसामान्यांवर सुसंस्कार करण्याचं जणू व्रतच भगवानबाबांनी घेतलं होतं नि ते अनुकूल-प्रतिकूल परिस्थितीतही विचलित न होता पूर्ण केलं. चमत्कारांवर त्यांचाही विश्वास नव्हता नि अंधश्रद्धा नि चुकीच्या/कालबाह्य प्रथा/रूढी यांना त्यांनी निर्भीडपणे विरोध केला, याची अनेक उदाहरणं आढळतात. दैवतापुढं हजारो बोकडांची हत्या करण्याची रूढी होती, ती त्यांनी स्वत: पुढाकार घेऊन बंद पाडली व समाजाला अहिंसावादाची शिकवण दिली. माळ घालणाऱ्याला 'मांसाहार करशील का?' असा प्रश्न विचारून त्याचं नकारात्मक उत्तर आल्यावरच त्याला माळ घातली. वंजारी समाजातील पुरुषवर्गात रानडुकरं मारून त्यांचं मांस खाण्याची प्रथा होती, तिला बाबांनी विरोध केला. चिंचाळा गावात दोन समाजांत समेट घडवून आणला व गोहत्याबंदीची भावना रुजवली. एका गावात दैवताच्या मूर्तीची प्रतिष्ठापना करायची होती, तिथला मिस्त्री मुसलमान असल्यामुळं काही संयोजकांनी त्याला विरोध केला; तो बाबांनी मान्य न करता त्या मुसलमान मिस्त्रीलाच ते काम करू दिलं.

वंजारी व लमाण समाजात शिक्षणाचं प्रमाण अत्यल्प होतं. बाबांनी खेडोपाडी हिंडून या समाजांत शिक्षणाचा प्रसार केला. त्यांनी वंजारी मुलींना शाळेत घातलं व त्या मुली लिहून शिकल्या-सवरल्या झाल्या व त्यांनी आपले चांगले संसारही थाटले, हे दगडाबाईच्या प्रसंगावरून आपल्या लक्षात येतं. या दगडाबाईनंच त्यांच्याविषयी गौरवगीतं व भक्तिगीतं तसेच अभंगही लिहिले. आपलाच वंजारी वेष घालून पंढरपूरला वारकऱ्यांबरोबर येण्याविषयीही बाबांनी तिला सांगितलं. "माझ्या दिंडीत असा वारकरी आहे, याचा मला अभिमान वाटतो." असं बाबा म्हणाले; ते वाक्य व तो विचार सामाजिक अभिसरणाच्या दृष्टीनं मोलाचा नाही काय? याच दगडाबाईंचा १९७२ मध्ये महाराष्ट्राचे मुख्यमंत्री वसंतराव नाईक यांनी पुरस्कार देऊन सत्कार केला, यामागं बाबांचीच प्रेरणा. या बाई इंदिरा गांधींना भेटल्या व प्रत्येक तांड्याला पाण्याची सोय करा, अशी विनंती केल्यावर प्रत्येक तांड्यावर दोन हापसे बसविले गेले, याचा मला विशेष उल्लेख करावासा वाटतो.

भगवानगड हे वंजारी समाजाचं जणू तीर्थक्षेत्रच. त्यांचं बांधकाम बाबांनी पै-पैसा जमवून केलं. भगवानबाबांचा हैदराबाद मुक्तिसंग्रामातील सहभाग ही त्यांची एक लक्षणीय देशसेवा. शिक्षणाच्या प्रसारासाठी त्यांनी काही शिक्षणसंस्था स्थापन केल्या. नारळी सप्ताहाचं आयोजन हा धार्मिक कार्यक्रम असला तरी बाबांनी त्याचं रंगरूप पालटलं नि तो समाजप्रबोधन सप्ताह झाला. ज्या गावी हे सप्ताह झाले,

त्यांची सूची श्री. तांदळे यांनी परिशिष्टात दिली आहे, ती मुद्दाम बारकाईनं पाहायला हवी. तिच्यावरून हे लक्षात येतं. यात महाराष्ट्रातील लहान-लहान गावं व खेडी आहेत. याचं कार्य, बाबांचं कार्य हे 'तृणमूल' स्वरूपाचं होतं. ग्रामीण भागाचं उन्नयन करणं, हा त्यामागील विशुद्ध हेतू होता.

हे संपूर्ण चरित्र वाचताना एका महान संताची प्रतिमा आपल्यासमोर साकार होते. संतांना संघर्षांना व विरोधांनाही तोंड द्यावं लागलं; तसंच बाबांनीही दिलं. त्यांच्या आयुष्यातल्या अखेरच्या दिवसांचं व भगवानगड सोडून जातानाचं लेखकानं रेखाटलेलं शब्दचित्र अत्यंत हृदयस्पर्शी आहे. ते १२५ ते १३१ या पृष्ठांतून मुळातूनच वाचायला हवं. एकूण, श्री. तांदळे यांनी अत्यंत परिश्रमपूर्वक लिहिलेलं हे चरित्र आहे. 'भगवानबाबा : व्यक्ती व कार्य' असं त्यांचं स्वरूप आहे. सांप्रदायिक चरित्रलेखनात ही चांगली भर श्री. तांदळे यांनी टाकली आहे. त्यांना माझ्या शुभेच्छा. वारकरी संप्रदाय हा अनेक जाती-जमातींना सामावून घेणारा संप्रदाय. वंजारी समाज हाही वारकरी संप्रदायाचा एक लक्षणीय घटक आहे, या महत्त्वाच्या आयामाकडे भगवानबाबांच्या चरित्रानं आपलं लक्ष वेधलं, याचं श्रेय श्री. तांदळे यांना द्यायलाच हवं.

❑❑

६४

वारकरी व सूफी संप्रदाय : एक अनुबंध

महाराष्ट्रात विविध संप्रदाय झाले. त्यांत वारकरी, महानुभाव, नाथ, नागेश, समर्थ व दत्त हे प्रमुख संप्रदाय होत. या हिंदू धर्म-पंथांव्यतिरिक्त इस्लाम, ख्रिस्ती, वीरशैव, बौद्ध, जैन, पारशी, शीख इ. अन्य धर्मांचे अनुयायीही महाराष्ट्रात आहेत. यांपैकी अनेक धर्मांच्या व पंथांच्या संतांनी महाराष्ट्रात आध्यात्मिक प्रबोधनाचं महत्त्वाचं सांस्कृतिक कार्यही केलं आहे. यातील काही धर्मांच्या, पंथांच्या संतांचे महाराष्ट्रातील अन्य धर्मांच्या, पंथांच्या संतांशी जवळिकीचे संबंध होते. ते एकमेकांशी आपापल्या धर्माच्या, पंथाच्या तत्त्वज्ञानाची वा साधनेची चर्चा करीत असत. एकमेकांची मतं वा उपासनापद्धती समजून घेत. त्यांतील साम्य व वेगळेपण यांचा विचार करीत. त्यामुळं काही धर्मांच्या, पंथांच्या विचारसरणीचा अन्य धर्मांच्या, पंथांच्या विचारसरणीवर प्रभावही पडत असे. तत्त्वज्ञानातील वा विचारसरणीतील काही साम्यस्थळांमुळं या संतांतील जवळीक व एकात्मता वाढीस लागत असे. महाराष्ट्रातील परमतसहिष्णुतेच्या अभिवृद्धीस या गोष्टीचं फार मोठं योगदान मिळालं. खरं तर सांस्कृतिक अध्ययन-संशोधनाचा हा महत्त्वाचा विषय आहे. मात्र, त्याकडे फार थोड्या अभ्यासकांनी लक्ष दिलं आहे.

महाराष्ट्रातील मुसलमान— विशेषत: सूफी— संप्रदायाच्या अनेक संतांचे महाराष्ट्रातील अन्य संप्रदायांशी कसे संबंध होते, याविषयीची आकाशवाणीची लाड व्याख्यानमाला मी १९८५ मध्ये सांगली इथं गुंफली होती व ती महाराष्ट्राच्या सर्व आकाशवाणी केंद्रांवरून ध्वनिक्षेपित झाली होती. हा विषय फार व्यापक असून, त्याविषयी मी गेली दोन वर्षं सूक्ष्म अध्ययन व संशोधन करीत आहे.

या लहानशा लेखात वारकरी आणि सूफी या दोन संप्रदायांमधील अनुबंधाविषयी मी अत्यंत संक्षेपात विवरण करणार आहे. वस्तुत: या दोन संप्रदायांत एक मूलभूत तात्त्विक भेद असणं संभवनीय होतं. वारकरी संप्रदाय हा अद्वैतमताधिष्ठित संप्रदाय

आहे; तर ज्यापासून सूफी संप्रदाय निर्माण झाला, तो इस्लाम धर्म हा द्वैतमताधिष्ठित आहे. असं असतानाही महाराष्ट्रात वारकरी व सूफी संप्रदायात विशेष जवळीक का निर्माण झाली, असं कुतूहल व जिज्ञासा कोणाच्याही मनात निर्माण होणं अत्यंत स्वाभाविक आहे. ही जवळीक कोणत्या पातळीपर्यंत निर्माण व्हावी?

ज्ञानाचा एका ।
नामयाचा तुका ।
आणि
कबीराचा शेका ।।

—अशी उक्ती वारकरी संप्रदायात निर्माण होईपर्यंत! यातील 'शेका' म्हणजे संतकवी शेख महंमद. त्यांनी 'ज्ञानेश्वरी'तील सहाव्या अध्यायातील योगदुर्गाच्या रूपकाच्या आधारे अठरा अध्यायांचा 'योगसंग्राम' हा महत्त्वपूर्ण तात्त्विक (योगपर) ग्रंथ लिहिला; त्याचप्रमाणं शेकडो अभंग लिहिले (खरं तर 'शेकडो' हा शब्दही इथं अपुरा पडावा. तो केवळ प्रतीकात्मक आहे.) आपल्या 'संतनामावली'त ज्ञानदेव, नामदेव, एकनाथ नि तुकोबा यांच्याप्रमाणंच कबीर आणि शेख महंमद यांचाही समावेश करावा, यावरूनच वारकरी संप्रदाय आणि संतकवी शेख महंमद यांच्यामधील आत्मीयता व जिव्हाळा यांची सहज प्रचिती येते. संत कबीर यांच्यावर नाथ संप्रदायाचा प्रभाव होता तर शेख महंमद हे सूफींच्या कादरी शाखेचे होते. 'सिजदा-जदी-कादरी' या त्यांच्या रचनेत याचा उल्लेख आढळतो व ही रचना इतिहाससंशोधक वा. सी. बेंद्रे यांनी संपादिलेल्या शेख महंमदांच्या 'कवितासंग्रहात' समाविष्ट आहे.

मुसलमान राज्यकर्त्यांबरोबरच मुसलमान संतही भारतात आले. यात सूफी पंथांचे संतही आले. महाराष्ट्रात साधारण: चौदाव्या शतकापासून सूफी संत आले असावेत व ते महाराष्ट्राच्या खेडोपाड्यांत गेले. आज त्यांचे अनेक दर्गे आपल्याला त्या ठिकाणी दिसतात. मराठवाड्यातील खुलताबाद इथं तर जवळजवळ १२० सूफी संत असल्याची माहिती या विषयासंबंधी अध्ययन-संशोधन करणारे मराठवाड्यातील खुलताबादचे ब्लॉक डेव्हलपमेंट ऑफिसर कै. शिवपुजे यांनी मला दिली होती. या संतांविषयी औरंगाबादेतील एक उर्दू अभ्यासाक श्री. जई यांनी उर्दू भाषेत लिहिलेल्या पुस्तकाला महाराष्ट्र राज्य उर्दू अकादमीनं एक-दोन वर्षांपूर्वी पुरस्कारही दिला होता.

वारकरी व सूफी संप्रदाय यांच्यातील अनुबंधाचा विचार करता, सूफी संप्रदायातील कादरी शाखेचे संत चांद बोधले यांचा नेहमी निर्देश केला जातो. संत एकनाथांचे गुरू जनार्दनस्वामी व चांद बोधले यांच्या स्नेहसंबंधांचाही उल्लेख केला जातो. संत एकनाथांच्या गुरुपरंपरेचा याच्याशी काही संबंध असावा, असं काही

संशोधकांनी निर्देशिलंही आहे. या दृष्टीनं मला दोन बाबींचा प्रामुख्यानं निर्देश करावासा वाटतो—

(१) संत एकनाथांनी मराठीप्रमाणंच दक्खिनी हिंदी या फार्सी-मराठीमिश्रित भाषेतही अनेक पदं लिहिली आहेत. या पदांचं संपादन माझे स्नेही कै. डॉ. कृष्ण दिवाकर यांनी 'संत एकनाथ की हिंदी पदावली' या ग्रंथात केलं असून, हा ग्रंथ (माझ्या आठवणीप्रमाणं) पुणे विद्यापीठाच्या हिंदी विभागानं अनेक वर्षांपूर्वी प्रकाशित केला होता. त्यात नाथांच्या 'तसव्वुफ' (म्हणजे सूफींच्या तत्त्वज्ञाना) च्या अध्ययनाच्या पाऊलखुणा सापडतात. डॉ. आंबेडकर मराठवाडा विद्यापीठाच्या मराठी विभागात (मी विभागप्रमुख असताना) नाथांचं 'अकलगिरी' हे हस्तलिखित संग्रहित करण्यात आलं होतं, त्यातही या खुणा मला आढळल्या होत्या.

याशिवाय नाथांच्या मराठी, हिंदी भारुडांतही अशा काही खुणा सापडतात. त्यावरून नाथांचा सूफी संतांशी असलेला अनुबंध व त्यांचा सूफी तत्त्वज्ञानाचा अभ्यास प्रकट होतो. विशेषत: 'फिकीर' (ईश्वराची चिंता, त्याचं चिंतन व त्याचं ध्यान) व 'जिकीर' म्हणजे 'जिक्र' (म्हणजे ईश्वराचं वर्णन, विवरण) या सूफी तत्त्वज्ञानातील महत्त्वाच्या पारिभाषिक संज्ञाही या भारुडात आढळतात. ही भारूडं संत एकनाथांच्या कोणत्याही अभंग-गाथ्यात सहज पाहायला मिळतील.

(२) त्याचप्रमाणं एकनाथांनी 'हिंदू-तुर्क संवाद' लिहिला आहे. ही रचनाही नाथांच्या गाथ्यात प्रसिद्ध झालेली आहे. अलीकडे तिचं संपादन अमेरिकेतील पेन्सिल्व्हानिया विद्यापीठाच्या प्राध्यापिका (व महाराष्ट्रातील आंबेडकरी चळवळीच्या सुप्रसिद्ध अभ्यासक) डॉ. एलिनार झेलिएट यांनी इंग्रजीत केलं आहे. या 'हिंदू-तुर्क-संवादा'तही दोन्ही धर्मांच्या (म्हणजे हिंदू आणि इस्लाम या धर्मांच्या) तत्त्वज्ञानातील काही साम्यस्थळांकडे लक्ष वेधलं असून, हिंदू व मुसलमान हे दोघे भाऊ-भाऊ कसे आहेत, ते सांगितलं आहे. वारकरी आणि सूफी या संप्रदायातील साह्यामुळंच महाराष्ट्राच्या सांस्कृतिक इतिहासात परस्परसामंजस्याचं, साहचर्याचं, अभिसरणाचं नि एकात्मतेचं एक नवं पर्व सुरू झालं होतं. याला वारकरी संप्रदायाप्रमाणंच महाराष्ट्रातील इतर संप्रदायांनीही मोलाचा हातभार लावला होता. त्याची नोंद जितकी व जशी घ्यायला हवी, तशी घेतली नाही; पण ही नोंद महाराष्ट्राच्या जनमानसानं—मऱ्हाटी माणसानं निश्चितपणे घेतली आहे, हे महाराष्ट्राच्या खेडोपाड्यांत सहज हिंडता-फिरतानाही आपल्याला जाणवल्यावाचून राहत नाही. परमेश्वराचं निर्गुणत्व, निराकारत्व, विश्वनिर्मितीमागील त्याचं सूत्रधाराचं कार्य, एकेश्वरवाद, आचार-विचारांतील पावित्र्य नि उदात्तता ही वारकरी नि सूफी तत्त्वज्ञानातील समान तत्त्वं आहेत. परमेश्वराशी उपासनेच्या माध्यमातून एकरूप होता येतं, हा विचार महाराष्ट्रातील

सूफी संतांनीही स्वीकारला (इस्लाममध्ये मात्र ईश्वर व भक्त यांचे स्वामी-सेवक संबंधच गृहीत आहेत.) अल्ला आणि विठ्ठल ही एकाच परमात्मतत्त्वाची नावं आहेत, हा विचार स्वीकारून शेख महंमदांनी विपुल अभंगरचना केली; ती मुळातूनच पाहायला-वाचायला हवी.

स्थलमर्यादेस्तव या विषयाचा या लेखात अधिक विस्तार करता आला नाही पण विस्तारानं लिहिण्याजोगी विपुल सामग्री उपलब्ध आहे, तिचा उपयोग करून सवडीअंती लिहीनच.

□□

६५

महाराष्ट्रातील सूफी संतांचा शांतिसंदेश

मध्ययुगीन महाराष्ट्रात मुसलमान सूफी संतांची फार मोठी परंपरा होती. त्यात वजीर-उल्-मुल्क मुंतोजी, शहा मुंतोजी बहमनी ऊर्फ मृत्युंजय, आलमखान (अल्लंखान), शेख महंमद, शहामुनी आदी अनेक संतकवींचा उल्लेख करता येईल. ही परंपरा किती व्यापक आहे, याचा तपशीलवार विचार मांडण्यासाठी मी त्यांचं सखोल संशोधन करून तो प्रकल्प साहित्य अकादमीला सादर केला होता. या प्रकल्पासाठी साहित्य अकादमीनं मला ज्येष्ठ गौरववृत्ती दिली होती. हा ग्रंथ लवकरच प्रकाशित होईल. त्यामुळं मध्ययुगीन मराठी संतसाहित्याच्या दालनावर नवा प्रकाश पडेल. यातील अनेक मुसलमान सूफी संतकवी महाराष्ट्रातील अनेक संप्रदायांशी एकरूप झाले असून, त्यांनी आपल्या काव्याच्या व कार्याच्या माध्यमातून एकात्मतेचा तसेच शांतीचा उपदेश दिला आणि महाराष्ट्रातील विविध संप्रदायांमध्ये सामंजस्य प्रस्थपित केलं. ते स्वत: या संप्रदायांशी इतके एकरूप झाले की, ते आपल्या महाराष्ट्रातील संप्रदायांचे आहेत की इस्लामधर्मीय आहेत किंवा सूफी सांप्रदायिक आहेत, हेही आपल्याला जाणवत नाही. उदा. अंबर हुसेन, शेख महंमद, अल्लंखान किंवा शहामुनी या व त्यांच्यासारख्या अनेक मुसलमान संतकवींविषयी सूक्ष्म संशोधन केल्यास ते इस्लामच्या सूफी संप्रदायाचे आहेत की महाराष्ट्रातील एखाद्या महत्त्वाच्या संप्रदायाचे आहेत, याविषयी आपल्या मनात संभ्रम निर्माण होऊ शकतो. शेख महंमद किंवा शहामुनी ही यातील अगदी ठळक उदाहरणं आहेत. महाराष्ट्रातील सूफी संप्रदायाचं अध्ययन-संशोधन करताना अशी कित्येक उदाहरणं मिळतात. 'इस्लाम' या शब्दाचा अर्थच 'शान्ती' असा आहे. त्यामुळं या मुसलमान संतांनी आपल्या सांप्रदायिक तत्त्वज्ञानाची भारतीय/महाराष्ट्रीय संप्रदायाच्या तत्त्वज्ञानाशी तुलना केली व त्यांतील अनेक साम्यस्थळं त्यांना जाणवली. त्यामुळं त्यांना आपल्या सूफी परंपरेच्या तत्त्वज्ञानात– म्हणजे अनेक तसव्वुफमध्ये व भारतीय

महाराष्ट्रीय अनेक संप्रदायांतील तत्त्वज्ञानात अनेक बाबतींत एकत्व आढळलं. त्या सर्वच संप्रदायांनी व धर्मांनी 'विश्वशांती' व 'विश्वकल्याणाचा' संदेश दिला असल्याची प्रचिती त्यांना आली व 'विश्वशांती'च्या पुरस्कारातूनच सर्व धर्मांत अभेद असल्याचा विचार मांडता येतो, याचीही कल्पना आल्यानं महाराष्ट्रातील मुसलमान (सूफी) संतकवी आपल्या संप्रदायाशी एकरूप झाले. इतके एकरूप झाले की, तुम्ही 'शेख महंमद' हे संत कवी वारकरी सांप्रदायिक आहेत व शहामुनी हे महानुभाव संप्रदायाचे आहेत, असं चटकन उत्तर द्याल. त्यातही गैर असं काहीच नाही. उलट, हे मुसलमान संतकवी त्या-त्या संप्रदायाशी किती कमालीचे समरस झाले होते, याचंच ते द्योतक आहे. याविषयी महाराष्ट्रात काहीच संशोधन झालं नाही का? या संदर्भात इतिहाससंशोधक वा. सी. बेंद्रे, सेतुमाधवराव पगडी, म. म. दत्तो वामन पोतदार, प्रा. अ. का. प्रियोळकर, डॉ. रा. चिं. ढेरे, प्रा. आलम वकील यांनी महाराष्ट्रातील या महत्त्वाच्या प्रभावक्षेत्राकडे निश्चितपणे लक्ष वेधलं आहे. तथापि, त्याविषयी अधिक सूक्ष्म व तुलनात्मक संशोधन करण्याची गरज असल्याचं मला तीव्रतेनं जाणवलं व या संशोधनक्षेत्रात मी अनेक दशकं रमून गेलो. त्याची फलश्रुती म्हणजे 'मुसलमान (सूफी) संतकवींचं मराठी साहित्य' हा माझा आगामी ग्रंथ होय. तो प्रकाशित झाल्यावर मध्ययुगीन मराठी संतसाहित्यातील तत्त्वज्ञानाचे व परंपरांचे अनेक धागेदोरे उलगडतील, असा मला विश्वास वाटतो.

या सर्वच मुसलमान सूफी संतांची मानसिकता आपण समजून घ्यायला हवी. कोणत्याही धर्माचे संत वा महापुरुष ज्या सर्वोच्च पातळीवर जातात; ती मानसिकता विश्वात्मकतेची असते, मानवतेची असते, उदात्ततेची असते. तिथं संकुचिततेला वाव नसतो. हे विधान मुसलमान सूफी संतांच्या बाबतीतही खरं आहे. 'एका हातात कुराण नि दुसऱ्या हातात तलवार' ही उक्ती त्यांच्याबाबतीत मुळीच खरी नाही. चांद बोधले, शेख महंमद, अल्लंखान, शहामुनी, शेख सुलतान, शेख तुराब (तुरुतवली), मुंतोजी बामणी यांपैकी कोणत्या मुसलमान संतानं स्वधर्माचा प्रसार केला? ते स्वधर्मप्रसारक नव्हते तर वर उल्लेखिल्याप्रमाणं सर्वधर्मसमभाव बाळगणारे व शांतिप्रिय होते. सामंजस्य हा त्यांचा स्थायिभाव होता. तो नसता, तर त्यांचे असंख्य हिंदू शिष्य हिंदूच का राहिले असते? शेख महंमदांचा अल्ला नि एकनाथ-तुकोबांचा विठोबा हे वेगवेगळे देव होते काय? परमेश्वराचं एकत्व, निर्गुणत्व, निराकारत्व हे या सगळ्या संतांना पटलेलं होतं; म्हणूनच जातिभेद, पंथभेद, वर्णभेद वा धर्मभेद त्यांनी पाळला नाही. एवढंच नाही तर त्यांनी 'भेदाभेद भ्रम अमंगळ' असंच म्हटलं आहे. हे भेद नाहीसे झाले की, त्यांच्या ठायी परपंथद्वेष किंवा परधर्मद्वेष यांना वावच राहिला नाही. असा अभेद किंवा असं अद्वैत मानल्यामुळं

त्यांच्या विचारविश्वात विद्वेषाला स्थान नाही. महाराष्ट्रातील मुसलमान सूफी संतांच्या बाबतीतही हेच खरं मानता येईल. कोणताही धर्म वा पंथ विद्वेषावर आधारलेला नसतो. विद्वेष आला की ओघानंच संघर्षही येतो नि संघर्ष आला की कुणाचा तरी विध्वंस होतो. विध्वंस झाला की त्याची परिणती म्हणून मन:शांती नि समाजातील शांती नाहीशी होते. ही सारी नकारात्मक मानसिकता असते. अन्य धर्मांच्या संतांप्रमाणं सूफी संतांची मानसिकताही सकारात्मक आहे, विधायक आहे. विश्वशांतीच्या ध्येयाकडे वाटचाल करणारी आहे. यामुळंच वर उल्लेखलेले सर्वच सूफी संत सर्व प्राणिमात्रांविषयी प्रेम बाळगणारे, सर्व प्राणिमात्रांच्या कल्याणाची कामना करणारे होते. शांतिप्रिय होते. तसं नसतं, तर या मुसलमान संतांनी अन्य धर्म-पंथांविषयी आस्था आणि आदर का बाळगला असता व शांतीच्या विचाराचा पुरस्कार-प्रसार 'योगसंग्रामा'त शेख महंमदांनी का केला असता? अंबर हुसेननी गीताटीका का लिहिली असती? संत एकनाथांनी 'हिंदू-तुर्क-संवाद' लिहून सामंजस्य व शांती प्रस्थापित करण्यासाठी हिंदू आणि मुसलमान हे भाऊ-भाऊ आहेत, या विचारसरणीचा पुरस्कार कशासाठी केला असता? परभणीचे शेख तुराब (तुरुतवली) यांनी समर्थांच्या 'मनाच्या श्लोकां'चा दक्खिनी उर्दूत 'मनसमझावन' या ग्रंथात अनुवाद का केला असता? आणि समर्थांनी 'मुसलमानी अष्टकं' का लिहिली असती? शेख महंमदांचा 'योगसंग्राम' हा ग्रंथ सर्वज्ञात आहे. त्यातील शेवटच्या (अठराव्या) अध्यायात पवित्र कुराणातील तत्त्वज्ञानाचं विशदीकरण करून त्याची तुलना त्यांनी भारतीय दर्शनाशी केली नसती. 'योगसंग्रामा'तील योगरूपी दुर्गेची मूळ संकल्पना ज्ञानदेवांच्या 'ज्ञानेश्वरी'च्या सहाव्या अध्यायातील योगदुर्गाच्या संकल्पनेतून सुचली असावी, असं मत डॉ. ढेरे यांनी प्रतिपादिलं असून त्यात काही तथ्य असलं तरी ती शेख महंमदाची स्वतंत्र रचना आहे.

शहा मुंतोजी बामणी (बहमनी) हे 'कादरी बेदरी पाछा (पादशाह)' होते. 'मुर्तुझा कादरी' हे त्यांचं मूळ नाव व 'मृत्युंजय' हे धारण केलेलं नाव. त्यांची नाममुद्राही होती. ती त्यांच्या काव्यात सर्वत्र आढळते. ('मृत्युंजय' याच नावाचे आणखी एक संतकवी होते, पण ते उत्तरकालीन असून हिंदू होते. त्यांच्या साहित्याचं संशोधन डॉ. रेखा भूमकर-गळेगावकर या माझ्या विद्यार्थिनीनं केलं आहे.) शहा मुंतोजी बामणी हे सूफी संप्रदायातील 'कादरी' शाखेचे अनुयायी असल्यानं त्यांच्या नावासोबत 'कादरी' हे संप्रदाय-नामही जोडलं जातं आणि ते बिदरचे पादशहा असल्यानं त्यांच्या संदर्भात 'बेदरी पाछा' हे शब्द योजिले जातात. ('पाछा' हे फार्सी 'पाद्शाह्', 'बाद्शाह्' या शब्दाचं अपभ्रष्ट रूप आहे.) 'पंचीकरण' हे भारतीय दर्शनातील एक महत्त्वाचं तत्त्व आहे. पृथ्वी, आप, तेज, वायू, आकाश यांच्या पंच

महाभूतांच्या एकत्रीकरणातून 'पंचीकरण' सिद्ध होतं. आपल्या देहाची व विश्वाची निर्मिती याच प्रक्रियेतून होते, असा पंचीकरणाच्या सिद्धान्ताचा अर्थ व आशय आहे. सूफी दर्शनातही अशा प्रकारची पंचतत्त्वं असून हिंदू आणि इस्लाम या दोन्ही धर्मांतील अनेक महत्त्वाची साम्यस्थळं सूफी दर्शनात असल्यानं त्यांनी सामंजस्याची भूमिका स्वीकारली. महाराष्ट्रातील विविध पंथांच्या बाबतीतही असंच म्हणता येईल. ही पार्श्वभूमी असल्यानंच मुंतोजी बामणींसारख्या सूफी संतांनी हिंदू- मुसलमान यांत अभेद मानला व आपण सारे एक आहोत— असा शांतीचा, समन्वयाचा, सामंजस्याचा नि एकात्मतेचा संदेश आपल्या लेखनातून व वाणीतून दिला. आपण सारे मानव असल्यानं एकच आहोत, या विचारसरणीचा पुरस्कार कसा केला, त्याची प्रचिती मुंतोजी बामणी यांच्या पुढील अवतरणावरून येईल; त्याचप्रमाणं त्यांच्या शांतिप्रियतेचीही कल्पना येईल.

'शहा मुंतबजी बामणी । जिनमें नहीं मनमानी ।'
'पंचीकरण' का खोज किये । हिंदू-मुसलमान येक कर दिये।।'

महाराष्ट्रातील बहमनी राजवटीची ही पार्श्वभूमी मुंतोजींसारखे सूफी संत का निर्माण करतात? विविध धर्मांच्या / पंथांच्या अनुयायांमध्ये संघर्ष न होता, सामंजस्याची भावना व शांती प्रस्थापित व्हावी; यासाठीच की नाही? हिंदू आणि इस्लाम हे दोन्ही धर्म मूलत: निर्गुणोपासक आहेत. हिंदू धर्म हाही मूलत: निर्गुणोपासक आहे, हे वेदांनी, उपनिषदांनी तसंच भगवद्गीतेनंही म्हटलं आहे. कुराणातही अशाच प्रकारचं प्रतिपादन आहे. तथापि, निर्गुणोपासना ही निर्गुण-निराकार परमेश्वराची भक्ती आहे, तर सगुणोपासना ही सगुण-साकार परमेश्वराची भक्ती आहे. सगुणोपासनेत ईश्वराचे अवतार मानले असून, त्यांची उपासना ही त्यांची भक्ती आहे. ज्याला आकार वा रूप नाही, अशा abstract तत्त्वाची उपासना करण्याची कल्पना करणं, हे बऱ्याच वेळा सर्वसामान्यांना आपल्या आकलनशक्तीच्या बाहेरचं आहे, असं वाटतं. त्या मानानं निर्गुणोपासनेचा अलीकडचा टप्पा प्रथम गाठणं, हे त्यांच्या आवाक्यातलं असतं. ही भक्ती सुगमतर असते, म्हणून अवतारकल्पना नि त्या अवताराची उपासना ही ओघानंच येते. महाराष्ट्रातीलच नव्हे, तर भारतातील अनेक धर्मांनी व पंथांनी हा टप्पा प्रथम स्वीकारला नि त्यामुळंच राम, कृष्ण, दत्त, शिव, विष्णू-विठ्ठल, नृसिंह आदी देवतांचे अवतार मानले गेले. तथापि, या सर्वच देवतांची उपासना म्हणजे एका निर्गुण-निराकार परमात्वतत्त्वाचीच उपासना होय, हे प्रतिपादन करायला सर्व भारतीय आस्तिक दर्शनं मुळीच विसरत नाहीत. हेच समान मूलतत्त्व सर्व महाराष्ट्रीय सूफी संतांना जाणवल्यामुळं ते वारकरी, महानुभाव, नाथ, नागेशादी

संप्रदायांशी एकरूप होऊ शकले. संघर्ष टाळण्यासाठी व शांती प्रस्थापित करण्यासाठीच विविध धर्मांचे/पंथांचे संत हे समन्वयाचं तत्त्व योजतात. यादवकाळातील शिवोपासक व विठ्ठलोपासक (विष्णूचे उपासक) म्हणजेच अनुक्रमे 'शैव' व 'वैष्णव' यांच्यामध्ये जो प्रचंड संघर्ष होता, तो टाळण्यासाठी हरिहरैक्याचं तत्त्व प्रतिपादून शांती प्रस्थापित करण्याचा मार्ग स्वीकारला. त्याचे महाराष्ट्राच्या धर्मसाधनेवर दूरगामी परिणाम झाले. सूफी संतांनीही मध्ययुगीन महाराष्ट्रात अशाच प्रकारचं समन्वयाचं तत्त्व स्वीकारून समाजामध्ये सामंजस्य व शांती प्रस्थापित केली. प्रथम स्वत:च्या धर्माची मूलतत्त्वं नीट समजून घ्यावीत व त्याचबरोबर इतरांच्या धर्मांचीही मूलतत्त्वं नीट समजून घ्यावीत, ही महाराष्ट्रातील मध्ययुगीन संप्रदायांप्रमाणंच सूफी संप्रदायाचीही भूमिका होती. मध्ययुगातील या सर्व संप्रदायांचा संदेश व हितोपदेश आजच्या एकविसाच्या शतकातही कालबाह्य झालेला नाही; उलट दहशतवादाच्या सावटाखाली वावरताना तर संतांच्या या शांतीच्या संदेशाचीच खरीखुरी गरज आहे, हे कुणीही मान्य करील. सूफी संतांच्या शांतीच्या संदेशाचा हा विषय फार फार व्यापक आहे. मी माझ्या आगामी सूफी संप्रदायविषयक ग्रंथात त्याचा सविस्तर विचार केलाच आहे. त्यातला केवळ एक छोटासा उल्लेखदेखील किती मोलाचा आहे, हे सूफी संत शेख महंमद यांच्या 'दुचेष्मा' (म्हणजे 'दोन नेत्र') या आध्यात्मिक प्रकरणावरून येईल. या प्रकरणात शेख महंमदांनी भारतीय दर्शनातील व सूफी संतांच्या दर्शनातील ही आध्यात्मिक परिभाषा देऊन त्यांतील साम्य दर्शविलं आहे. उदा.

'आवस्छा (अवस्था) चारी (४)	**हाल ४**
जाग्रती (जागृती)	बेदारी
स्वप्नावस्था (स्वप्नावस्था)	हाल खाब
सुषुप्ती	बेहोसी
तुर्यावस्छा (तुर्यावस्था)	हाल होसी'

या प्रकरणाच्या प्रारंभी 'ॐ राम'चा पर्याय 'बिस्मिल्ला' हा दिला आहे. आपल्याला दोन डोळे असतात; पण एकाच वेळी त्या दोहोंनी वेगवेगळी दृश्यं दिसत नाहीत, तर एकच दृश्य दिसतं. त्याप्रमाणं हिंदू दर्शन व इस्लाम दर्शन हे दोन डोळे असले तरी त्यांतून एकाच परमात्मतत्त्वांची प्रचिती येते, असं शेख महंमदांना इथं सांगायचं आहे. या एकत्वाची, सामंजस्याची परिणती शांतीत व मन:शांतीत होते, असं शेख महंमदांना इथं सांगायचं आहे. महाराष्ट्रातील अन्य संप्रदायांच्या संतांप्रमाणं महाराष्ट्रातील सूफी संतांनाही शांतीचाच संदेश द्यायचा आहे.

❑❑

६६

'योगसंग्रामा'तील मंगलाचरणं

मराठी संतसाहित्यातील 'मंगलाचरणं' हा एक महत्त्वाचा अध्ययन/संशोधनविषय आहे. ज्ञानदेवांच्या 'ज्ञानदेवी'तील मंगलाचरणांनी अभ्यासकांचं, संशोधकांचं व सांप्रदायिकांचं लक्ष वेधलं होतं आणि त्यांच्याविषयी आजवर बराच विचार, विवरण-विवेचन झालं आहे. विशेषत: त्यात प्रतिपादिलेल्या गुरुमाहात्म्यावर व गुरूविषयक रूपकांवर बराच विचार झाला आहे. तो तसा होणं आवश्यक होतं. अध्यायांचा प्रारंभ कसा व कुणाला वंदन करून करतात, यावरूनही ज्ञानदेवांच्या भावविश्वावर व विचारविश्वावर प्रकाश पडतो आणि त्यांच्या विभूतिमत्त्वाचं एक वेगळं अंग उजळून निघतं. संत एकनाथांच्या लेखनाविषयीही असाच विचार झाला आहे.

नाथसमकालीन व नाथांचे गुरुबंधू संत कवी शेख महंमद यांच्या लेखनाविषयी असा विचार फारसा झाला नाही. त्यात मला लक्षणीय असं वेगळंपण जाणवलं. त्यांच्या लेखनात परप्रकाशित्व आहे, असा एक आक्षेप घेतला जातो; तो कसा सार्थ नाही, हे त्यांच्या संपूर्ण ग्रंथसंपदेत जाणवतंच, तसंच त्यांच्या 'मंगलाचरणा'तही जाणवतं. ते कसं जाणवतं, हे वाचकांच्या व अभ्यासकांच्या लक्षात यावं, हे या लेखाचं निर्मितिप्रयोजन आहे.

'योगसंग्राम' हा शेख महंमदांचा प्रमुख ग्रंथ. त्यात त्यांनी योगशास्त्रविवेचन कसं केलं आहे, याविषयी मी माझ्या सूफी संतविषयक ग्रंथात एक स्वतंत्र लेख विस्तारानं विवरण केलं आहे. या लेखाची व्याप्ती त्यातील मंगलाचरणांपुरतीच मर्यादित आहे.

शेख महंमद हे सूफी संप्रदायातील कादरी परंपरेचे आहेत, हे त्यांनीच लिहिलेल्या 'सिजरा (दा) जदि- कादिरी' या प्रकरणावरून स्पष्ट होतं. त्यांचं हे लेखन श्री. वा. सी. बेंद्रे यांनी संपादिलेल्या त्यांच्या 'कवितासंग्रहा'त प्रसिद्ध झालं आहे (पृ. १२३). पण या संतकवींचं वैशिष्ट्य असं की, ते वारकरी संप्रदायाशीही

तितकेच एकरूप झाले आहेत. याविषयीही मी अन्यत्र विवेचन केलंच आहे.

शेख महंमदांच्या मंगलाचरणांतही गुरु-महिमा अनेक ठिकाणी वर्णिला आहे. एवढंच नव्हे, तर 'योगसंग्रामा'च्या लेखनापूर्वीही ते गुरूचा आशीर्वाद घेतात आणि त्यांची अनुमती व आज्ञा मिळाल्यावरच आपल्या ग्रंथलेखनास प्रारंभ करतात. हिंदू व इस्लाम या दोन्ही धर्मांनी ईश्वराचं निर्गुण-निराकारत्व मान्य केलं आहे. अंतिम सत्याची विश्वनिर्मिती व सर्वव्यापित्व, त्याचप्रमाणं एकेश्वरवादही या दोन्ही दर्शनांना मान्य आहे. ही पार्श्वभूमी लक्षात घेऊन भारतीय दर्शनातील सगुणवादाकडे शेख महंमद कोणत्या दृष्टिकोनातून पाहतात, यावरही त्यांच्या मंगलाचरणांतून प्रकाश पडतो.

पहिल्या प्रसंगाच्या पहिल्या ओवीचा प्रारंभ 'श्री गणेशाय नमः' या गणेश-नमनानं होतो—तसा तो काही अन्य प्रसंगांतही (उदा. दुसरा, तिसरा, चौथा, पाचवा इ. प्रसंग) होतो. पहिल्या प्रसंगाच्या गणेशवंदनेनंतर पुढील चरण येतात—'ॐ नमोजी अव्यक्त रामा । परात्पर मेघश्यामा । ब्रह्मादिकां न कळे महिमा । अविनाश म्हणवूनिया' ॥१×१॥ तर, दुसऱ्या प्रसंगाच्या पहिल्या ओवीतील गणेशवंदनेनंतर 'श्री निर्विकाराय नमः' हा चरण येतो. ही पुनरावृत्ती चौदाव्या प्रसंगापर्यंत झाली असून, पंधराव्या प्रसंगात या दोन चरणांची आलटापालट झाली आहे. सोळाव्या प्रसंगाच्या प्रारंभी 'श्रीगणेशाय नमः' हा चरण येतो पण 'श्रीनिर्विकाराय नमः' हा नाही. सतराव्या प्रसंगाचा प्रारंभ व त्याचं मंगलाचरण पाहा—

श्रीगणेशाय नमः । जल्ले जलालहु अल्ला गनि प्यारा ।
जयजय जी जयवंत नरा । विश्वव्यापक निज परमेश्वरा ।
रहीमान साचा ॥ १७×१॥

सातव्या प्रसंगाच्या मंगलचरणात 'गणेश' व 'निर्विकार' यांना वंदन केल्यानंतर कवी म्हणतात—

'ॐ नमो जी सर्वोत्तमा नित्यमुक्ता ।
सर्वांठायीं असे तुझी सत्ता ।
परी तूं निर्भय, निर्गुण, अलिप्त दाता ।
कल्पतरू विश्वाचा ॥' (७×१)

आठव्या प्रसंगाच्या मंगलाचरणात यापूर्वीच्या प्रसंगाच्या मंगलाचरणात गणेश-निर्विकाराला वंदन केल्यानंतर ते म्हणतात—

ॐ नमो जी अलक्ष्य, अगम्य, अगोचरा ।
निजनिवांत खाणीच्या माहेरा ।

तुज वर्णितां अव्यक्त दिगंबरा ।
शीणल्या वेदश्रुती ॥ (८×१)

या विविध मंगलाचरणांतील निर्विकार-निर्गुण अंतिम सत्याची लक्षणं दोन्ही धर्मांत बरीच समान आहेत, हे लक्षात घ्यायला हवं.

या मंगलचरणांतील आणखी एका महत्त्वाच्या बाबीकडे मला लक्ष वेधायचं आहे; ती म्हणजे; ज्यांच्या माध्यमातून आपण ग्रंथलेखन करतो— तो कागद, ती शाई, शाई ज्यात ठेवतो ती दौत, जिच्या साह्यानं आपण लेखन करतो ती लेखणी— यांनाही मंगलाचरणात वंदन करणारा हा संतकवी आगळावेगळाच म्हणायला नको का? अध्यात्मविवेचनासाठी तो त्यांचाही रूपकाच्या साह्यानं पाचव्या प्रसंगाच्या मंगलाचरणात असा उल्लेख करतो—

'ॐ नमो विवेक-दौत, मैस, लेखणी ।
तुमच्यानें लिहिली अक्षरवाणी ।
त्रिवेणी दौतीत सत्राविचें पाणी ।
घातले मूळबंधे ॥
कोरा कागद तो शून्याकार ।
अनुभव-लेखणी जाहिर ।
वर मांडिले क्षर-अक्षर ।
आत्मप्रचीतीनें' ॥ (१७×१-२)

अक्षरांनी शब्द बनतात, शब्दांनीच ओळी तयार होतात नि ओळींचं रूपांतर होतं चरणांमध्ये. ही माध्यमं नसती, तर आपण ग्रंथ तरी कसा लिहिला असता नि परमार्थ-विवेचन तरी कसं केलं असतं, हा विचार मनात आल्यावर हा संत कवी दहाव्या प्रसंगाच्या मंगलाचरणात 'गणेश' व 'निर्विकार' यांना वंदन केल्यानंतर त्यांनाही रूपकात्म भाषेत वंदन करतो—

'ॐ नमोजी भाव-भक्ति-अक्षरें-ओळी ।
चरणबंद कवित्व प्रभावळी ।
नित्य निजानंदें अक्षरें सोंवळीं ।
समाधान पावोनियां ॥' (१०×१)

ईश्वराचं नाम-माहात्म्य गायचं झालं तर कागद, लेखणी, मईस (शाई) यांची व्याप्ती कितीही मोठी असली तरी ते अपुरेच पडतील, असं म्हणून त्यानं या

सर्वांचाच महिमा वर्णिला आहे—

'महि एवढा कागद थोर ।
लेखणीस अठरा भार तरूवर ।
मईस केल्या सप्त सागर ।
पूर्ण नव्हेच 'नाम' ॥१४×९२॥

आणि हा संतकवी परमार्थमार्गाची वाटचाल करीत असला तरी तो ती प्रपंच करतो आहे; तेव्हा दैनंदिन प्रपंचाच्या अत्यावश्यक व मूलभूत अन्न-वस्त्रासारख्या गरजा भागल्या नाहीत, तर तो परमार्थ-साधना तरी कशी करणार नि अध्यात्मविवरणात्मक ग्रंथलेखन तरी कसं करणार? यासाठी चौदाव्या प्रसंगाच्या मंगलाचरणात तो त्यांनाही वंदन करतो—

'श्रीगणेशाय नमः । निर्विकाराय नमः ।
ॐ नमो समाधान वस्त्र-अन्न ।
अन्न क्षुधाहारी, वस्त्र भूषण ।
म्हणोन नमस्कार करून ।
प्रसंग आरंभिला! ॥१४×१॥'

संतकवी शेख महंमद यांच्या मंगलाचरणांतील हे वेगळेपण जाणवलं, त्याची नोंद घ्यावी व अभ्यासक-संशोधकांचं लक्षही त्याकडे वेधावं, या दृष्टीनं लेखासाठी हा महत्त्वाचा विषय निवडला. वरकरणी सर्वसामान्य स्वरूपाचा वाटणारा हा विषय किती आशयगर्भ व विचारगर्भ आहे, याचीही प्रचिती त्यातून यावी, ही अपेक्षा. संतकवी शेख महंमद हे अहमदनगर जिल्ह्यातील श्रीगोंद्याचे. श्रीगोंद्याचेच वीरचंद दलिचंद देसाई यांनी संपादिलेल्या स्थानिक पारंपरिक संहितेतील प्रसंग (अध्याय) व ओळी यांचे क्रमांक या लेखात उद्धृत केले आहेत.

❑❑

६७

शेख महंमदांचं समाजजागरण

संत कबीर आणि शेख महंमद (सूफी संतकवी) या दोन्ही संतांनी तुकोबांप्रमाणंच धर्मातील मूलतत्त्ववादावर कठोर प्रहार केले आहेत. त्यामागं कोणत्याही धर्माच्या अनुयायांची निंदा करण्याची भूमिका मुळीच नाही. धर्म ही एक पवित्र श्रद्धा आहे; तिनं मन:शांती मिळते, आपल्या जीवनात पावित्र्य येतं नि आपण खरी परमार्थसाधना करू शकतो. अशा प्रकारे ज्या परमेश्वरानं आपल्याला हा मानवदेह व मानवजन्म दिला, त्याचं आपण सार्थक करू शकतो व जीवनाचं अंतिम उद्दिष्ट— मोक्षप्राप्ती— साध्य करू शकतो, हीच सर्व संतांची व महामानवांची भूमिका असते. या संदर्भात कबीरांनी लिहिलेल्या 'झीनी झीनी बीनी चदरिया' यासारख्या हिंदी पदांचा आठव होतो. ते म्हणतात, 'ईश्वरानं मला ही देहरूपी चादर दिली आहे. ती मी न मळविता तशीच पवित्र आणि कोरी करकरीत ठेवली आहे. ती जशीच्या तशीच घडी करून इथंच ठेवून मी जगाचा निरोप घेत आहे.' अंधश्रद्धा, बाह्य अनावश्यक कर्मकांड, स्वधर्माचा सार्थ अभिमान न बाळगता त्याविषयी गर्व वाटणं नि इतर धर्मांचा द्वेष करणं, या समाजातील अपप्रवृत्तींवर व मूलतत्त्ववादावर कबीरांप्रमाणंच शेख महंमदांनीही आपल्या लेखनात टीका केली आहे. खरं तर बुद्धिप्रामाण्य हे या दोन संतांचंच नाही, तर आपल्या सर्वच संतसाहित्याचं अधिष्ठान होतं. या पार्श्वभूमीवर शेख महंमदांच्या समाजप्रबोधनात्मक भूमिकेचा या लेखात सविस्तर विचार केला आहे.

आपल्या संतांचा दृष्टिकोन बाराव्या-तेराव्या शतकापासूनच धर्मप्रबोधनाबरोबर समाजजागरण करण्याचा, जनसामान्यांचं प्रबोधन करण्याचा होता. मध्ययुगीन मराठी संतसाहित्याच्या आदिकाळात—यादवकाळात— याची स्पष्ट प्रचिती येते. समाजात जे-जे हिणकस आहे, त्यावर झगझगीत प्रखर प्रकाश टाकून समाजाला सन्मार्ग दाखवण्याचा निर्भय प्रयत्न श्री चक्रधरस्वामी व ज्ञानदेव-नामदेव यांच्यासारख्या महापुरुषांनी जनहिताच्या तळमळीनं केला. समाजाची मानसिकता बदलण्यास तो

कारणीभूत ठरला. मूलतत्त्ववादी व प्रतिगामी विचारांचा त्याग करून पुरोगामित्वाच्या खुणांचा शोध स्वकाळात समाज घेऊ लागला. तेरावं शतक हे महाराष्ट्रातल्या विवेकनिष्ठा, बुद्धिनिष्ठा या विचारांचा पुरस्कार करणारं होतं. त्यामुळं महाराष्ट्राच्या जनसामान्यांच्या मानसिकतेत परिवर्तन होऊ लागलं, ही घटना शुभसूचकच आहे. याचा प्रभाव उत्तरकालीन मराठी संतसाहित्यावर पडल्याविना राहिला नाही. पंधरावं सोळाव्या शतकातील संतकवी शेख महंमदही याला अपवाद नव्हते.

विवेकनिष्ठा व बुद्धिनिष्ठा यांचं अधिष्ठान त्यांच्या रचनेला व कार्याला लाभलं होतं. अशा वेळी कबीराची वाणी जशी प्रखर होते व समाजातील अहितकारक प्रवृत्तींवर ती तुटून पडते, तसाच प्रत्यय शेख महंमदांच्या बाबतीतही आल्याविना राहत नाही. वस्तुत: परधर्मीय असल्यामुळं त्याचा विपरीत अर्थ लावून त्यांचं कार्य उद्ध्वस्त करण्याचा प्रयत्न होणं अशक्य नव्हतं. ती तथाकथित प्रस्थापितांची स्वाभाविक प्रतिक्रियाच होती व अशी प्रतिक्रिया होणं संभवनीय आहे, याची खूणगाठ आधी मनाशी बांधूनच त्यांनी लेखनास आत्मविश्वासानं प्रारंभ केल्याचं जाणवतं. अशा वेळी त्यांची वाणी तुकोबांच्या वाणीप्रमाणं फटकळ होणंही स्वाभाविकच आहे. कबीराच्या अशा फटकळ वाणीला व वृत्तीला 'सधुक्कडी बानी' असं साथ संबोधलं आहे.

धर्मविचार हा क्लिष्ट न होता अत्यंत सोपा झाला, की जनसामान्य त्याकडे सहज आकर्षित होतात, याची जाणीव समाजाचं मानसशास्त्र नेमकेपणानं अभ्यासिलेल्या शेख महंमदांसारख्या संतांना कशी बरं नसणार? या मराठी मातीतच ते जन्मले व या मातीचा गंध नि तिची विविध रूपं त्यांनी अनुभवली, न्याहाळली आहेत— अत्यंत बारकाईनं न्याहाळली आहेत. त्यांविषयी सखोल चिंतन करून, या समाजाच्या अभ्युदयात कोणकोणत्या बाधा येतात, याचाही सूक्ष्म विचार, सूक्ष्म चिंतन केलं. त्यातून त्यांची पाखंडखंडनात्मक, रूढीवाद व कुप्रथा यांच्या विरोधातली, पांडित्याच्या निरर्थक गर्वावर प्रहार करणारी, जाती-जातींतील, धर्माधर्मांतील विषमतेची विषवल्ली समूळ उमटून काढणारी विचारसरणी जडत-घडत गेली. तिचं प्रतिबिंब त्यांच्या समग्र रचनेत उमटलं आहे. त्या सर्वांचा विचार इथं करणं अशक्य आहे; पण 'योगसंग्राम' या त्यांच्या प्रमुख ग्रंथाच्या आधारे त्यांची प्रबोधनात्मक, पाखंडखंडनविषयक भूमिका सहज विशद करता येईल. त्यांची हीच भूमिका त्यांच्या अन्य लेखनातही असल्यानं त्यांची एतद्विषयक ठाम मतं आपल्याला या विवेचनावरून लक्षात येतील. मराठी वाङ्मयेतिहासकारांनी या ग्रंथकाराकडे व त्याच्या या पुरोगामी भूमिकेकडे दुर्लक्ष करून, अनुल्लेखानं ती टाळून या संतकवीवर फार मोठा अन्याय केला आहे, असं म्हटलं तर ते अप्रस्तुत ठरू नये.

पंधरावं-सोळावं शतक असा शेख महंमदांचा काळ आहे. तेराव्या शतकातल्या या स्फुल्लिंगावर नाथांसारख्या संतानं आपल्या शतकात फुंकर मारून ते निखारे प्रज्वलित-धुमसते ठेवले. या काळात शेख महंमदांनीही स्वकीय व परधर्मीयांचा विरोध पत्करून हे कार्य पुढं नेटानं नेलं. या कार्याचा छोटासा आलेख या लेखात अशा प्रकारे काढता येईल.

जनसामान्यांचं प्रबोधन करायचं म्हटलं की, गीर्वाणभाषेच्या माध्यमाचा अडसर आलाच. ज्यांना ती कळत नव्हती, त्यांनी धर्माचा विचार कसा करावा? त्याचं आचरण कसं करावं? स्वार्थपरायण पुरोहितत्व आपल्या या गीर्वाणवाणीच्या वारशावर जगत होतं. धर्म हा त्यांच्या मुखातूनच व गीर्वाणवाणीतूनच प्रतिपादिता येतो, असं त्यांचं ठाम मत. या मताला छेद देण्याचा प्रथम प्रयत्न श्रीचक्रधरस्वामी व संत ज्ञानदेव यांनी समर्थपणे केला आणि मायबोलीला धर्मभाषेचं स्थान प्राप्त करून दिलं. हे ज्ञानभांडार खुलं झाल्यानं तथाकथित प्रस्थापित अस्वस्थ झालेले असणं व त्यांनी या प्रक्रियेमध्ये खंड पाडण्याचा प्रयत्न केलेला असणं संभवनीय होतं. त्याच काळात नव्हे, तर पुढं शेख महंमदांच्या पंधराव्या-सोळाव्या शतकांतही. त्याचं सुस्पष्ट प्रतिबिंब शेख महंमदांच्या लेखनात— विशेषत: 'योगसंग्राम'सारख्या त्यांच्या प्रमुख भाष्यात्मक रचनेत— उमटलं आहे. (आधारासाठी श्रीगोंद्याचे वीरचंद दलिचंद देसाई यांनी संपादिलेली योगसंग्रामाची प्रत— पारंपरिक व स्थानिक प्रत— प्रमाणप्रत म्हणून मानली आहे. संदर्भातील अंक त्यातूनच दिले आहेत.)

आपण भिन्नधर्मीय असून मराठीसारख्या मायबोलीतून हे लेखन करतो, याचा दु:स्वासही काही पंडितांनी केला; पण ते बधले नाहीत.

ऐरणीवरी ठेवूनियां हिरा । घणावरी पिटील अवधारो ।
परि तेणें सांडिलें नाही धीरा । सुतेजपणे मिरवे ।।' (६×२०)

प्रस्थापित समाजानं आपल्याला उकिरड्यासारखं मानून बाहेर टाकलं; पण याच उकिरड्याचं खत होऊन त्यातून ऊस निर्माण झाला, हा त्यांचा दृष्टान्त समर्पक व पुरेसा बोलका आहे—

अमंगळ म्हणउन बाहेर टाकिलें ।
तें 'उकरडा' अैसें नांव पडलें ।
खत म्हणअुन काळींत मेळविलें ।
इक्षुदंड नाव साखर पावलें ।। (६×३०-११)

या भाषापंडितांचं गर्वहरण शेख महंमद यांनी अशा मार्मिक शब्दांत केलं आहे—

'छपन्न भाषा असे प्रगट बोली ।
कोणासच चार भाषा बोलतां आली ।
तो म्हणे मजसारिखी नव्हे खोली ।
गर्वे मरे जगीं ॥' (७×७०)

जे स्वत:ला 'पंडित' नि विद्वान म्हणवतात, तेच भ्रष्ट आचरणाचे व जगाला ठकविणारे असले तर त्यांच्या पोकळ ज्ञानाचा काय उपयोग? त्यांचा शेख महंमदांना सात्त्विक संताप वाटतो. 'पंडित' म्हणविण्याची यांना लाज कशी वाटत नाही, असा परखड सवाल ते करतात—

'आपणास पंडित म्हणवणें । मद्य-मांसाचें भक्षण करणें ।
जगत्रय ठकिलें भोंदू चांडाळपणें । मूर्ख, हीन, मूढ म्हणती ॥' (१३×११)

भक्ती ही नितळ असावी. तिच्यामध्ये दांभिकता नसावी. ढोंगी साधूंविषयी ते काय म्हणतात, पाहा—

'सांडोनियां आत्मज्ञानाची चक्रें ।
लोखंडाची वागविती अपवित्रें ।
यावेगळी अनेग शस्त्रें ।
ते कैसे 'साधू' म्हणावे?' (५×६१)

खरा आचार्य, जोगी, संन्यासी, काझी, मुलाणी, फकीर कोण— हे ते यासाठीच तपशिलात सांगतात. त्यावरून खोटे आचार्य, जोगी, संन्यासी, फकीर आदींवरही प्रकाश पडतो. त्यांतील काहींचा उल्लेख करतो.

संन्यासी -

'जितेंद्र आवरून येकला । सदा सावध
अव्यक्तीं गुंतला । मार्गी विहंगम मीनाचे लागला । तो संन्यासी पवित्र ॥'
(५×८६)

जोगी -

अधोर्ध्वतापें काग वैराग्यें । कुंडलिनीचे माथा गुणरंगे ।
जो एक योगी निवे अष्टांगे ।
तो तत्त्व जोगी खरा ॥ (५×८८)

फकीर -

फकीरपणाचा दावीना तोरा । स्वयें वाटा
बुजविल्या तेवीस तेरा । प्रेमाचा अंमल,
लागली सहज मुद्रा । सत्य फकीर जिंदा ।। (५×८४)

काजी -

काजी तो ज्यास सांगितल्याविण कळे ।
मुनसोफी करितां चित न तरळे ।
सम-विषम तुळाधार न्याहळे ।
लांच न घे म्हणउनी ।। (५×७९)

यावरून परधर्मीयांतीलच नव्हे तर स्वधर्मीयांतील अनिष्ट प्रवृत्तींवरही शेख महंमद समान टीका करतात; भेदभाव करीत नाहीत, हे सहज कळेल.

धर्म म्हणजे मंत्र-तंत्र व धर्म म्हणजे कर्मकांड, अशी जी चुकीची समीकरणं निर्माण झाली; त्यांना शेख महंमदांचा विरोध आहे. अशा वेळी त्यांची भाषाही फटकळ अभंगांच्या भाषेसारखी कठोर असते—

'रांडे सांडे आळसी झाले भांडे ।
तंत्रें मंत्रें जन ठकती काळतोंडे ।
महाडुळ जन्म घेतील दुतोंडे ।
मनुष्य-देह सरल्या ।।' (५×५९)

मंत्र-तंत्राप्रमाणं नवससायासांसारख्या व अनावश्यक व्रतांसारख्या अंधश्रद्धांवरही ते टीका करतात—

आणिक ऐका नवसाचें वेड । देवतेपुढें थावरिती बगाड ।
जैसे श्वान फोडी कोरडें हाड । तदन्यायें जन भजत असे ।। (१२×७६)
मूर्ख नवस करून देवतांप्रती । म्हणे आम्हा द्यावी धन्यधान्य-संपत्ती ।
ऐसेंच मूर्ख वेळोवेळां बोलती । उग्र व्रत धरूनिया ।। (१२×८०)

बळी देणे, गळ टोचणे यांसारख्या चुकीच्या रूढींवरही ते तुटून पडतात व खरी भक्ती कशी करावी, ते समाजाला समजावून सांगतात.

सोळा-सतराव्या शतकात देवदासी नि मुरळ्या, बिजवरास मुलगी विकणं या प्रथांविरुद्ध शेख महंमद आपलं मत नोंदवितात आणि अंधश्रद्धानिर्मूलनाचा

तसंच समाजप्रबोधनाचा प्रयत्न करतात, ही गोष्ट लक्षणीय नाही का?

'ज्या मुरळ्या करिती अनाचार । चालविता उन्मत्ताचे घरचार ।
त्यास म्हनती लावी भंडार । आपले न हात' ।। (४×५१)

वर्णभेद व जातिभेद मानणारे लोक समाजात विषमतेची विषवल्ली पेरतात, तेही शेख महंमदांचा टीका-विषय झाले आहेत-

'धर्म जागो वेधला तरुवर । सांगितल्या नामाचा करी उच्चार ।
दृष्टी नाहीं देखिलें लहान-थोर । काळें काय गोरेसें?' (८×२५)
एका परमेश्वरानंच या साऱ्यांना निर्माण केलं आहे ना?
'एका चर्माची अनेक बाहुलीं । एक उदकरंगें रंगलीं ।
अनेक आवरणांची नांवें ठेविली । जनास दावावया ।।' (९×११)

हे शेख महंमदांचं निरीक्षण किती मार्मिक आहे! ते चातुर्वर्ण्यव्यवस्थेमुळं निर्माण झालेल्या सामाजिक विषमतेवर प्रखर प्रकाश टाकीत नाही का?

अनेकदैवतवादामुळं समाजाचा बुद्धिभेद होतो. देव एक नसून अनेक आहेत, अशी त्याची धारणा होते व त्यातून त्या-त्या देवतांचे अभिनिवेशी संप्रदाय निर्माण होतात. यामुळंही समाज दुभंगत-दुभंगत जातो. यासाठी अशा कितीतरी देवतांविषयी त्यांनी 'योगसंग्रामा'च्या पंधराव्या प्रसंगात आपली प्रतिकूल प्रतिक्रिया नोंदवून समाजाला एकेश्वरवादाचं महत्त्व समजावून सांगितलं आहे. यातील एका देवतेचा वानगीदाखल उल्लेख—

'भद्राई लावावें आपुले बळी । तुला नैवेद्य करीन तूप-पोळी ।
म्हणे मज पाव वो तदाकाळीं । कोंबडे-कोंबड्या मारीन ।।' (१५×१५)

चेटकासारख्या जारण-मारण विद्या व त्याविषयीची समाजातील अंधश्रद्धा यावरही शेख महंमद तुटून पडतात, यावरूनही त्यांच्या बुद्धिप्रामाण्याची साक्ष पटते. याचप्रमाणं डखीण-जखीण, भुताखेतांसारख्या अंधश्रद्धांनाही त्यांनी विरोध केला आहे. 'योगसंग्रामा'च्या पंधराव्या प्रसंगात त्यांनी यासंबंधी विस्तारपूर्वक विवेचन केलं असून, अशा गोष्टींपासून समाजाला परावृत्त करण्याचा प्रयत्न केला आहे.

'मग धावती गौडदेशा । नाना परी चेटकें शिकती परियेसा ।
म्हसके होऊन येती देशा । जन झकवावयाला ।।
चेंडें चापडें जड्याबुट्या कुसळणे । शिकोनी अधर्मी गोविलें अज्ञानें ।
त्यांनीं दुपत्याचा नाश करणें । सुकर होउनि उसने देती'।।१५×१६-१७।।

समाजमानसावर सुसंस्कार करण्यासाठी व त्याला अपप्रवृत्ती, अंधश्रद्धा व भाबडेपणा, आंधळी भक्ती व अज्ञान यापासून वाचविण्यासाठी डोळस भक्तीची व विवेकनिष्ठ जीवनदृष्टीची अभिवृद्धी करण्यासाठी या श्रेष्ठ संतकवींनं आपली वाणी व लेखणी झिजवली. जसं समाजाचं प्रबोधन केलं, त्याचप्रमाणं धर्मप्रबोधनही केलं. वाईट रूढींना विरोध करण्याचं साहस दाखविलं. उदात्त जीवनादर्शांचं आपल्या साहित्यातून विवरण केलं व आपल्या परीनं आदर्श समाजाच्या जडणघडणीला मोलाचा हातभार लावला.

❑❑

६८

संतकवी शेख महंमदांचं भारूडविश्व

संतकवी शेख महंमद हे सूफींच्या कादरी परंपरेतले. त्यांचा विशेष संबंध वारकरी संतांशी आला असला तरी जयरामस्वामी वडगावकरांसारख्या समर्थ सांप्रदायिकांशी त्यांचा स्नेहसंबंध असल्याचं त्यांच्या चरित्रावरून जाणवतं. मराठी वाङ्मयेतिहासकारांनी जितकी व ज्या प्रमाणात या संतकवीची व त्याच्या लेखनाची (साहित्यविश्वाची) नोंद घ्यायला हवी, तितकी घेतली नाही. या संतकवीनं योगशास्त्राविषयी विस्तृत विवरण करणारा अठरा प्रसंगांचा (अध्यायांचा) व तेवीसशेहून अधिक ओव्यांचा रूपकात्म भाष्यग्रंथ आणि 'पवनविजय'सारखी त्रिखंडात्मक मौलिक रचना तर केलीच; पण अभंगरचनाही 'विपुल' या शब्दाला शोभेशीच केली. त्यांच्या प्रमुख रचनांतून त्यांचं महत्त्व व माहात्म्य जसं जाणवतं, तसंच त्यांच्या स्फुट लेखनातूनही. 'योगसंग्रामा'विषयी मराठी वाङ्मयेतिहासकार फार तर एखादा पाच-सात ओळींचा परिच्छेद लिहितात (व त्यातही कुणा पूर्वसूरीची पुनरावृत्तीच आढळते.), पण त्यांच्या स्फुट रचनेविषयी अत्यल्पही लिहिलं जात नाही. शेख महंमदांनी आपल्या भारुडांनी मराठी भारूडवाङ्मय किती समृद्ध केलं, याची केवळ वानगी कळावी आणि या अत्यंत दुर्लक्षित पण अत्यंत महत्त्वाच्या विषयावर काहीसा प्रकाश पडावा, हे या लेखाच्या निर्मितीचं प्रयोजन आहे.

'भारूड' ही रूपकात्म रचना होय. वाच्यार्थ व लक्ष्यार्थ ही तिची द्विविध अंगं. यातील लक्ष्यार्थ म्हणजे सूचितार्थच महत्त्वाचा असतो; तोच भारूडाचा 'परमार्थ' किंवा परम अर्थ असतो. हा परम अर्थही परमार्थमय असतो! याविषयी यापूर्वी विवेचन केलंच आहे. भारूड हे काव्यात्मक असतं नि नाट्यात्म असतं. त्यातून लोककथा, लोकगीत, लोकसंगीत, लोकनृत्य इ. लोकसंस्कृतीचे स्रोतही पाझरत-झरत असतात. त्यातून लोकसंवादही साधायचा असतो नि लोकप्रबोधनही करायचं असतं. हे माध्यम अत्यंत प्रभावी आहे याची जाणीव नामदेवांसारख्या संतांना

झाली, म्हणून मराठी वाङ्‍मयाच्या आदिकालातही भारूडांची निर्मिती झाली. पुढं संत एकनाथ नि शेख महंमद यांनी ती एकाच काळात समृद्ध केली.

भारुडांसाठी निवडलेले विषय व निवडलेल्या व्यक्ती यांचा इथं आवर्जून उल्लेख करायला हवा. ही निवड अत्यंत साक्षेपी व चोखंदळ आहे. एकनाथांनी भारुडांसाठी निवडलेले विषय नि व्यक्ती आणि शेख महंमदांनी निवडलेले विषय नि व्यक्ती यांतही लक्षणीय साम्य आढळतं. कोण कोण आहेत या व्यक्ती? यांत समाजातील विविध स्तरांतील लोक आहेत. तेली आहेत, नापिक आहेत, 'वणजारा', हाटकरी आहेत. लोकसंस्कृतीचे उपासक वासुदेव आहेत (शेख महंमदांच्या तर वासुदेवाविषयीच्या तीन-तीन रचना आहेत.), जोगी आहेत 'महात्मा' (महानुभाव) - ही आहेत नि 'पांगुळ'ही आहे. विषयाच्या नि भारुडासारख्या माध्यमाच्या निवडीतील साम्यावरूनदेखील ही दोन्ही मनं कसा समांतर प्रवास करीत होती, याचं मनोज्ञ दर्शन त्यांतून घडतं.

शेख महंमदांचा 'वासुदेव' समाजाला जागं करतो आहे, सावध करतो आहे— साऱ्या लहान-थोरांना सावध करत आहे. (संतांचं आवाहन हे समाजातील सर्वांसाठी असतं, याची ही गर्भित सूचना होय.) संत भेदभाव करीत नाहीत. सर्वांना समान मानतात, म्हणूनच ते त्यांना वेळीच सावध करतात. वासुदेवाचं स्वागत सारेच करतात, असं नाही. काही जण त्याला टाळतातदेखील व स्वत:चं हित पाहत नाहीत.

'एक आइकोनि अडकती दारें।
कोणी न ये निज भिक सामोरे।'

मात्र, असं असलं तरी हा वासुदेव मात्र त्यांचं हित साधण्यासाठी 'त्रिकाळ चुकवुनी करितो फेरा.' साऱ्यांना त्याचं सांगणं एकच आहे—

'भावें भजा, सांडा अहंकारा ।
शरण रिघा सद्‌गुरू-माहेरा ॥'

तो त्यांना 'आरतें सोडून परतें' जागण्यासाठी म्हणजे लौकिकात फार अडकून न पडता पारलौकिक वाटचाल कशी करायची, ते समजावून सांगत आहे. 'साधुसंतांचे चरणी लागा' असं कळवळून म्हणत आहे. क्षमा नि दया यांच्यासारख्या चिपळ्यांच्या साह्यानं 'अनाहत' नाद ऐकण्याचा संदेश देत आहे. त्यांच्यामधला 'विवेक' (सदसद्‌विवेकबुद्धी) जागवत आहे. त्यामुळं आपण व परमात्मा यांतील द्वैत नाहीसं होऊन 'अद्वैत' निर्माण होईल. जिवा-शिवाची भेट होईल व आपलं

आयुष्य सार्थकी लागेल. हे सारं साध्य करण्याचा अत्यंत सोपा उपायही हा वासुदेव सुचवितो. हा उपाय आहे नामस्मरणाचा. ('विवेक अक्षर नाम गाऊं सती' हे शेख महंमदांचं वचन.) त्याचा आणखी महत्त्वाचा उपदेश असा—

'त्यजा मी-तूंपण । धरा क्षमा-शांति ।
नका जाणीवेची अहंमती ।
ऐका वासुदेवाची विनंती ॥'

या भारुडातून शेख महंमदांनी विरक्ती, अहंभावाचा त्याग, दया-क्षमा-शांती यांच्यासारखे जीवनादर्श, विवेकाचं माहात्म्य, ईशनिष्ठा, नाममाहात्म्य इ. कितीतरी महत्त्वाच्या बाबींकडे लक्ष वेधलं आहे.

'शीघ्र जागा रे पहिला पहारा ।
दीप आहे तों करा, वारा सारा ।
ना तरी पडाल चौऱ्यांशी अंधारा ।
शेख महंमद वासुदेव खरा ॥'

वासुदेवाच्या या शब्दचित्रातून त्यांचं विचारविश्व व भावविश्व तर प्रकट होतंच, पण ते जनमानसातही संक्रमित होत जातं.

त्यांचा 'नापिक' भादरणी करता-करताच विवेकाचा विचारही सांगून जातो. तो पतितांची अंतरं भादरून त्यांतील पाप-वासना नाहीशी करतो. विषयादी विकारांची नखं कापून टाकतो. विज्ञानाच्या चिमट्यानं अहंकाराचे खुंट काढतो. त्याच्या हाती 'वैराग्याची कातरी' आहे.

शेख महंमदांचं हे भारूड वाचताना सेनामहाराजांच्या अभंगांची नि त्यांतील प्रतिमा-दृष्टांतांची आठवण व्हावी, इतकं त्यांत साम्य आहे.

त्यांचं 'तेली' हे भारूडही लक्षात घेण्याजोगं आहे. ते लहान असूनही किती आशयगर्भ आहे, ते पाहा—

'हरि दुर्बळ तुझा तेली । सद्‌गुरूनें कृपा केली ।
औट हात रोविला घाणा । तत्त्वें लाट फिरे जाणा ।
तीळ कल्पना-वासना । शांति वोहोळुनि घाणा ।
माया-विषय रगडिले । भाव-तेल निवडिलें ॥'

शेख महंमदांचा उल्लेख न करता संत जगनाडेमहाराजांचा हा अभंग आहे, असं सांगितलं तरी त्यावर सहज विश्वास बसेल. जगनाडेमहाराज तुकोबांच्या चौदा

टाळकऱ्यांपैकी—शिष्यांपैकी—पहिले होते.

शेख महंमदांचा ‘वणजारा’ हा एका गावाहून दुसऱ्या गावी बैलावर गोण्या भरून नेऊन माल विकणारा गावाकडचा व्यापारी आहे. मन-पवन हे त्याचे बैल. आपल्या मुठीनं तो त्यांचा गर्व-गुमान थोपवितो. हेतुबुद्धीची वेसण तो या बैलांना लावतो. त्यांच्या गळ्यांत संकल्प-विकल्पांच्या घंटा असून त्यांचे नाद निनादत असतात (साधनामार्गात संकल्प-विकल्पात संघर्ष होऊन साधकाचा बुद्धिभेद होण्याची शक्यता असते. अशा वेळी मन:शांती ढळू न देता ईश्वरावर निष्ठा ठेवून त्याची भक्ती करायला हवी, साधना करायला हवी.). यासाठी या बैलांना ‘शांतीने शृंगारिले’, असं शेख महंमद म्हणतात. क्षमा, दया यांच्या चवरी त्यांच्यावर ढाळून मायेनं त्यांना वळवावं (म्हणजे मन सन्मार्गी लागतं.). अशा वेळी त्याला सद्‌गुरुरूपी सौदागर (व्यापारी) भेटतो.

‘पुजुनी गुरुधन्या । नामें भरिल्या गोण्या ।
परतोनि आलो पेण्या । निळारंभा ॥
तळीं उन्मनीची हाट । सिद्धांसाधकांची पेठ ।
तराजु बळकट । जत सत पारडी ॥
प्रेम-धडा उद्‌बोध । दांडी-तत्त्व सानंद ।
जोखून शेख महंमद । देतो भाविकाला ॥’

या भारूडात शेख महंमदांचा योगाभ्यासदेखील किती सहजपणे प्रकटला आहे! त्रिकूट, मीन-मार्ग, सिद्ध साधक, संकल्प-विकल्प, उन्मनी या योगातील पारिभाषिक संज्ञा ते किती सहजपणे वापरतात. ‘स्वानंद’ या संज्ञेतून त्यांना समाधीच्या अपूर्व सुखाची अनुभूती वर्णावयाची आहे. ‘योगसंग्रामा’सारखा व ‘पवनविजय’ सारखा योगविषयक ग्रंथ लिहिणारे शेख महंमद यातून स्वाभाविकपणेच डोकावतात, याची प्रचिती आपल्याला इथं आल्याविना राहत नाही.

शेख महंमदांचा ‘जोगी’ हा प्रत्यक्ष परमात्माच आहे. तो जणू जोग्याचं रूप घेऊन जगात लोकांच्या उद्धारासाठी प्रकट झाला आहे. निजलेल्यांना तो उठवितो आहे, जागं नि सावध करतो आहे—

जगीं जागे जयवंत जोगी ।
निजवी उठवी जगालागीं ।
नर-नारी नव्हे सौभागी ।
सर्व भोगूनी तो अभोगी ॥

शेख महंमद आपल्याला कोणत्या जोग्याबद्दल सांगणार आहेत, त्याची कल्पना यातला शेवटचा चरणच देतो व त्यातील लक्ष्यार्थ-सूचितार्थ वा परम अर्थ स्पष्ट करीत जातो. एकनाथांचं 'पाखरू' हे भारूड यासारखंच आहे. यातलं 'पाखरू' म्हणजे निर्गुण परमात्मतत्त्व होय. हे पाखरू राईएवढं असलं, तरी त्याच्या इवल्याशा नेत्रांत आकाश सामावून घेण्याची क्षमता आहे. अशी तत्त्वविवरणात्मक भारूडं कूटात्मतेच्या पातळीवर जातात, कारण मुळात प्रतिपादायचं तत्त्वज्ञानच अंतिम सत्याविषयीचं व अत्यंत संश्लिष्ट आहे. या अंतिम सत्याची कूट रूपकात्मता पुढील चरणातून व्यक्त होते—

चराचर खाणीवाणी पाळी । त्याचा दास चंद्रमौळी ।
लक्ष चौऱ्यांशी न्याहाळी । ऐसी ज्याची ब्रीदावली ।।

या जोग्याची शिष्या (संतकवीच्या शब्दांत 'चेली') 'माया' आहे. ती जन्मली नसतानाही 'बावन पंचवीस बाळं व्याली' आणि ती 'खाऊन ती वांझपणे मिरवली' हे सांगताना शेख महंमदांना मायेचं खोटेपण, तिचा आभास, तिजविषयीचा भ्रम स्पष्ट करायचा आहे. 'ब्रह्म सत्यं जगन्मिथ्या' या शंकराचार्यांच्या उक्तीचा/ सूत्राचा आठव इथं होतो.

'भोगी चौदा भुवनें उंच । सप्त पाताळाही नींच ।
ऊदरी दहा खंडे नाच । भोगी अभोगाची रूच ।।'

या वर्णनावरून चराचरातील परमात्मतत्त्वाची, म्हणजे या भारूडातील जोग्याची व भोग्याची व्याप्ती कळते. त्याच्या दासी 'मुक्ति, रिद्धी, सिद्धी' या आहेत नि त्याच्या गळ्यात माळा कशाच्या— तर 'तारांगण, रवि, शशी' यांच्या! हे सारं शेख महंमद तुम्हा-आम्हाला कशासाठी सांगताहेत? या जोग्याला जो भजतो, त्याच्यासाठी मग रात्रही नसते नि दिवसही नसतो-

'शेख महंमद वंदी त्यासी ।
तेथें नाही दिन निशी ।।'

हे अंतिम सत्य आपण जाणून घेऊन आपलाही उद्धार करून घ्यायला हवा, ही प्रेरणा ते जनमानसाला देतात.

वासुदेवाचं रूपक तर शेख महंमदांना इतकं भावलं की, त्यांनी ते दक्खिनी हिंदीतही लिहिलं. त्यातील परिभाषा सूफी संप्रदायाची आहे. भारतीय दर्शन नि सूफी तत्त्वज्ञान यांतील साम्यस्थळं प्रतिपादण्याचा प्रयत्न 'अभूतपूर्व'च म्हणायला हवा.

यातील ‘हक’ ही संज्ञा परमात्मतत्त्वाचा बोध करणारी आहे.

‘पांगुळ’ हा विषय आपल्या भारूड-लेखनासाठी नाथांनीही निवडला नि शेख महंमदांनीही. रूपक मांडण्याची या दोन्ही संतकवींची शैली मात्र वेगवेगळी आहे. शेख महंमदांचा पांगुळ प्रारंभीच ‘धर्म जागो म्हणतसे । सोऽहं बोधाच्या हरूषे ॥’ त्यावरून त्यांना धर्मप्रबोधन कसं व का करायचं आहे, ते लगेच स्पष्ट होतं. आणि हा धर्म जागणार कसा नि ‘सोऽहं बोध’ म्हणजे ‘अहं ब्रह्मास्मि’ हे तत्त्व कळणार कसं? त्यासाठी नामस्मरण हा सोपा उपाय कसा आहे, तेही शेवटच्या—

‘शेख महंमद धर्म जागो ।
नित्य हरिनाम उच्चारी ॥’

या चरणावरून स्पष्ट होतं. हरी व अल्ला यांत ते अभेद मानतात व त्याविषयीचे अनेक अभंग त्यांच्या अभंगगाथ्यात आहेत.

शेख महंमदांचं भारूडविश्व अत्यंत संपन्न आहे. उपदेशासाठी, तत्त्वविवरणासाठी व धर्मप्रबोधनासाठी रूपकात्मतेच्या माध्यमाचा वापर त्यांनी केला आहे. त्यात समाजाच्या तळागाळातल्या तेली, हाटकरी, नापिक या व्यक्ती हेतुत: निवडल्या व त्यांना या विश्वात मोलाचं स्थान दिलं. त्यांचं आणखी एक वैशिष्ट्य हे की, हे सारं करताना ते ज्या मातीतून आले, तिची ग्रामीण शब्दकळा व ग्रामीण प्रतिमासृष्टी यांचंही भान ठेवायला ते विसरत नाहीत. त्यांचा तेली ‘घाणा’ रोवतो, तोही ‘औट हाताचा’. तो ‘तीळ-कल्पना वोहळून’ या घाण्यातून भाव— (भक्तिभावरूपी) तेल काढतो. ‘वणजारा’सारख्या भारुडात त्याचे ‘ढवळे-पोवळे’ बैल आहेत आणि उन्मनीचा ‘हाट’ म्हणजे बाजार आहे. त्याचा ‘तराजू’ बळकट असून, त्याला जत-सत ही दोन ‘परडी’ आहेत. तो सानंद ‘जोखून’ देतो आहे. आशा– ‘बोराटी’ (आशेचे काटेकुटे) सारख्या कितीतरी प्रतिमा ‘कैकाय’सारख्या त्यांच्या भारूडात आढळतात; पण शेख महंमदांची ग्रामीण शब्दकळा व त्यांची ग्रामीण प्रतिमासृष्टी हा संशोधनाचा विषय असून ते संशोधन मी केलं आहे. त्याविषयी मी स्वतंत्रपणे वेगळ्या लेखात सविस्तर विवेचन करीन. शेख महंमदांच्या या ग्रामीण शब्दकळेमुळं व प्रतिमासृष्टीमुळं देशीकार लेण्याला आणखी काही देखणे साज लाभले. मराठीसारख्या लोकभाषेला ज्ञानदेव-नामदेवांनी धर्मभाषेचं वैभव मिळवून दिलं; त्यात शेख महंमदांनीही चांगली भर टाकली.

शेख महंमदांचं भारूड-विश्व हे असं समृद्ध नि संपन्न आहे. त्यातल्या साऱ्याच तेजस्वी कडा मी या लेखात स्थलमर्यादेस्तव न्याहाळू शकलो नाही. लोलकात अनेक पैलू असतात. त्यांतल्या काहींचं मनोरम दर्शन घडलं, तरी

संतकवी शेख महंमदांचं भारूडविश्व / २७७

लोलकाचं सौंदर्य सहज जाणवतं. ते काही प्रमाणात जाणवलं, तरी या लेखनाचं सार्थक झाल्याचं समाधान मला मिळेल. या विश्वाची व्याप्ती संख्येनं मोठी नसली, तरी गुणवत्तेनं निश्चित मोठी आहे. भारूडकार म्हणून शेख महंमदांना मध्ययुगीन मराठी वाङ्मयाच्या इतिहासात स्थान न दिल्यानं शेख महंमदांवर एक प्रकारे अन्यायच झाला आहे. या इतिहासाचं पुनर्लेखन करताना तो होणार नाही, अशी अपेक्षा आता तरी करावी काय?

□□

६९

संतकवी शहामुनी विरचित 'सिद्धान्तबोधा'तील मंगलाचरणं

मध्ययुगीन मराठी भक्तिकवितेत ज्या मुस्लिम संतकवींनी मोलाची भर घातली, त्यांत शेख महंमदांचं नाव जितक्या अग्रक्रमानं घेतलं जातं; तितक्या अग्रक्रमानं शहामुनींचं घेतलं जात नसलं तरी त्यांचं कार्य नि काव्य निश्चितपणे तोलामोलाचं व लक्षणीय आहे. शेख महंमदांचा 'योगसंग्राम' हा मूलत: महत्त्वाचा ग्रंथ आहेच, पण त्याच्या प्रसारात वारकरी संप्रदायाचाही मोठा वाटा आहे. 'सिद्धान्तबोध' हा शहामुनींचा ९८५८ ओव्यांचा बृहद्ग्रंथ. त्याचे पहिले तीस अध्याय द्वैतविवरणपर व महानुभाव संप्रदायविषयक आहेत, तर उरलेले एकतीस ते पन्नासपर्यंतचे अध्याय अद्वैतविवरणपर व काही अंशी वारकरी संप्रदायविषयक आहेत.

ग्रंथातील या 'द्वैता'मुळंही महानुभाव नि वारकरी या दोन्ही संप्रदायांकडून या महत्त्वाच्या संतकवीची व त्याच्या काव्याची हवी तशी बूज राखली गेल्याचं जाणवत नाही. 'महानुभाव संतकवी' अशीच शहामुनींची प्रतिमा सर्वसामान्यपणे उमटल्याचं जाणवतं. पण ग्रंथातील उत्तरार्धामुळं 'शहामुनी : एक की दोन?' ह्या वादालाही वाव मिळाला, हेही तितकंच खरं. त्याविषयीचा हे दोन वेगवेगळे शहामुनी असल्या विषयीचा सविस्तर व साधार उलगडा मी माझ्या 'मुसलमान (सूफी) संतांचं मराठी साहित्य' या ग्रंथात केला असल्यानं इथं त्याचं फक्त सूतोवाच करीत आहे. 'सिद्धान्तबोधा'चं महत्त्व लक्षात यावं म्हणून पांगारकरांचं एकच वाक्य उद्धृत करतो. ते म्हणतात, ''मराठी भाषेतल्या पहिल्या प्रतीच्या ग्रंथांत मोडण्यासारखा हा ग्रंथ आहे.''

मुस्लिम संतकवींनी जी मंगलाचरणं लिहिली आहेत, ती मला यासाठी लक्षात घेण्याजोगी वाटतात की, धर्म वेगळा असूनही त्यांनी इथल्या मातीशी, इथल्या संप्रदायांशी, इथल्या देवतांशी व लोकदैवतांशी नि इथल्या संस्कृतीशी जी जवळीक, जो आदर, जी श्रद्धा, जी एकरूपता दाखविली आहे नि त्याचबरोबर

इस्लामच्या धर्मविषयक व ईश्वरविषयक संकल्पनांशी त्यांतील साम्य शोधण्याचा जो प्रयत्न केला आहे; त्यातून महाराष्ट्रात एकात्मतेची बीजं अंकुरली आहेत. त्याचा येथील जनमानसावर मोठा प्रभाव उमटला आहे.

पहिले शहामुनी

पहिल्या संतकवी शहामुनींचं मूळ नाव शहा हुसेन. त्यांना मुनींद्र या गुरूंचा उपदेश लाभला. हा शिष्य संत एकनाथांप्रमाणं एवढा गुरुनिष्ठ नि गुरुभक्त की, त्यानं आयुष्यभर ('एका जनार्दनी' या ब्रीदाप्रमाणं) 'शहामुनी' हे ब्रीद मिरविलं नि आपल्या ग्रंथातही सर्वत्र तसाच निर्देश केला. त्यामुळंच शहामुनींचं मूळ नाव 'शहा हुसेन' हे होतं, हे आवर्जून सांगावं लागतं! गुरू मुनींद्र हे दत्तोपासक होते, त्यामुळं ओघानंच दत्तभक्तीही शहामुनींप्रत आलीच. 'सिद्धान्तबोधा'च्या निम्म्यापेक्षा अधिक अध्यायांत (पहिल्या व दुसऱ्या भागांतही) जी मंगलाचरणं आहेत, त्यांत दत्ताला नमन केलं आहे; याचं बीज इथं गवसतं. (महानुभवीय पंचकृष्णात एकमुखी श्रीदत्त आहे.)

अगदी पहिल्या अध्यायाच्या प्रारंभीच हा ग्रंथ आपण दत्ताच्या कृपेच्या वरदानामुळं लिहीत आहोत, याची कृतज्ञतापूर्वक नोंद शहामुनींनी केली आहे, ती अशी—

ग्रंथा नाम 'सिद्धान्तबोध' । वर श्री दत्तकृपेचा वरद ।
मतीस फुटले सहस्र कंद । ज्ञानांकुर उदेले ॥ (१×१२)

अकराव्या अध्यायाच्या प्रारंभीच ते म्हणतात—

मज ठेवूनि दत्तचरणी । वंदितसे कमलोद्भव वंदिनी ।
जो ग्रंथकर्ता शहामुनी । वंदूनी ग्रंथ लिहीतसे ॥ (११×१)

बाविसाव्या अध्यायात आपणास या ग्रंथलेखनास 'दत्त-आज्ञा' असल्याचं त्यांनी म्हटलं आहे (२२×२४); तर २४, २८, २९, ३० या अध्यायांतही दत्तालाच नमन केलं आहे. यातील एक बारकावा असा की, चोविसाव्या अध्यायात जे दत्त-नमन आहे, त्यातील दत्त हा महानुभाव संप्रदायाचं (पंचकृष्णांपैकी एक असलेलं) उपास्यदैवत एकमुखी दत्त होय; त्रिमुखी नव्हे. तो 'सैह्यांद्रीचा रहिवासी' आहे.

तया दत्तात्रेयप्रभूसी । अनन्यभावें नमू चरणासी ॥
जो सिंहाद्रीचा रहिवासी । सर्वांठायी व्यापका ॥ (२४×१२)

यातील 'जो... सर्वांठायी व्यापक' या शेवटच्या चरणाकडेही मला आपलं लक्ष वेधायचं आहे. त्यातून ईश्वराच्या व्यापकत्वाचं जे सूचन होत आहे, ते अत्यंत महत्त्वाचं तर आहेच पण शहामुनींच्या ईश्वरविषयक संकल्पनेचं द्योतकही आहे.

ग्रंथाच्या दुसऱ्या भागात (म्हणजे ३१ ते ५० या अध्यायांत) शहामुनींनी अद्वैतमत व काही अंशी वारकरी संप्रदायविषयक विवरण केलं असलं, तरी या भागातील अनेक अध्यायांच्या मंगलाचरणांतील दत्तनमनाची भूमिका सोडलेली नाही. या दृष्टीनं ३१, ३२, ३७, ३८, ३९, ४०, ४१, ४२, ४४, ४५, ४७ ते ५० ह्या अध्यायांचे प्रारंभ अवश्य पाहावेत. श्रीदत्तवंदन करतानाही शहामुनींचा आणखी एक बारकावा लक्षात घेण्याजोगा आहे. पंचेचाळिसाव्या अध्यायाच्या प्रारंभी—

'श्री दत्तात्रेयाय नम:'

असं वंदन करून त्यात ईश-तत्त्व मूल स्वरूप ते पहिल्याच ओवीत कसं विशद करतात, ते पाहा—

ॐ नमो निरामया निर्विकारा । अपार अमूपा सुखसागरा ।
सर्वोत्तमा सर्वेशा परात्परा । अलक्षा न ये लक्षासी ।। (४५×१)

शहामुनींची परंपरा श्री दत्त– (गुरू) मुनींद्र– शहामुनी अशी असल्यानं दत्तानंतर ओघानंच ते आपल्या गुरूला मंगलाचरणांत नमन करतात. 'सिद्धान्तबोधा'च्या पहिल्या भागात जवळपास निम्म्यापेक्षा अधिक अध्यायांत हे गुरुवंदन आलं आहे, तीच स्थिती दुसऱ्या भागाचीही आहे. पहिल्या भागातील तत्त्वविवेचनापेक्षा (द्वैतमतविवरण) दुसऱ्या भागातील तत्त्वविवेचन (अद्वैतमतविवरण) वेगळं असून गुरुमाहात्म्य मात्र तेच आहे.

मंगलाचरणांतही शहामुनी आपलं अवधान ढळू देत नाहीत. पहिले तीस अध्याय द्वैतमताधिष्ठित (व महानुभाव संप्रदायविषयक) असल्यानं त्यात महानुभाव संप्रदायास आदरणीय असलेल्या 'पंचकृष्णां'ना वंदन केलं आहे; तर एकतीस ते पन्नास अध्यायांचा दुसरा भाग अद्वैतमतपुरस्कर्ता व वारकरी संप्रदायविषयक असल्यानं त्यात २८ व्या अध्यायाच्या मंगलाचरणात पंढरीमाहात्म्य आलं आहे. यालाही एक छोटासा अपवाद ग्रंथाच्या पहिल्या भागातील विसाव्या अध्यायात आहे. त्याच्या मंगलाचरणाचा प्रारंभ 'श्रीरुक्मिणी पांडुरंगाय नम:'नं झाला आहे.

ग्रंथाच्या पहिल्या भागातही एक वैशिष्ट्य हे जाणवतं की, महानुभावांच्या 'पंचकृष्णा'तील श्रीकृष्ण हा पूर्णावतार आहे, याचं भान कवीला सतत आहे. यासाठी दुसऱ्या अध्यायाच्या मंगलाचरणात श्रीकृष्णमाहात्म्यच विस्तारानं वर्णिलं आहे. त्याचा महिमा वर्णिताना शहामुनी म्हणतात—

तूं अपरिमित परमेश्वर । सुरासुरां न कळे पार ।
अव्यक्त आत्मा विश्वंभर । सर्व सुत्रें तुझें हातीं ॥ (२×६५)

आपण यवन असूनही श्रीकृष्णभक्तीत कसे रमलो, याचाही उल्लेख शहामुनी याच अध्यायात अशा प्रकारे करतात—
ऐसे खाणींत जन्मलों । श्रीकृष्ण भक्तीस लागलो ।
तुम्हां संतांचे पदरी पडलों। अंगिकारावें उचित ॥ (२×१३२)

क्र ४, ६, ७ आणि ८ या पहिल्या भागातील अध्यायांच्या मंगलाचरणांत श्रीकृष्णनमन केलं असून, श्रीकृष्णमहिमा गायिला आहे. त्यानंतर पुन्हा अठराव्या व एकोणिसाव्या अध्यायांतील मंगलाचरणांपूर्वी श्रीकृष्णास वंदन केलं असून, श्रीकृष्णाचं माहात्म्य वर्णिलं आहे.

पंचविसाव्या अध्यायातील मंगलाचरणात श्रीकृष्णाचा उल्लेख 'मुख्य देव' या शब्दांत केला आहे.
इतर कवींचा अनुभव । नमनीं स्तवनीं अनेक देव ।
माझा एकचि भाव । मुख्य देव नमियेला ॥ (२५×७)

त्यापूर्वी महानुभावीयांना वंद्य असलेल्या हंसावतारास व श्रीचक्रधरस्वामींना चोविसाव्या अध्यायातील मंगलाचरणात वंदन केलं आहे. श्रीचक्रधरस्वामींचा उल्लेख ते 'परम पुरुष' या शब्दांत तर करतातच पण महानुभाव आपल्या तत्त्वज्ञानास 'ब्रह्मविद्या' म्हणतात, याचाही ते नेमकेपणानं निर्देश करतात.
आतां नमूं परम पुरुष । जेणें भट्टास केला उपदेश ।
सांगितला पूर्ण ज्ञानाचा रस । उघड केली ब्रह्मविद्या ॥ (२४×१८)

(येथे 'भट्ट' हा श्रीचक्रधरस्वामींचे आवडते शिष्य व महानुभाव पंथाचे आद्य आचार्य नागदेवाचार्य ऊर्फ भटोबास यांचा उल्लेख आहे.

यात 'पंचकृष्णां'पैकी श्रीचांगदेव राऊळ व गुंडम राऊळ (श्रीगोविंदप्रभू) यांचा उल्लेख का नाही, ते कळत नाही)

महानुभाव संप्रदाय अन्य देवतांना गौणत्व देतो, त्यांची उपासना करण्याऐवजी 'मुख्य देवा'चीच उपासना करावी, असं मानतो. तशा आशयाचं विवरणही 'सिद्धान्तबोधा'च्या चोविसाव्या अध्यायाच्या मंगलाचरणात आलं आहे—
कोणाचा मागतो लावा गळतीला । कोणाचा मागतो लग्न तुळशीला ।

कोणाचा मागे पिंपळास पार । मुंज करा नरसिंहाची ।।
माझा देव काही देईना-घेईना । मीही काही मागेना-वाहीना
दोहींकडे सारखे जाणा । म्हणोनि घडला संबंध ।। (२५×१०,१३)

दुसरे शहामुनी

मग या ग्रंथाच्या पहिल्या द्वैतपर भागात शहामुनी इतर देवतांचा मंगलाचरणांत उल्लेखच करीत नाहीत का? बारकाईनं पाहिल्यास ते काही ठिकाणी उल्लेख करतात, असं दिसतं. गणेशवंदन जसं पहिल्या अध्यायाच्या पहिल्याच ओवीत आहे, त्याचप्रमाणं पाचव्या अध्यायाच्या प्रारंभीही आहे. एवढंच नव्हे, तर अद्वैतपर दुसऱ्या विभागाच्या प्रारंभीही पहिल्या ओवीत आहे, ते असं—

ॐ नमोजी गणनायका । तूं ओंकारस्वरूप पीठिका ।
वेदशास्त्रांचा बीजांकुर देखा । तुजपासोनि उद्‌भव ।। (३५×२)

याशिवाय त्यांनी सरस्वतिवंदनही ग्रंथाच्या प्रारंभीच गणेशवंदनाबरोबर केलं आहे. (असंच दुसऱ्या विभागाच्या त्रेचाळिसाव्या अध्यायात आढळतं.) आपल्या कुलदेवतेलाही याच ठिकाणी नमन करायला ते विसरत नाहीत. तिसऱ्या अध्यायात या कुलस्वामिनीचा महिमा मंगलाचरणात वर्णिताना म्हटलं आहे—

ऐसी माझी अंबाबाई । तिची महिमा वर्णू काई ?
भावें लागतसे पायीं । दया करीं मज बालका ।। (३×३७)

'सिद्धान्तबोधा'चा दुसरा भाग (अ. ३१ ते ५०) हा अद्वैतमतविवरणात्मक असून, त्यात केवळ अडतिसाव्या अध्यायाच्या मंगलाचरणातील पहिल्या बारा ओव्यांतच पंढरी-माहात्म्य गायिल्याचं मला आढळलं; पण ज्याप्रमाणं ग्रंथाचा पहिला तीस अध्यायांचा विभाग द्वैतपर व महानुभाव संप्रदायविषयक आहे, तसं या दुसऱ्या विभागात आढळत नाही. द्वैतमताऐवजी अद्वैतमताचं प्रतिपादन व समर्थन त्यात आढळत असलं तरी शेख महंमद ज्या आस्थेनं, श्रद्धेनं, हिरिरीनं वारकरी संप्रदाय-प्रतिपादन करतात, तसं हे दुसरे शहामुनी करीत नाहीत.

पंढरीस माझे नमन । घालोनि संतांसी लोटांगण ।
श्रीगुरूचे पाय पाहून । अर्थ गीतेचा आरंभिला ।। (३८×१२)

असं म्हणून ते गीतार्थप्रतिपादनाकडे वळतात व पुढं त्यातच रमून ३९ व्या अध्यायात गीतामहिमा वर्णून तो संपवितात. त्यांनी तेहतिसाव्या अध्यायाच्या मंगलाचरणात

गायिलेला कीर्तनमहिमाही लक्षणीय आहे.

मग या दुसऱ्या विभागातील मंगलाचरणांत कोणकोणत्या विषयांचं प्रतिपादन येतं? हे विषय वा ते तत्त्वविवरण लक्षात घेतलं तर पुढील बाबी आपल्याला ठळकपणे जाणवतात. दुसरे शहामुनी दुसऱ्या भागाच्या चौतिसाव्या अध्यायात ज्या गुरूला वंदन करतात, तो गुरूच परमात्मस्वरूप असून 'निर्विकार' आहे—

तुज नमो जी निर्विकारा । स्वरूप स्वानुभवा परात्परा ।
शुद्ध चैतन्य अमूपा अपारा । अगणिता अगम्या ।। (३४×१)

पण, ही भूमिका दुसरे शहामुनी नव्यानं व अद्वैतपर विवेचनातच मांडताहेत का? ही भूमिका तर पहिले शहामुनी पहिल्या विभागाच्या चोविसाव्या अध्यायातील मंगलाचरणात जे ईश-वंदन करताना, तिच्याशी मिळती-जुळती आहे व तिच्यातही परमेश्वराच्या निर्विकारत्वास प्राधान्य आहे—

जो निर्विकार निरंजन । सच्चिदानंदस्वरूपाहूनि भिन्न ।
विश्वरूप करी ज्याचे ध्यान । तयासी नमन पैं माझे ।। (२४×१)

पहिल्या शहामुनींना अभिप्रेत असलेलं परमेश्वर-तत्त्व जसं निराकार आहे, तसंच ते निर्गुणही आहे. त्याचीच सत्ता सर्व जगावर व विश्वावर आहे. ते सर्वव्यापकही आहे. ही सर्वच वैशिष्ट्यं दुसऱ्या शहामुनींनी दुसऱ्या भागाच्या बेचाळिसाव्या अध्यायाच्या मंगलाचरणातील पहिल्या दोनच ओव्यांत किती कौशल्यानं गुंफली आहेत, पाहा—

ॐ नमो निर्गुणा हे परा देवदत्ता । जगी सर्व जाण तूझीच सत्ता ।
तुझा दास मी देई सद्भक्तिभावा । कृपे ग्रंथ तूं हा सिद्धीस न्यावा ।।
जय जय जगदीशा ज्योतिप्रकाशका । त्रैलोक्य-स्वामी, जगव्यापका ।
की अनेका, अनेकी एका । कोण लेखा लेखी तुज? ।। (४२×१-२)

हे परमात्मतत्त्व विश्वव्यापक तर आहेच; पण खरं तर त्यानंच हे ब्रह्मांड निर्माणही केलं आहे, याचाही उल्लेख दुसऱ्या विभागाच्या सत्तेचाळिसाव्या अध्यायाच्या मंगलाचरणात येतो—

ॐ नमो ब्रह्मांडकर्त्या । भवार्णवात तारिसी जीवां बुडत्या ।
आनंदमाया करिती आरत्या । करून अकर्ता तूं होसी ।। (४७×१)

असं हे अंतिम सत्य— परमात्मतत्त्व— द्वैत आणि अद्वैत यांच्याही पलीकडचं आहे. ते स्वयंभू आहे, ते अव्यक्त व व्यक्त यांच्यापेक्षादेखील वेगळं आहे; हे तर

पहिल्या शहामुनींनी ग्रंथारंभीच पहिल्या अध्यायाच्या मंगलाचरणातच सांगून टाकलं आहे, हे पाहून आपण विस्मित होतो व त्यांनी ग्रंथलेखनात केवढं अवधान पाळलं आहे, याची प्रचिती आल्याविना राहत नाही.

अचळ, अढळ, अमंळ विश्वेशा । द्वैताद्वैतातीता परेशा ।
स्वयंभा सदोदिता स्वयंप्रकाशा ।
अव्यक्तव्यक्तावेगळा ॥ (१×२)

ईश्वराच्या या सर्व विशेषरूपांत एक अंत:सूत्र गवसतं. निराकारत्व, निर्गुणत्व, एकत्व, (एकमेवत्व), विश्वनिर्मिती, विश्वातील त्याचं व्यापकत्व, प्राणिमात्रांविषयीची करुणा व त्यांच्या उद्धाराची कणव, द्वैत आणि अद्वैत यांच्याही पलीकडचं अस्तित्व—ही सर्व ईश-तत्त्ववैशिष्ट्यं हिंदू धर्माच्या तत्त्वज्ञानात आढळतात तशीच ती इस्लामच्या तत्त्वज्ञानातही आढळतात. दोन्ही शहामुनींना या दोन्ही दर्शनांत कुठं तरी जवळीक आढळली असावी, त्यामुळं या अंत:सूत्राचा प्रभाव त्यांच्या 'सिद्धान्तबोधा'च्या मंगलाचरणांत आपल्याला उत्कटतेनं आढळतो. दोन्ही धर्मांतील साम्यतत्त्वं शोधण्याचा दोन्ही शहामुनींचा हा मध्ययुगातील प्रयत्न लक्षात घेण्याजोगा नाही का?

❑❑

७०

वेडा नागेश व त्याचा 'भावार्थग्रंथ'

कवी वेडा नागेश याच्यासंबंधी आजवर फारशी माहिती उपलब्ध झालेली नाही. त्याच्या पदांसंबंधी काही तुरळक लेखन झाल्याचं मला स्मरतं. वडवळ-मोहोळच्या परिसरात १९५८-५९ मध्ये व त्यानंतर नागेश संप्रदायाविषयी भ्रमंती करीत असताना वेड्या नागेशाची काही पदं नागेश सांप्रदायिकांच्या बाडात असल्याचं मी पाहिलं होतं व त्यानंतर माझे स्नेही डॉ. रा. चिं. ढेरे यांच्याशी बोलतानाही त्याच्या पदांचा विषय निघाला होता. ते यासंबंधी विचार करीत होते व नागेशाची पदं उपलब्ध करून देण्याविषयीही मी त्यांच्याशी बोललो होतो. त्या दृष्टीनं थोडाफार प्रयत्नही केला होता, पण ते तेवढ्यावरच राहिलं. त्याचं स्मरण झालं ते धुळ्याचे माझे स्नेही प्रा. डॉ. मु. ब. शहा यांच्या पत्रामुळं. त्यांना धुळ्याच्या राजवाडे संशोधन मंडळात एक बाड उपलब्ध झाले होते व त्यात नागेशाची 'भावार्थग्रंथ' ही सातशे ओव्यांची शके १६५३ मध्ये लिहिलेली रचना उपलब्ध झाली होती. ती त्यांनी राजवाडे संशोधन मंडळाच्या 'संशोधक'च्या सुवर्णमहोत्सवी अंकात प्रसिद्ध केली आहे. वाङ्मयेतिहासात व वाङ्मयकोशात अल्पस्वल्प उल्लेख असलेल्या या संतकवीसंबंधी अधिक विचार करता यावा व त्याच्या ग्रंथाचं, परंपरेचं, संप्रदायाचे स्वरूप अधिक स्पष्ट व्हावं, हा या लेखाचा हेतू आहे.

वेडा नागा की वेडिया नागेश?

डॉ. शहा यांनी या कवीचा निर्देश 'वेडिया नागेश' असा केला आहे. नागेश संप्रदायाविषयी संशोधन करताना मोहोळ-अनगर[१]च्या परिसरात नागेश सांप्रदायिकांनी त्याचा उल्लेख 'वेडा नागा' असाच केला व तेथे मी पाहिलेल्या काही बाडांतही तसाच निर्देश होता. त्याची काही पदं मजजवळील बाडातही असण्याची शक्यता मला वाटतं; पण त्यासाठी हे सारे धांडोळायला हवं.

'भावार्थग्रंथा'ची एकुलती एक प्रत उपलब्ध झाल्यानं तिचं महत्त्व विशेष आहे व आधारासाठीही मला तीच घ्यायला हवी. कवीनं स्वत:विषयी केलेले जे उल्लेख या प्रतीत आढळतात, ते असे :

१) ऐसि सांगितली साधना : **वेड्या नाग्याची** विवंचना ॥१-६०॥
२) **वेडा नागा** वरदानाचा : ग्रंथ वरदि मागितला ॥१-६१॥
३) मग **वेडिया नागेशासि** : आता केली निंबदासि ॥२-८॥
४) मग **नागा** तो गोष्टवेल्हाळ : चालिला ग्रंथ पाल्हाळ ॥२-१२॥
५) मी **वेडा नागा** च वाटला : तो अनुभव काय सांगू ॥२-१३॥
६) **वेडा नागा** शरण : निंबदासाचे गुणालागुन ॥२-२४॥
७) **वेडिया नाग्याने** बोलावे : तुम्हि प्रचीत तरि पाहा हो ॥२-६३॥
८) पुत्र होई सुलक्षण : **वेड्या नाग्या** सारिखा ॥३-१९८॥
९) **वेडा नागा** बोलायला : वाट पाहे आतांचि ॥३-२६०॥
१०) हे गोष्ट सांगावी : **वेडिया नागीया** पुसतसे ॥४-५॥
११) **वेडा नागा** वेडेपणे चतुर : त्या वेडे भाविक वाटे थोर ॥४-६॥
१२) **वेडा नागा** दोन मास : माडी (र्डी)त[२] करी तप उदास ॥४-१०॥
१३) **वेडा नागा** पुजेसि भ्याला : दिसतो सिद्धांचा हा मेळा ॥४-५९॥
१४) **वेड्या नाग्या** प्रसादाचि : फळ हार आणा रे ॥४-६०॥
१५) जेथे **वेडे नागेश** शरणांगत : निंबदासासारिखे कृपावंत ॥५-५७॥
१६) **वेडा नागा** होता उपवासी : पूर्णिमेस जेऊ घातला ॥५-६३॥

जेव्हा नागा किंवा नागेश या विशेषनामाचं सामान्यरूप होतं, त्याच वेळी त्याच्या विशेषणाचंही रूप बदलल्याचं येथे दिसेल. तथापि, पोथीत बहुसंख्य ठिकाणी 'वेडा नागा' हेच कविनाम आल्याचं दिसतं व मुखपरंपरेनं आणि पदरचनेत तेच आल्याचं आढळत. तेव्हा तेच स्वीकारणं योग्य होईल, असं मला वाटतं.

गुरुपरंपरा

डॉ. शहा यांनी त्यांना उपलब्ध झालेल्या पोथीच्या आधारे कवीच्या गुरुपरंपरेवर प्रकाश टाकलाच आहे-

आदिनारायण - ब्रह्मदेव - अत्रि - दत्त - चांद बोधले - जनार्दन - एकनाथ - नरहरिस्वामी - निंबराजस्वामी (निंबदासस्वामी)— वेडा नागा अशी ही परंपरा आहे. कवीनंही 'भावार्थग्रंथाच्या' तिसऱ्या अध्यायात स्वत:च ही परंपरा सांगितलेली आहे:

दुजेविण येकपण : सखा माझा जनार्दन ।
येकनाथि कृपा करून : नरहरिस बोधिले ।

तेचि कृपा निंबदासाला : दिधली वेड्या नाग्याला ।
त्याचे वरदे ग्रंथाला : भावार्थ शब्द बोलिलो ॥ (३-१११-११२)

आपले गुरू निंबदास यांच्याविषयीचे आदरपूर्वक उल्लेख कवीने प्रत्येक अध्यायात केले आहेत. तथापि, ते 'निंबराज' असं नसून 'निंबदास' असे आहेत. '**निंबदासाच्या** अंतरखुणा' (१-६०), **निंबदासाचे** वरदाचा (१-६१), वों नमोजि **निंबदास** (२-१), आज्ञा केली **निंबदासी** (२-८), वेडा नागा शरण : **निंबदासाचे** गुणालागुन (२-२४), **निंबदास** वरदाचा : ग्रंथ हा प्रसन्नतेचा (२-१६३), वों नमोजि **निंबदासा** (३-१), **निंबदासा**सारिखे कृपावंत (५-५७) इ. तेव्हा कवीच्या गुरूचं नावही 'निंबदास' हेच अधिक स्वीकारार्ह आहे, असं मला वाटतं.

कवीचा संप्रदाय : दत्त संप्रदाय

डॉ. शहा यांनी दिलेल्या परंपरेनुसार कवी दत्त सांप्रदायिक असल्याचं सिद्ध होते. बहुधा अध्यायारंभी त्यानं दत्तस्तवन वा दत्तवंदन केले आहे, ते यासाठीच.

१) श्रीगुरूवरदत्त (१-१)
२) श्रीगुरूदत्त दयाळ (२-१)
३) श्रीगुरूदत्त (३-१)
४) श्रीगुरुदत्त प्रसन्न (५-१)

आणि शेवटी दत्तालाच तो अर्पण केला आहे. तथापि, ग्रंथान्तर्गत आणखी एक प्रमाणही मला महत्त्वाचं वाटतं. दुसऱ्या अध्यायात आपली परंपरा सांगत असताना चांदबाबा (बोधले)— जनार्दनस्वामी— एकनाथ—नरहरी—या क्रमानं स्वत:पर्यंत येऊन कवीनं दत्त जयंतीचा जो उल्लेख केला आहे तो आणि स्वयं दत्तच आपल्या मुखी हे वदवितो आहे, असं केलेलं आत्मकथन मला महत्त्वाचं वाटतं. ही ओवी अशी—

दत्तजयंतिचा मोह छायि : प्रत्यक्ष दत्तात्रयाचि नवलायि ।
भक्ताचे तरुणोपायि : माझे मुखे बरळले ॥ (२-१०९)

पण जो प्रश्न एकनाथांच्या बाबतीत निर्माण होतो, तोच या कवीच्याही बाबतीत निर्माण होतो.

कुलपरंपरा

कवीने आपली कुलपरंपरा सांगताना 'याचा (लक्षानंदांचा) उपदेश वडिलास

: यास्तव असे योगाभ्यास : (३-२००)' असं म्हणून आपल्या वडिलांच्या योगसाधनेचा निर्देश केला आहे तर आपल्या आज्याचा निर्देश 'आजाहि माणकोपंतास : वर होता विठ्ठलाचा' (३-२००) असा करून आपल्या घराण्यात विठ्ठलभक्तीची परंपरा असल्याचंही सूचित केले आहे. गीता आणि भागवत हे वारकरी संप्रदायाला आदरणीय वाटणारे पूज्य ग्रंथही कवीनं जागोजाग उल्लेखिलेले आहेत. त्याचप्रमाणं ज्ञानेश्वरी व नाथभागवताचाही आपल्याला पूज्य वाटणाऱ्या ग्रंथांत निर्देश केला आहे (१-६४). जे ग्रंथ भवसागर तारण्यास साह्यभूत ठरतात, त्यांतही त्यानं या वारकरी सांप्रदायिक ग्रंथांचा निर्देश केला आहे. चवथ्या अध्यायातील एक प्रसंग तर आपल्याला विस्मितच करतो. दत्त संप्रदायातील अवधूतमाहात्म्य आपल्याला ज्ञात आहे. नागानं माडीत (मार्डीत) दोन महिने तप केल्यावर त्याला जे दर्शन घडतं, ते असे— 'प्रत्यक्ष रूप धरूनि अवधूत : ज्ञानेश्वररूपे प्रगटला' (४-१४). वारकरी संप्रदायातील कीर्तनमाहात्म्य, एकादशीमाहात्म्य, भजन, नाममहिमा इ. चाही या ग्रंथात अनेक ठिकाणी उल्लेख सापडतो (१-६५, २-७३, ३-११७ इ.). वारीचाही उल्लेख कवीनं असा केला आहे— 'पंढरीचि यात्रा करावि : आषाढि कार्तिकि धरावी' (३-५०) किंवा 'एकादशिं घोष नामाचा : रात्रंदिवस कथा करी :' (३-२५). हे उल्लेखही या संदर्भात लक्षणीयच नाहीत का?

- पण यावरून त्याच्या कविमनाचा वारकरी संप्रदायाकडे ओढा आहे असे म्हणावं, तर नाथ संप्रदायाच्या खुणाही ग्रंथात आढळतात. पूज्य ग्रंथांमध्ये ज्ञानेश्वरी, नाथभागवताप्रमाणं त्यानं मुकुंदराजांच्या 'विवेकसिंधू'चाही उल्लेख केला आहे.

गीतार्थ हे ज्ञानेश्वरी : याचा अर्थहि न करि ।
जरि करिसील पाठांतरि : तरि ग्रंथमिसे साधु आले ॥
भागवत एकनाथाचे : ते अगत्य श्रवणाचे ।
ते ऐकता दरशन एकोबाचे : यासि संशय नसे हो ॥
विवेकसीधू मुकुंदराजाचा : तोही ग्रंथ अगत्य पाहावयाचा ।
त्याचा अर्थ जो करावयाचा : तो मुकुंदराज म्हणावे ॥ (३-९७-९९)

योगसाधनेबद्दल कवीच्या या ग्रंथात कितीतरी ठिकाणी महत्त्वाचे उल्लेख सापडतात व विविध 'मार्गां'पैकी योग हा साधनेचा एक महत्त्वाचा मार्ग आहे, हे कवीनं अनेकदा विवरिलं आहे, स्पष्ट केलं आहे. गोरक्ष, मच्छिंद्र, गहिनी यांच त्यात उल्लेख आढळतो–

ते समाधि नाथाचि : गोरक्ष मछिंद्र गैनीचि
हातवटि लावावयाचि : तोहि योग पाहावा (३-१९)

योगविषयक पारिभाषिक संज्ञाही कवीनं अनेक ठिकाणी योजिल्या आहेत. 'योगाभ्यास' ही संज्ञाच योजून कवीनं पहिल्या अध्यायात ती प्रक्रिया वर्णिली आहे–

सकाररूपे चढता वायो : तो ध्यान धरायाचा समयो ।
हकार रूपे उतरतो वायो : त्यावरी ध्यान बैसवावे ।।
उतरतियाणे चढवावे : चढते वायोने उतरावे ।
दोघानि लयस्त व्हावे : गुरुध्यानी श्रूश्रूम्ना (सुषुम्ना)।।
इडा पिंगला दोन्हि वाहाती : श्रूश्रूम्ना मध्यभागि असति ।
त्याजवरि आसन घालिति : माझे गुरुरावो ।। (१-११०-१२)

ध्यान, धारणा, 'आसन', 'प्राणायाम' यांच्याबरोबर व पुढं 'उन्मनी' अवस्थेचाही उल्लेख कवीनं केला आहे. (१-१२३) आणि 'हठयोग' (१-१५८), 'समाधि' (१-१५९) तसेच 'मुद्रा' (१-१५९) या योगविषयक पारिभाषिक संज्ञाही या काव्यात आढळतात. कवीच्या एतद्‌विषयक अभ्यासाच्याच त्या द्योतक नाहीत काय? पण असं असूनही तो स्वत: नम्रता धारण करून म्हणतो,

'करणे अवघे निंबदासाचे : बोलणेच मात्र नाग्याचे' (१-१२६)

दत्त, वारकरी, नाथ संप्रदायाप्रमाणं कवीला रामदासी संप्रदायाबद्दलही आदर वाटतो. साधनेस उपयोगी पडणाऱ्या ग्रंथात त्यानं 'दासबोध रामदासाचा' हाही उल्लेख केला आहे (३-१००). चांद बोधले आणि सूफी संप्रदाय यांचा संबंध डॉ. ढेरे यांनी स्पष्ट केलाच आहे. जनार्दनस्वामींचे गुरू म्हणून कवीनं चांदबाबांचाही उल्लेख केला आहे ('जनार्दन चांदबाबाचा' ३-१०७). अनेकधर्मीय व अनेकपंथीय संतांबद्दलचा हा आदरभाव पाहून या संतकवीचा सर्व धर्मांबद्दल व सर्व पंथांबद्दलचा समभाव प्रत्ययास आल्याविना राहत नाही. सर्व धर्म व सर्व पंथ, तसेच सर्व साधनामार्ग एकाच उद्दिष्टाप्रत जात आहेत, हा एकच दृढ भाव यामागे आहे, हे सूर्यप्रकाशाइतकं स्वच्छ आहे. तेव्हा या कवीवर कोणत्या एका विशिष्ट संप्रदायाची मुद्रा उमटवायची? माहूरबद्दल तो जितक्या आदरानं बोलतो, तितक्याच आदरानं तो पंढरीबद्दल बोलत नाही काय? एका ठिकाणी तर तो स्पष्टच म्हणतो—

वासुदेव नरहरि : विठोबासि विनवितो ।।३-८०
श्रेष्ठ नाम रामाचे : तैसेचि दुसरा माधवाचे
तिसऱ्याही माहादेवाचे : उपासक गणेशाचे ।।३-८१

विष्णुदासाला जात नसते

हा तुकोबांचा विचारप्रवाह या संतकवीच्या कवितेतूनही उमटला आहे.

आध्यात्मिक क्षेत्रात संतकवींनी जातिभेद व विषमता मानली नाही, याचे हे एक लक्षणीय उदाहरण आहे. यासाठी केवळ एकच उल्लेख करतो. 'अन्य याती'च्या संतश्रेष्ठांबद्दल आदरभाव व्यक्त करताना कवी म्हणतो,

मागे संत अनयातिचे : चोखामेळियाचे जातिचे ।
कबीर येवढिया नावाचे : त्याचि जाति येवन
सेन्या न्हावी लोकात : देवाचे त्याजपासि चित्त ॥ (२-१०२-३)

पाखंडखंडन

संतांचे समाजप्रबोधन त्यांच्या पाखंडखंडनात विशेषकरून दिसून येतं. प्रस्तुत कवीचा या संदर्भात आवर्जून उल्लेख करायला हवा. यासाठी केवळ पुढील एकच उल्लेख करतो, त्यावरून नागाच्या फटकळ व परखड वाणीचा प्रत्यय येईल-

वाह्य दृष्टिचे छळक पुरुष : त्यानि भुररे घालावे लोकास :
ऐसा भोंदु पुरुषास : ओळखुन तजावे ॥५६॥
जे दाटुनि उपदेशावे : महंतपण मिरवावे :
हळहळ करीत बसावे : लोका दाखवावें स्वसुख ॥५७॥
कथा दाटुनि करविती : सवेचि दक्षणे मागो येति :
न्युन भीक्षा देखोनि म्हणति : व्यर्थ केला आम्हि श्रम ॥५८॥
द्रव्य दारा जया सुटेना : सहज लोकिकि किविलवाणा :
लक्षाचा धणि कां असेना : न सुटे त्यास तळमळा ॥५९॥
तुप साकार पक्वान्नासि : जिव्हा मागे ज्या साधकासि :
कदान्ना जो कुसुमुसि : तो साधक न ये कामा ॥६०॥ (२-१५६-६०)

समारोप

'भावार्थग्रंथा'तून कवीनं अशा प्रकारे परमार्थसाधन कसं करावं, याचा जणू

★डॉ. मु. ब. शहा यांच्या अप्रकाशित 'वेडिया नागेश' ग्रंथाची प्रस्तावना.

१. सोलापूर जिल्ह्याच्या मोहोळ तालुक्यातील अनगर या गावीच नागेशानं आपली कन्या सईबाई हिला उपदेश दिला व तेथेच त्याची समाधी आहे, हा उल्लेख डॉ. शहांनी केलाच आहे. (—संशोधक, पृ. १९३, १९४)

२. येथे 'माडी' असा उल्लेख 'मार्डी' असावा. मार्डी हे सोलापूर जिल्ह्यातील मोहोळजवळील एक महत्त्वाचे प्राचीन गाव. तेथेही मला नागेशासंबंधी काही माहिती मिळाली. तेथे त्याची पदं मुखपरंपरेनं जतन करून ठेवल्याचंही आढळलं.

भावार्थच सांगितला आहे. एका अर्थानं कवीची ही 'भावार्थदीपिका'च आहे. सद्गुरुमहिमा, संतसमागम, सुगम भक्ती या मार्गानं जाता-जाता 'स्व'रूप ज्ञान कसं करून घ्यावं, याचा वस्तुपाठ कवीनं या ग्रंथात दिला आहे.

माझे स्नेही डॉ. मु. ब. शहा यांनी अत्यंत परिश्रमानं या ग्रंथाचं संपादन करून या अप्रकाशित संत कवीवर व त्याच्या महत्त्वपूर्ण रचनेवर प्रकाश टाकला आहे, याबद्दल त्यांना व ज्या संस्थेनं हा ग्रंथ प्रसिद्ध केला त्या राजवाडे संशोधन मंडळाला मी मन:पूर्वक धन्यवाद देतो.

❑❑

७१

संतकवी शहामुनी आणि त्यांचं समाजप्रबोधन

महाराष्ट्रात जे अत्यंत महत्त्वाचे मुस्लिम संतकवी झाले, त्यात शहामुनी नावाच्या दोन संतकवींचा उल्लेख करायला. 'सिद्धान्तबोध' या ग्रंथाचे पहिले तीस अध्याय पहिल्या महानुभाव शहामुनींचे तर नंतरचे वीस अध्याय दुसऱ्या वारकरी शहामुनींचे हे मी अलीकडेच केलेल्या संशोधनात सिद्ध झालं आहे. त्यांच्यापैकी बीड जिल्ह्यातील 'शहागड'— गोदेच्या काठी असलेलं— ज्यांच्या नावामुळं प्रसिद्ध आहे, तेथील पहिलं शहामुनी होते. श्रीगोंद्याचे शेख महंमदबाबा यांना जेवढी प्रसिद्धी व कीर्ती मिळाली, तेवढीच नव्हे, तर तिच्या अल्पांशानंही प्रसिद्धी यापैकी एकाही शहामुनींना मिळाली नाही. वस्तुत: मराठी वाङ्मयेतिहासात त्यांच्याविषयीच्या महत्त्वाच्या नोंदी आहेत. डॉ. रा. चिं. ढेरे आणि डॉ. अण्णासाहेब अडसोड (महानुभाव संशोधक) यांच्यासारख्या ज्येष्ठ अभ्यासकांनी त्यांच्याविषयी लिहिलं आहे. दोन्ही शहामुनी हे शेख महंमद यांच्यापेक्षा उत्तरकालीन असूनही त्यांना शेख महंमदांइतकी प्रसिद्धी लाभू नये, हा केवळ दैवदुर्विलास होय. एक मात्र खरं की, वारकरी संप्रदायात शेख महंमदांचं नाव जसं घेतलं जातं ('ज्ञानाचा एका । नामयाचा तुका ! आणि कबीराचा शेका' ही उक्ती यासंदर्भात सर्वश्रुत आहेच.); त्याप्रमाणं कोणत्याही शहामुनींचं घेतलं जात नाही. शेख महंमद ज्याप्रमाणं कबीरांनाही गुरुस्थानी मानतात, तसंच हे शहामुनीही मानतात. पहिले शहामुनी महानुभाव संप्रदायाशी अधिक संबद्ध होते. त्यांचा बृहद्ग्रंथ 'सिद्धांतबोध' हा खरोखरीच 'बृहद्' आहे व तो चातुर्मासात अवश्य वाचावा, अशी त्याविषयीची भावना धार्मिकांमध्ये व भाविकांमध्ये प्रचलित आहे. जवळपास १० हजार ओव्यांचा हा ग्रंथ अभ्यासकांच्या दृष्टीने अजून उपेक्षित आहे, कारण त्याचं सूक्ष्म अध्ययन कुठल्याही संशोधकानं केलं नव्हतं. जो विचार त्यासंबंधी मांडला गेला, तो काहीसा 'गोळाबेरीज' स्वरूपाचा होता. त्याचा परामर्श मी माझ्या 'मुसलमान सूफी सतांचं मराठी साहित्य' या ग्रंथात नुकताच

घेतला आहे.

या ग्रंथाचे एकूण ५० अध्याय आहेत व ते बारकाईने मुळातूनच अभ्यासायला हवेत होते. तसे ते अभ्यासल्यानंतर हा लेख लिहायला हाती घेतला आहे. एवढ्या महत्त्वाच्या ग्रंथाचं सूक्ष्म अध्ययन करण्याची प्रेरणा कुणा अभ्यासकाला न व्हावी, याला योगायोग म्हणता येईल की दुर्लक्ष वा उपेक्षा म्हणता येईल? पांगारकरांसारखे काही आदरणीय अपवाद वगळल्यास मुळातला 'सिद्धांतबोध' सूक्ष्म तपशिलात जाऊन अभ्यासण्याचा प्रयत्न का झाला नसावा, याच्या कारणांचा शोध घ्यायला हवा. पांगारकरांना तर हा ग्रंथ 'मराठी भाषेतल्या पहिल्या प्रतीच्या ग्रंथांत मोडण्याजोगा वाटतो', हे त्यांनी नमूद केलं आहे. ज. र. आजगावकरांनी 'महाराष्ट्र कविचरित्रा'च्या दुसऱ्या भागात ह. भ. प. ल. रा. पांगारकरांचं हे मत नोंदविलं आहे— 'मराठी भाषेतल्या पहिल्या प्रतीतल्या ग्रंथांत मोडण्यासारखा हा ग्रंथ आहे, पण आमच्या अरसिकतेमुळे त्याचं योग्य स्थान त्याला अद्यापि मिळालं नाही. भिन्न-भिन्न पुराणांतल्या उत्कृष्ट कथा, रामायण-महाभारतातील सुंदर आख्यानं, अतिसंक्षिप्त तऱ्हेने मोठ्या मार्मिकपणाने व शब्दरचना अतिसमर्पक, अतिसुबोध व अत्यंत प्रासादिक करून सारा ग्रंथ श्रेष्ठ नीतितत्त्वांनी व वेदांतविचारांनी विणून काढला आहे. या ग्रंथात चित्त भारून टाकणारं, अन्य व्यवसायांची पुरी विस्मृती करणारं व आपल्या दिव्यप्रभेनं दशेंद्रियांची एकतानता करणारं असं अद्भुत सामर्थ्य आहे की, ज्याचं यथार्थ वर्णन वाणीला करता येत नाही. तात्पर्य, मराठी वाङ्मयाच्या खाणीतला हा एक अत्यंत तेजस्वी हिरा आहे.'

'शहामुनींची वाणी इतकी रसवती, स्पष्टभाषिणी, प्रासादिक आहे की तिच्या तेजस्वितेमुळे वाचकांचे मनःचक्षू दिपून गेल्याशिवाय राहत नाहीत', असं आजगावकरांनाही म्हटल्याशिवाय राहवलं नाही. वि. ल. भाव्यांना मात्र ते अठरा धान्यांचं कडबोळं आहे, असं वाटतं. यावरून त्यांनी तो मुळातून व किती बारकाईनं पाहिला असेल, याची सहज कल्पना येते.

शहामुनींच्या या ग्रंथाचं यथार्थ मूल्यमापन व रसग्रहण मी माझ्या वरील ग्रंथात केलं आहे. त्यातील शहामुनींची समाजप्रबोधनकाराची भूमिका मला लक्षणीय वाटल्याने व तिला संदर्भमूल्य आजही असल्यानं तिच्याविषयी या लेखात विवेचन करण्याचं योजिलं आहे. दोन्ही शहामुनींचं समाजनिरीक्षण व समाजचिंतन अत्यंत सूक्ष्म नि बारकाव्याचं तसंच चिकित्सक नि मार्मिक आहे. स्थलमर्यादेस्तव तिचा फार विस्तारपूर्वक विचार या लेखात करता येत नसला, तरी काही ठळक मुद्द्यांचा विचार अवश्य करता येईल.

धर्म हे समाजाचं श्रद्धास्थान आहे. त्यामुळं धर्माच्या मूलभूत तत्त्वज्ञानाविषयी

समाजात भ्रामक कल्पना नसाव्यात. या तत्त्वज्ञानाचं यथार्थ व विवेकनिष्ठ, तर्कशुद्ध, बुद्धिनिष्ठ अधिष्ठान समाजमनात ठसायला हवं; म्हणजे समाजाच्या मनात वैचारिक गोंधळ राहत नाही. नाही तर मतामतांच्या गलबल्यात समाजमन भांबावून जातं नि अनेकदैवतवादाच्या चक्रव्यूहात सापडतं.

यापरि बाजार भरला । अवघा गलबलाचि जाहला ।
कोण निवडील खऱ्या-खोट्याला ? बहुत वाढला बंबाळ ॥ (१×६१)

अशी समाजस्थिती असल्याचं चित्र पहिले शहामुनी पाहतात :

एक म्हणती येमाई । एक म्हणती तुकाबाई ।
एक म्हणती ती सटवाई । तेचि रक्षील आमुतें ॥
एक म्हणती खंडोबा । एक म्हणती बहिरोबा ।
एक म्हणती हाणगोबा । म्हाळसाचा भाविती ॥

परमात्मतत्त्व तर एकच आहे. देवदेवतांची नावं वेगवेगळी असली, तरी देव एकच आहे, ही एकेश्वरवादाची बुद्धिनिष्ठ व तर्कशुद्ध भूमिका मांडून ते आपल्या ग्रंथाच्या पहिल्याच अध्यायात समाजप्रबोधनाचा पहिला महत्त्वपूर्ण, पायाभूत टप्पा गाठतात. धर्माच्या तत्त्वज्ञानाविषयीच्या संकल्पना धूसर नसून सुस्पष्ट असाव्यात, म्हणजे समाज अनेकदैवतवादाच्या भोवऱ्यात गरगरत नाही व त्याचा बुद्धिभेदही होत नाही, ही पहिल्या शहामुनींची निष्ठा आहे.

धर्माच्या निमित्तानं काही रूढी समाजात निर्माण होतात, त्यांना अंधश्रद्धाही कारणीभूत असतात. त्यामुळं मूळ चांगल्या धर्मसंकल्पनांवर एक प्रकारचं सावट येतं व भोळाभाळा अज्ञ समाज अंधश्रद्धांच्या मागे धावू लागतो. त्यामुळं समाजाचं एक प्रकारे नुकसानच होतं. देवदासीची प्रथा, गळ टोचण्याची रूढी, अंगात वारे संचारण्याच्या कल्पना इ. वर या शहामुनींनी पुढील शब्दांत प्रखर टीका केली आहे—

गरती वनिता नवस करिती । पोटीची कन्या देवासी वाहती ।
त्या मुरळ्या होऊन व्यभिचार करिती । धन्य नवस तयांचा ।
एक पाठीसी गळ टोंचिती । उफराटा टांगोनि फिरविती ।
तो म्हणे मी धन्य जाती । कसीं उतरलों देवाचे ।
एक नागवे निंब नेसती । एक खोडे बेड्या लेती ।
एक मस्तकीं भळंदें घेती । घुमो लागती मंडपीं ॥
एकाचे अंगीं वारें भरत । धावोनि लोक पाया पडत ।
दांत चावोनि आसुडे देत । हाडे मोडीत कडकडां ॥ (१×३८-४१)

व्रतवैकल्यं व तीर्थयात्रा यांचं मुळातील प्रयोजन व मर्म लक्षात न आल्यानं त्यांचं रूपांतर यांत्रिक कर्मकांडांत झालं, तर त्याचा इष्ट असा परिणाम समाजमानसावर

होत नाही व समाज कर्मठपणात, कर्मकांडांत गुंतत-गुंतत जातो.

एक म्हणती तीर्थें करावी । एक म्हणती व्रतेंचि बरवीं ।
एक म्हणती अवघी गाथा गोवी । नामस्मरण चांगलें ।।
एक म्हणती कीजे तप । एक म्हणती होमजप ।
एक म्हणती देऊळ, मंडप । केलीया कीर्त राहील ।। (१×५७-५८)
ऐसी ऐसी जनांची प्रकृती । घरोघरीं लोक बरळती ।।
सारासार न विचारितीं । नुसती करिती वळवळ ।। (१×६०)

या ओवीत 'सारासार विचारा'चा म्हणजेच विवेकनिष्ठेचा विचार आला असून, तोच तर समाजप्रबोधनाचा खरा पाया किंवा अधिष्ठान आहे. जोवर हे समाजाच्या लक्षात येत नाही, तोवर समाजमानस भरकटलेल्या व गोंधळलेल्या अवस्थेत राहील. यासाठी या समाजाला योग्य (बुद्धिनिष्ठेची) शिकवण द्यायला हवी व अशा प्रकारे त्याचं प्रबोधन करायला हवं, असं या शहामुनींना वाटतं; म्हणून या संपूर्ण ग्रंथात त्यांनी विवेकनिष्ठ जीवनदृष्टीचा पुरस्कार केला आहे. समाजाच्या यथोचित धारणेस ही भूमिका उपयुक्त व मार्गदर्शक अशीच आहे.

मुळातला काळ हा अखंड आहे, अमर्याद आहे. तो आपल्या बुद्धीच्या कवेत यावा म्हणून आपण त्याची विभागणी युगं, शतकं, दशकं, मास, सप्ताह, वार इ. त आपल्या आकलनासाठी केली; पण त्या वारांच्या भोवतीही शुभाशुभाचं वलय काही जणांनी निर्माण केलं नि त्यातही समाज घोटाळू लागला.

एक म्हणती अनंतव्रत ! एक एकादशीच करीत ।
एक म्हणती सोमवाराचा गुह्यार्थ । प्रगट न कळे कवणासी ।।
एक करिती चांद्रायण । एक म्हणती शिवरात्री धन्य ।
एक म्हणती नारायण । कोण करितो खटपट?
एक मंगळवार करिती । एक शनिवार-रविवार धरिती ।
गळां साकळी वाघे होती । भुंकों लागती श्वानाऐसें ।। (१×३५-३६)

ऐहिक जीवन कसं जगावं, ते जगण्यासाठी कोणते जीवनादर्श आपल्यासमोर ठेवावेत, याचाही विचार पहिल्या शहामुनींनी 'सिद्धांतबोधा'त जागोजाग केला आहे. याचं कारणही त्यांनी पहिल्या अध्यायाच्या शेवटी सांगितलं आहे—

दुर्लभ मनुष्यदेह पावोन । परमेश्वराच्या भक्तिवीण ।
जळो जळो तें वोखटे जाण । कोण भोगील क्लेशाते?(१×१४६)

ज्यात समाजाचं हित आहे, अशा आदर्श-उदात्त जीवनमूल्यांचा पुरस्कार कोणताही समाजप्रबोधनकार करतो. ज्यामुळं समाजात असंतुलन निर्माण होतं,

अशा बाबी तो नाकारतो. दुसऱ्या शहामुनींनीही जातिभेदासारख्या नकारात्मक बाबींवर टीका केली आहे—

मुख्य बिंब-प्रतिबिंब जेथे ।
काय जातिभेद कल्पावा तेथे? (४५×१०७)

असा प्रश्न ते तुम्हा-आम्हाला विचारतात तो यासाठीच. 'अज्ञान' किंवा 'अविद्या' हे समाजात चुकीच्या कल्पना पसरण्याचं आदिकारण आहे, या वर्मावर ते नेमकेपणाने बोट ठेवतात—

अविद्यामुळें स्वर्ग-नरक । अविद्यामुळें प्रारब्ध देख ।
नाना संताप महाशोक । भ्रमे भूतचक्रीं भूतसा । (४६×७९)

यासाठी अविद्याच समाजातून नाहीशी व्हायला हवी. महात्मा जोतिबा फुले यांनी एका अविद्येमुळे किती अनर्थ होतात, याचं जे वर्णन केलं आहे, ते या संदर्भात आठवतं.

समाजाची घडी नीट बसायची असेल; तर क्षमा, शांती, वैराग्य, धैर्य, परमतसहिष्णुता यांसारख्या उदात्त जीवनमूल्यांचं महत्त्व समाजाला पटायला हवं, हे लक्षात घेऊन त्यांचा सविस्तर विचार दुसऱ्या शहामुनींनी 'सिद्धांतबोधा'च्या एकतिसाव्या अध्यायात (ओवी क्र. ७१ ते ९३) सविस्तर केला आहे. याच अध्यायात नव्हे, तर असा विचार या ग्रंथात अनेक ठिकाणी आढळतो. हे जीवनादर्श आचरणात आणून आपण सर्वांनी 'सज्जन' व्हावं, म्हणजे संपूर्ण समाजाचं कल्याण होईल, असा हितोपदेश ते करतात. त्यासाठी ते चंदन, शर्करा व जल यांचे दृष्टांत देतात :

मनुष्यासारिखा जन्म पावोन । त्याचे अंगी कुलक्षण ।
मग चंदनाचे गुण । कोणत्या जन्मीं येतील?
पाणी जाय सर्वांत मिळोन । तैसा पाहिजे सज्जन ।
जो सर्वांस प्रिय होऊन । वर्ते जैसी शर्करा ॥ (५०×१४५-१४६)

×शहामुनींच्या 'सिद्धांतबोध' या ग्रंथाच्या नावातच 'बोध' आहे, त्यातील प्रबोधनाचा उद्देश स्पष्ट आहे आणि त्याची फलश्रुतीही त्यांनी अशीच अपेक्षिलेली आहे—

ग्रंथ वाचितां भ्रांति उडे । तुटे अविद्येचें बिरडें ।
उगवे संशयाचे कोडें । नुरे भव-भय तात्काळ ॥ (५०×४३९)

❑❑

७२

महाराष्ट्रातील विविध संप्रदाय आणि श्रीदत्त : एक अनुबंध

महाराष्ट्रातील विविध संप्रदायांमध्ये दत्त संप्रदायाचं एक विशेष महत्त्व आहे. नाथ, वारकरी, महानुभाव आदी अनेक संप्रदाय महाराष्ट्रात निर्माण झाले; त्यांनी आपापल्या तत्त्वज्ञानाचा, आचारधर्माचा, उपास्यदेवतेचा व उपासनापद्धतीचा प्रचार-पुरस्कारही केला; त्याचप्रमाणं दत्तसंप्रदायानंही केला. श्रीदत्त हे या संप्रदायाचं उपास्यदैवत असून ते गुरुस्वरूप आहे. गुरुस्वरूप हेच परमेश्वरस्वरूप, हे या संप्रदायाचं आद्य समीकरण आहे व तेच या संप्रदायाचं पायाभूत अधिष्ठानही आहे, याची आपणा सर्वांना कल्पना आहेच.

हे ऐहिक जीवन जगत असताना आपण विविध प्रकारचे सुख-दुःखादी अनुभव घेत असतो. या ऐहिक सुखापलीकडे जे पारलौकिक जीवन आहे, त्याविषयीचं कुतूहल आपल्याला वाटणं अत्यंत स्वाभाविक आहे. ते पारलौकिक सुख मिळविण्याचं उद्दिष्ट हे अनेक धर्मांचं व संप्रदायांचं अंतिम उद्दिष्ट आहे, तसं ते दत्तसंप्रदायाचंही आहे. पण ते मिळविण्याचा मार्ग ऐहिक जीवनातूनच गेला नि तसा तो शोधता आला, तर सामान्य माणूस साधना करण्यासाठी सहज प्रवृत्त होतो. यासाठी प्रत्येक संप्रदायानं आपापले मार्ग शोधले आहेत. दत्तसंप्रदायानं शोधलेला मार्ग हा वरील समीकरणाचा आहे. 'गुरू हाच परमात्मा' या तत्त्वाचा पुरस्कार करण्यामागं फार मौलिक नि चिंतनगर्भ तत्त्व आहे. ते लौकिकाचं नातं इतक्या सहजपणे आपल्याला पारलौकिकाशी जोडतं की, आपण लौकिकातून पारलौकिकात झेप घेत आहोत, आपला प्रवास ऐहिक जीवनातून आध्यात्मिक जीवनाच्या दिशेनं चालला आहे, याची कदाचित् कल्पनाही आपल्याला येत नाही... याचं कारण ज्यानं आपल्याला साधना कशी करावी, हे उलगडून दाखवायचं; तो प्रत्यक्ष गुरूच आपल्यासमोर असतो. तो आपल्याला या ऐहिक जीवनात आध्यात्मिक वाटचाल कशी करायची, याचं मार्गदर्शन करीत असतो. त्याच्यामुळंच आपली ही पारमार्थिक वाटचाल सुकर,

सुगम नि सुलभ होत असते. या वाटेतले अडथळे, काटेकुटे आपल्या लक्षात येतात व ते कसे काढून टाकावेत, याची कल्पनाही गुरूनं आपल्याला दिलेली असते; कारण गुरू यापूर्वीच या वाटेवरून गेलेला असतो. या वाटेचा अंतिम टप्पा त्यानं गाठलेला असतो नि शेवटी तो परमात्मस्वरूपच झालेला असतो. त्यामुळं गुरू हाच ब्रह्मा, गुरू हाच विष्णू नि गुरू हाच महेश— असं वचनही प्रचलित झालं आहे.

गुरूचं हे माहात्म्य अनेक धर्मांनी व संप्रदायांनी मान्य केलं आहे. महाराष्ट्रातील अनेक धर्मांनी व संप्रदायांनीही ते मान्य केलं आहे. नाथसंप्रदायात जसं गुरूचं महत्त्व आहे तसंच ते वारकरी, नागेश, महानुभावादी संप्रदायांतही आहे. सूफी संप्रदायातही गुरूचं महत्त्व आहे; पण गुरू म्हणजेच परमात्मा असं हा संप्रदाय मानीत नाही तर गुरू हे परमात्म्याप्रत पोहोचण्याचं माध्यम मानतो. वीरशैव धर्मानं गुरुमाहात्म्य स्वीकारलं आहे आणि जैन धर्मही आपल्या उपासनेत आचार्यांना— उपाध्यायांना 'णमोकार' मंत्रात महत्त्वाचं स्थान देतो व त्यांना वंदन करतो.

विविध संप्रदायांच्या 'गुरुगीतां'कडे मी आपलं लक्ष जरूर वेधेन. अनेक संप्रदायांत 'गुरुगीते'ची निर्मिती का झाली, हा संशोधन करण्याजोगा महत्त्वाचा विषय आहे. प्रत्येक संप्रदायानं आपापल्या 'गुरुगीते'ला आपापल्या संप्रदायानुरूप रूप दिलं असलं तरी त्या सर्व 'गुरुगीतां'चा गाभा वा त्यांतील मर्म, तसंच त्यातून करावयाचं उद्‌बोधन-प्रबोधन हे समानच आहे.

विविध (महाराष्ट्रीय) संप्रदायांचं संशोधन करताना व त्यांच्यामधील अंत:सूत्रं शोधताना गुरुतत्त्वाचा हा स्थायिभाव समानच का आढळतो, याचा विचार करणं व त्यातील मर्म उलगडणं अत्यंत महत्त्वाचं आहे.

महाराष्ट्राच्या प्राचीनतम अशा नाथसंप्रदायापासूनच आपण या विचाराला प्रारंभ करू या. नाथसंप्रदायातही गुरुपरंपरा आहे व त्यातील एक परंपरा तर ज्ञानदेवांपर्यंत येऊन पोहोचते. आदिनाथ-गोरक्षनाथ-गहिनीनाथ-निवृत्तिनाथ-ज्ञानदेव अशी ही गुरुपरंपरा आहे.

ज्यांनी पुढं वारकरी संप्रदायात नवचैतन्य ओतलं, त्या ज्ञानदेवांची ही एक नाथसंप्रदायसंबद्ध परंपरा आहे. नाथ संप्रदायात (शिव ही प्रमुख उपास्यदेवता असूनही) दत्ताचं एक स्थान असल्याचं आढळतं. गोरक्षविषयक साहित्यात याचे दाखले मिळतात. वारकरी संप्रदायातील 'ज्ञानाचा एका' असलेले संत एकनाथ हे विठ्ठलभक्तीप्रमाणंच दत्तभक्तीतही रमतात व तद्‌विषयक लेखनही करतात. 'नाथपंचका'तले संत दासोपंत हे तर दत्तभक्त म्हणून प्रसिद्ध आहेत व त्यांनी दत्तमहिमा वर्णन करणारी अनेक पदं लिहिली आहेत. ती त्यांच्या 'पदार्णवा'त समाविष्ट आहेत.

वारकरी संप्रदायाप्रमाणंच महानुभाव संप्रदायाचीही 'दत्ता'विषयीची श्रद्धा व

आत्मीयता विशेषकरून जाणवते. 'विशेषकरून' हा शब्द यासाठी योजिला की, आपल्या तत्त्वज्ञानातील 'पंचकृष्णा'त महानुभावांनी दत्ताचाही समावेश केला आहे. 'सैह्याद्रवर्णन' हे रवळो व्यासांचं काव्य दत्तमहिमा वर्णन करणारं असून, त्याला महानुभाव संप्रदायात आदराचं स्थान आहे. महानुभावांचा दत्त त्रिमुखी नसून 'एकमुखी' आहे, हे त्याचं वैशिष्ट्य आहे. महानुभाव संप्रदायानं 'पंचकृष्णा'तील श्रीकृष्ण हा पूर्णावतार मानला असला, तरी त्यात दत्ताला एक अवतार म्हणून स्थान दिलं आहे, याचा बारकाईनं विचार करायला हवा व त्यातील अनुबंध तसंच अंतसूत्रही शोधायला हवं, असं मला वाटतं.

नागेश संप्रदायातही दत्तावताराच्या संकल्पनेतील काही अन्त:सूत्रांची व अनुबंधांची साम्यस्थळं आढळतात. नागेश व दत्त या उपास्यदैवताचं अचानक प्रकट होणं व अनुग्रह करणं, या दोन्ही बाबी या दोन्ही संप्रदायांत सारख्याच आढळतात. त्याचप्रमाणं सर्वांत महत्त्वाची बाब ही की, दत्त संप्रदायातील दत्त हे उपास्यदैवत असूनही तो गुरूच आहे व नागेश संप्रदायातील नागेश हेही उपास्यदैवत असून नागेश हाही गुरूच आहे! गुरू आणि परमात्मा यांचं समीकरण या दोन्ही संप्रदायांत समानच आहे, या गोष्टीकडेही मला आपलं लक्ष वेधायचं आहे.

नागेशसंप्रदाय हा समन्वयवादी संप्रदाय आहे. तेराव्या-चौदाव्या शतकात महाराष्ट्रात या संप्रदायानं समन्वयवादाचा प्रचार-पुरस्कार केला व त्याला उत्तम प्रतिसादही मिळाला. या संप्रदायाच्या शिष्यपरंपरेत वीरशैव, ब्राह्मण, तेली, धनगर, मुस्लिम इ. अनेक धर्मांचे व पंथांचे जातींचे अनुयायी आढळतात. अज्ञानसिद्ध हे ब्राह्मण, मन्मथस्वामी हे वीरशैव, बसवलिंग हे तेली, तर अल्लंखान (आलमखान) हे मुस्लिम. मुस्लिम शिष्य नागेशांना नसिरुद्दीन चिराग देहलवीही मानतात. सूफी पंथातही गुरुमाहात्म्य आहेच. महाराष्ट्रातील सूफी परंपरेनं 'अहं ब्रह्मास्मि' या तत्त्वाशी समान 'अनहल् हक्' हे तत्त्व स्वीकारलं. त्यामुळं कदाचित नागेश सांप्रदायिक मुस्लिम अनुयायी नागेशांना (शिवस्वरूपातील) परमात्मा मानून आपण साधनेनं त्याच्याशी एकरूप होऊ शकू, असं जीव-शिवैक्याचं तत्त्वही स्वीकारतात. यात योगायोग असा की, वीरशैव धर्माच्या षट्स्थलसिद्धान्ताचं अंतिम उद्दिष्टही हेच आहे. 'लिंगांगऐक्य' या संज्ञेतून ते सूचित होतं. मात्र, नागेश संप्रदायात दत्तावताराचा उल्लेख व मान्यता असल्याचं आढळत नाही. अनुग्रहासाठी दत्त व नागेश अचानक प्रकटतात, यांसारख्या कल्पनाबंधात वा घटनाबंधात मात्र साम्य आढळतं.

महाराष्ट्रातील सूफी संप्रदायाचा वर उल्लेख केला आहे. सूफी संप्रदायात 'शहादत' ही संकल्पना कधी कधी आपल्या भक्तिसाहित्यात 'दत्ता'च्या संकल्पनेशी, अवताराशी जोडली जाते; तिचा विचार मी 'महानुभाव' या अ. भा. महानुभाव

परिषदेच्या संशोधनपत्रिकेतील लेखात काही वर्षांपूर्वी केला होता.

अशा प्रकारे दत्तावतार व दत्त संप्रदाय यांचं महाराष्ट्रातील धर्म व संप्रदायांशी, त्याचप्रमाणं मराठी भक्तिसाहित्याशी काही अंत:सूत्र, काही अनुबंध, काही जवळिकीचं नातं असल्याचं आढळतं. याविषयी आजवर जवळपास विचार झालाच नाही. डॉ. ढेरे यांच्यासारख्या मान्यवर संशोधकांनी थोडाफार विचार अवश्य केला आहे पण प्रत्येक संप्रदायाचं सूक्ष्म अध्ययन-संशोधन करून या अनुबंधाचे विविध पदर फार काळजीपूर्वक उलगडायला हवेत. त्यामुळं मध्ययुगीन 'मऱ्हाटी' संस्कृतीची काही अंगंही उजळून निघतील, असा विश्वास वाटतो.

❑❑

७३

आठव : शुभरायमहाराजांचा

सोलापुरातला माझा बालपणाचा बराचसा काळ—विद्यार्थिदशेचा काळ— उत्तर कसब्यातल्या आमच्या जुन्या घरात गेला. तिथून चौपाड नि चौपाडपासून हाजीमाई चौक ही आमची रोजची पायाखालची वाट. समोरची एक नंबरची म्युनिसिपल प्राथमिक शाळा, ही माझ्या वडिलांची— रावसाहेबांची— शाळा. त्यामुळं तिच्याविषयी, त्या पिवडीचा पिवळा रंग दिलेल्या जुन्या इमारतीविषयी मला खूप आपुलकी व जवळीक वाटे. योगायोगानं याच इमारतीसमोर विख्यात 'शुभराय मठ' आहे. या मठाच्या एका अंगाच्या खोलीतच माझे स्नेही माणिकराव जोजारे यांचं सराफीचं दुकानही आहे. मी नि माझे सहाध्यायी त्या काळात म्हणजे गेल्या शतकात पन्नाशीनंतर 'सत्यकथेत' नवकथा लिहिणारे व नवसमीक्षा करणारे प्रा. पंडितराव शेटे— रोज सवडीच्या वेळी याच दुकानात बसत असू. शुभरायमहाराजांचा असा 'अपरोक्ष' सत्संग आम्हाला वर्षानुवर्षं लाभला पण त्या वेळी 'संत' म्हणून त्यांच्याभोवतालचं एक अद्‌भुत वलय मनात असे; ते तसंच राहिलं. मी संतसाहित्याचा गेली पाच सहा शतकं अभ्यास केला; पण माझ्याच शहराचे— सोलापूरचे संतकवी शुभरायमहाराज यांच्या साहित्याचाही अभ्यास केला नाही नि त्यांच्याविषयी एक ओळही लिहिली नाही, याची मला आज खंत वाटते. पण त्यांच्याविषयी लिहिण्याचा योग माझ्या दैवात असावा, म्हणूनच श्री. कन्हैया जोशी यांनी आपणहून मजकडे त्यांचं साहित्य आणून दिलं नि माझी सवड पाहून त्यानुसार त्यांच्याविषयी (शुभरायमहाराजांविषयी) व त्यांच्या साहित्याविषयी लिहावं, असं सुचविलं. पुण्याच्या स. प. महाविद्यालयाचे प्राध्यापक लक्ष्मणशास्त्री लेले यांनी शके १८५२ (इ. स. १९३०) मध्ये प्रस्तावना लिहिलेला व संपादिलेला अभंगसंग्रहही आणून दिला. त्याचप्रमाणं श्री. कन्हैया जोशी यांनी शुभरायमहाराजांच्या अभंगांच्या इंग्रजी अनुवादाची प्रत आणून दिली. हा लेख लिहिताना या सर्व साहित्याचा फार उपयोग झाला, हे आभारपूर्वक नमूद

करीत आहे.

संतकवी शुभरायमहाराज म्हणजे एकेकाळचे टिपूसुलतानाचे नायब दिवाण 'सुब्बा राव'. 'सुब्बाराव'चं 'शुभराय' असं रूपांतर झालं, असं म्हणण्यापेक्षा भाषावैज्ञानिक दृष्टीनं विचार केला तर 'शुभराय'चंच कन्नड 'सुब्बाराव' असं रूपांतर झालं नि ते सोलापूरला आल्यावर 'सुब्बाराव'चं 'शुभराय' या मूळ नावात पुन्हा रूपांतर झालं (किंवा मूळ रूप प्राप्त झालं.). ते मूळचे मद्रासजवळील पासकोट भागातील भालूरचे. त्यांच्या वडिलांचं नाव गिरिधरराव असं होतं नि आईचं नाव होतं पन्नामा. हे घराणं ऋग्वेदी ब्राह्मणांचं असून कन्नडभाषक होतं. शुभरायमहाराज गृहस्थाश्रमी होते. हे घराणं वेदशास्त्रपरायण होतं. महाराजांच्या संतत्वाची बीजं यातच आढळतात. ते टिपू सुलतानाचे नायब दिवाण होते, यावरूनच म्हैसूरच्या परिसरात त्यांचं किती महत्त्व होतं नि टिपूसुलतानाच्या दरबारी त्यांची केवढी प्रतिष्ठा होती, याची सहज कल्पना येईल.

महाराजांच्या घराण्यात भक्तिपरंपरा होतीच. प्रपंच आणि परमार्थ यांचा समन्वय साधत महाराज कालक्रमण करीत असतानाच त्यांच्या जीवनाला एका घटनेमुळं विलक्षण कलाटणी मिळाली.

धर्मप्रसारासाठी कार्य करावं, असा सल्ला टिपूसुलतानाला एका काझीनं दिला. सुलतानानं आपल्याला आग्रह केला तर? —अशी शंका स्वाभाविकपणेच महाराजांच्या मनात उद्भवली. सर्वसंगपरित्याग करून ते विरक्त झाले नि त्यांनी आपली नोकरी नि गाव सोडलं. तिथून कोल्हापूर नि कोल्हापूरहून पंढरपूर अशी मजल-दरमजल करीत ते सोलापुरात आले नि बेगमपेठेतील हत्तीबावडीच्या ओवरीत राहिले. बेगमपेठेतील पाणिभाते हे त्यांचे शिष्य झाले व त्यांनी महाराजांसाठी पांडुरंगमूर्तीची प्रतिष्ठापना केली. महाराजांचा शिष्यसंप्रदाय उत्तरोत्तर वाढू लागला. किल्लेदार आबा कुंडले हेही त्यांचे शिष्य झाले नि त्यांनी शुभरायमहाराजांना— आज जिथं महाराजांचा मठ आहे— तिथं आणलं. हा परिसर सोलापूरच्या किल्ल्याच्या तटबंदीच्या जवळपासचा आहे, हेही ध्यानात घ्यायला हवं. पलीकडे श्रीसिद्धेश्वराचं देवस्थान आहे नि तिथंच सोलापूरचं सुप्रसिद्ध सिद्धेश्वर तळंही आहे.

शुभरायमहाराजांच्या आयुष्यातला टिपूसुलतानाचा जसा ऐतिहासिक प्रसंग वर्णिला जातो, त्याचप्रमाणं आणखी काही प्रसंग वर्णिले जातात. ते मारुतीचे उपासक होते, पण पुढच्या काळात ते पांडुरंगाची उपासना करू लागले. दक्षिणेकडून कोल्हापूरमार्गे ते पंढरपूरहून सोलापुरी आले, या वाटचालीतील हा प्रभाव असावा. ते टिपूसुलतानाची नोकरी जशी सोडून आले, त्याचप्रमाणं दुसऱ्या बाजीरावांनी दिलेलं चार हजारांचं वतन/जहागिरी त्यांनी नाकारली; यातून त्यांची निःस्पृह वृत्तीही

प्रकट होते. साधुसंत तर वीतरागीच असतात; त्यांच्यापुढं जहागीर वा वतन या फार सामान्य गोष्टी होत.

शुभरायमहाराजांचा काळ इ. स. १७५० पासून इ. स. १८२० पर्यंत मानला जातो. यातील इ. स. १७८५ ते १८२० पर्यंतचा पस्तीस वर्षांचा त्यांचा फार मोठा काळ सोलापुरातच व्यतीत झाला. या काळात त्यांनी कीर्तनाच्या माध्यमातून भागवतधर्माचा प्रसार केला. सोलापूरचा त्यांचा मठ इ. स. १७८५ मध्ये बांधला गेला. त्यांनी अभंगांची व पदांची रचना केली. इ. स. १९०१ मध्ये श्री. वा. दा. ओक यांनी 'पदसंग्रहा'च्या तिसऱ्या भागात त्यांची ७७ पदं प्रसिद्ध केली आहेत. श्री. प्रा. लेले यांनी संपादिलेल्या संग्रहात त्यांच्या १४६ अभंगपदादी रचना आहे.

या रचनेची काही वैशिष्ट्यं मला जाणवली, ती निवडक उदाहरणांसह पुढं देत आहे.

समाजाला भक्तिप्रवण/परमार्थप्रवण करणं नि समाजाचं आध्यात्मिक प्रबोधन करणं, हे या लेखनाचं प्रमुख उद्दिष्ट असल्यानं यातील बरीच रचना उपदेशपर आहे. यातील काही पदांमध्ये अनुतापाची जाणीव प्रकटली आहे—

'व्यर्थ वय गेले हित जाणुनि न साधिले । शब्दज्ञाने समाधान अंतरि न रंगले ॥धृ.॥ शरीर गृहादिक नश्वर माईक । जाणत जाण मोहफांशी मन गुंतले ॥१॥ सकलसुखास्पद आत्मा उमजुनि । तन्मयत्व बाणायास चित्त न निरोधिले ॥२॥ अनंत ब्रह्मांड वैभव ज्या प्रभुचे । सगुण सुंदर ध्यान हृदई न बिंबले ॥३॥ जन्म मृत्यु दुःख आठउनि अनुतापे । ईश भावे सदगुरूचे दास्य नाहि घडले' ॥४॥ (क्र. १०५)

त्यासाठी ते आपल्या मनालाच 'मी' नि 'माझे' या मोहात गुंतून न पडण्यास सांगतात. आपल्या मनाबरोबरच जनमानसालाही ते अशा प्रकारे संबोधितात—

'मना तुज किती शिकविल्या न वळसि । मी माझे कल्पुनि मोहे गुंतुनिया शिणसी ॥धृ.॥ आत्मास्वयें निरतिशय सुखालय । संत समागमे समजुनि भुलसी॥१॥ प्रत्यग स्वरूपी कांहीसि टेकुनी । तन्मय न पाउनि माघोर तूं फिरसी ॥२॥ विसरूनि अधिष्ठानावरी धांवसि । साक्षि स्मरूनि तेथे क्षणएक दडसि ॥३॥ विश्वरूप हरि सांठउनि हृदई । दासपणे निजपदी कधि विचरसि?' ॥४॥ (क्र. ८९)

भक्तिमार्गात ईश्वराला शरण जाणं ('शरणागती') ही मानसिक प्रक्रियादेखील कशी महत्त्वाची आहे, याविषयी शुभरायमहाराज किती मार्मिकपणे या शब्दांत सांगतात—

सर्वभावें हरिला शरण जाई । नको करू चिंतन त्याविण कांही ॥धृ.॥
भक्तवत्सल समसदय स्वतंत्र । भुवन सुंदरत्वासि भाउनि ध्याई ॥१॥
स्थूलरूप जड जीव समुच्चय । सर्वांगे वंदुनि मनी येकसरे पाही ॥२॥

सर्वेंद्रिय परिचर्ये पुजूनि दासपणे नित्य ।
नव प्रभु गुण गाई ॥३॥ (क्र. ११४)

या वाटचालीत सत्संगाचं विशेष महत्त्व आहे. संतसमागमाविषयीही त्यांनी विपुल लेखन केलं आहे. वानगीदाखल त्यांतील केवळ एक रचना देतो—

भावे संतसमागमे राही । नको करू याविण काही ॥धृ॥ मूर्तिमंत ईश-अवतार हे समजुनि । घडिघडि ठेवि पाई डोई ॥१॥ सहज वचन हे मानुनि हितकर । श्रवणी प्रेमे चित्त देई ॥२॥ कृपाकटाक्षे ज्ञान-ध्यान सर्व सिद्धि । घडे आपोआप लवलाही ॥३॥ दास्य अवंचक सतत कारूनिया । भगवती अंति गति लाही ॥४॥ (क्र.८३)

परमार्थमार्गात देहबुद्धीचा त्याग करायला हवा आणि ईश्वराचं ध्यान करायला हवं, हे त्यांनी क्र. ५, क्र. ९ किंवा क्र. १४१ यांसारख्या रचनांत सांगितलं आहे. त्यांतील क्र. १४१ ची रचना अशी—

हृदयी निश्चय करि ऐसा । जेणें तुटे देहबुद्धि फांसा ॥
सच्चित्सुखमय केवळ प्रत्यय । वृत्तिविण जावेल कसा ॥१॥
दुःखात्मक जडवृत्ति व्यतिरेके । योगचित्त चैतन्य ठसा ॥२॥
त्रिपुटीहून पर चिन्मय अनुभव । उरे पुढें आनंद कोश ॥३॥
चिद्विलास जग ध्यान धरि मग । पावें पूर्ण दासपण दशा ॥४॥

'हृदयीं शोधुनि हरिला जाण' (क्र. १३९) हाच या संतमनाचा ध्यास आहे. तो ध्यास तुम्हा-आम्हालाही लागावा, असं या संतमानसाला वाटणं स्वाभाविकच नाही का? 'आता तरि आपुले सार्थक करि रे' (क्र. १५) ही जनोद्धाराची भावना हे या उपदेशपर रचनेचं केंद्र होय. 'पाहे आपणा आपण' (क्र. १४५) हे जीवितध्येय महाराजांनी जनमानसासमोर ठेवलं. 'हृदयी शोधुनि हरिला जाण' (क्र. १३९) यासारखी त्यांची पदं तर मनाचा ठावच घेतात. त्यांची भक्ती भाबडी नाही; तिला ज्ञानाचंही अधिष्ठान आहे. हे आत्मज्ञान द्वैतभाव नाहीसा करून ईश-प्रत्यय देतं. हेच आत्मज्ञान आपण सर्वांनी प्राप्त करावं, या विचाराचा पुरस्कार ते पुढील पदात करतात—

ध्यान करणे ऐंसे बरे । जेथ द्वैत भान नुरे ॥धृ.॥
बाह्य वृत्ति अंतरि कूटस्थीच योजुनि ।
अन्य काहि नाठउनि पाहता लक्ष मुरे ॥१॥
अस्ति प्रत्यय स्मृति पूर्णपणीं पसरूनि ।

साक्षित्वे अवलोकुनि जाणणेचि उरे ॥२॥
यापरि साधने मन उन्मन पाउनि ।
समाधि-सुखास निर्विकल्प विसरे ॥३॥
स्वानुभावात्मक परमपुरुष ईश ।
चिंतुनि ह्रदई दास पाहे प्रेमभरे ॥४॥ (क्र. ६३)

शुभरायमहाराजांची रचना ही अशी प्रासादिक आहे, रसाळ आहे. तिच्यात लयबद्धता आहे नि गेयताही आहे. ती जशी भावगर्भ आहे, तशीच विचारगर्भही आहे. शुभरायमहाराजांच्या काळातही ती लोकप्रिय होती व आजही ती लोकप्रिय आहे, याचं रहस्य यातच कुठं तरी दडलं आहे, असं मला वाटतं.

❑❑

७४

संतांच्या भारुडांतील प्रबोधन : सामाजिक नि आध्यात्मिक

आपल्या संतांनी जे विविध प्रकारचं लेखन केलं; त्यांत भाष्य वा टीका, अभंग, पदं, आरत्या, धावे, गवळणी, विराण्या, सौऱ्या, पत्रात्मक संवाद, तत्त्वविवरणात्मक प्रकरणं, आख्यानं, भारुडं, संपादण्या, धवळे इ. रचनांचा उल्लेख करावा लागेल. विष्णुदास नामा किंवा महानुभाव कवी नवरसनारायण यांच्यासारख्या संतकवींनी महाकाव्यसदृश वा महाकाव्यात्मक रचनाही केली आहे. त्यांत अभंगांप्रमाणंच भारुडं आपलं विशेष लक्ष वेधतात. ज्ञानदेवांपासून तुकोबा-निळोबांपर्यंतच्या अनेक संतांनी भारुडं लिहिली आहेत. मराठवाड्यात भारुडं म्हणणारी जवळपास ३२ घराणी आहेत.

भारुडं ही नावाप्रमाणंच महाराष्ट्रातल्या खेडोपाड्यांत 'बहुरूढ' आहेत नि लोकप्रियही आहेत. भारुडांत काव्य व नाट्य यांचा सुरेख संगम झाला आहे. यासाठीच भारुडं म्हटली जातात किंवा गायिली जातात, असं म्हणतानाच भारुडांचे 'प्रयोग' होतात, असं म्हणणंही सयुक्तिक ठरेल.

भारुडं इतकी लोकप्रिय का झाली?— या प्रश्नाचं एकच उत्तर नसून, अनेक उत्तरं आहेत. त्यामुळं त्यांत लोकभाषेचा व बोलीभाषेचा उपयोग अधिक प्रमाणात केला जातो. जनसामान्यांशी हृदयसंवाद करण्यासाठी संतांना हे प्रसार— माध्यम अत्यंत उपयुक्त वाटलं असावं. रंजन आणि उद्‍बोधन यांचा समन्वय केल्याचंही आपल्याला भारुडांत जाणवतं. केवळ उद्‍बोधन, प्रबोधन वा उपदेश करण्याचीच भूमिका संतांनी स्वीकारली असती, तर कदाचित भारुडांत रुक्षता आली असती. प्रबोधन हे भारुडांचं प्रमुख निर्मितिप्रयोजन आहे, यात शंकाच नाही. तथापि, त्यात अशी रुक्षता येऊ नये, म्हणून संतांनी अनेक प्रकारची दक्षता घेतली आहे. गेयता हे भारुडांचं लक्षणीय वैशिष्ट्य आहे, याचं कारण तेच आहे. भारुडांचा आकृतिबंध हा अभंगासारखाच असतो, असं म्हणत असतानाच अनेक भारुडांना

अभंगाचंच रूप प्राप्त होतं, असंही म्हणता येईल. लांबलचक, प्रदीर्घ रचना ही लोकमानसाचा ठाव लगेच घेऊ शकत नाही; त्याऐवजी स्फुट, छोटेखानी रचना लोकमानसाला अधिक भावते, हे लक्षात घेऊनच संतांनी भारुडाला हे रूप दिलं. एकनाथांच्या 'हिंदू-तुर्क संवादा'सारखी अपवादात्मक प्रदीर्घ रचना भारूड-वाङ्मयात आढळत नाही, असं नाही. पण ती अपवादात्मकच आहे; शिवाय ती गद्यरूप आहे, हेही आपण लक्षात घ्यायला हवं. तशा प्रकारची प्रदीर्घ रचनाही अभ्यासकांना नि संशोधकांना महत्त्वाची वाटली आहे. आंबेडकरी साहित्याच्या विख्यात संशोधक डॉ. एलिनार झेलिएट या डॉ. बाबासाहेब आंबेडकर मराठवाडा विद्यापीठाच्या मराठी विभागात काही वेळा येत असत. त्या मजकडेही चर्चेसाठी आल्या; त्या वेळी त्यांनी एकनाथांच्या भारूड-वाङ्मयाचा अभ्यास करीत असल्याचं मला सांगितलं नि 'हिंदू-तुर्क-संवादा'विषयी माझ्याशी चर्चा केली. त्यांना या भारुडाचा सामाजिक नि सांस्कृतिक संदर्भ विशेष महत्त्वाचा वाटला, म्हणून त्यांनी या भारुडाचं सविस्तर विवेचन करून ते संपादिलं आहे. दोन वेगवेगळ्या धर्मांचे व संस्कृतीचे लोक एकत्र आल्यावर त्यांच्यामध्ये संघर्षही होऊ शकतो वा समन्वयही होऊ शकतो. अशा वेळी (खरं तर बहमनीकाळात) संत एकनाथांनी समन्वयाची व एकात्मतेची भूमिका घेतली आणि या भूमिकेला आध्यात्मिक अधिष्ठान प्राप्त करून दिलं, ही गोष्ट किती महत्त्वाची आहे व तिचं सांस्कृतिक मोल किती लक्षात घेण्याजोगं आहे! तेराव्या-चौदाव्या-पंधराव्या शतकात किंवा त्यानंतरच्या मध्ययुगीन काळात तिचं जितकं महत्त्व होतं, त्याचप्रमाणं आजच्या एकविसाव्या शतकातही आहे, असं मला वाटतं. एकीकडे मूलतत्त्ववाद व दहशतवाद तर दुसरीकडे जागतिकीकरण— अशी बिकट परिस्थिती असताना देशपातळीवर व विश्वपातळीवर एकनाथांनी बहमनीकाळात लावलेल्या नंदादीपाचा प्रकाश आजपावेतो एकात्मतेचा संदेश देत आहे. ज्ञानदेवांच्या 'पसायदाना'तील विश्वात्मकतेच्या पार्श्वभूमीवर तर या नंदादीपाचा हा प्रकाश अधिक तेजस्वी वाटू लागतो.

भारुडांतील व्यक्तींची निवड करतानाही संतांनी आपली समाजप्रबोधनाची व एकात्मतेची भूमिका सोडलेली नाही. त्यांत वासुदेव आहे, भराडी आहे, जोशी आहे त्याचप्रमाणं कोल्हाटीही आहे. भटीण आहे त्याप्रमाणं कोल्हाटीणही आहे. अनेक प्रकारचे 'जोहार' म्हणणारा विठूनाक महारही आहे नि मुसलमान बाजीगर, फकीर, दरवेश आहे; त्याचप्रमाणं शीख नानकशहाही आहे. वीरशैव जंगम आहे. समाजातल्या विविध धर्मांचे, विविध जातींचे, विविध स्तरांतले हे लोक आहेत. या सर्व घटकांनी मिळून एकसंध समाजाची निर्मिती होत असते. यात तथाकथित प्रस्थापित उच्चवर्णीय आहेत त्याचप्रमाणं ज्यांना शूद्र म्हणून हेटाळलं गेलं, असेही लोक आहेत. कोल्हाटी,

बाजीगर, दरवेश असे भटके वा विमुक्त जमातीचे लोकही आहेत. शेख महंमदांसारख्या मुसलमान सूफी संतांनीही अशा प्रकारची भारुडं लिहिली आहेत. संत एकनाथांचा विठूनाक महार तर ब्राह्मणालाच उदात्त जीवनमूल्यं कशी जतन करावीत नि आपला उद्धार कसा करून घ्यावा, याचा उपदेश करतो.

संत एकनाथांनी पत्रांनाही भारुडांचं रूप दिलं आहे. 'अर्जदास्त' (विनंतिपत्र) हे त्यांचं अशाच प्रकारचं एक अत्यंत लोकप्रिय पत्रात्मक गद्य भारूड आहे. हे एका सेवकानं आपल्या स्वामीला लिहिलेलं पत्र आहे. यातील सेवक हा जीवात्मा आहे, तर स्वामी हा परमात्मा आहे. सेवकाला पृथ्वीवर येऊन जे कार्य (भक्ती) करायला सांगितलं होतं, ते (विकाराधीन झाल्यामुळं) तो करू शकत नाही. जीवनाचा मौल्यवान काळ असा वाया घालवल्यामुळं वार्धक्यात गलितगात्र झाल्यामुळं तो आपण कर्तव्य पार पाडू शकत नसल्याबद्दलचा पश्चात्ताप स्वामींकडे पत्र पाठवून व्यक्त करतो. आता दिलेली कामगिरी करावी तर यमाजीपंतांचा निरोप येतो की, 'आता हुजूर येणे' (आता खटपट करण्यात काही अर्थ नाही, कारण तुमचं आयुष्यच सरलं. आता तुम्ही प्रत्यक्षच माझ्या भेटीला या!). यातून आपण दुष्कृत्यं न करता वेळीच सत्कृत्यं करून आपलं जीवन सत्कारणी लावावं, असा उपदेश करण्यात आला आहे. हा उपदेश मध्ययुगीन जनतेला उपयुक्त होता व आजच्या समाजाला उपयुक्त नाही, असं म्हणता येईल काय? उलट, आजच्या काळात जी दुष्कृत्यं, बलात्कार, अपराध, भ्रष्टाचार नि गुन्हे घडत आहेत; ते लक्षात घेता, आजच्या समाजालाच या उपदेशाची व अशा प्रकारच्या प्रबोधनाची अधिक गरज आहे, असं वाटू लागतं. मूल्यशिक्षणाच्या अभ्यासक्रमात अशा प्रकारच्या प्रबोधनाचा समावेश व्हायला हवा.

'विंचू' हे एकनाथांचं भारूड महाराष्ट्राच्या ग्रामीण भागात आजही अत्यंत लोकप्रिय आहे. हा विंचू म्हणजे कामक्रोधादी षड्रिपू आहेत. त्यांच्यामुळं जीवनाचं अध:पतन होतं. त्यांच्यावर नियंत्रण ठेवल्यास आपल्या हातून दुष्कृत्यं घडणार नाहीत व आपण निष्कलंक, शुचिर्भूत जीवन जगू शकू. यासाठी सद्गुरूचं मार्गदर्शन घ्यावं नि त्यानुसार सदाचारयुक्त जीवन व्यतीत करावं, असा संदेश या भारूडात देण्यात आला आहे. आजचं आपलं जीवन किती भ्रष्ट आहे, यासंबंधीच्या कितीतरी घटना आपण रोज वृत्तपत्रांतून वाचतो. दूरदर्शनवरील अर्धनग्न हिडीस नृत्यं नि अश्लील दृश्यं, बारबाला नि त्यांच्या आंटींची प्रकरणं, जीवनाच्या जवळपास सर्व अंगांत बोकाळणारा भ्रष्टाचार, व्यसनाधीनता, हिंसा नि हत्या, व्यभिचार इ. नी जीवन भरकटत-भरकटत चाललं आहे. या अध:पतनाला वेळीच आवर घालायला नको का? नव्या पिढीवर सुसंस्कार करण्यासाठी पाठ्यपुस्तकांतही अशा प्रकारच्या

साहित्याचा समावेश व्हायला हवा. प्राथमिक-माध्यमिकच नव्हे, तर उच्च शिक्षणाच्या अभ्यासक्रमांच्या संदर्भातही हे व्हावं; मूल्यशिक्षणासाठी Source Material म्हणून या साहित्याचा चांगला उपयोग होईल, असं मला वाटतं.

अनेक भारुडांतून संतांनी सामाजिक प्रबोधनाबरोबर आध्यात्मिक प्रबोधनही केलं आहे. त्यांतही विवेकनिष्ठा व बुद्धिप्रामाण्य यावर भर दिल्यानं भाबड्या भक्तीला वा अंधश्रद्धेला स्थान नाही, ही अत्यंत लक्षात घेण्याजोगी गोष्ट आहे. संतांच्या पाखांडखंडनपर लेखनात त्यांच्या भारुडांना महत्त्वाचं स्थान आहे. बुवाबाजी व ढोंगी 'साधूगिरी' यावर संतांनी कठोर प्रहार करून अशा लोकांपासून समाजानं सावध राहावं, असा प्रबोधनपर उपदेश केला आहे. या सामाजिक प्रबोधनाबरोबर धर्मासंदर्भात सामान्य माणसालाही योग्य विचार करता यावा, यासाठी या भारुडांतून किंवा उपदेशपर रूपकांतून संतांनी परमात्मा हे अंतिम सत्य आहे, ते मुळात निर्गुण-निराकार आहे, परमात्म्याचाच अंश आपणा सर्व जीवात्म्यांत असतो, त्याच्याशी नितळ भक्तीच्या आधारे आपल्याला एकरूप होता येतं, भक्तीमध्ये कर्मकांडाला महत्त्व नसतं, केवळ नामस्मरणानंदेखील भक्ती करता येते, भक्ती करण्याचा प्रत्येकाचा जन्मसिद्ध अधिकारच आहे, परमात्म्याचाच अंश जीवात्म्यात असल्यानं परमेश्वराला सारे समान आहेत, त्यांच्यामध्ये बंधुभाव व एकात्मता असावी, भक्तीच्या व सामाजिक क्षेत्रातही उच्च-नीचत्वाला वा जातिभेदाला थारा नाही, इ. कितीतरी महत्त्वाचे विचार मांडून समाजाचं आध्यात्मिक प्रबोधनही केलं आहे.

त्यांची 'पाखरू'सारखी भारुडं तत्त्वविवेचन किंवा तत्त्वज्ञानाचं प्रतिपादन करतात, ती यासाठीच. वासुदेव, भराडी किंवा आंधळा-पांगुळ किंवा 'जोहार'मधील विठूनाक महार कोणता उपदेश करतात, ते पाहिलं; तर याची प्रचिती सहज येते.

या ठिकाणी भारुडांच्या प्रबोधनपर आशयाप्रमाणंच त्यांच्या आकृतिबंधाविषयीही थोडंसं विवेचन करणं, मला आवश्यक वाटतं. 'भारूड' ही छोटेखानी व स्फुट रचना का आहे, याविषयी मी यापूर्वी विवेचन केलंच आहे. ती स्फुट, छोटेखानी व गेय असल्यामुळंच लोकांच्या— सर्वसामान्य समाजाच्या— तोंडी सहज रुळली. तिच्यामध्ये दोन प्रकारचे अर्थ संतांनी व्यक्त केले असून, वाच्यार्थ व लक्ष्यार्थ यांपैकी दुसरा अर्थ म्हणजे लक्ष्यार्थ किंवा सूचितार्थ हाच जनमानसावर ठसवायचा आहे. वाच्यार्थ अभिव्यक्त करण्यासाठी संतांनी जे विषय निवडले आहेत, ते लोकपरिचित आहेत. त्यामुळं भारुडातला पहिला अर्थ म्हणजे वाच्यार्थ कळायला अडचण पडत नाही. लक्ष्यार्थ स्पष्ट करण्यासाठी संतांनी जे विविध मार्ग निवडले आहेत, ते भारूडांचा सूक्ष्म अभ्यास केल्यावर सहज लक्षात येतात. त्यासाठी मी एकनाथांचीच तीन भारूडं निवडली आहेत : ती आहेत— १) विंचू, २) भूत आणि ३) पाखरू.

यांतील पहिल्या प्रकारात सुरुवातीलाच रूपकाचा उलगडा संत एकनाथ करतात. दुसऱ्या प्रकारात भारुडाच्या मध्यावर किंवा शेवटी करतात व तिसऱ्या प्रकारात रूपकाचा आश्रय घेऊन सरळ तत्त्वविवरण करतात. 'विंचू' या भारुडात—

विंचू चावला, वृश्चिक चावला ।
काम-क्रोध विंचू चावला ॥

असं म्हणून सुरुवातीलाच रूपक उलगडलं आहे, तर दुसऱ्या प्रकारातील 'भूत' या भारुडात—

भूत जबर मोठे गं बाई ।
झाली झडपण करू गत काई?

असं म्हणून भुताविषयी व ते काढून टाकण्याविषयी केलेल्या गुरुच्या उपदेशाच्या व मार्गदर्शनासारख्या उपायांविषयी विवेचन करून शेवटी या उपदेशानुसार वागल्यास आपला उद्धार होतो; पण त्यामुळं हे भूत जात मात्र नाहीच, उलट ते आपल्याशीच एकरूप होतं. हे भूत म्हणजे भगवद्‌भक्तीचं भूत होय, असा उलगडा भारुडाच्या शेवटी नाथ करतात. तिसऱ्या प्रकारात नाथ 'पाखरू'सारख्या भारुडात रूपकाचा फारसा उलगडा न करता परमेश्वर हा निर्गुण-निराकार कसा आहे, याविषयी तत्त्वविवेचन करतात—

कृष्णा एक पाखरू आहे ।
ते मुखावीण चारा खाय रे ॥

असं म्हणून ते कृष्ण या सगुण रूपाकडून परमात्म्याच्या निर्गुण 'रूपा'कडे वळतात व त्याचं विस्तृत विवरण करतात. अशा प्रकारे संतांच्या भारुडांचं स्वरूप सामाजिक व आध्यात्मिक प्रबोधन असं द्विविध आहे. या प्रबोधनाला मध्ययुगाप्रमाणंच एकविसाव्या शतकातही संदर्भमूल्य आहे.

❑❑

७५

राष्ट्रसंतांच्या जीवनजाणिवा

राष्ट्रसंत तुकडोजीमहाराज हे द्रष्टे संत होते. प्रपंच न करता केवळ अंगाला राख फासून संन्यासी होणं, हे जीवनाचं उद्दिष्ट नाही. आपल्याला लाभलेल्या जीवनाचं कल्याण सर्वांनी कसं करावं, याचा ध्यास या महापुरुषाच्या मनाला सतत लागला आहे. त्यांचं मनोविश्व हे दुहेरी आहे. त्याची एक बाजू भावविश्वाची आहे, तर दुसरी बाजू विचारविश्वाची आहे. ही विश्वं वेगवेगळी वाटत असली तरी खऱ्या अर्थानं त्यांच्यामध्ये दुजेपण नाही. द्वैतभाव नाही. जीवात्मा आणि परमात्मा यांच्यामध्ये जसं अद्वैत आहे तसं या दोन्ही विश्वांमध्ये वेगळंपण असलं वा दिसत असलं, तरी खऱ्या अर्थानं त्यांच्यामध्ये अभेदच आहे; अद्वैतच आहे. दोन डोळे वेगवेगळे दिसत असले, तरी त्यांनी मिळून दिसणारं दृश्य मात्र एकच असतं की नाही? अगदी तसंच! आणि मौज अशी की, ही दोन्ही विश्वं एकमेकांपासून विलगही करता येत नाहीत. काही जुळे भाऊ वेगवेगळे असतात– पण काही जुळे भाऊ शरीरानंही एकमेकांशी जोडलेले असतात, अविभाज्य असतात; तसंच काहीसं मला याबाबतीत वाटतं. अशा जुळ्या भावांमध्ये एकाशिवाय दुसरा जगू शकत नाही नि दुसऱ्याशिवाय पहिला जगू शकत नाही! या दोन विश्वांचं संक्रमण एकातून दुसऱ्यात किंवा दुसऱ्यातून पहिल्यात केव्हा नि कसं होतं, ते समजत नाही नि उमजतही नाही.

राष्ट्रसंतांची उक्ती जितकी समर्थ आहे, तितकीच त्यांची कृतीही समर्थ आहे. त्यांची उक्ती त्यांच्या कृतीला पूरक ठरते नि त्यांची कृतीही त्यांच्या उक्तीला पूरक ठरते. शिवाय, त्यांच्या उक्तीत व कृतीतही वेगळेपण वा भेद किंवा द्वैत नसतं; त्यांच्यामध्येही अभेद असतो, अद्वैत असतं. त्यामुळं ते जे बोलले, ते त्यांनी करून दाखविलं नि त्यांनी जे केलं, तेच ते बोलले. तेच त्यांनी लिहिलंही. ते जे-जे बोलले, त्यांनी जे-जे केलं नि त्यांनी जे-जे लिहिलं; ते 'अ-क्षर,' 'शाश्वत,' 'अ-भंग' झालं; ते यामुळंच.

'ग्रामगीता' हे केवळ लेखनच नाही; राष्ट्रसंतांचं मन जितकं व्यापक, जितकं विशाल होतं, तितकीच त्यांची साहित्यसृष्टीही विशाल होती, व्यापक होती. त्यांचं संतत्व केवळ आकाशालाच भिडणारं नव्हतं तर ते या जमिनीतच, या भूमीतच, या भुईतच रुजलं होतं. म्हणूनच ते लोकमानसाला नि तुम्हा-आम्हा सर्वांना भावलं. त्यानं तुम्हा-आम्हाला प्रभावितही केलं. गेलं वर्ष त्यांच्या जन्मशताब्दीचं. ते आपल्याला देहानं दुरावले, त्याला उणीपुरी चार दशकं लोटली; पण आपण त्यांचं संतत्व नि राष्ट्रसंतत्व विसरलो नाही. त्यांचा, त्यांच्या भावभावनांचा, त्यांच्या विचारांचा मागोवा घेण्यासाठी त्यांनी जे साहित्यधन ठेवलं आहे ते अमाप आहे. हेच आपल्या भावी जीवनाचे ऊर्जाकण आहेत, ऊर्जाकिरणही आहेत. कधी कधी जीवनाच्या काळ्याकुट्ट अंधारात आपण जेव्हा चाचपडतो, तेव्हा राष्ट्रसंतांची देहाकार मूर्ती आपल्यासमोर नसली तरी 'ग्रामगीते'सारखी त्यांची 'वाङ्मयी मूर्ती' मात्र आपल्यापासून कधीच दुरावत नसते. 'तू आत्मविश्वासानं नवजीवनाची जडणघडण कर नि पावलं टाकून या विश्वातला अंधकार नाहीसा कर,' अशी प्रेरणाच जणू राष्ट्रसंत या वाङ्मयी मूर्तीच्या माध्यमातून आपल्याला देत असतात नि 'मी तुझ्या पाठीशी आहे,' असा आधार, विश्वास, दिलासा, आत्मभान, नवसंजीवन देत असतात. त्यांचे गुरुकुंजांमध्ये व अन्यत्र जागोजाग असलेले अनुयायी आजही याच आत्मविश्वासावर, आत्मबळावर, आत्मसामर्थ्यावर वाटचाल करीत आहेत. विश्वाला 'तमसो मा ज्योतिर्गमय' असा चैतन्यपूर्ण संदेश देत आहेत. 'पवित्र जीवन जगा नि तेच इतरांनाही जगू द्या,' असं आवाहन करीत असतात. आचारशुचिता नि विचारशुचिता यांचा हा जणू समन्वयच.

'ग्रामगीते'तल्या सर्वच विचारांना, भावभावनांना संक्षेपात सांगणं फार फार अवघड आहे; नव्हे, अशक्य आहे. त्यांची व्याप्ती फार मोठी आहे. पण एक मात्र म्हणता येईल की, त्यांत एक सुनियोजित क्रम आहे. खरं तर विकासक्रम आहे. तो असा आहे—

व्यक्ती-कुटुंब-समाज-ग्राम-देश नि संपूर्ण विश्व यांचं कल्याण.

कुठपासून कुठपर्यंत या राष्ट्रपुरुषानं आपल्याला नेलं! व्यक्तिविकास, त्याची सुख-दुःखं, त्याची कर्तव्यं, त्याचे हक्क, त्याचं दायित्व, त्याचं कुटंबातील घटकांशी— समाजाशी— गावाशी— देशाशी नि विश्वाशी असलेलं नातं उलगडत जातं. त्यापुढं कुटुंबाचा विकास येतो. त्यात स्त्रीचं अनन्यसाधारण स्थान राष्ट्रसंत आपल्या लक्षात आणून देतात म्हणून महिलोन्नतीचं विवेचन ते करू लागतात. कुटुंबाच्या विकासाचं रूपांतर होतं समाजविकासात व ग्रामविकासात. म्हणून 'ग्रामस्वराज्या'ची संकल्पना ते विशद करतात. ते स्वयंपूर्ण व्हावं, यासाठी त्याचं जीवन— विशेषतः व्यावसायिक व कृषिजीवन समृद्ध नि सुसंस्कारित व्हावं— ते ग्रामशिक्षण, ग्रामसंरक्षण,

ग्रामव्यवसाय, ग्रामसुरक्षा, ग्रामप्रतिनिधित्व, ग्रामसंघटन इ. कितीतरी अंगांचा विचार करतात. त्याचप्रमाणं बचत गट, तंटामुक्त गाव, गाव तिथं वाचनालय, संतमाहात्म्य, खऱ्या ईश्वराची व अव्यभिचारी भक्तीची संकल्पना, ग्रामस्वच्छतेचं महत्त्व यांचाही विचार ते करतात. केवळ आदर्श ग्रामाची सुखस्वप्नं रंगविण्यात त्यांना रस नाही तर प्रत्यक्ष ग्रामसंघटन व आदर्श ग्रामप्रचारकाची मानसिकता, बलस्थानं व वैशिष्ट्यं याविषयी नेमकेपणानं काही महत्त्वाच्या बाबींवर बोट ठेवतात. तो जितका आदर्श असेल, त्या प्रमाणात गावात नेतृत्व निर्माण होईल व हेच नेतृत्व देशाचंही समर्थ नेतृत्व करील, ही राष्ट्रसंतांची विचारसरणी युक्तिसंगत व वास्तव वाटते. द्रष्टा संत केवळ गूढगुंजन करीत बसत नाही तर त्याचे पाय जमिनीवरच असावे लागतात, हे राष्ट्रसंतांना या भूमिकेतून विशद करायचं आहे. त्यांच्या वास्तववादी दृष्टिकोनाचं हे लक्षणीय वैशिष्ट्य आहे.

राष्ट्रसंतांचं मन हे सश्रद्ध आहे, पण ते भाबडं नाही. ते विवेकाचं अधिष्ठान कधीच सोडत नाही. त्यामुळंच त्यांची प्रार्थना ही सामुदायिक व सर्वधर्मीय असते. तिच्यामध्ये सर्व प्राणिमात्रांच्या कल्याणाची वैश्विक कामना असते. प्रारब्धवादी, भाबड्या अंधश्रद्धा व बुरसटलेल्या कालबाह्य रूढी ते नाकारतात. सामूहिक विवाहासारख्या कालोचित पुरोगामी नवप्रथा ते रूढ करू इच्छितात. त्यांचा धर्म मानवतेचा आहे, सर्व प्राणिमात्रांचं कल्याण हे त्यांचं उद्दिष्ट आहे; त्यामुळं त्यांच्या आवाहनामध्ये केवळ तुम्हा-आम्हाला प्रेरित करण्याचंच सामर्थ्य नाही तर संपूर्ण विश्वातील प्राणिमात्रांना प्रेरित करण्याचं प्रचंड सामर्थ्य आहे, ऊर्जा आहे, शक्ती आहे. तिची ओढ विश्वात्मकतेकडे आहे. वैश्विक कल्याणाकडे आहे, ऐहिक-पारमार्थिक कल्याणाकडे आहे. यासाठीच 'ग्रामगीता' ही जशी कालसापेक्ष आहे, तशीच ती कालातीतही आहे. देशात्मकही आहे नि 'विश्वात्मक'ही आहे. एकविसाव्या शतकातील जगालाही नवचेतना व नवसंदेश देणारी आहे. त्यांची 'खंजिरी' ही जणू केशवसुतांच्या पुढची 'नवी तुतारी'च असावी. तुतारी ही मुखानं फुंकायची असते तर खंजिरी हातानं वाजवायची असते; पण दोहोंतही 'ध्वनितार्थ' निध्वन्यर्थ असतोच ना!

❑❑

७६

गेल्या अर्धशतकातील संतसाहित्याचा मराठी मनावरील प्रभाव

इ. स. १९६० नंतर महाराष्ट्रात कितीतरी स्थित्यंतरं झाली, ती महाराष्ट्राच्या सांस्कृतिक व सामाजिक जीवनात जशी झाली तशीच मराठी साहित्यातही झाली. या काळात ग्रामीण साहित्याला जशी वेगळी गती मिळाली, तशी दलित साहित्याच्या प्रवाहालाही मिळाली. महाराष्ट्राच्या लोकमानसावर या स्थित्यंतराचा प्रभाव पडणं केवळ स्वाभाविकच नव्हतं तर अपरिहार्य नि अनिवार्यही होतं. बाराव्या-तेराव्या शतकात निर्माण झालेल्या संतसाहित्याचा प्रवाह त्यापुढील शतकांमध्ये उत्तरोत्तर अधिकाधिक गतिमानच होत राहिला. तो केवळ गतिमानच राहिला नाही, तर महाराष्ट्राच्या लोकमानसावरदेखील त्याचा प्रभाव उत्तरोत्तर वाढतच राहिला. कोणकोणत्या धर्मांचा व संप्रदायांचा 'मऱ्हाटी' मनावर इ. स. १९६० नंतर कितपत नि कसा प्रभाव पडत गेला आणि तो तसा का पडत गेला, याचा आलेख रेखाटण्याचा प्रयत्न या लेखात करीत आहे.

वारकरी संप्रदाय

वारकरी संप्रदाय हा महाराष्ट्रातील सर्वांत लोकप्रिय असलेला संप्रदाय आहे. या संप्रदायाच्या अनुयायांची संख्यादेखील प्रचंड आहे, याची प्रचिती महाराष्ट्रातील खेडोपाड्यांत होणाऱ्या कोणत्याही अखंड हरिनाम-सप्ताहावरून सहज येईल. त्यांची संख्यादेखील उत्तरोत्तर वाढतच आहे. ज्ञानेश्वरी-पारायण सप्ताहातही आपल्याला हेच चित्र पाहायला मिळतं. असे सप्ताह महाराष्ट्राच्या खेडोपाड्यांतून होतात, त्याचप्रमाणं शहरांतून नि महानगरांतूनही होतात. त्यांत अनुक्रमे ग्रामीण नि नागर जनतेची उपस्थितीही अत्यंत लक्षणीय असते. 'ज्ञानेश्वरी-पारायण-सप्ताहा'त जे 'वाचक' असतात, त्यांची संख्याही शेकड्यांत मोजता येते.

सप्ताहांच्या या काळात त्या-त्या परिसरातील लोकजीवन भक्तिमय वातावरणात

रमून गेलेलं असतं. यात फक्त विशिष्ट संप्रदायातलेच लोक असतात का? मुळीच नाही. ग्रामीण भागात तर गावातल्या साऱ्या जाती-धर्मांचे लोक यात भाग घेत असतात. लोकवर्गणीत, देणग्या देण्यात, अन्नदान करण्यात नि कार्यक्रमांचं आयोजन करण्यात त्यांचाही हार्दिक नि उत्स्फूर्त सहभाग असतो. त्यातून राष्ट्रीय, धार्मिक नि सामाजिक एकात्मतेचाच प्रत्यय येत नाही तर यासाठी कुणीही, कुठलाही कायदा केलेला नसतो किंवा कुठलाही दंडक लादलेला नसतो. सहजीवन नि परस्परसामंजस्य या भावनांचा परिपोष अशा सप्ताहांच्या निमित्तानं अगदी नैसर्गिकरीत्या होत असतो.

कीर्तन हा या सप्ताहांचा एक अपरिहार्य भाग. त्यातून साध्य केलेल्या उदात्त जीवनमूल्यांच्या जतनाचं नि संवर्धनाचं कार्य, हेही एक प्रकारचं समाजप्रबोधनच नाही का? या सप्ताहातून अलीकडे बऱ्याच वर्षांत अनेकविध नामवंत वक्त्यांची व्याख्यानंही आयोजित केली जातात. भक्तिभावाच्या परिपोषाबरोबरच वैचारिकतेचंही अधिष्ठान या सप्ताहांना लाभतं. हे वक्ते त्या संप्रदायाचेच असतात, असं नाही. कोणत्याही धर्म-पंथाच्या वक्त्यांना वारकरी संप्रदायाच्या व्यासपीठावर 'नि:संकोच' आणि मनमोकळेपणानं बोलाविलं जातं; यावरून या संप्रदायानं स्वत:भोवती जाती-धर्मांची कुंपणं बांधलेली नाहीत, याचा सुखद प्रत्यय येतो. याची प्रचिती मला स्वत:लाच गेली पाच-सहा दशकं आली आहे

वारकरी संप्रदायात वारीचं महत्त्व अनन्यसाधारण आहे. महाराष्ट्रात गेली शतकानुशतकं ज्या आषाढी नि कार्तिकी वाऱ्यांत खंड पडला नाही, तो एकविसाव्या शतकात तरी कसा पडणार? उलट, वारीला निष्ठेनं जाणाऱ्या वारकऱ्यांची संख्या उत्तरोत्तर वाढतच आहे. उदात्त जीवनमूल्यांचे संस्कार, परस्परसामंजस्य, विविध जाती-धर्मांतील लोकांविषयीचं सौहार्द आणि वारीत मिळणारा सत्संग— यामुळं वारकऱ्यांचं पारमार्थिक जीवन जसं उजळून जातं; त्याचप्रमाणं लौकिक नि सामाजिक जीवनसुद्धा तितकंच उजळून जातं. यामुळं लोकजीवन अधिक निकोप नि पवित्र होतं, हे आपण अमान्य करू शकू का? ज्या वेळी दिंड्या गावोगावी जातात, त्या वेळी त्या-त्या गावातील लोक त्यांचं उत्स्फूर्तपणे स्वागत नि आतिथ्य करतात. याचं एक लक्षणीय उदाहरण सांगितल्याशिवाय मला राहवत नाही.

तिसगाव हे अहमदनगर जिल्ह्यातील दिंड्यांच्या वाटेवरील एक गाव. इथला रामदासी मठ प्रख्यात आहे. या मठातच इतिहासाचार्य वि. का. राजवाडे यांना यादवकालीन चोंभा या कोळी (राजवाड्यांच्या मते यजुर्वेदी ब्राह्मण!) जातीच्या कवीच्या 'उखाहरण' या आख्यानकाव्याची विखुरलेली ४९ पृष्ठं मिळाली. त्याच ग्रंथाची आद्यंतयुक्त पोथी मला नांदेड जिल्ह्यातील गोपाळजावडी-लिंबगाव येथील महानुभाव मठात मिळाली, हेही पंथीय सामंजस्याचंच उदाहरण नाही का? दिंडी

तिसगावात येते, त्या वेळी तिच्या आतिथ्याची जबाबदारी तेथील मुस्लिम समाजानं आपण होऊन नि आस्थापूर्वक स्वीकारलेली असते, हे राष्ट्रीय एकात्मतेचंच उत्कट उदाहरण नाही का? महाराष्ट्रातील अशी असंख्य उदाहरणं मला सांगता येतील.

वारीच्या आंतरराष्ट्रीय प्रभावाचं एक उदाहरण उल्लेखिण्याजोगं आहे. पॅरिस विद्यापीठाच्या प्राच्यविद्या विभागाच्या (Oriental Inst.) मादाम वॉद्विल यांनी ज्ञानदेवांच्या हरिपाठाच्या अभंगांचा फ्रेंच भाषेत अनुवाद केला आहे. डॉ. कॅथरिन कीन्ले या त्यांच्या विद्यार्थिनी. मला १९८२ मध्ये पश्चिम जर्मनीतील बॉन विद्यापीठाच्या वतीनं सेंट ऑगस्टिन येथे झालेल्या दुसऱ्या जागतिक भक्तिसाहित्य परिषदेचं निमंत्रण आलं होतं. त्या वेळी माझी या दोन्ही विदुषींशी ओळख झाली. डॉ. कीन्ले यांनी या परिषदेत 'वारी'विषयीचाच संशोधनपर लेख सादर केला होता व त्याची एक तासाभराची डॉक्युमेंटरी फिल्मही दाखविली होती. महाराष्ट्रातील हे एकात्मतेचं आणि आध्यात्मिक नि सामजिक प्रबोधनाचं चित्र पाहून जागतिक परिषदेतील सारेच जण विस्मित झाले होते. वारकरी संप्रदायामुळं नि वारीमुळं महाराष्ट्रातील खेडोपाड्यांतील जनसामान्यांवरही विसाव्या शतकांतदेखील असे उदात्त संस्कार होतात, याचं त्यांना आश्चर्य वाटत होतं (नि पाश्चिमात्य देशांत असं काही घडू शकत नाही, याचा कदाचित् खेदही त्यांना वाटत असावा!).

आजही माळ धारण केलेला महाराष्ट्रातला वारकरी माळेच्या पावित्र्याचं रक्षण करण्याचा आटोकाट प्रयत्न करतो, हे आपणा सर्वांना ज्ञात आहे. वारकरी संप्रदायानं पवित्र विचार नि पवित्र आचार यांवर भर दिला आहे. परधन आणि परदारा (परस्त्री) यांच्याविषयीची अभिलाषादेखील आपल्या मनात असू नये, याची काळजी तो घेत असतो. व्यसनाधीनतेला या संप्रदायानं प्रखर विरोध केला आहे; त्याचप्रमाणं अंधश्रद्धेलाही. वारकरी केवळ एका विठ्ठलाचीच अनन्य भक्ती का करतो? याचं कारण असं की, ज्ञानदेव-नामदेवांपासून तुकोबांपर्यंतच्या सर्व संतांनी त्याच्या मनावर एकेश्वरवादाचा अमिट ठसा उमटविला आहे. अनेकदैवतवादावर तो विश्वास ठेवीत नाही नि एका विठ्ठलाची भक्ती करतो; यामागं विवेकनिष्ठा आहे, सदसद्विवेक आहे. साध्यासुध्या, फारसं न शिकलेल्या शेतकऱ्याच्या, कामकऱ्याच्या, शेतमजुराच्यादेखील मनात जर ही सदसद्विकेकबुद्धी वारकरी संतांनी जागवली असेल तर त्यामागं कळत-नकळत बुद्धिप्रामाण्यवादाचंच अधिष्ठान नाही का? हा केवढा मोठा संस्कार वारकरी संप्रदायानं (विद्वज्जड वा बोजड-जटिल तत्त्वचर्चा वा तत्त्वज्ञानाचा काथ्याकूट न करता) जनसामान्यांच्या मनावर केला आहे! वारकरी संप्रदायानं केलेल्या या समाजप्रबोधनाचा प्रत्यय आपल्याला साठीपूर्वीच्या नि साठीनंतरच्या महाराष्ट्रात येतो. निकोप मानसिकतेचा महाराष्ट्र घडविण्याचं प्रचंड सामर्थ्य नि प्रचंड

ऊर्जा वारकरी संप्रदायाच्या आचारधर्मात व तत्त्वज्ञानात आजही आहे, हे आपल्याला पदोपदी जाणवतं. ज्ञानोबा नि तुकोबा, त्याचप्रमाणं ज्यांनी मला माळ घातली ते महाराज आज कुठं आहेत; तेव्हा मी आज कसंही वागायला काय हरकत आहे, हा विचारही महाराष्ट्रातल्या वारकऱ्याच्या मनाला का शिवत नाही? कारण ही शासकीय निवडणुकीपूर्वीची वा नंतरची आचारसंहिता नाही तर माळ धारण करणाऱ्या वारकऱ्यानं आपण होऊन स्वीकारलेली अलिखित नैतिक आचार-विचारसंहिता आहे. ती कुणीही त्याच्यावर लादलेली नाही. महाराष्ट्रातील जनसामान्यांच्या मानसिक उन्नयनाचं (Sublimation) हे केवढं ज्वलंत उदाहरण आहे!

इथं मला मराठवाड्यातील एका गावाचं उदाहरण देण्याचा मोह आवरत नाही. औरंगाबाद जिल्ह्यातील राजा पिम्प्री हे ते गाव. मी १९६० मध्ये मराठवाडा विद्यापीठाच्या मराठी विभागात आलो, त्या वेळी राजा पिंप्रीचे सखाराम पाटील हे औरंगाबाद जिल्हा परिषदेचे अध्यक्ष होते. ते स्वत: वारकरी होते नि वसंतदादा पाटलांइतकेच थोडंफार शिकलेले. राजा पिंप्रीला त्या वेळी मटक्यानं विळखा घातलेला. काही कुटुंबांतले आजोबा, मुलगा नि नातू हे तिघंही आकडा लावणारे नि मटका खेळणारे. राजा पिंप्री हे गाव औरंगाबाद-सोलापूर महामार्गापासून चार-पाच किलोमीटर आत असलेलं गाव नि मटक्याचा आकडा तर औरंगाबादेला रात्री आठ-नऊ वाजता जाहीर होई. त्यांची माहिती तिथून रात्री येणाऱ्या बसमुळं कळे! ही माहिती मिळविण्यासाठी हे तिन्ही पिढ्यांचे प्रतिनिधी रात्री चालत-चालत महामार्गापर्यंत येत. सखाराम पाटलांनी राजा प्रिंपीत अखंड हरिनाम सप्ताहाचं/ ज्ञानेश्वरी-पारायण सप्ताहांचं आयोजन करायला प्रारंभ केला नि जवळपास सारं गाव माळकरीचं झालं. मटका नि दारूची दुकानं ओस पडली; हे त्या वेळी मी अनेकदा बहि:शाल शिक्षण मंडळाची व्याख्यानं देण्यासाठी जात होतो, त्या वेळी मला कळलं. त्या वेळी गावाचा कायापालट कसा झाला, हे सांगण्यासाठी मुद्दाम, विस्तारभय पत्करून हे उदाहरण सांगितलं.

वारकरी कीर्तन हे आजही महाराष्ट्रात— विशेषत: ग्रामीण भागात— जनसंवादाचं व समाजप्रबोधनाचं प्रभावी माध्यम आहे. वारीला नित्यनेमानं जाणाऱ्या बायाबापड्याही आहेत नि शेतकरी–कामकरी–बारा बलुतेदारही आहेत.

स्त्री-शूद्रांना एके काळी भक्ती-मुक्तीचा अधिकार नव्हता. ती व्यवस्था झुगारून वारकरी संप्रदायानं या सर्व सामाजिक वर्गांना/स्तरांना सामाजिक न्याय (Social justice) दिला, आत्मभान दिलं. इस्लामधर्मीय जैतुनबीसारखी स्त्री भजन-कीर्तन करू शकते; हे कशाचं द्योतक आहे? वारकरी संप्रदायातील महाराजांना जातिभेदाचा किंवा वर्णवर्चस्वाचा काही अडसर आहे का? 'सकल संतगाथ्या'त' विविध जाती-

धर्मांच्या संतांचे अभंग समाविष्ट आहेत नि वारकरी सांप्रदायिक ते 'भेदाभेद अमंगळ' मानून म्हणतात; यापेक्षा वेगळी एकात्मता-एकात्मता ती कोणती?

महानुभाव संप्रदाय

प्रमुख महाराष्ट्रीय संप्रदायांत या संप्रदायाचा अवश्य निर्देश करायला हवा. या संप्रदायाचे अवतारस्वरूप व प्रवर्तक श्रीचक्रधरस्वामी यांनी बाराव्या- तेराव्या शतकात चातुर्वर्ण्यव्यवस्थेला तथाकथित सनातनी-प्रस्थापितांच्या असंतोषाची आव्हानं समर्थपणे पेलत प्रखर विरोध केला, हे त्यांच्या सामाजिक/आध्यात्मिक न्यायाधिष्ठित विचारसरणीचं द्योतक आहे. गावातील शूद्रांना सार्वजनिक पाणवठ्यावर पाणी भरण्यास मज्जाव केल्यामुळं पंथाचे दुसरे अवतारस्वरूप श्रीगोविंदप्रभू (गुंडम राऊळ) यांनी तर स्वतःच विहीर खणून ती सर्वांसाठी खुली केली; यामागील 'कर्त्या' सुधारकाची निर्भीड, विधायक, समाजहितकारक, प्रबोधनात्मक भूमिका महाराष्ट्र कधीही विसरला नाही व आजही विसरत नाही. महाराष्ट्रातील कोणत्याही महानुभाव आश्रमात आज वर्णभेद वा स्त्री-पुरुषभेद/विषमता मानीत नाहीत. पुरुष साधकांप्रमाणं स्त्री-साधकही या संप्रदायात आहेत. मराठवाड्यातील इजळी, वाडीसारखी गावंच्या गावं या संप्रदायाची अनुयायी आहेत आणि ते या संप्रदायाच्या द्वैतमताचं व 'असतीपरी'चं त्याचप्रमाणं 'अष्टस्वभावमात्रां'चं जतन करतात. 'दृष्टान्तपाठ' हा ग्रंथ म्हणजे महानुभाव संप्रदायाचा 'हितोपदेश' आहे. त्यात श्रीचक्रधरस्वामीनिरूपित 'बोधकथा' आहेत.

वारकरी कीर्तनापेक्षा महानुभावीय कीर्तन वेगळं असलं, तरी त्यामागील उद्दिष्ट आजही एकच आहे.

महाराष्ट्रात महानुभाव आश्रम जागोजाग आहेत. त्यांनी पारंपरिक गुरुकुलपद्धतीचा आदर्श आपल्यासमोर ठेवला आहे. श्रीचक्रधरजयंती, श्रीगोविंदप्रभूजयंती, 'दृष्टांतपाठ'- 'दृष्टांतस्थळ'- 'दृष्टांतअन्वय'विषयक वा अन्य महानुभावीय ग्रंथांविषयीचे ज्ञानयज्ञही आज महाराष्ट्रात होतात. त्यात केवळ महानुभावच नव्हे, तर अन्य पंथीयही भाग घेतात. एके काळी महानुभाव कडवे/ केवळ स्वपंथाचा विचार करणारे आहेत, अशी असणारी भूमिका व या पंथाकडे पाहण्याचा महाराष्ट्रातील अन्य पंथीयांचा दृष्टिकोनही आज बदलला आहे. आज अखिल भारतीय वारकरी परिषदेच्या व्यासपीठावर महानुभाव महंतही जातात; त्याचप्रमाणं अ. भा. महानुभाव परिषदेचे माजी अध्यक्ष नागराजबाबा हे वारकरी संत जगन्नाथमहाराज यांचा सत्कार औरंगाबादेतील आपल्या आश्रमात करतात; यावरून परस्परसामंजस्याची, समाजातील अन्य घटकांशी समरसच नव्हे तर एकरूप होण्याची किती प्रबळ इच्छा महानुभावीयांत आजही आहे, हे

आपण सामाजिक एकतेच्या व एकात्मतेच्या संदर्भात लक्षात घ्यायला नको का? अ. भा. महानुभाव परिषदेच्या 'महानुभाव' या मुखपत्राच्या संपादक मंडळात डॉ. वि. भि. कोलते होते व मीही होतो; अनेक वर्षं होतो. आम्हाला महानुभाव पंथीयांनी संशोधनार्थ अनेक हस्तलिखितं मनमोकळेपणानं दिली. या घटनाच किती बोलक्या आहेत! मधल्या काळात काही महानुभावीयांनी डॉ. कोलते यांच्या 'लीळाचरित्रां'च्या संपादित आवृत्तीला विरोध केला खरा; पण आता ते वादळ बरंचसं शमत आलं आहे. महानुभाव व्यासपीठावर माझ्यासारखे कितीतरी अन्यधर्मीय अभ्यासक सतत जातात व आपले विचार मोकळेपणाने मांडतात. अनेक जण महानुभाव साहित्यविवेचन करतात. यावरून महानुभावीयांच्या बदलत्या मानसिकतेची सहज प्रचिती येईल. माझ्या सहकाऱ्यांच्या व महंत श्री. कबलेबाबा देशमुख या महानुभावी पंडिताच्या साह्यानं/सहकार्यानं मी मराठवाडा विद्यापीठाच्या मराठी विभागीय हस्तलिखित-संग्रहात जवळपास दीड हजार (सांकेतिक व अन्य लिप्यांतील) हस्तलिखितांचा संग्रह केला व त्याविषयी अनेक संशोधन-छात्रांनी पीएच. डी. चं संशोधनही केलं. त्याविषयी अध्ययन/ संशोधन करण्यासाठी डॉ. ॲन फेल्डहाउस (अमेरिका), डॉ. कुझनेत्नसोव्ह (रशिया), डॉ. रेसाईड (लंडन विद्यापीठ) यांच्यासारखे दिग्गज विदेशी संशोधक अनेकदा येतात व महानुभाव त्यांना संशोधनार्थ साहित्य देतात; हे महानुभावांचं औदार्यच आहे, असं मी मानतो. एरवी या सांकेतिक लिप्यांतील पोथ्या महानुभाव आश्रमांमध्ये कडी-कुलपात कशा बंद होत्या, याचं वर्णन इतिहासाचार्य वि. का. राजवाडे व महाराष्ट्र-सारस्वतकार वि. ल. भावे यांनी यापूर्वी आपापल्या ग्रंथांत केलंच आहे. सांप्रदायिक व अभ्यासक एका व्यासपीठावर यावेत, ही डॉ. कोलते यांची व माझीही गेल्या तीन-चार दशकांतील भूमिका होती आणि तिला महानुभावी महंतांनी फार चांगला प्रतिसाद दिला, हे मला इथं कृतज्ञतापूर्वक आवर्जून नमूद करावंसं वाटतं.

समर्थ संप्रदाय

या संप्रदायाचे मठ महाराष्ट्रात आजही जागोजाग आढळतात. दासबोध-पारायण सप्ताह होतात व त्यांत प्रामुख्याने समर्थ-विचार-मंथन होतं. 'सज्जनगड'सारखी मासिकं समर्थ संप्रदायाच्या विचारप्रसाराला वाहिलेली आहेत. श्री. मारुतीबुवा रामदासी, श्री. सुनील चिंचोलकर, श्री. द्वा. वा. केळकर यांनी हा संप्रदाय लोकाभिमुख करण्याचा प्रयत्न केला आहे. समर्थांचं प्रपंचविज्ञान, उत्तम पुरुष-लक्षणं व मूर्ख लक्षणं याविषयी समर्थांनी केलेलं विवरण नि मांडलेली आदर्श जीवनसरणीची संकल्पना, 'मनाच्या श्लोकां'चं आजही मराठी माणसाला वाटणारं आकर्षण,

कुतूहल नि जिज्ञासा लक्षात घेण्याजोग्या आहेत. तरीही हा संप्रदाय आज विशिष्ट वर्णापुरता तर मर्यादित राहिलेला नाही ना, असा एक चिंताग्रस्त विचार अनेकदा मनात येतो. वारकरी संप्रदायात जे नेतृत्वाचं सातत्य गेल्या अनेक शतकांत जाणवतं; तसं समर्थोत्तरकाळात कितपत टिकून राहिलं व टिकून राहिलं नसलं तर त्यामागील कारणं कोणती, याचा शोध घ्यायला हवा. विशिष्ट वर्णाव्यतिरिक्त अन्य वर्णीय या संप्रदायात किती आहेत, याचाही शोध घ्यायला हवा. त्यामुळं या संप्रदायाच्या सर्वसमावेशकतेवर प्रश्नचिन्ह तर उमटलेलं नाही ना व उमटलं असल्यास, तसं का, याची कारणमीमांसा वारकरी संप्रदायाच्या तुलनेसंदर्भात व्हायला हवी. वास्तविक पाहता, समर्थांचा 'राम' हा व्यापक अर्थानं 'आत्माराम' आहे व त्यांनी महाराष्ट्रधर्माबरोबर विश्वधर्माचाही पुरस्कार केला आहे. आनंदवनभुवनाचं स्वप्नही पाहिलं आहे. त्यांच्या लेखनात सूफी संतांच्या 'तसव्वुफ'चा विचार करणारी (डॉ. इंदू लिमये संपादित) 'मुसलमानी अष्टकं' आहेत, दक्खिनी हिंदी पदंही आहेत. परभणीचे सूफी संत शेख तुराब-तुरुतवली यांनी समर्थांच्या मनाच्या श्लोकांचा दक्खिनी उर्दूमध्ये 'मनसमझावन' या नावानं अनुवाद केला आहे.

समर्थ संप्रदायाची संघटनापद्धती व सूफी संतांची संघटनापद्धती; त्याचप्रमाणं भिक्षा मागण्याच्या गीतातील वृत्त व मात्रा यांत कसं साम्य आढळतं, ते डॉ. श्रीधरराव कुलकर्णी यांनी आपल्या ग्रंथात सांगितलेलंच आहे. चांदसाहेब कादरी (चांद बोधले), कादरी शाखेचे शेख महंमद, शाह नूर वली (औरंगाबाद), निजामुद्दीन औलिया (औरंगाबाद), ख्वाजा गरीब नवाज (अजमेर) यांचा सर्व धर्मीयांवरील प्रभाव आजही महाराष्ट्रात आढळतो; तसा समर्थ संप्रदायाचा का आढळत नाही, हा आज अंतर्मुख करणारा प्रश्न आहे.

सूफी संप्रदाय

बहमनीकाळापासून या संप्रदायाचा प्रभाव महाराष्ट्रावर असून, तो आजही महाराष्ट्राच्या जनसामान्यांवर व विविध स्तरांवर असल्याचं जाणवतं. याचं विस्तारानं विवेचन मी माझ्या 'मुसलमान (सूफी) संतांचं मध्ययुगीन साहित्याला योगदान' या ग्रंथात केलं असून, तो साहित्य संस्कृती मंडळ लवकरच प्रसिद्ध करील. मुंतोजी, शहामुनी (सिद्धांतबोध), शेख महंमद ('योगसंग्राम' व अन्य कविता), अंबर हुसेन आदी संतांचं लेखन व कार्य प्रसिद्ध आहे. त्यांचे भक्त मुस्लिम समाजाप्रमाणंच हिंदू व अन्य धर्मीयांतही आज असल्याचं आढळतं. पुण्याचे जंगलीमहाराज हे सूफी संत होते, असं त्यांचे चरित्रकार (चित्रकार) डी. डी. रेगे यांनी आपल्या पुस्तिकेत लिहिलं आहे.

नागेश संप्रदाय

कर्नाटक व महाराष्ट्र यांच्या सीमाप्रदेशात या संप्रदायाचे असंख्य अनुयायी आहेत. ते विविध धर्मांचे/ पंथांचे आहेत. त्यांनी मराठी भाषेत विपुल लेखन व ग्रंथनिर्मिती केली आहे. त्याविषयी मी आजवर केलेलं विवेचन बहुतेक सर्व मराठी वाङ्मयेतिहासात समाविष्ट केलं आहे. या संप्रदायाचे प्रवर्तक नागेश ऊर्फ नसिरुद्दीन चिराग देहलवी हे आहेत, अशी मुस्लिम अनुयायांची श्रद्धा आहे. नागेशांची समाधीही दाखविली जाते नि त्या खाली नसिरुद्दीन चिराग देहलवी यांची मजारही. वडवाळ हे या संप्रदायाचं मुख्य ठाणं आहे. ते सोलापूर जिल्ह्यातील मोहोळ तालुक्यात आहे. या संप्रदायाचे अनुयायी ब्राह्मण, तेली, धनगर, मुसलमान व वीरशैव असून तो सर्वसमावेशक संपद्राय आहे, याची या परिसरात आजही प्रचिती येते. अज्ञानसिद्ध, आलमखान, मन्मथस्वामी, एकलिंग तेली यांसारख्या नागेश सांप्रदायिक संतांची रचना उपलब्ध असून, ती आजही या भागात म्हटली जाते.

वीरशैव धर्म

या धर्माचा प्रसार महाराष्ट्रात तेराव्या-चौदाव्या शतकापासून झाला. म. बसवेश्वरांनी स्त्री-शूद्रांना आध्यात्मिक व सामाजिक संदर्भात समान अधिकार देण्याची भूमिका स्वीकारली, तिचा प्रभाव त्या काळापासून महाराष्ट्रावरही पडला. वीरशैव संतांची फार मोठी परंपरा महाराष्ट्राला लाभली आहे व त्यांनी मराठी भाषेत आपल्या चातुर्वर्ण्यविरोधी व समतावादी विचारसरणीचा पुरस्कार आपल्या साहित्याच्या माध्यमातून केला. मी १९६० नंतर मराठवाडा विद्यापीठात या धर्माच्या साहित्य-संशोधनास विशेष गती दिली व माझ्या विद्यार्थ्यांनी त्याविषयीचे अनेक प्रबंध पूर्ण करून प्रसिद्धही केले. डॉ. चंद्रकांत देऊळगावकर (मन्मथस्वामी), डॉ. तोंडारे (वीरशैव संतांची अभंगवाणी), डॉ. वैजनाथ फास्के (संत कवी शिवदास), डॉ. भि. शि. स्वामी (लक्ष्मणमहाराज) यांचे हे प्रबंध प्रसिद्धही झाले आहेत. काशी येथील जंगम पीठाचे जगदगुरू डॉ. चंद्रशेखर यांनी या कार्यास फार मोठी प्रेरणा दिली. इ. स. १९९० नंतर अखिल भारतीय वीरशैव मराठी साहित्य महामंडळाची स्थापना होऊन आज त्याची तीन अधिवेशनंही (संमेलनंही) झाली आहेत. पहिल्या अ. भा. वीरशैव मराठी साहित्य संमेलनाचे अध्यक्ष डॉ. पसारकर होते, दुसऱ्याचे डॉ. शिवलिंग शिवाचार्य व तिसऱ्याचे डॉ. भि. शि. स्वामी हे होते. वीरशैव संतसाहित्य प्रकाशनास गेल्या दोन दशकांत विशेष गती आली. बसव जयंती, मन्मथस्वामी जयंती इ. प्रसंगी वीरशैव तत्त्वज्ञान व संतसाहित्य या विषयांवर व्याख्यानांसाठी मान्यवरांना निमंत्रित केलं जातं आणि तिथं मोठ्या संख्येनं श्रोत्यांची उपस्थिती

असते. महाराष्ट्रातील वीरशैव धर्मानुयायी मराठी भाषक असून, ते समाजातील अन्य धर्मीयांशी व जातींच्या लोकांशी पूर्णतया एकरूप झाले आहेत. महाराष्ट्रातील हे एकात्मतेचं चित्र खरंच लोभसवाणं आहे. वीरशैव धर्माचं 'विभूतिवैभव' हे संशोधनपर नियतकालिक आजही मराठी संतसाहित्यात मोलाची भर टाकीत आहे.

जैन धर्म

महाराष्ट्रातील जैन धर्मीयांची संख्या लक्षात घेण्याजोगी आहे. सन १९६० नंतर जैन मराठी साहित्य विशेषकरून प्रकाशात येऊ लागलं व त्याविषयी विविध महाराष्ट्रीय विद्यापीठांत संशोधनही होत आहे. डॉ. सुभाषचंद्र अक्कोळे यांच्या 'प्राचीन मराठी जैन वाङ्मय' या प्रबंधाचं प्रकाशन झाल्यावर या कार्यास अधिक गती मिळाली. जैन तत्त्वज्ञानाचाही वारकरी-महानुभाव सांप्रदायिक साहित्यावर मोठा प्रभाव पडला. विदर्भ, मराठवाडा, प. महाराष्ट्र या विभागात जैन समाज मोठ्या संख्येनं असून, महाराष्ट्रात महावीर जयंतीच्या वेळी व पर्युषणपर्वात एकत्र होतात, त्या वेळी जैन दर्शन व साहित्य याविषयी विपुल प्रमाणात चर्चा होते. आजवर अठरा अ. भा. जैन मराठी साहित्य संमेलनं झाली.

महाराष्ट्रात आज अनेक ठिकाणी जैन गुरुकुलं आहेत. सोलापूर, लातूर, कारंजा, शिरड शहापूर इथं जैन धर्मीयांचं विपुल मराठी संतसाहित्य हस्तलिखितांच्या रूपानं जतन करून ठेवलं आहे. वीर सेवादलासारख्या संस्था व्यसनमुक्तीचे व अंधश्रद्धानिर्मूलनाचे प्रयत्न अविरत करीत आहेत. म. सा. आनंदऋषीजी, साध्वी प्रीतिसुधाजी, आ. तरुणसागरजी, आर्य नंदी, शांतिसागरमहाराज, आचार्य तुलसी यांनी धर्मप्रबोधनाबरोबर समाजप्रबोधन, अंधश्रद्धानिर्मूलन व राष्ट्रीय एकात्मतेचं विधायक कार्य महाराष्ट्रातील जैन धर्मीयांसह गेल्या तीन-चार दशकांत मोठ्या प्रमाणावर केलं. डॉ. मा. प. मंगुडकर, डॉ. निर्मलकुमार फडकुले, न्या. वग्यानी (माजी अध्यक्ष- ग्राहक मंच), भट्टारक लक्ष्मीधरमहाराज यांच्या प्रेरणेमुळं या कार्याला विशेष गती मिळाली. 'सन्मती'सारख्या मासिकांतून जैन संतसाहित्याचं प्रकाशनही मोठ्या प्रमाणात झालं.

बौद्ध धर्म

म. गौतम बुद्ध नि भगवान महावीर यांच्या तत्त्वज्ञानाचा प्रभाव महाराष्ट्रातील जनसामान्यांवर पडत चालला होताच, त्याची प्रचिती वारकरी व महानुभाव संतसाहित्याचं अध्ययन/ संशोधन करताना सहज येते.

डॉ. बाबासाहेब आंबेडकर यांच्या प्रेरणेनंच महाराष्ट्रावर बौद्ध धर्माचा/ दर्शनाचा/

आचारधर्माचा प्रभाव पडला व तद्विषयक साहित्याची निर्मितीही होऊ लागली. तथापि, बौद्ध भिक्खू यांच्याविषयी व्यक्तिगत स्वरूपाची त्याचप्रमाणं त्यांच्या कार्याची व लेखनाचीही फारशी माहिती उपलब्ध होत नाही. त्यामुळं मराठी साहित्याचं हे दालन काहीसं दुर्लक्षित राहिलं आहे. अलीकडे महाराष्ट्रात बौद्ध साहित्य संमेलनंही होऊ लागली आहेत. माझी या संदर्भातील माहिती पुरेशी नाही, याची मला कल्पना आहे. मी दै. 'सकाळ'मधील 'सत्संग' सारख्या दैनिक सदरातून बौद्ध दर्शन/ बौद्ध धम्मपदातील सूक्तांविषयी निरूपणात्मक लेखन १९९५ मध्ये केलं आहे. 'बुद्ध अँड हिज धम्म' हा डॉ. बाबासाहेब आंबेडकर यांचा ग्रंथ म्हणजे या क्षेत्रातील देदीप्यमान दीपस्तंभ होय.

दत्त संप्रदाय

हाही महाराष्ट्रातील एक प्रमुख संप्रदाय. दत्त संप्रदायाचा 'गुरुचरित्र' हा ग्रंथ सांप्रदायिकांमध्ये व एकूण महाराष्ट्रातच विशेष प्रसिद्ध व लोकप्रिय आहे. कारंजा, झरी, गाणगापूर, नरसोबाची वाडी इ. तीर्थक्षेत्री केवळ दत्त सांप्रदायिकच भक्तिभावानं जात नाहीत तर अन्य धर्मीय व पंथीयही जातात. 'गुरुमाहात्म्य' हा या दत्त संप्रदायाच्या तत्त्वज्ञानाचा पाया असून, 'गुरुचरित्र' हा ग्रंथही आज महाराष्ट्रात अत्यंत लोकप्रिय आहे. त्याची पारायणं जागोजाग होतात. दत्त सांप्रदायिक संत व सूफी संत यांचेही परस्परांशी काही संबंध असल्याची व त्यांनी एकमेकांच्या तत्त्वज्ञानाची चर्चा केल्याचे उल्लेख आढळतात. 'गुरु'तत्त्वाचा महिमा सूफी संप्रदायाच्या 'तसव्वुफ' या तत्त्वज्ञानातही असल्यानं या दोन्ही संप्रदायांना जोडणारा हा समान दुवा असावा. असं असूनही दत्त संप्रदायिक संतांपेक्षा सूफी संत अधिक लोकप्रिय व प्रभावी का ठरले असावेत आणि समर्थ संप्रदायाप्रमाणं दत्त संप्रदायालाही काही मर्यादा पडल्या असाव्यात काय, याचं आज परीक्षण करायला हवं, असं वाटतं. समर्थ संप्रदायाप्रमाणं दत्त संप्रदायही एका विशिष्ट वर्गात तर सीमित राहिला नाही ना, याचाही शोध आता एकविसाव्या शतकात घ्यायला हवा.

गेल्या अर्धशतकातील महाराष्ट्राच्या लोकमानसावरील विविध धर्मांच्या/ पंथांच्या संतसाहित्याचा प्रभाव कसा आहे, याचं विहंगमावलोकन करण्याचा हा माझा लहानसा प्रयत्न आहे. खरं तर, याविषयी अधिक तपशिलानं व सविस्तर लिहायला हवं.

शेवटी एक फार महत्त्वाची गोष्ट. विविध मराठी दैनिकांतून आज संतसाहित्य निरूपणविषयक सदरं सुरू असून ती अत्यंत लोकप्रिय होत आहेत. मी स्वत: गेली वीस वर्षं दै. सकाळ, दै. तरुण भारत, दै. लोकमत, दै. पुढारी, दै. कृषिवल, दै. ऐक्य यांसारख्या दैनिकांतून ही सदरं सातत्यानं लिहिली आहेत. 'संतवाणी'सारखं

सदर तर मी दै. पुढारीमधून सात-आठ वर्षं लिहिलं. ही सदरं लिहिताना मी समाजप्रबोधनात्मक दृष्टिकोन सतत दृष्टीसमोर ठेवला होता. त्याचप्रमाणं विविध धर्म/ पंथ यांतील संतांच्या साहित्याचा त्यासाठी उपयोग केला होता. दै. 'सकाळ'मधील १९९५ चं लोकप्रिय सदर हे अशाच प्रकारचं होतं. त्या वेळी आलेल्या वाचकांच्या प्रतिक्रियांवरून मला असं जाणवलं की, मराठी वाचकांना स्वपंथाव्यतिरिक्त अन्य पंथांविषयी/ धर्मांविषयी व त्यांच्या संतसाहित्याविषयीही फार आस्था आहे.

❑❑

७७

नव्वदीनंतरचं संतसाहित्य : पार्श्वभूमी व स्वरूप : काही निरीक्षणं

दोन दशकांपूर्वी— ज्या वर्षी मी पुण्याच्या त्रेसष्टाव्या अ. भा. मराठी साहित्य संमेलनाचा अध्यक्ष होतो, त्या वर्षी— १९९० मध्ये— महाराष्ट्रात ज्ञानेश्वरी सप्तशताब्दीचा सोहळा साजरा होत होता. त्याच्या पूर्वीची संतसाहित्यसंशोधनाची पार्श्वभूमी जवळपास सर्वांनाच ज्ञात आहे. त्यात वारकरी व महानुभाव या संप्रदायाच्या साहित्याविषयीचं संशोधन विशेषकरून आपल्या लक्षात येतं. एके काळी संतचरित्रात्मक संशोधनावर जो भर दिला जात होता, त्याऐवजी त्यानंतर त्यातील वाङ्‌मयीन प्रवृत्तीचा व तत्त्वज्ञानाचा अभ्यास करण्याचा प्रयत्न अधिक होऊ लागला होता. जे साहित्य अज्ञात वा अप्रकाशित होतं, ते प्रकाशात आणून वा संपादित करूनही काही संशोधकांनी एका अर्थानं लक्षणीय कार्य केलं. 'एका अर्थानं' हा शब्दप्रयोग यासाठी की, त्यामुळं मध्ययुगीन संतसाहित्यातील काही अज्ञात दालनांवर प्रकाश पडला. या संतसाहित्य शोधनाचा लाभ असा झाला की, त्यामुळं काही अज्ञात संत कवी ज्ञात झाले व त्यांच्या वाङ्‌मयनिर्मितीचा आलेख अभ्यासकांच्या लक्षात आला. पाठचिकित्सा हाही या संशोधनाचा एक भाग किंवा एक अंग होतं. ते कष्टप्रद असलं, तरी कमी महत्त्वाचं होतं, असं मुळीच नाही. पण अशा प्रकारच्या संशोधनाला जेव्हा साहित्य-समीक्षेच्या चिकित्सेची वा तात्त्विक चिकित्सेची जोड लाभली, तेव्हा संतसाहित्याच्या एकेका आयामाकडे अभ्यासकाचं लक्ष जाऊ लागलं.

डॉ. रा. शं. वाळिंबे यांच्या 'ज्ञानेश्वरीतील विदग्ध रसवृत्ती' या प्रबंधात जसा वाङ्‌मयीन निकषांच्या आधारे संतसाहित्याचा विचार होऊ लागला; तसाच 'ज्ञानेश्वरांचं तत्त्वज्ञान' यासारख्या डॉ. शं. दा. पेंडसे यांच्या प्रबंधामुळं तात्त्विक अंगावरही प्रकाश पडू लागला. डॉ. कोलते यांचे 'महानुभाव तत्त्वज्ञान' व 'महानुभावांचा आचारधर्म' हे ग्रंथही अशा प्रकारच्या संशोधनाची फलनिष्पत्ती होय. संतसाहित्यातील विविध संप्रदायांचा मागोवा घेणं, हेही या अध्ययनक्षेत्राचं एक अंग होतं. त्यामुळं

'विशिष्ट संत : व्यक्ती व वाङ्मय' यासारख्या प्रबंधात/ग्रंथात त्या संतांच्या लेखनाबरोबरच त्यांनी त्या-त्या संप्रदायाच्या विकासात कसा व कोणता हातभार लावला, याचाही विचार होऊ लागला. विशिष्ट वाङ्मयप्रकार वा काव्यप्रकार यांच्या चिकित्सक अभ्यासाला या काळात गती मिळू लागली. त्यामुळं सांप्रदायिक चरित्रलेखन, अभंगवाङ्मय, स्तोत्रं, आरत्या, पद-साहित्य, भाष्यात्मक लेखन, महाकाव्यात्मक वा महाकाव्यसदृश लेखन, भारुडं, सांप्रदायिक बखर, सांप्रदायिक पत्रात्मक गद्य इ. चाही विचार होऊन त्याविषयीही संशोधन होऊ लागलं. डॉ. मालती पाटील यांच्या 'संत तुकारामांची प्रतिमासृष्टी' यासारख्या प्रबंधांनी/ ग्रंथांनी डॉ. रा. शं. वाळिंबे यांच्यापासून मुख्यत: प्रारंभ झालेल्या संशोधनात्मक दृष्टिकोनाला अधिक गती मिळू लागली.

संतसाहित्याचा समाजशास्त्रीय दृष्टिकोनातून अभ्यास करण्याची प्रेरणा मुख्यत्वेकरून प्रा. गं. बा. सरदार यांच्या 'संतवाङ्मयाची सामाजिक फलश्रुती' यासारख्या ग्रंथातून मिळू लागली. तो ग्रंथ आणि डॉ. वि. भि. कोलते यांचा मराठी संतांच्या सामाजिक व प्रबोधनपर कार्याविषयीचा ग्रंथ हे या संदर्भातले दोन महत्त्वपूर्ण मानदंड होत. डॉ. शं. गो. तुळपुळे यांचे 'पाच संतकवी' यासारखे ग्रंथ विशिष्ट संत कवींच्या साहित्याचा सर्वांगीण अभ्यास कसा करावा, या दृष्टीनं प्रेरक ठरले; तथापि त्यांत सामाजिक आशय येत असला, तरी समाजप्रबोधनात्मक दृष्टिकोन जवळपास जाणवतच नव्हता. त्यापूर्वी इंग्रजीत डॉ. रा. द. रानडे यांनी Mysticism in Maharashtra सारखे ग्रंथ लिहून संतसाहित्यातील आध्यात्मिक अवस्थांचा— विशेषत: साक्षात्काराचा— वेध घेण्याचा प्रयत्न केला. त्या आशयाचा, मराठी संतांच्या साधक अवस्थांविषयीचा 'मराठी संतांचा साक्षात्कार-मार्ग' विशद करणारे ग्रंथही दुर्लक्षिण्याजोगे नाहीत. अमुक संशोधकानं केवळ संतचरित्रात्मक संशोधनच केलं किंवा विशिष्ट संशोधकानं स्थलकालचिकित्साच केली किंवा विशिष्ट ग्रंथकारानं वाङ्मयीन वैशिष्ट्यांचाच अभ्यास केला, असं म्हणून यांतील कोणत्याही प्रकारच्या संशोधनक्षेत्राची उपेक्षा करणं योग्य होणार नाही, असं मला वाटतं. कारण त्यांनी मध्ययुगीन मराठी साहित्य-संशोधनाला कोणत्या ना कोणत्या प्रकारे हातभारच लावला व त्यामुळं यापूर्वीच्या अनेक शतकांतील साहित्यावर येणारं धूसरपणाचं आवरण हळूहळू बाजूला सारलं जाऊ लागलं.

महानुभावांच्या सांकेतिक लिप्यांतील साहित्य महानुभावी महंतांच्या सहकार्यामुळं उपलब्ध होऊ लागलं व किती विविध प्रकारचं लेखन महानुभावी 'संत साहित्यिकां'नी केलं, याचा उलगडा होऊ लागला. डॉ. तुळपुळे यांचा 'महानुभाव पंथ व त्याचे वाङ्मय' यासारख्या ग्रंथांनी याचा अचूक वेध घेतला. प्रा. ह. श्री. शेणोलीकर

यांच्या 'प्राचीन मराठी वाङ्मयाचे स्वरूप' यासारख्या ग्रंथांनी संतसाहित्यातील विविध प्रवाहांचा चांगला मागोवा घेतला. डॉ. ढेरे यांनी मध्ययुगीन संतसाहित्याच्या संदर्भात केलेलं कार्य फार मोलाचं आहे. लोकतत्त्वीय अध्ययनाची एक लक्षणीय दृष्टी त्यांच्या संशोधनानं भावी संतसाहित्य-संशोधकांना दिली. 'संतसाहित्य व लोकसाहित्य' हा त्यांचा ग्रंथ मला विशेष लक्षात घेण्याजोगा वाटतो. सांस्कृतिक संदर्भात संतसाहित्याभ्यास करण्याची प्रेरणाही डॉ. ढेरे यांच्या अनेक ग्रंथामुळं मिळाली, तर 'इंद्रायणी'सारख्या नियतकालिकांतून त्यांनी अनेक अज्ञात संतांविषयी व त्यांच्या लेखनाविषयी मौलिक स्वरूपाचं विवेचन केलं. 'श्री विठ्ठल : एक महासमन्वय' किंवा 'षडुस्थळ'विषयक संशोधन, नाथ-दत्त आदी संप्रदायांच्या उद्गम-विकासाविषयीचे त्यांचे ग्रंथ संतसाहित्याच्या अनेक अंगांचं सूचन व विवेचन करणारे आहेत.

न. शे. (दादासाहेब) पोहनेरकर, डॉ. श्रीधरराव कुलकर्णी, डॉ. नांदापूरकर, श्री. वि. अं. कानोले, डॉ. देवीसिंह चौहान, डॉ. राम शेवाळकर, डॉ. व. दि. कुलकर्णी, डॉ. स. गं. मालशे, डॉ. शशिकांत सावंत, डॉ. मा. गो. देशमुख, प्रा. श्री. मा. कुलकर्णी, डॉ. अशोक कामत, डॉ. उषा देशमुख, प्रा. भुसारी, डॉ. व. दा. कुलकर्णी, डॉ. अ. ना. देशपांडे, डॉ. गो. मो. रानडे, डॉ. स. रा. गाडगीळ, डॉ. उषा जोशी, डॉ. मु. श्री. कानडे, डॉ. सुरेश डोळके, डॉ. अक्षय काळे, डॉ. म. रा. जोशी, प्रा. बनहट्टी, डॉ. द. भि. कुलकर्णी, प्रा. म. वा. धोंड, डॉ. चंद्रशेखर कपाळे, डॉ. निर्मलकुमार फडकुले, डॉ. पंडित आवळीकर, डॉ. अनिल सहस्त्रबुद्धे, डॉ. पसारकर, डॉ. मंचरकर, डॉ. मोगलेवार यांच्यासारख्या अनेक संशोधकांचं योगदान मध्ययुगीन मराठी साहित्य-संशोधनाला लाभलं. डॉ. मु. ग. पानसे यांच्या 'यादवकालीन महाराष्ट्र' या संशोधनपर ग्रंथाचा बाजच वेगळा आहे. त्यांनी ज्ञानेश्वरीच्या पाचव्या अध्यायाच्या भाषिक वैशिष्ट्यांचं विवेचन 'Linguistic Peculiarities Of Jnyanesvari' (Fifth Chapter) या ग्रंथात केलं. कानडे-नगरकर यांनी ज्ञानेश्वरी परिभाषाकोश, दासबोधाची शब्दार्थप्रेक्षा, दासबोध शब्दकोश, एकनाथ शब्दकोश असं भाषिक संशोधनपर वा कोशवाङ्मयात्मक लेखनही केलं. त्यापूर्वी वेलिंगकर आणि शिवाजीराव भावे यांनी ज्ञानेश्वरीच्या भाषिक विशेषांचा आपापल्या कोशात विचार केलाच होता. माझ्या मार्गदर्शनाखाली डॉ. गो. मो. मोहोळकर यांनी १९९० च्या सुमारास दासोपंतविरचित 'गीतार्णव'च्या अठराव्या अध्यायाचा भाषिक अभ्यास केला होता, तो ग्रंथ प्रसिद्ध झाला.

महाराष्ट्रातील विविध विद्यापीठांतील मध्ययुगीन साहित्य-संशोधनविषयक प्रबंधसूची मराठी संशोधन पत्रिकेत प्रसिद्ध झाली होती. डॉ. व. वि. कुलकर्णी यांनी

परिश्रमपूर्वक ही सूची ग्रंथरूपानं प्रकाशित केली व नुकतीच तिची दुसरी परिष्कृत आवृत्तीही प्रकाशित झाली. डॉ. कानडे-नगरकर यांची 'संतसाहित्यसूची' हा या संदर्भातला एक महत्त्वपूर्ण ग्रंथ.

नव्वदीपूर्वी नाथ संप्रदायाविषयी डॉ. ढेरे यांचे दोन महत्त्वाचे ग्रंथ प्रकाशित झाले होते. 'नाथसंप्रदायाचा इतिहास' आणि 'गोरक्षनाथ : चरित्र आणि परंपरा' हे ते दोन महत्त्वाचे ग्रंथ आहेत. त्यानंतर या संप्रदायाचं लक्षणीय साहित्य-प्रकाशनसंशोधन झाल्याचं माझ्या वाचनात नाही. ॲड. देशपांडे (सातारा) यांच्या गोपाळनाथांविषयीच्या ग्रंथाला मी प्रस्तावना लिहिली होती, त्यांची आणखी एक आवृत्ती या काळात प्रसिद्ध झाली. माझ्या मार्गदर्शनाखाली डॉ. मंगला वैष्णव यांनी 'शिवदीनकेसरी' या नाथ सांप्रदायिक संत कवीच्या साहित्याचा चिकित्सक अभ्यास प्रस्तुत करणारा ग्रंथ प्रकाशित झाला. नाथ व सूफी संप्रदाय यांच्यामधील अनुबंधाविषयीचं सूचन डॉ. ढेरे यांनी आपल्या ग्रंथात अन्य मराठी संतांच्या अनुषंगानं केलं होतं, त्यावर अधिक संशोधन होणं आवश्यक होतं; पण ते तितकंसं झालं नाही. 'मुसलमान सूफी संतांचं मराठी साहित्य' ह्या माझ्या ग्रंथात मुसलमान संतांच्या अनुषंगानं विवेचन केलं आहे, तो साहित्य संस्कृती मंडळ या वर्षी प्रकाशित करील. तथापि, या मूळ विषयाविषयी अधिक सूक्ष्म व सविस्तर संशोधन लेखन होणं आवश्यक आहे. दत्त संप्रदायाविषयीचा डॉ. ढेरे यांचा ग्रंथही महत्त्वाचा आहे. दत्त संप्रदायाविषयीचा त्यासारखा ग्रंथ नव्वदीनंतर प्रसिद्ध झाला नाही.

माझ्या मार्गदर्शनाखाली डॉ. कुमुद गोसावी यांनी 'संत एकनाथांचं स्फुट लेखन' हा प्रबंध लिहिला होता व तो ग्रंथरूपानं प्रकाशितही झाला होता. 'किल्लेदार संत जनार्दनस्वामी' या छोटेखानी पुस्तकात त्यांनी जनार्दनस्वामी यांचं चरित्र व लेखन याविषयी लिहिलं, त्याचप्रमाणं 'युगप्रवर्तक संत एकनाथ' हे पुस्तकही प्रसिद्ध केलं. संत निळोबा यांच्या साहित्याचं संशोधन प्रस्तुत करणारा प्रबंध डॉ. यशवंत साधू यांनी माझ्या मार्गदर्शनाखाली सिद्ध केला, तो व निळोबांच्या निवडक अभंगांचं निरूपणात्मक विवेचन करणारा ग्रंथही नव्वदीनंतर प्रकाशित झाला. या काळात 'आठव : ज्ञानदेवांचा, ज्ञानदेवीचा', 'संतसाहित्य : पुनर्मूल्यांकन', 'नामयाची अमृतवाणी', 'मध्ययुगीन मराठी संतसाहित्य काही आयाम' (पुरस्कारप्राप्त), 'बहेणी म्हणे' हे माझे ग्रंथही प्रकाशित झाले आहेत.

'विद्रोही तुकाराम' या डॉ. आ. ह. साळुंके यांच्या ग्रंथानं बरीच खळबळ उडवून दिली; तथापि त्यामुळं तुकोबाविषयक चिंतनाला एक वेगळी दिशा मिळाली. तुकोबा व चोखोबा यांच्याविषयीची पुस्तकं त्याचप्रमाणं संतसाहित्यविषयीच्या स्तंभलेखनाचे काही संग्रह यांतून डॉ. निर्मलकुमार फडकुले यांचा संतसाहित्यविषयक विशिष्ट

दृष्टिकोन स्पष्ट झाला. डॉ. द. भि. कुलकर्णी यांचं ज्ञानदेव चिंतन त्यांच्या ग्रंथांतून प्रकट झालं आहे.

डॉ. अशोक कामत यांच्या नेतृत्वाखाली पुणे विद्यापीठाच्या संत नामदेव अध्यासनात झालेलं संशोधन लक्षणीय आहे. बेल्जियमच्या कॅथॉलिक विद्यापीठाचे डॉ. कॅल्व्हर्ट यांनी संत नामदेवांविषयी संशोधन केलं होतं. त्यापैकी 'Do we know Namdeo?' हा ग्रंथ प्रसिद्ध झाला. फादर लेदर्ले यांचा 'Cult of Vithoba', डॉ. ग. ह. खरे यांचा 'श्री विठ्ठल आणि पंढरपूर', त्याचप्रमाणं डॉ. भा. पं. बहिरट यांचा 'Philosophy of Amrutanubhav', महाराष्ट्र शासन व नामदेव समाज यांच्या वतीनं प्रसिद्ध झालेले 'नामदेवदर्शन'सारखे ग्रंथही यापूर्वी प्रकाशित झाले होते; पण तशा प्रकारचे ग्रंथ नव्वदीनंतर फारसे प्रकाशित झाले नाहीत. त्याचप्रमाणं श्री. वा. सी. बेंद्रे यांचे 'तुकाराममहाराजांचे संतसांगाती', 'तुकाराममहाराजांची गुरुपरंपरा', 'शेख महंमदविरचित योगसंग्राम' व 'शेख महंमदांची कविता' यांसारखे ग्रंथ नव्वदीनंतर प्रकाशित झाल्याचं का आढळत नाही? याचा संतसाहित्याभ्यासकांनी मागोवा घ्यायला नको का? नरहरीमहाराज, सावतामाळी, सेनामहाराज, जनाबाईंची अभंगरचना, संतकवयित्रींची रचना, याविषयीचेही ग्रंथ प्रकाशित झाले. तरीही प्रा. सरदार यांच्या 'संतसाहित्याची सामाजिक फलश्रुती', डॉ. कोलते यांचा 'महाराष्ट्रातील संतांचे सामाजिक कार्य', डॉ. शं. दा. पेंडसे यांचे 'ज्ञानदेवांचं तत्त्वज्ञान' व डॉ. रा. शं. वाळिंबे यांचा 'ज्ञानेश्वरीतील विदग्ध रसवृत्ती', डॉ. मालती पाटील यांचा 'संत तुकारामांची प्रतिमासृष्टी', डॉ. तुळपुळे यांचा 'पाच संतकवी', डॉ. रा. द. रानडे यांची संतवचनामृतं, मराठी संतांचा परमार्थमार्ग 'Mysticism in Maharashtra' यांसारखे व त्या स्तराचे ग्रंथही नव्वदीनंतर जवळपास विरळाच.

डॉ. सदानंद मोरे यांच्या 'तुकारामदर्शन' या महत्त्वाच्या ग्रंथानं संत तुकारामविषयक चिंतन-संशोधनाला एक वेगळी दिशा व गती दिली; तर डॉ. आनंद यादव यांच्या 'संतसूर्य तुकाराम' या ग्रंथानं वारकरी संप्रदायाला अस्वस्थ केलं व त्यांनी ग्रंथनामाखाली कंसात लिहिलेली, संशोधनपूर्वक सिद्ध केलेली चरित्रात्मक कादंबरी ही तशीच आहे की नाही, याचा पुनर्विचार करायला लावणारी ठरली. आता ती कादंबरी मागं घेतल्यानं नि डॉ. यादव यांनी माफीनामा लिहून दिल्यावर तिचा इथं विचार करावा का, असा प्रश्न पडतो. वारकरी संप्रदायानं या अनैतिहासिक लेखनाबद्दल दुःख व्यक्त केलं नसतं, तर तुकोबांच्या जन्मचतुःशताब्दी वर्षातच हा ग्रंथ अनेक पुरस्कारही (अनवधानानं) मिळवून गेला असता की काय, असं वाटू लागतं. संशोधनपूर्वक जर हे सारं सिद्ध केलं असेल, तर त्याला समप्रमाण व साधार उत्तर देण्याचंही दायित्व लेखकावर असायला हवं, तसंच धैर्यही हवं. यापूर्वी डॉ. कोलते संपादित

'लीळाचरित्र'विषयी काही महानुभावीयांचा असाच काहीसा रोष निर्माण झाला होता व त्यांपैकी काही जणांनी भाऊसाहेबांवर जवळपास १२५ खटले दाखल केले. वस्तुतः ह्या संहितेतल्या लीळा महानुभाव महंतांकडूनच त्यांना मिळाल्या व या ग्रंथाचं प्रकाशन अ. भा. महानुभाव परिषदेनंच केलं होतं. सा. सं. मंडळानं त्यास अनुदानही दिलं असावं. हे दुःख घेऊनच भाऊसाहेब गेले. भाऊसाहेबांनी आपल्या लेखनाला/संपादनाला महानुभावीयांनी दिलेल्या लीळांचंच प्रमाण दिलं होतं (तसंच यादवांनी ही न देता सोइस्कर मौन का स्वीकारलं?). दुसऱ्या पक्षाच्या महंतांनी त्यांना मान्य असलेल्या लीळांच्या साह्यानं आपल्याला अभिप्रेत असलेल्या 'लीळाचरित्राचं' संपादन— प्रकाशन केलं व हा प्रश्न जवळपास सुटला. महानुभाव पंथीयांनी 'दृष्टांतस्थळ,' 'दृष्टांत-अन्वय' यांसारखे ग्रंथ प्रसिद्ध केले; तर भाऊसाहेबांनंतर व इतक्या गदारोळानंतरही, अ. भा. महानुभाव परिषदेनं (राऊळ प्रकाशन) त्यांचा 'बत्तीसलक्षणी' टीप-ग्रंथ प्रसिद्ध केला. परिषदेच्या महानुभाव मासिकाचा मी व भाऊसाहेब एके काळी संपादक होतो. या मासिकातून महानुभावांचं कितीतरी महत्त्वाचं अप्रकाशित संतसाहित्य प्रसिद्ध झालं. आजही ते अशा प्रकारचं साहित्य प्रकाशित करीत आहे. डॉ. अण्णासाहेब अडसोड यांनी महानुभाव साहित्यविषयक शोध-लेखांचे संग्रह प्रसिद्ध केले. 'स्थानपोथी'विषयक लेखन लक्षात घेऊन डॉ. मांडवकर यांचाही या संदर्भात उल्लेख करायला हवा.

'नागेशसंप्रदाय' हा विविध धर्म-पंथ समन्वय साधणारा, वेगळं तत्त्वज्ञान या आचारधर्म-परंपरा असणारा एक स्वतंत्र संप्रदाय असल्याचं मी 'नागेश संप्रदाय' या पुस्तिकेत प्रतिपादिलंच होतं. त्याचं तत्त्वज्ञान विशद करणारा अज्ञानसिद्धांचा 'वरदनागेश' हा ग्रंथही मी संपादित करून प्रसिद्ध केला होता. नव्वदीनंतर डॉ. संगीता देशमुखांनी 'अज्ञानसिद्ध : व्यक्ती व वाङ्मय' हा ग्रंथ प्रसिद्ध केला; त्याचबरोबर अज्ञानसिद्धांची काही आध्यात्मिक प्रकरणंही संपादून प्रसिद्ध केली. 'प्राचीन मराठीच्या नवधारा' (डॉ. ढेरे) यात नागेशसंप्रदायाच्या साहित्याविषयीचं लेखनही आलं. वीरशैव मराठी संतसाहित्य दुर्लक्षित होतं. यासाठी मी त्यावर भर देऊन माझ्या विद्यार्थ्यांना हे विषय दिले. त्यांपैकी नव्वदीनंतर 'श्री मन्मथस्वामी व त्यांचे साहित्य' (डॉ. देऊळगावकर), 'संत कवी शिवदास' (डॉ. फास्के), 'लक्ष्मणमहाराज : व्यक्ती व वाङ्मय' (डॉ. भि. शि. स्वामी) हे ग्रंथ प्रकाशित झाले. डॉ. कामत यांच्या प्रेरणेनं 'वीरशैव मराठी साहित्य-अभ्यास' ग्रंथ प्रसिद्ध झाला, तर डॉ. मंचरकर यांनी वीरशैव संतसाहित्याच्या विविधांगांचं दर्शन घडविणारा डॉ. कल्याणी गौरव ग्रंथ संपादिला. डॉ. श्यामा घोणसे यांचा 'हिंदी-मराठी वीरशैव साहित्य' हा ग्रंथही प्रसिद्ध झाला.

समर्थ संप्रदायाचं विपुल लेखन नव्वदीनंतरही प्रकाशित झालं. त्यात सुनील

चिंचोलकर, अरुण गोडबोले व मारुतीबुवा रामदासी यांचं साहित्य विशेष लक्षात घेण्याजोगं. 'दासबोधा'तील व्यवस्थापनशास्त्राविषयीचं लेखनही प्रसिद्ध झालं.

राष्ट्रसंत तुकडोजीमहाराजांच्या विविध ग्रंथांचं प्रकाशन गुरुकुंज आश्रमानं मोठ्या प्रमाणावर केलं व त्यांच्या जन्मशताब्दीनिमित्तानं त्यांच्या साहित्याचा विविधांगी विचार करणारे ग्रंथ प्रसिद्ध झाले. 'ग्रामगीते'च्या अनेक आवृत्त्या नव्वदीनंतरही प्रकाशित झाल्या.

हा लेख अपेक्षेपेक्षा मोठा झाला, याची मला जाणीव आहे (त्यात काही त्रुटीही राहून गेल्या असाव्यात); पण या विषयाची व्याप्तीच एवढी मोठी आहे की, विशिष्ट शब्दसंख्येची मर्यादा काटेकोरपणे सांभाळून हे आकाश पेलता-तोलता येणार नाही.

❑❑

नागेश संप्रदाय

७८

जागतिकीकरण आणि विश्वधर्म

विश्वधर्म संतसाहित्यप्रेमी,

बंधू-भगिनींनो,

विश्वातील सर्व धर्मप्रवर्तकांना, महात्म्यांना, महापुरुषांना, पूज्य गाडगेबाबांना, राष्ट्रसंत श्रीतुकडोजीमहाराजांना तसेच सर्व पंथीय संत-महंतांना आदरपूर्वक वंदन करून मी माझ्या भाषणाचा प्रारंभ करतो.

यापूर्वी जागतिक भक्तिसाहित्याच्या काही परिषदांना उपस्थित राहिल्यामुळं मला एका नव्या अर्थानं 'विश्वरूप दर्शन' घडलं होतं. भारतातील अनेक सर्व धर्म संमेलनांनाही मी उपस्थित होतो. राष्ट्रसंत श्रीतुकडोजीमहाराज यांनीच स्थापन केलेल्या गुरुकुंज आश्रमात त्यांच्या जन्मशताब्दी समारोपानिमित्तानं हे पहिलं 'विश्वधर्म संतसाहित्य संमेलन' होत आहे, ही आपल्या देशातील एक अत्यंत महत्त्वाची ऐतिहासिक व सांस्कृतिक घटना आहे, असं मला वाटतं. ती भारताच्या महामहीम राष्ट्रपतींच्या नि आपणा सर्व संतसाहित्यप्रेमींच्या साक्षीनं घडत आहे, याचा मला मनस्वी आनंद वाटतो. त्याचप्रमाणं आपण मला या संमेलनाचं अध्यक्षपद दिलंत, याबद्दलही मी आपले आभार मानतो. विविध भाषांच्या विश्वसाहित्य संमेलनाची संकल्पना आता बऱ्यापैकी रूढ होत आहे. जागतिक भक्तिसाहित्य संमेलन / परिषदा (International Conference for Devotional Literature) हा त्यापुढचा महत्त्वाचा टप्पा आहे. त्यांपैकी काही परिषदांमध्ये मला निमंत्रित केलं होतं व त्यांत मी सहभागही घेतला होता.

गुरुकुंजात नववर्षात पदार्पण करताना होणाऱ्या संमेलनाला आपण 'विश्वधर्म

★राष्ट्रसंत तुकडोजींच्या जन्मशताब्दी- समारोपानिमित्त जानेवारी २०१० मध्ये आयोजित पहिल्या विश्वधर्म संतसाहित्य संमेलनाचे अध्यक्षीय भाषण

संतसाहित्य संमेलन' हे नाव हेतुत: दिलं आहे. ते राष्ट्रसंतांच्या जन्मशताब्दी समारोपानिमित्तानं होत आहे, यालाही एक आगळं, लक्षणीय महत्त्व, औचित्य व संदर्भ आहे. तो कसा आहे, याची प्रचिती या संमेलनात विविध धर्म/पंथविषयक परिसंवाद आणि चर्चा यांच्यामधून येईलच. ती तशी यावी, या दृष्टिकोनातूनच त्यांचं नियोजन केलं आहे. विश्वातील विविध धर्मांचा विचार केला, तर त्यांतील प्रमुख धर्मांची उत्पत्ती आणि त्यांचा विकास भारतातच झाला आहे व त्यांतील काही धर्म भारतातून विश्वातील अन्य देशांतही गेले व त्यांना मोठ्या प्रमाणात अनुयायी लाभले. बौद्ध धर्माचा निर्देश या संदर्भात अवश्य करायला हवा. भारतात ज्यांची उत्पत्ती झाली; त्या धर्मांत हिंदू, बौद्ध, जैन, वीरशैव व शीख हे पाच प्रमुख धर्म आहेत, हिंदू, बौद्ध व जैन या धर्मांचा प्रसार भारताबाहेरही झाला. विश्वाच्या अन्य देशांत निर्माण झालेल्या धर्मांत इस्लाम व ख्रिस्ती धर्म हे प्रमुख होत. त्यांचा प्रसार पुढं विश्वातील विविध देशांप्रमाणं भारतातही झाला. आज भारतातील प्रमुख धर्मांत त्यांचीही गणना होते. त्यांच्याप्रमाणं पारशी व ज्यू (बेने इस्त्राईल) हे धर्म भारताबाहेरून भारतात आले. तसे असले, तरी आता जणू ते भारतीयच झाले आहेत. असा व्यापक विचार करता—भारत ही आता जणू विश्वातील प्रातिनिधिक भूमी—'प्रतीकात्मक छोटेखानी धर्म-विश्व'च झालं आहे.

या विविध धर्मांचे विविध पंथ वा संप्रदायही आहेत, उपपंथही आहेत. त्या सर्वांनी जागतिक भक्तिसाहित्यात मोलाची भर घातली आहे. जागतिक भक्तिसाहित्य परिषदांमध्ये जसं त्यांचं व्यवच्छेदकत्व दिसतं, तसंच त्यांचं अनन्यसाधारणत्वही दिसतं.

विश्वातील या सर्व धर्मांमध्ये अनेक समान शाश्वत मूल्यं आहेत. त्यांचा विश्वात्मकतेशी अत्यंत जिव्हाळ्याचा संबंध आहे. केवळ विश्वातील मानवाशीच नव्हे, तर प्राणिमात्रांशीही घनिष्ठ संबंध आहे. त्या सर्वांचा उद्धार ही त्यामागील प्रेरणा आहे, ऊर्जा आहे. ही निर्गुण ऊर्जा वैश्विक भक्तिसाहित्यात कसकशी रूपं घेते, याची ही विश्वधर्म संतसाहित्य संमेलनं म्हणजे आत्मभान देणारी जणू शोधयात्राच होय.

आपला भारत देश हाच जणू अध्यात्मानं भारलेला देश आहे. त्यातही महाराष्ट्र हे तर संतांचं माहेरघर आहे. त्यातील वैदर्भी भूमीचे रज:कण संतांच्या नि महापुरुषांच्या, महात्म्यांच्या पदस्पर्शानं पावन झालेले आहेत. त्यांना या पदस्पर्शाचा मृद्‌गंध शतकानुशतकं येत आहे. त्या परिस-स्पर्शानं ते पुनीत-पावन झाले आहेत. तेजाळले आहेत. विदर्भातील संतांची नामावली फार मोठी आहे. ती केवळ व्यापकच नाही, तर अनेक धर्मपंथावगुंठित आहे. त्या सर्वांचा निर्देश इथं करणं माझ्या आवाक्यापलीकडचं आहे. महानुभाव संप्रदायाचे अवतारस्वरूप व पंथप्रवर्तक

श्रीचक्रधरस्वामी यांचा संचार विदर्भातही होता; तर पंथांचे दुसरे अवतार श्रीगुंडम राऊळ ऊर्फ श्रीगोविंदप्रभू हे तर अमरावतीजवळच्या ऋद्धिपूरचे. राष्ट्रसंतांचे गुरू आडकोजीमहाराज, गुलाबरावमहाराज, ताजुद्दीनबाबा, लाडाच्या कारंजाचे जैनमुनी, बाबामहाराज आर्वीकर, नरसिंहमहाराज, वीरशैव संत यांचा मी केवळ इथं प्रतीकात्मक निर्देश करतो. सेवाग्राम नि महात्मा गांधी, त्याचप्रमाणं पवनार नि विनोबा यांचा घनिष्ठ व जिव्हाळ्याचा संबंध सर्वज्ञात आहे. त्याचप्रमाणं गाडगेबाबा आणि राष्ट्रसंत तुकडोजीमहाराज यांच्या वास्तव्यानं ही भूमी धन्य झाली आहे.

आजच्या या पहिल्या विश्वधर्म संतसाहित्य संमेलनाला जागतिकीकरणाचे अनेक संदर्भ आहेत आणि त्यामुळं त्याचं महत्त्व अनेकपदरी, बहुपेडी आहे. त्याचं हे अनेकसंदर्भसूचकत्व तुम्हा-आम्हालाच नव्हे तर विश्वातील सर्वांनाच अंतर्मुख करायला लावणारं आहे. आत्मपरीक्षण करायला भाग पाडणारं आहे. 'तमसो मा ज्योतिर्गमय' या सूत्रानुसार ही अंतर्मुखता नि हे आत्मपरीक्षणच आपल्याला वर्तमानाच्या अंधकारातून भविष्यातील प्रकाशाचं बेट किंवा दीपस्तंभ दाखविणार आहे. अंतर्मुखतेची, आत्मपरीक्षणाची ही घटिका जशी अटळ आहे तशी अपरिहार्यही आहे. आपण गांभीर्यानं तिची दखल घेतली नाही, तर ती आपल्याला विश्वशांती नि विश्वकल्याण यांच्या नंदनवनात नेण्याऐवजी विश्वसंहाराच्या नि विश्वविध्वंसाच्या भयानक रौरवात नेण्याचीही दाट शक्यता आहे. 'रात्र वैऱ्याची आहे', अशा भाकिताचं सूचनच जणू ती करीत आहे.

जागतिकीकरणाची आव्हानं बहुआयामी आहेत. त्यांतील प्रमुख आव्हान 'मूलतत्त्ववाद' (Fundamentalism) हे आहे. ते सकारात्मक नसून नकारात्मक आहे. विधायक नसून विघातक आहे. हितकारक नसून अहितकारक आहे. समंजस नसून असंमजस आहे. सत्याग्रही नसून दुराग्रही आहे. विवेकी नसून अविवेकी आहे. सहिष्णू नसून असहिष्णू आहे. कल्याणकारक नसून अकल्याणकारक आहे. आणि म्हणूनच ते मानवी नसून पाशवी आहे. दैवी नसून दानवी आहे. अभिसरणप्रक्रियेला ते नकार देतं, त्यामुळं त्याला बुद्धिवादाचं नि विवेकाचं अधिष्ठान असणं शक्य नाही. खरं तर त्याला स्वधर्माचं नीटसं, यथार्थ आकलनदेखील झालेलं नसतं. 'आत्मभान' नसल्यानं ते 'बेभान' झालेलं असतं. ते विश्वात किती उत्पात घडवून आणू शकतं, याची प्रचिती आपल्याला अगदी अलीकडे जगातल्या विविध देशांत घडणाऱ्या विध्वंसक घटनांवरून आलेलीच आहे. सर्वधर्म सहिष्णुता नि परमतसहिष्णुता हाच यावरचा रामबाण उपाय आहे आणि तो सर्व धर्मांनी व पंथांनी आपल्या तत्त्वज्ञानामध्ये प्रतिपादिला आहे. आपल्या धर्माचं यथार्थ आकलन व त्याविषयीचा आदर याबरोबरच परधर्मांचं आकलन व त्याविषयीचा आदर यांचा समन्वय साधण्याची

मानसिकता विश्वातील प्रत्येक घटकात निर्माण होणं, ही आजच्या काळाची अपरिहार्य व सर्वप्रथम गरज आहे आणि विविध धर्मांतील व पंथांतील परस्परसामंजस्यच ती भागवू शकतं. परस्परांचे धर्मग्रंथ नि भक्तिसाहित्य या प्रक्रियेसाठी अत्यंत उपयुक्त आहे.

दहशतवाद ही मूलतत्त्ववादाची अपरिहार्य, तार्किक व वास्तव परिणती आहे. तो एका प्रदेशाला वा देशाला व्यापत नाही तर संपूर्ण विश्वाला व्यापत आहे. कोणत्याही धर्माचा/ पंथाचा/ राष्ट्राचा मूलतत्त्ववाद हा त्या धर्माची/ पंथाची/ राष्ट्राची अपरिमित हानी व विध्वंसच करीत असतो. इतरांच्या विनाशाबरोबरच स्वतःच्या विनाशाचाही पाया रचीत असतो, याचं भान मूलतत्त्ववाद्यांना असतं का? स्वधर्माचं (स्वेच्छेनुसार) पुनर्प्रस्थापन करायला निघालेले हे मूलतत्त्ववादी स्वतःच्याच विनाशाला व स्वतःच्या धर्माची प्रतिमा डागाळायला कारणीभूत ठरतात, हे मानवी बॉम्बच्या साध्या उदाहरणावरूनदेखील सांगता येईल. त्याचप्रमाणं अमेरिकेतील (वर्ल्ड ट्रेड सेंटरच्या) व अन्य देशांतील दहशतवादाच्या अन्य घटनांवरून सांगता येईल. अशा घटना आपल्या देशात व जगात अन्यत्र कुठं तरी घडत आहेत; त्यामुळं आपलं त्यांच्याशी काही देणं-घेणं नाही, आपण आपल्या अभेद्य (?) कवचात वा घरट्यात अत्यंत सुरक्षित आहोत व सुखात आहोत, असं मानणं म्हणजे रम्य स्वप्नांच्या साम्राज्यात रमणं होय. मृगजळात तृप्ती मिळाल्याचं समाधान मानण्यासारखं होय. या आसुरी प्रवृत्तीचं समूळ उच्चाटन करायचं असेल, तर परस्परांचे धर्म नीट समजून घेऊन त्यांतील समान सकारात्मक भाग लक्षात घेणं व त्यानुसार वागणं, तसंच परस्परसामंजस्याच्या या प्रक्रियेला स्वतःपासूनच प्रारंभ करणं जरुरीचं आहे, याचं भान कुणीच देत नसतं का? जगाला सर्वच धर्म व पंथ हे भान देत असतात. यासाठी जागतिक भक्तिसाहित्य परिषदांप्रमाणंच प्रत्येक राष्ट्रात विश्वधर्म संतसाहित्य संमेलन आयोजित करणं आणि सामाजिक मानसिकतेवर प्रबोधनाचे व उन्नयनाचे, उदात्ततेचे, उदारतेचे, करुणेचे, अक्रोधाचे, अहिंसेचे, सदसद्विवेकाचे, सर्वांभूती भगवद्भावाचे, प्रेमाचे, सद्भावाचे, सहजीवनाचे, सह-अनुभूतीचे सुसंस्कार घडविण्याचे एक लक्षणीय माध्यम म्हणजे 'विश्वधर्म संतसाहित्य संमेलन' होय. केवळ जागतिक भक्तिसाहित्य परिषदांत तात्त्विक चर्चा करून कसं भागेल? या उद्दिष्टपूर्तीसाठी काही पावलं तातडीनं उचलणं गरजेचं आहे. देशोदेशींच्या प्राथमिक, माध्यमिक, उच्च माध्यमिक, महाविद्यालयीन व विद्यापीठीय पातळीपर्यंतच्या अभ्यासक्रमांत या सुसंस्कारांचा समावेश व्हायला हवा. पर्यावरणातील प्रदूषणाचं महत्त्व जागतिक वैज्ञानिकांनी कितीतरी दशकांपूर्वी ओळखलं होतं, पण ते पाझरत आत्ता कुठं आपल्यापर्यंत आलं आहे. पण हिमालय वितळण्याची वाटच कशासाठी पाहत बसायचं? तो

सुरक्षित आहे तोपर्यंत आपलं रक्षण करील; पण वितळताच आपला विध्वंसही करील, हे पर्यावरणवादी आजही निक्षून सांगत नाहीत का? उत्तर-दक्षिण ध्रुवांची हीच परिस्थिती आहे व तशी ती होणार, हे पर्यावरणवाद्यांनी द्रष्टेपणानं आधीच जाणून त्याचं शास्त्र केलं व त्याचा अभ्यासक्रमात समावेश केला. त्याचप्रमाणं प्रसारमाध्यमांच्या साह्यानं जनजागृती केली होती. आज कोपनहेगनसारख्या जागतिक परिषदाही यासाठीच भरत आहेत.

दहशतवादाविरुद्ध सत्वर जनजागरण व प्रबोधन करण्याची ही अखेरची संधी असावी, असं मला वाटतं. सर्व धर्मांची तत्त्वं उदात्त आहेत; पण त्यांच्यावर मूलतत्त्ववादाचं क्रूर सावट आलं की, विश्वात काळोखच काळोख पसरेल नि कृष्णविवरात त्याचा शोध घ्यायला तरी कुणी उरेल का? यासाठी आता जगातल्या कुणालाही बेसावध, उदासीन, निष्क्रिय राहून तटस्थपणे बघ्याची भूमिका घेऊन भागणार नाही; कारण ती वेळ सांगून येणार नाही. 'सहा डिसेंबर' किंवा '२६/११' सांगून आली होती का? विज्ञानाची संहारक अस्त्रं योजण्यापर्यंत जिथं मजल जाते तिथं विश्वशांती आपोआप घडेल किंवा यज्ञ करून होईल, असं भाबडेपणानं मानून चालणार नाही, हे आजवरच्या अनेक उपक्रमांचा लेखाजोखा घेतल्यास सहज लक्षात येईल. सर्व धर्म व सर्व पंथ विश्वशांतीचा संदेश देतात, तो कशासाठी? खुद्द 'इस्लाम' या शब्दाचा अर्थ 'शांती' असा आहे. 'सलाम आलैकुम्' याचा अर्थ 'Peace be on you' असा असून 'वालेकुम् सलाम' याचा अर्थही त्याच आशयाचा आहे. तथागतांची प्रज्ञा-करुणा-शील ही तत्त्वत्रयी तरी कशासाठी? महावीरांचा स्याद्वाद किंवा 'अनेकांतवाद' तरी कशासाठी? बसवेश्वरांचा सामरसीकरणाचा वा 'षट्स्थल-सिद्धांत' कशासाठी? सूफीचं 'तसव्वुफ' दर्शन कशासाठी? नानकदेवांची एकात्मतेची भूमिका व 'सत् श्री अकाल' कशासाठी? शंकराचार्यांचं केवलाद्वैतमत किंवा मध्वाचार्यांचं द्वैतमत, श्रीचक्रधरस्वामींचं जीवोद्धरण किंवा 'सन्निधान', ज्ञानदेवांचं पसायदान, शेख महंमदांचा 'दुचेष्मा', एकनाथांचा 'हिंदू-तुर्क-संवाद' नि तुकोबांचे 'आनंदाचे डोही आनंदतरंग' तरी कशासाठी? या सर्वांतील अंत:सूत्र एकच नाही का?

वर्णवाद, धर्मवाद, जातिवाद, पंथवाद हे सारे का निर्माण होतात? विनोबाजी 'गीताई' लिहितात, त्याचप्रमाणं 'कुराणसार'ही लिहितात. बायबल, धम्मपद, महावीरवाणी, गुरुग्रंथसाहिब यांच्याविषयीही लिहितात. सर्वधर्म समभावाचा उद्घोष म. गांधी कशासाठी करतात आणि त्यासाठी देह का झिजवितात? पं. जवाहरलालजी नेहरू पंचशील सिद्धांताचा पुरस्कार का करतात? राष्ट्रसंत तुकडोजीमहाराज सर्वधर्म प्रार्थनेवरच इतका भर का देतात? गाडगेबाबांचा देव कोणत्या धर्माचा होता? बहिणाबाई चौधरी 'कधी व्हशील मानूस?' असं का विचारतात? आणि आंतरराष्ट्रीय

कीर्तीचे वैज्ञानिक डॉ. माशेलकर आणि डॉ. विजय भटकर हे विज्ञान व अध्यात्म यांची सांगड का घालतात? हे सारे धर्म, पंथ, महापुरुष, महामानव या विश्वाची घडी विस्कटू नये, म्हणूनच शतकानुशतकं असं करीत आहेत ना?

केवळ महाराष्ट्राचाच विचार केला तरी वारकरी, महानुभाव, नागेश, नाथ, दत्त, समर्थ, सूफी यांसारख्या सर्व संप्रदायांनी आणि मन्मथस्वामी, गुणकीर्ती, मंतोजी बामणी, शेख महंमद, शहामुनी यांच्यासारख्या संतांनी काय सांगितलं व त्यांतून विश्वधर्म संतसाहित्याची निर्मिती कशी झाली, हे आपल्या समजून घ्यायला हवं.

जागतिकीकरणामुळं देशोदेशींच्या सीमारेषा एका अर्थानं नाहीशा झाल्या आहेत. प्रसारमाध्यमांमुळंही हे घडत गेलेलं आहे. पूर्वी विलायतेला जाणं आणि तेही बोटीतून, हे एक प्रदीर्घ आणि तुम्हा-आम्हा सर्वसामान्य माणसांना स्वप्नातदेखील कल्पना करता येणार नाही, असं एक मृगजळ होतं. हजला जाणं, ही सामान्य मुसलमानाला अशक्यप्राय वाटणारी गोष्ट होती. व्हॅटिकन सिटी आणि आदरणीय पोप यांच्या प्रत्यक्ष दर्शनाचा विचारदेखील भारतासारख्या देशातील ख्रिस्ती माणसाला करता येण्याजोगा नव्हता. आज आपले महाविद्यालयीन तरुण मल्टिनॅशनल कंपन्यांच्या 'कॅंपस इंटरव्ह्यूज'मध्ये यशस्वी होऊन लठ्ठ पगारावर विदेशात नोकऱ्या करीत आहेत. भारतातल्या अनेक शहरांचं सर्वेक्षण केलं, तर किमान दहा ते पंधरा टक्के लोकांची मुलं अशा प्रकारची संधी मिळवीत असतात किंवा ती मिळविण्याचा प्रयत्न करीत असतात. 'ग्रीन कार्ड' ही आता स्वप्नातली गोष्ट राहिली नाही. नाही तर, कुणाला अमेरिकेत विश्व मराठी संमेलन भरविण्याची (अति) साहसी कल्पना सुचली नसती; शिवाय अमेरिकेतलेच कितीसे मराठी भाषक त्याला उपस्थित राहिले, याचा विचारही करता आला नसता.

पाश्चिमात्य संस्कृती व तिच्यामधील जीवनशैली कशी आहे, हे आज आपल्याला प्रसारमाध्यमांमुळं कळतं. माणूस जशी भौतिक प्रगती करीत आहे, त्याचप्रमाणं प्रत्येक पिढीची बदलती मानसिकता अधिकाधिक सुखासीन व उत्तरोत्तर प्रचंड वेगानं चंगळवादी होत आहे. त्यांची विवाह-संस्था, कुटुंबव्यवस्था, नातेसंबंधांतील वाढता दुरावा, नीतीच्या सोयीप्रमाणं बदलून घेतलेल्या व्याख्या, कामजीवनाचे विविधलिंगी प्रकार-उपप्रकार, गावोगावी नि शहरोशहरी, ढाब्यांमध्येदेखील बिअर बार्स दिसू लागले आहेत. 'मॉल्स'मध्ये बिअर विकण्याचा 'अत्याधुनिक अतिपुरोगामी' विचारही सुरू असल्याचं कळतं. 'गुटखा' म्हणजे काय, ते प्राथमिक शाळेतल्या मुलांनाही (काही आदर्श शिक्षकांमुळं?) कळू लागलं आहे. पाश्चिमात्य संस्कृतीतील व्यसनाधीनतेचा प्रभाव जागतिकीकरणामुळं वाढेल, हे सांगायला कुणा ज्योतिषाची गरज नाही. विदेशातील 'पार्टी-संस्कृती' आता आपल्याकडेही मूळ धरू लागली आहे; खरं तर

ती रुजलीच आहे. मल्टिनॅशनल कंपन्या नि त्यांतील कर्मचाऱ्यांचे भरभक्कम पगार यांचा प्रभाव जसा पाश्चिमात्य देशांवर पडला, तसाच आता आपल्याकडेही पडू लागला आहे नि असं होणं अपरिहार्य आहे. बाटल्या आडव्या करण्यासाठी खेडोपाड्यांतील स्त्रियादेखील पुढं सरसावून निषेध करीत, ग्रामसभेत ठराव करून वा मद्यविक्रीच्या दुकानांवर मोर्चे नेऊन, ती बंद पाडीत आहेत, ही स्वागतार्ह बाब आहे. महात्मा गांधींच्या काळातही केलं जाणारं उत्स्फूर्त 'पिकेटिंग' हे यासारखं होतं. जर काही अध्यापक-प्राध्यापकही सहाव्या वेतन आयोगापूर्वी आणि विशेषत: त्यानंतरही अधिक व्यसनाधीन झाले असतील तर त्यापेक्षा मोठी चिंतेची बाब कोणती असू शकते? एकविसाव्या शतकातलं हे बदलतं समाजजीवन नि ढासळती जीवनशैली आपण अत्यंत सावध व सतर्क होऊन, वेळीच गांभीर्यानं समजून घ्यायला हवी नि त्यानुसार प्रत्यक्ष कृतिकार्यक्रमाचं कालबद्ध नियोजन करायला हवं. केवळ भारतातच नाही, तर जगातील अन्य देशांतही. त्यासाठी त्या देशातील धर्मग्रंथ, भक्तिसाहित्य, संतसाहित्य निश्चितपणे उपयुक्त ठरेल. आता प्रत्येकानं जशी स्वत:ची व स्वत:च्या राष्ट्राची चिंता करायला हवी, तशी विश्वाचीदेखील चिंता करायला हवी. 'चिंता करितो विश्वाची' असं समर्थ बालपणीच म्हणायचे. स्वामी विवेकानंद त्यासाठी अमेरिकेत गेले नि राष्ट्रसंत तुकडोजीमहाराज जपानमध्ये गेले.

'कॅट वॉक' नि 'रॅम्प वॉक', वाहिन्यांवरील 'चॅटिंग' नि त्याची भयावह परिणती, सायबर क्राइम, चंगळवादाच्या पूर्तीसाठी अपराधांनी नि भ्रष्टाचारांनी गाठलेली परिसीमा, मातृत्वाचे किंवा खरं तर गर्भधारणेचे भाडोत्री उपाय, 'डेटिंग' होत असल्यामुळं मुलींप्रमाणंच त्यांच्या माता-पित्यांनाही वाटणारी चिंता, वाढती व्यसनाधीनता नि हिंसा, 'डिप्रेशन' म्हणजे प्रत्येकाच्या जीवनातील अपरिहार्य व नैसर्गिक रोगच आहे, हे मानण्याची असहाय प्रवृत्ती, उदात्त जीवनमूल्यांचं स्खलन ही पाश्चिमात्य संस्कृतीची नकारात्मक बाजू आहे तर ज्ञान-विज्ञान-उद्योग व अन्य क्षेत्रातील प्रगती ही अत्यंत सकारात्मक बाजू आहे, हे नाकारून चालणार नाही. भारतासारख्या देशांवर जागतिकीकरणाचा हा गहिरा नकारात्मक प्रभाव अलीकडे अधिक जाणवू लागला आहे. पौर्वात्य संस्कृतीतील— विशेषत: भारतीय संस्कृतीतील— विविध धर्मांची उदात्त जीवनमूल्यं पाश्चिमात्य संस्कृतीत वाढणाऱ्या, वाढलेल्या लोकांना अधिक आकर्षित करू लागली आहेत. मनोनिग्रहासाठी योगसाधना उपयुक्त आहे, हे जसं त्यांना जाणवू लागलं आहे; त्याचप्रमाणं विविध भारतीय धर्मांतील तत्त्वज्ञानांचं नि या संतसाहित्यांचंही महत्त्व एरवी जागतिक भक्तिसाहित्य परिषदांच्या शोधनिबंधांतील भारतीय संत व त्यांचं साहित्य याविषयीची आस्था व त्यासंबंधीचे शोधनिबंध, त्याविषयी झालेल्या चर्चा याचं प्रमाण उत्तरोत्तर का वाढलं असतं?

त्याचप्रमाणं फ्रान्स, पश्चिम जर्मनी, रशिया, ऑस्ट्रेलिया, पोर्तुगाल, चेकोस्लोव्हाकिया, बेल्जियम, ब्रिटन इ. किती तरी देशांतून भारतीय संतांच्या साहित्याचा अभ्यास व संशोधन करण्यासाठी प्राच्यविद्या संशोधकांचा ओघ का वाढला असता नि विदेशी विद्यापीठांतही प्राच्यविद्या विभाग (Departments of Oriental Studies) का निर्माण झाले असते? या विद्यापीठांत लंडन विद्यापीठ व त्यातील S. O. A. S. (School of Oriental and African Studies), पश्चिम जर्मनीतील बॉन आणि हैडलबर्ग ही विद्यापीठं, बेल्जियमची कॅथॉलिक युनिव्हर्सिटी, रशियातील लेनिनग्राड विद्यापीठ, झेकच्या प्रागमधील चार्ल्स विद्यापीठ व ओरिएंटल इन्स्टिट्यूट, युगोस्लाव्हियातील विद्यापीठ, अमेरिकेतील ॲरिझोना व फिलाडेल्फिया विद्यापीठ, फ्रान्सचं पॅरिस विद्यापीठ यांचा प्रतीकात्मक उल्लेख करता येईल. त्याचप्रमाणं ज्ञानदेवांच्या 'हरिपाठाच्या अभंगां'चा फ्रेंच अनुवाद करणाऱ्या मादाम वॉद्विल आणि वारकऱ्यांच्या वारीविषयी प्रत्यक्ष वारीत येऊन व तिच्यातील एकात्मतेची प्रचिती घेऊन आंतरराष्ट्रीय भक्तिपरिषदांत तिच्याविषयीची चित्रफीत निरूपणासह सादर करणाऱ्या फ्रेंच विदुषी डॉ. कॅथरिन कीन्ले, पश्चिम जर्मनीतील डॉ. प्रा. श्री. व सौ. हार्स्टमन यांचं (अनुक्रमे) द. आफ्रिकेतील टोळ्यांच्या देवविषयक (संकल्पना) (Concept of God) व संत दादू यांच्याविषयीचं संशोधन, त्याचप्रमाणं खंडोबाविषयीचं मौलिक संशोधन भारतात अनेकदा येऊन करणारे जर्मन संशोधनव्रत्ती डॉ. सोन्थाअिमर, सतरा-सतरा वर्षं नामदेवांचा ध्यास घेऊन त्यांच्या मराठी-हिंदी साहित्याचा अभ्यास करून 'Do we know Namadeo?' या प्रश्नात्मक शीर्षकाचा ग्रंथ लिहिणारे बेल्जियमचे डॉ. कॅल्व्हर्ट, महानुभावी व्याकरणासारख्या गहन विषयात रमणारे रशियन संशोधक डॉ. कुझनेत्सोव्ह व मराठी साहित्याचा रशियन अनुवाद करणाऱ्या डॉ. तात्यांना कचेनिना, विश्व हिंदी परिषदेचं अध्यक्षपद भूषविणारे प्रागच्या चार्ल्स विद्यापीठातील भाषा विभागप्रमुख माझे स्नेही व ज्यांच्याबरोबर मी 'अतिथी' प्राध्यापक म्हणून काम केलं— ते डॉ. स्मेकाल, लंडन विद्यापीठ संशोधन–पत्रिकेत महानुभाव साहित्य-सूची संपादित करून प्रकाशित करणारे, महानुभाव पंडित हयग्रीवाचार्य यांचं साहित्य 'गद्यराज' संपादिणारे लंडन विद्यापीठातील माझे स्नेही डॉ. इऑन रेसाईड, महानुभावाचे अवतार-ऋद्धिपूरचे श्री गोविंदप्रभू यांच्याविषयी संशोधन करणाऱ्या, माझ्या विद्यापीठातील मराठी विभागीय हस्तलिखितातील महानुभाव तत्त्वज्ञान विशद करणाऱ्या व चौदाव्या शतकातील हस्तलिखितांचं संशोधन/संपादन/ प्रकाशन करणाऱ्या त्याचप्रमाणं माझे गुरू डॉ. शं. गो. तुळपुळे यांच्याबरोबर Dictionary of old Marathi या मौलिक संदर्भग्रंथांचं संपादन करणाऱ्या अमेरिकेच्या ॲरिझोना विद्यापीठाच्या डॉ. ॲन फेल्डहाउस, एकनाथांच्या हिंदू तुर्क-संवादाचं

संशोधन-संपादन करणाऱ्या तसंच आंबेडकरी चळवळीच्या विख्यात अभ्यासक डॉ. एलिनार झेलिएट, पुण्याच्या स्नेहसदनमध्ये राहून The culf to Vithoba हा वारकरी संप्रदायविषयक ग्रंथ लिहून गोव्याच्या सागरातच विलीन झालेले पोर्तुगालचे फादर लेदर्ले, रांचीत राहून रामचरितमानसाच्या व रामायणाच्या संशोधनासाठी उभं आयुष्य वेचणारे डॉ. कामिल बुल्के आदी किती तरी आंतरराष्ट्रीय ख्यातिप्राप्त विद्वानांचा व प्राच्यविद्याविशारदांचा या संदर्भात उल्लेख करता येईल.

यापूर्वी मध्ययुगात चीन व अरबस्तान या देशांतून भारतीय धर्म, तत्त्वज्ञान व संतसाहित्य यांचा अभ्यास करण्यासाठी परकीय लोक आले होते. अल्बेरूनी या अरब पंडितानं दहाव्या शतकात भारतात येऊन दहा-बारा वर्षं भारतात राहून, संस्कृत भाषेचं अध्ययन करून (अल्बेरूनीची) 'गीता' व 'तारीख-उल्-हिंद' हे दोन ग्रंथ लिहिले व अरब जगाला भारतीय दर्शनाचंच महत्त्व पटवून दिलं. यांपैकी दुसऱ्या ग्रंथाचा मराठी अनुवाद मी साहित्य अकादमीसाठी केला आहे. जगातील सर्व धर्मांच्या तत्त्वज्ञानात मला जी साम्यस्थळं आढळतात, त्यांत नीतिमूल्यांतील साम्य मला विशेष लक्षात घेण्याजोगं वाटतं. ही नीतिमीमांसा फार क्लिष्ट नाही. ती केवळ दुपदरी आहे, द्विसूत्री आहे. त्यामुळंच ती जनसामान्यांच्या आटोक्यातली आहे. सत्प्रवृत्ती हा तिचा एक पदर आहे, तर असत् प्रवृत्ती हा दुसरा. त्या दोहोंमध्ये एकच उभी सरळ रेषा आहे, लक्ष्मणरेषा आहे. ही रेषा आहे सदसद्विवेकाची. ह्या सदसद्विवेकाचं केंद्र असतं आपलं मन. हे मनच आपल्याला सत्प्रवृत्त किंवा दुष्प्रवृत्त करीत असतं. मी एका ओळीत हे सांगितलं असलं, तरी त्यांचा प्रभाव काय काय करू शकतो, हे आपण प्रत्यही पाहत असतो. जेव्हा मन अढळ असतं, तेव्हा ते आपल्याला कल्याणाचा मार्ग दाखवितं नि ते ढळलं की कुटुंबात, समाजात, राष्ट्रात नि जगात कसे उत्पात होत असतात, याची प्रचिती आपल्याला नेहमी येत असते. जागतिकीकरणामुळं हे स्खलन, हे अध:पतन अधिकाधिक वाढण्याची शक्यता असते.

यासाठीच इस्लाममध्ये 'अख्लाक्'बरोबर 'आमाल्'लाही महत्त्व दिलं आहे. वारकरी संप्रदायानं विचारसंहितेबरोबर आचारसंहितेलाही महत्त्व दिलं आहे. महानुभाव संप्रदायानं ब्रह्मविद्येबरोबर 'असती परी'ही सांगितली असून, 'अष्टस्वभाव मात्रां'चाही विचार केला आहे. ज्ञानदेवांनी ज्ञान व भक्तिमार्गाबरोबर कर्ममार्गाचीही महत्ता वर्णून त्या सर्वांचा समन्वय साधला आहे. समर्थांनी तर 'उत्तम पुरुषांची' दिनचर्याच सांगितली आहे. महात्मा बसवेश्वरांनी षट्स्थलसिद्धांताबरोबर कर्माचं महत्त्व 'कायक वे कैलास' या वचनात प्रतिपादलं आहे. नाथसंप्रदायानं चिंतन, मनन, ध्यान आणि आसनं यांचा समन्वय योगसाधनेत साधला आहे. वारकऱ्यांची माळ ही प्रतीकात्मक

असते; पण ती धारण केल्यावर तिच्या पावित्र्याचं रक्षण आचार-विचारांतून करण्याचं दायित्व प्रत्येक वारकरी स्वीकारीत असतो. ही खरं तर मानसिक परिवर्तनाची वा उन्नयनाची प्रक्रिया आहे; पण तिची बाह्य परिणती आचारधर्मांतून प्रकट होत असते. व्यक्तीत हे मानसिक परिवर्तन झालं, की त्याची परिणिती समाजाच्या मानसिकतेत व याच क्रमानं राज्याच्या, राष्ट्राच्या व अंतिमत: विश्वाच्या मानसिकतेतील परिवर्तनात होत जाते. विश्वधर्म संतसाहित्य संमेलनांची खरी गरज आहे ती यासाठी. हे घडलं की, राष्ट्राराष्ट्रांतील संघर्ष, युद्ध, धर्मयुद्ध, जिहाद Crusades, जागतिक महायुद्ध, अणु-युद्ध टाळण्याची वैश्विक मानसिकता निर्माण होणं, ही 'युटोपियन' कल्पना राहणार नाही. आता 'पसायदान' यासाठी मागावं लागणार आहे. खरं तर हे मूळ 'पसायदान'च आहे; पण त्याचा हा एकविसाव्या शतकातला नवा संदर्भ, नवा आयाम, नवा अवतार आहे. आजही विविध धर्मांच्या पवित्र ग्रंथांत व त्यांच्या संतसाहित्यात या उन्नयनाची मानसिकता-परिवर्तनाची ऊर्जा दडली आहे.

धर्म ही 'अफूची गोळी' नाही, याची जाणीवही त्यामुळं होईल; नाही तर आंतरराष्ट्रीय कीर्तीच्या वैज्ञानिकांनी अध्यात्माची महती वर्णिलीच नसती.

अध्यात्म वा परमार्थ यांचा भौतिक जीवनाशी काही संबंध नाही. इहलोकाचा त्याग केल्याशिवाय अध्यात्मसाधना करता येत नाही, अशी विचारसरणी प्रस्तृत झाल्यानं सामान्य माणूस धर्मापासून, अध्यात्मापासून दूर जाऊ लागला. खरं तर धर्म हा प्रपंच. हा समाजातील सर्व घटकांसाठी आहे, कारण धर्मानं नि अध्यात्मानं या सर्वांच्याच कल्याणाचं उद्दिष्ट आपल्यासमोर ठेवलं व त्याचे विविध मार्ग सांगितले आहेत. ते जसे गृहस्थांसाठी आहेत, तसेच संन्यस्तांसाठीही. अध्यात्म व धर्म म्हणजे एका अर्थानं भूमी नि आकाश-अवकाश यांचा संयोग होय. तो प्रपंचविज्ञान व परमार्थविज्ञान यांचा समन्वय आहे. यासाठीच कोणत्याही धर्माचं साहित्य प्रापंचिक समस्यांची सांगड पारमार्थिक समस्यांशी घालीत असतं. पारमार्थिक कल्याणाची वाट ऐहिक कल्याणाच्या माध्यमातून जात असते. आदर्श जीवन जगणं, ही एक कला आहे. ती आपण आत्मसात् कशी करावी, हे सर्व धर्मांचं संतसाहित्य सांगतं. जीवन जगणं ही जशी कला आहे, त्याचप्रमाणं तो एक संघर्षही आहे. खरं तर हा आत्मसंघर्ष आहे. तो 'आपुलाचि आपणाशी' आहे. ती आत्मशोधाची प्रक्रिया आहे. या प्रक्रियेचा प्रारंभ 'कोऽहम्' या प्रश्नापासून होतो व त्याची परिणती 'सोऽहम्'मध्ये होते. ही प्रक्रिया विश्वात्मक असते, म्हणून वैश्विक संतसाहित्यात ती वेगवेगळ्या धर्म-पंथांतून नि भाषांतून अभिव्यक्त होत असते.

आपलं हे 'विश्वधर्म संतसाहित्य संमेलन' राष्ट्रसंत तुकडोजीमहाराजांच्या जन्मशताब्दीनिमित्तानं आयोजित केलं जात असल्यानं आपण केवळ प्रतीकात्मक

म्हणून राष्ट्रसंतांनी 'ग्रामगीते'त हा समन्वय कसा साधला; ज्ञानमार्ग, भक्तिमार्ग आणि कर्ममार्ग यांतील एकारलेपण त्यांनी नाकारलं; शिस्तबद्ध, श्रद्धायुक्त पण बुद्धिप्रामाण्याधिष्ठित जीवनशैलीचा त्यांनी पुरस्कार केला; शैशव, यौवन व जरा या जीवनाच्या त्रिविध अवस्थांमधून तिची बीजं पेरली; त्यांतून आदर्श बालक, आदर्श युवा, आदर्श ज्येष्ठांचे आलेख रेखाटले. आदर्श कुटुंबव्यवस्था, आदर्श समाजव्यवस्था, आदर्श ग्रामनिर्मिती, आदर्श राष्ट्रनिर्मिती, आदर्श विश्वनिर्मिती यांची केवळ स्वप्नंच दाखविली नाहीत; तर ही स्वप्नसृष्टी वास्तवात अवतरण्यासाठी गुरुकुंजाच्या शाखा जागोजाग स्थापना केल्या. आदर्श समाजसेवक, प्रचारक व नेते कसे असावेत, याचे विविध संघटना स्थापून वस्तुपाठ दिले. आदर्श व्यक्तिजीवन, समाजजीवन, राष्ट्रजीवन, विश्वजीवन यांची परस्परांशी रेशीमगाठ बांधली नि 'भूवैकुंठ' निर्मिण्याचा प्रयत्न केला. संत कबीरांनी आपल्या देहाची चादर जशीच्या तशी स्वच्छ व पवित्र ठेवली; ती पुन्हा घडी करून, नीट ठेवून त्यांनी आपला निरोप घेतला. त्याचप्रमाणं राष्ट्रसंतांनी या सर्व संघटना, आपल्या लेखणी-वाणीतून अवतरलेलं साहित्य, हे 'गुरुकुंज' सारं-सारं काही तुम्हा-आम्हालाच देऊन टाकून 'आम्ही जातो अमुच्या गावा' म्हणत त्यांनी या विश्वाचा— भूलोकाचा म्हणजेच या विश्वातील मातीचा नि तिच्यातून निर्माण झालेल्या विविध धर्म-पंथीयांचा निरोप घेतला. पण तोही 'ग्रामगीता' नि सर्वधर्म-प्रार्थनेचा 'वसा' व वारसा देऊन. 'हर देशमें तू, हर भेस में तू' असं म्हणत-म्हणत तुमच्या-आमच्यावर हे कार्य समर्थपणे पुढं नेण्याचं दायित्व सोपवीत नि तेच पाथेय, त्याचीच शिदोरी आपल्या हाती देत 'मी विश्वधर्म समन्वयाचं, विश्वकल्याणाचं स्वप्न पाहिलं'... 'माझ्या काळातील आव्हानं वेगळी होती, तुमच्या काळातील वेगळी असू शकतात; पण परमेश्वरानं तुम्हाला नवं बळ, नवं सामर्थ्य, नवं चैतन्य, नवी ऊर्जा, नवोत्साह दिला आहे. त्यांचा उपयोग करून तुम्ही या आव्हानांना आत्मविश्वासाने सामोरे जा', असं सांगितलं.

त्याचप्रमाणं प्रतिभा, प्रज्ञा, जिद्द, सकारात्मक मानसिकता, नवनवीन संघर्षांना सामोरं जाऊन त्यावर मात करण्याची विजिगीषु वृत्ती, क्षमा-दया-अक्रोध, प्रेम, करुणा, अहिंसा, परमतसहिष्णुता नि परधर्मसहिष्णुता, श्रद्धा, दातृत्व, शुचिता, ध्येयप्रवणता, परिश्रमशीलता, बुद्धिनिष्ठा नि बुद्धिप्रामाण्य, सदसद्विवेक, शांती, निर्भयता असं दैवी संपत्तीचं कुबेराचं धन दिलं आहे. तुमच्या दोन्ही ओंजळी भरून ते ओसंडत आहे. 'देता किती घेशिल दो करांनी' अशी तुमची-आमची अवस्था झाली आहे आणि आता तुम्हाला आत्मभान आलं आहे. विश्वातील सर्व धर्मप्रवर्तकांनी, महापुरुषांनी, संत-महंतांनी, समाजप्रबोधनकारांनी काही वैश्विक स्वप्नं पाहून ती पूर्ण करण्याचा आपल्या परीनं प्रयत्न केला. त्यांचं उर्वरित कार्य पूर्ण करण्याचं दायित्व

आपल्यावर आहे; त्याचप्रमाणं बदलत्या काळाची नवी आव्हानं पेलून त्यावर मात करण्याचं बळ व सामर्थ्य तुम्हा-आम्हा सर्व धर्मीयांमध्ये-पंथीयांमध्ये निश्चितपणे आहे. विश्वाचा विध्वंस होऊ न देता त्याची घडी नीट बसविण्याचं दायित्वही तुमच्यावर आहे. आम्ही नसलो, तरी आमचे ग्रंथ तुमच्याजवळ आहेत. विश्वसंतसाहित्याचा अमोल, शाश्वत ठेवा तुमच्याजवळ आहे. विश्वविध्वंस हे आपलं उद्दिष्ट व ध्येय नसून विश्वकल्याण व विश्वशांती यांचं अंतिम ध्येय आपल्याला साध्य करायचं आहे, असं जणू हे विश्वातील महापुरुष आपल्याला सांगत आहेत.

'आपल्या जीवनाचं क्षितिज किती दूर आहे, त्याचप्रमाणं काळाची आपली गाठभेट केव्हा होईल, हे कुणाला सांगता येईल? आता मिळेल तो क्षण आपला, असं मानून तो सत्कारणी लावा. खरे हिंदू, खरे मुसलमान, खरे ख्रिस्ती, खरे बौद्ध, खरे जैन, खरे शीख, खरे वीरशैव, खरे वारकरी, खरे महानुभाव, खरे नागेश-नाथ, दत्त सांप्रदायिक नि खरे माणूस व्हा,' असं राष्ट्रसंतांची जन्मशताब्दी तुम्हा-आम्हाला सांगत आहे. ही 'मावळती' नसून 'उगवती' आहे. विश्वातील सर्व धर्मांच्या संतसाहित्यातील उष:सूक्त गाऊन आपण या नव्या पहाटेचं स्वागत करू या, असं ती जणू आवाहन करीत आहे. या संमेलनात आपण जागतिकीकरणाचं रूपांतर विश्वात्मकीकरणात करू या.

जय महाराष्ट्र! जय भारत! जय जगत्!

□□

लेखक परिचय

पद्मश्री डॉ. यू. म. पठाण

ग्रंथलेखन : १. बखर भाऊसाहेबांची, २. मराठवाड्यातील लोककथा, ३. नागेश संप्रदाय, ४. स्वामी रामानंद यांच्या संपादण्या, ५. गोपादासकृत 'शुकदेवचित्र', ६. नवरसनारायणविरचित 'शल्यपर्व', ७. कवी कृष्णमुनी डिंभविरचित 'ऋद्धिपूर-माहात्म्य', ८. अज्ञानसिद्धविरचित 'वरदनागेश', ९. दृष्टान्त-पाठ, १०. मराठी बखरींतील फार्सीचे स्वरूप (१९७३ या वर्षाचे सर्वोत्कृष्ट मराठी भाषाशास्त्रविषयक ग्रंथाचे पारितोषिक, ११. महानुभाव साहित्य संशोधन, खंड-१, १२. शिवप्रभूंचे चरित्र, १३. स्मृतिस्थळ, १४. लीळाचरित्र : एकांक, १५. शोधणी, १६. चोभाविरचित उखाहरण, १७. संत-साहित्य-चिंतन, १८. मराठवाड्यातील मराठी शिलालेख, १९. संत साहित्यपुनर्मूल्यांकन, २१. संतसंग, २२. आठव : ज्ञानदेवांचा, ज्ञानदेवीचा, २३. नंदादीप - ललित लेखसंग्रह, २४. सय, २५. पाऊलखुणा, २६. अजून आठवतं, २७. रेशीमबंध.

कथासंग्रह : १. जितराब, २. हवेली, ३. व्यक्तिचित्र संग्रह - मराठवाडी माणसं, ४. निबंध संग्रह - निबंधांजली, ५. मध्ययुगीन संतसाहित्य : काही आयाम, ६. फार्सी - मराठी व्युत्पत्तिकोश, (राज्य पुरस्कार २००८)

ग्रंथलेखन (हिंदी) : १. आधुनिक हिंदी कहानियाँ, २. कवी आनंदविरचित

सुदामचरित्र, ३. मराठी संतो की हिंदी वाणी, ४. महाराष्ट्र के महानुभाव साहित्यकारों का हिंदी साहित्य को योगदान.

ग्रंथलेखन (इंग्रजी): (पुस्तिका मोनोग्राफ्स) १. महात्मा फुले अॅण्ड सत्यशोधक समाज, २. लोकहितवादी - पायोनियर ऑफ नॅशनॅलिझम इन महाराष्ट्र

ग्रंथांना पुरस्कार १. १९७२-७३ - 'मराठी बखरींतील फार्सीचे स्वरुप' या ग्रंथांस सर्वोत्कृष्ट मराठी भाषाशास्त्रविषयक ग्रंथांचा राज्य पुरस्कार
२. १९८४ - 'संतसाहित्य चिंतन' या पुस्तकास महाराष्ट्र साहित्य परिषदेचा उत्कृष्ट संत साहित्यविषयक ग्रंथाचा पुरस्कार.
३. १९९९ - 'नंदादीप' महानुभाव विश्वभारती पुरस्कार

आगामी : १. महाराष्ट्रातील मुसलमान (सूफी) संतांचे मराठी साहित्य
२. मध्ययुगीन मराठी : काही मानदंड
३. शब्दरंग
४. अभंगवाणी बहिणाबाईंची

स्तंभलेखन : १. सत्संग - सकाळ,
२. दीपमाळ - सकाळ,
३. अजून आठवतं - सा. सामना,
४. अर्थाअर्थी - सा. महाराष्ट्र टाइम्स,
५. अभंगवाणी तुक्याची - दै. पुढारी,
६. संतवाणी - दै. पुढारी,
७. वाणी संतकवयित्रींची - दै. पुढारी,
८. स्पंदन - सा. तरुण भारत,
९. सगुण निर्गुण - महाराष्ट्र टाइम्स, अर्थाअर्भि- महाराष्ट्र टाइम्स

ललितलेखन : प्रवास वर्णने, व्यक्तिरेखाटन, कथा, ललित लेख इ.

सन्मान :

१. सोळाव्या मराठवाडा साहित्य संमलनाचे अध्यक्ष (१ मे १९८८)

२. त्रेसष्टाव्या अखिल भारतीय साहित्य संमेलनाचे अध्यक्ष (जाने. १९९०)

३. १९८८ : अ. भा. दलित साहित्य अकादमीची डॉ. आंबेडकर फेलोशिप

पुरस्कार :

१९९८ - राष्ट्रीय एकात्मता पुरस्कार (कौमी तंजीया)
१९९५ - संत साहित्यविषयक परिवर्तन पुरस्कार
१९९५ - संत साहित्यविषयक परिवर्तन पुरस्कार
१९९८ - आचार्य अत्रे पुरस्कार
१९९९ - मराठवाडा गौरव पुरस्कार (मुंबई व दिल्ली)
२००० - पुरोहितस्वामी पुरस्कार
२००० - साहित्य संस्कृती मंडळाची जीवन गौरववृत्ती
२००१ - दिल्लीच्या बिर्ला फाऊंडेशनची राष्ट्रीय फेलोशिप
२००१-०२ - दलितमित्र पुरस्कार
२००२ - जगदगुरू पुरस्कार (देहू)
२००२ - पहिला सहकारमहर्षी साहित्य सेवा पुरस्कार
२००३ - डॉ. मणिभाई देसाई राष्ट्रसेवा पुरस्कार
२००३-०५ - साहित्य अकादमीची सीनियर फेलोशिप
२००३ - यशवंतराव चव्हाण सामाजि एकात्मता राज्य पुरस्कार
२००३ - 'साताराभूषण' पुरस्कार
२००४ - राष्ट्रपती पुरस्कार : फार्सी (राष्ट्रीय भाषापंडित पुरस्कार)
२००४ - म. रा. हिंदी साहित्य अकादमी - छत्रपती शिवाजी राष्ट्रीय एकता पुरस्कार
२००४ - पी. के. अण्णा पाटील फाऊंडेशनचा पुरुषोत्तम जीवन गौरव पुरस्कार
२००४ - गुरुकुल प्रतिष्ठान, पुणे पुरस्कार
२००४ - महावीर महात्मा एकता पुरस्कार

२००५ - भाऊसाहेब शेवाळकर ज्ञानेश्वर पुरस्कार
२००६ - प्रा. गो. मो. कोलते स्मृती संतवाङ्मय पुरस्कार ('मध्ययुगीन संत साहित्य : काही आयाम' ग्रंथास)
२००७ - 'पद्मश्री' भारत सरकार
- महंत नागराजबाबा महानुभाव पुरस्कार
- मृत्युजयकार शिवाजी सावंत स्मृती साहित्य पुरस्कार
२००८ - मत्स्योदरी शिक्षण पुरस्कार
लंडनच्या महाराष्ट्र मंडळाचा जीवनगोरव पुरस्कार
२००९ - जैन साहित्य सेवा पुरस्कार (१८ वे अ. भा. जैन मराठी साहित्य संमेलन)
- कुसुमताई शंकरराव चव्हाण साहित्य पुरस्कार
- विश्वभूषण पुरस्कार (८ वे अ. भा. मुस्लिम साहित्य संमेलन)
२०१० - 'उत्तुंग' साहित्य जीवनगौरव पुरस्कार, मुंबई
२०११ - पु. ल. देशपांडे राष्ट्रीय - साहित्य पुरस्कार (जयसिंगपूर) 'मानवभूषण' पुरस्कार सिद्धेश्वर सर्वसंघ (सोलापूर) स्वामी स्वरूपांनंद पुरस्कार नामदेव अध्यासन, पुणे विद्यापीठ.)

❑❑